"തീസ്താജീ, താങ്കളെയും എന്നെയും ചേർത്തുനിർത്തുന്ന തെന്താണോ, ആയത് പ്രകടിപ്പിക്കാൻ എനിക്ക് വാക്കുകൾ ഇല്ല. എന്റെ ജീവിതത്തിൽ താങ്കൾക്ക് അത്രമേൽ പ്രാധാന്യമുണ്ട്. താങ്കൾക്ക് അത്യപൂർവ്വമായ ധൈര്യമുണ്ട്. താങ്കളുടെ പ്രവൃത്തികൾ ബഹുമാനത്താൽ പ്രചോദിതമായി ശിരസ്സുതാഴ്ത്താൻ ഞങ്ങളെ നിർബ്ബന്ധിതമാക്കുന്നു. താങ്കളോടൊപ്പം നില്ക്കുന്നതിൽ ഞങ്ങൾ അഭിമാനിതരാണ്, അതുപോലെ ഞങ്ങളുടെ വിഷയങ്ങൾ താങ്കളുടേതും സമാധാനം കാംക്ഷിക്കുന്ന എല്ലാ വ്യക്തികളുടേതുമാകുന്നു. താങ്കൾക്ക് എന്റെ അഭിവാദനം."

സക്കിയ ജാഫ്രി

"തീസ്തയുടെ രാഷ്ട്രീയ ഓർമ്മക്കുറിപ്പുകൾ സംഭവപരമ്പരകളുടെ വിശദമായ പ്രസ്താവനകളാണ്- ആഘാതങ്ങളുടെ സഞ്ചയങ്ങൾ. വരുംകാല സംഭവഗതികളെ നേരിടുന്നതിന് ഇത് ആവശ്യമാണ്. സഹജവും സമഗ്രവുമായ ഒരു വിവരണം അവർ നല്കുന്നു. അവരുടെ ആർജ്ജവത്തെ തകർക്കുന്നതിന് എത്രമാത്രം വിഘാതങ്ങൾ അവരിൽ ചൊരിഞ്ഞാലും എന്താണോ സംഭവ്യമായത്, അത് സാധിതമാക്കുന്നതിനുള്ള സമരം അവർ തുടരും എന്ന് എനിക്കുറപ്പുണ്ട്. അവരുടേതുപോലെ കൂടുതൽ പേരുണ്ടായിരുന്നെങ്കിൽ എന്ന് ആരും ആഗ്രഹിക്കും."

റൊമീലാ ഥാപ്പർ

"തീസ്ത സെതൽവാദിന്റെ ഏറ്റവും ധീരമായ
പ്രവർത്തനങ്ങൾ എനിക്ക് അറിവുള്ളതാണ്.
ഒരു മനുഷ്യാവകാശ സംരക്ഷണ
പോരാളിയെ സംബന്ധിച്ച്
ഏറ്റവും നിർണ്ണായകം ഇരയുടെ വിശ്വാസം
തന്നെയാണ്. ഗുജറാത്ത് ദുരന്തത്തിലെ
പീഡിതർക്ക് ശക്തിയുടെ തൂണാണ്
തീസ്ത."

അസ്മ ജഹാംഗീർ

"തീസ്തയുടെ പ്രവർത്തനങ്ങൾ അധികാരസ്ഥാനങ്ങളെ
അലോസരപ്പെടുത്തുകയും അധികാരശക്തികളുടെ
ക്രോധം സമ്പാദിക്കുകയും ചെയ്തു. അവർ
പ്രതിജ്ഞാബദ്ധവും ദൃഢനിശ്ചയ
മുള്ളതുമായ, വംശനാശം നേരിടുന്ന സാമൂഹിക
രാഷ്ട്രീയ പ്രവർത്തകരുടെ ഗണത്തിൽപ്പെടുന്നു.
മറ്റുള്ളവർ സഞ്ചരിക്കാൻ മടിക്കുന്ന വഴികളിലൂടെ
യാത്രചെയ്യുക വഴി
ശാരീരികമായും സാമ്പത്തികമായും
വൈകാരികമായും അവർക്ക്
ഏറെ നഷ്ടം സഹിക്കേണ്ടിവന്നു."

ചമൻ ലാൽ ഐ പി എസ്

ഭരണഘടനയുടെ കാവലാൾ

ഓർമ്മക്കുറിപ്പുകൾ

തീസ്ത സെതൽവാദ്

പരിഭാഷ
ടി പി ബാബു

Bharanaghadanayude Kavalal
Ormakurippukal
Politics

Teesta Setalvad

Translation
T P Babu

CHINTHA PUBLISHERS
Thiruvananthapuram

First Edition
August 2022

Second Impression
September 2022

Published
Chintha Publishers, Thiruvananthapuram

Printed at
Repro India Ltd, Mumbai

Cover Design
Vinod Mangoes

ISBN : 978-93-94753-11-2

CO - 3139 / 6198

Email: chinthapublishers@gmail.com
Website: www.chinthapublishers.com

A version is available at National Libraries
Kolkata, Mumbai, Chennai and Delhi

Distribution
DESHABHIMANI BOOKHOUSE
H O Thiruvananthapuram 695035

Branch
Head Office Kunnukuzhi • Statue Thiruvananthapuram
KSRTC Bus Terminal Thampanoor • Saphalyam Complex Thiruvananthapuram
KSRTC Bus Station Alappuzha • KSRTC Bus Station Ernakulam
Machingal Lane Thrissur • IG Road Kozhikode
Mavoor Road Kozhikode • NGO Union Building Kannur
Central Bus Terminal Complex Thavakkara Kannur

അടുത്ത ആഘാതത്തിന് ഞാൻ
ഇരയാകുമ്പോഴും, ഇന്നും
എനിക്ക് ശക്തിപകർന്നു
തരുന്ന, എന്നെ
ഉറപ്പോടെ നിലനിർത്തുന്ന,
ശരിതെറ്റുകളെക്കുറിച്ച്
ഉറച്ച ബോദ്ധ്യമുള്ള,
നീതി ബോധമുള്ള
എന്റെ അച്ഛൻ
അതുലിന്

അവകാശങ്ങൾക്കും നീതിക്കും നന്മയ്ക്കും
സമത്വത്തിനുമെതിരെ ഗൂഢമായി
പടർന്നു പിടിക്കുന്ന അക്രമങ്ങൾ
ക്കെതിരെ ദൃഢമായി
പിടിച്ചു നില്ക്കുന്ന ജമ്മുവിലെയും മുംബൈയിലെയും
അഹമ്മദാബാദിലെയും ഡൽഹിയിലെയും
ഇന്ത്യയിലെവിടെയുമുള്ള ജനങ്ങൾക്ക്,
അയൽക്കൂട്ടങ്ങൾക്ക്, പുതിയ ജീവൻ
പകർന്നുനല്കുന്ന ജനങ്ങൾക്ക്

ഒരുനാൾ നാം തീർച്ചയായും
വിജയിക്കും എന്ന
നിശ്ചയദാർഢ്യത്തിന്

ഉള്ളടക്കം

പ്രസാധകക്കുറിപ്പ്

ഇന്ത്യയിലെ ശ്രദ്ധേയ ശബ്ദമാണ് തീസ്ത സെതൽവാദിന്റേത്. മനുഷ്യാവകാശങ്ങൾക്കായി തീസ്ത നടത്തിയ വിട്ടുവീഴ്ചയില്ലാത്ത പോരാട്ടങ്ങളാണ് അവരെ നിർണ്ണയിക്കുന്നത്. അഭിഭാഷകരുടെ കുടുംബത്തിൽ ജനിച്ച് മികച്ച പത്രപ്രവർത്തനത്തിലൂടെ മനുഷ്യാവകാശ പ്രവർത്തകയായി മാറിയ തീസ്ത ഗുജറാത്ത് കലാപങ്ങൾക്ക് പിന്നിലെ ഗൂഢാലോചനകൾ തുറന്നുകാട്ടുന്നതിൽ മുഖ്യപങ്കുവഹിച്ചു. 2002 ലെ ഗുജറാത്ത് കലാപത്തിന്റെ ഇരകൾക്ക് നീതി ലഭിക്കാനായി അവർ രൂപീകരിച്ച 'സിറ്റിസൺ ഫോർ ജസ്റ്റിസ് ആന്റ് പീസ്' എന്ന സംഘടനയാണ് അന്നത്തെ ഗുജറാത്ത് മുഖ്യമന്ത്രിയായ നരേന്ദ്രമോദിക്കെതിരെ ക്രിമിനൽ ട്രയൽ വേണമെന്നാവശ്യപ്പെട്ട് നിയമപോരാട്ടം നടത്തിയത്. 1993 ലെ മുംബൈ കലാപങ്ങളുടെ പശ്ചാത്തലത്തിൽ അവർ തന്റെ ഭർത്താവിനൊപ്പം സ്ഥിരംതൊഴിൽ ഉപേക്ഷിച്ച് *കമ്യൂണലിസം കോമ്പാറ്റ്* എന്നൊരു മാസിക തുടങ്ങി. നിരവധി കള്ളക്കേസുകളെയും ഭരണകൂട എതിർപ്പുകളെയും നേരിട്ട് മുന്നേറുന്ന തീസ്തയുടെ ജീവിതവും പോരാട്ടങ്ങളുമാണ് ഈ പുസ്തകം. നമ്മുടെ കാലഘട്ടത്തിൽ സാമൂഹ്യ രാഷ്ട്രീയ കാര്യങ്ങളെ സഗൗരവം വീക്ഷിക്കുന്ന ഏതൊരു വ്യക്തിക്കും ഒഴിവാക്കാനാവാത്തതാണീ പുസ്തകം. *Foot soldier of the constitution A memoir* എന്ന പേരിൽ ലെഫ്റ്റ്‌വേഡ് പ്രസിദ്ധീകരിച്ച ഈ പുസ്തകത്തിന്റെ മലയാള പരിഭാഷയ്ക്ക് അവരോട് കടപ്പെട്ടിരിക്കുന്നു. പുസ്തകത്തിന്റെ ആത്മാവ് ചോരാതെ പരിഭാഷപ്പെടുത്തിയ ശ്രീ. ടി പി ബാബുവിനോടു ചിന്തയ്ക്കുള്ള കടപ്പാട് രേഖപ്പെടുത്തുന്നു.

ചിന്ത പബ്ലിഷേഴ്സ്

തീസ്ത സെതൽവാദ്

പത്രപ്രവർത്തക, വിദ്യാഭ്യാസപ്രവർത്തക, സാമൂഹ്യപ്രവർത്തക. 1983 മുതൽ വിവിധ ഇന്ത്യൻ പ്രസിദ്ധീകരണങ്ങളുമായി ബന്ധപ്പെട്ട് പ്രവർത്തിച്ചു വരുന്നു. സഹയാത്രികനും ഭർത്താവുമായ ജാവേദ് ആനന്ദുമായി ചേർന്ന് 1993 ൽ *കമ്യൂണലിസം കോമ്പാറ്റ്* എന്ന മാസിക ആരംഭിച്ച് സഹപത്രാധിപയായി പ്രവർത്തിക്കുകയും ചെയ്തു. ഇത് 2015 നവംബർ മുതൽ സബ്രംഗ് ഇന്ത്യ ഇൻ എന്ന പേരിലുള്ള ഓൺലൈൻ പോർട്ടലായി പുനഃസ്ഥാപിക്കപ്പെട്ടു.

നിയമവിദഗ്ദ്ധയായ സെതൽവാദ് ജസ്റ്റിസുമാരായ വി ആർ കൃഷ്ണയ്യർ, പി ബി സാമന്ത്, ഹോസ്ബറ്റ് സുരേഷ് എന്നിവർ നേതൃത്വം നല്കിയ Concerned Citizens Tribunal-Crimes Against Humanity യുടെ കൺവീനർ ആയിരുന്നു. പ്രശസ്തരായ വിദ്യാഭ്യാസപ്രവർത്തകരും സാമൂഹ്യപ്രവർത്തകരും ട്രിബ്യൂണലിൽ പങ്കുചേരുകയും 2002 ലെ ഗുജറാത്ത് വംശഹത്യയോടനുബന്ധിച്ച് വിശദമായ അന്വേഷണങ്ങൾ നടത്തുകയും ചെയ്തു.

2002 ഏപ്രിൽ മുതൽ മുംബൈയിൽ കൂട്ട ആക്രമണങ്ങൾക്ക് വിധേയരാവുന്നവർക്ക് യുക്തവും തുടർച്ചയുള്ളതുമായ നിയമസഹായം നല്കുന്നതിന് Citizen For Justice and Peace എന്ന പൗരാവകാശ സംരക്ഷണ ഗ്രൂപ്പ് സംഘടിപ്പിച്ചു. ചരിത്രം, സാമൂഹ്യശാസ്ത്രം തുടങ്ങിയ വിഷയങ്ങളിലെ പാഠ്യപദ്ധതികളിൽ ബഹുസ്വരതയും ജനാധിപത്യ മൂല്യങ്ങളും നിലനിർത്തുന്നതിന് അക്ഷീണം പ്രവർത്തിക്കുന്ന വിദ്യാഭ്യാസ പ്രവർത്തക കൂടിയായ തീസ്ത സെതൽവാദ് ബഹുമുഖമായ പ്രവർത്തനങ്ങൾക്ക് ദേശീയവും അന്തർദ്ദേശീയവുമായ അംഗീകാരങ്ങൾ കരസ്ഥമാക്കിയിട്ടുണ്ട്.

നിയമപരമായും മാധ്യമരീതി ശാസ്ത്രങ്ങൾ അവലംബിച്ചും അവർ നടത്തിയ ഇടപെടലുകൾ ദേശീയശ്രദ്ധ ആകർഷിച്ചവയാണ്. അതിനായി രാഷ്ട്രീയ-നിയമ-മാധ്യമമേഖലകളിലെ പരിണതപ്രജ്ഞരായ വ്യക്തിത്വങ്ങളെ രംഗത്തിറക്കുന്നതിലും കലാപത്തെ അതിജീവിച്ചവർക്ക് ആത്മവിശ്വാസം നേടിക്കൊടുക്കുന്നതിലും തീസ്ത സെതൽവാദ് വഹിച്ച പങ്ക് നിർണ്ണായകമായിരുന്നു. രാജ്യം അതിസങ്കീർണ്ണമായ ഒരു കാലഘട്ടത്തി

ലൂടെ ഇന്ന് കടന്നുപോകുമ്പോൾ എക്സിക്യൂട്ടീവിന്റെയും ജുഡീഷ്യറിയുടെയും മാധ്യമങ്ങളുടെയും നടപടികളെ വിമർശനാത്മകമായി പരിശോധിക്കുന്നു. താൻ ഒരു ആക്ടിവിസ്റ്റായി മാറിയതിന് പിന്നിലുള്ള പ്രേരണകൾ, അനുഭവങ്ങൾ എന്നിവയുടെയെല്ലാം നിരങ്കുശമായ വിവരണം ഈ പുസ്തകത്തെ ആകർഷണീയമാക്കുന്നു. ഗുജറാത്ത് കലാപത്തിലെ ഇരകൾക്കൊപ്പം നിന്ന് അധികാരകേന്ദ്രങ്ങൾക്കെതിരായ നിയമപോരാട്ടങ്ങൾക്ക് എല്ലാ പിന്തുണയും നല്കിയ സെതൽവാദ് നമ്മുടെ രാജ്യത്തെ ഭരണകൂടഭീകരതയുടെ ഇരയാണ്.

ടി പി ബാബു (പരിഭാഷകൻ)

സ്വദേശം : തൃശൂർ ജില്ലയിലെ അന്തിക്കാട്. ഗവ. സെക്രട്ടേറിയറ്റിൽനിന്നും അഡീഷണൽ സെക്രട്ടറിയായി 2018 ൽ റിട്ടയർ ചെയ്തു. ഇപ്പോൾ തിരുവനന്തപുരത്ത് താമസം. എം കോം, എൽ എൽ ബി ബിരുദധാരിയാണ്. മദ്രാസ് ക്രിസ്ത്യൻ കോളേജിൽ നിന്നും ലൈബ്രറി & ഇൻഫർമേഷൻ സയൻസിൽ പി ജി ഡിപ്ലോമ; തിരുവനന്തപുരം പ്രസ്ക്ലബ് ജേർണലിസം ഇൻസ്റ്റിറ്റ്യൂട്ടിൽനിന്നും ജേർണലിസത്തിൽ ഡിപ്ലോമ.

വിലാസം : എസ് ആർ ഐ-45,
സൗപർണിക‌ാ ഗാർഡൻ,
നേതാജി റോഡ്,
വട്ടിയൂർക്കാവ്, തിരുവനന്തപുരം-695013

ഫോൺ : 9447036430

ഇമെയിൽ : babuthattil50@gmail.com

പരിഭാഷകന്റെ കുറിപ്പ്

ഭരണഘടനാടിസ്ഥാനത്തിൽ നിലനില്ക്കുന്ന ഒരു ജനാധിപത്യ വ്യവസ്ഥിതിയിൽ ജനങ്ങളുടെ പൗരാവകാശങ്ങൾ സംരക്ഷിക്കുന്നതിൽ ഭരണഘടനാസ്ഥാപനങ്ങൾക്ക് വലിയ പങ്കുണ്ട്. ലെജിസ്ലേച്ചറും ജുഡീഷ്യറിയും എക്സിക്യൂട്ടീവും ജനക്ഷേമ താല്പര്യത്തിനനുസൃതമായി ഏകോപിച്ച് പ്രവർത്തിക്കേണ്ടവയാണ്. ആധുനികകാലഘട്ടത്തിൽ മാധ്യമങ്ങളെ ജനാധിപത്യത്തിന്റെ നാലാം തൂണായി കണക്കാക്കുന്നു. സ്വാതന്ത്ര്യാനന്തര ഇന്ത്യയിൽ ഇവ ഏതെങ്കിലും ഒരു വിഭാഗം ജനവിരുദ്ധനടപടി കൈക്കൊണ്ട അവസരങ്ങളിലെല്ലാം തന്നെ ജനവികാരം അതിനെതിരായി ഉയിർക്കൊള്ളുകയും പ്രക്ഷോഭങ്ങൾ സംഘടിപ്പിക്കുകയും തത്ഫലമായി തുടർനടപടികളും തിരുത്തലുകളും ഒക്കെ ഉണ്ടാവുകയും ചെയ്തിട്ടുണ്ട്. സംഘടിത പ്രക്ഷോഭങ്ങൾക്കൊപ്പം, സാമൂഹ്യരാഷ്ട്രീയ രംഗം നിരീക്ഷിക്കുകയും പ്രവർത്തനമണ്ഡലമാക്കുകയും ചെയ്ത വ്യക്തികളും തങ്ങളുടേതായ സംഭാവനകൾ നല്കിയിട്ടുണ്ട്. ഭരണരംഗത്തെ വർഗ്ഗീയവല്ക്കരണത്തെ ചെറുക്കുന്നതിൽ സ്വാതന്ത്ര്യാനന്തര ഇന്ത്യയുടെ ആദ്യകാലങ്ങളിൽ പുലർത്തിയ ശുഷ്കാന്തി ക്രമേണ കുറഞ്ഞുവന്ന സാഹചര്യത്തിൽ അത് കൂടുതൽ അപകടകരമായി പരിണമിച്ചതിന്റെ ഉദാഹരണങ്ങൾ നമുക്ക് മുന്നിൽ ഏറെയുണ്ട്. അതിൽ ഏറ്റവും ഭീകരമായി ജനമനസ്സുകളിൽ നിലനില്ക്കുന്നതാണ് 2022 ലെ ഗുജറാത്ത് കലാപം. കലാപത്തിനാസ്പദമായി നിലനിന്ന സാഹചര്യങ്ങൾ ഏതൊന്നായിരുന്നാലും ഗുജറാത്ത് 2002 നമ്മുടെ ദേശീയ മനഃസാക്ഷിക്ക് മുന്നിൽ ഒരു കറുത്തപൊട്ടായി അവശേഷിക്കുന്നു. ഗുജറാത്ത് കലാപത്തിൽ എണ്ണമറ്റ ജീവനുകൾ നഷ്ടപ്പെടുകയും ജീവിതസാഹചര്യങ്ങൾക്കും സ്വത്തിനും അപരിഹാര്യമായ നഷ്ടം സംഭവിക്കുകയും ചെയ്തു. ഇരകൾക്ക് അഭയമായി മാറേണ്ട ഭരണകൂടംതന്നെ അക്രമങ്ങൾക്ക് നേതൃത്വം നല്കുന്ന കാഴ്ച നാം കണ്ടതാണ്. അന്വേഷണങ്ങളും കേസുകളും കോടതിയുമായി സാമൂഹ്യസാഹചര്യങ്ങൾ മുന്നോട്ടുപോയപ്പോൾ ഇരകൾക്കുവേണ്ടി അവരുടെ കണ്ണീരൊപ്പാൻ മുന്നിട്ടിറങ്ങിയ ധീരവനിതയാണ് തീസ്ത സെതൽവാദ്.

ടി പി ബാബു

തുടക്കം

ഗുജറാത്തിൽ ഞാൻ നടത്തിയ പ്രവർത്തനങ്ങളിലൂടെയാണ് തീസ്ത സെതൽവാദ് എന്ന എന്നെ ജനങ്ങൾ അറിയുന്നത്. ഒരു രാത്രി കൊണ്ട് തുടങ്ങിവച്ചതല്ല, നീതിക്കും ഉത്തരവാദിത്വത്തിനും വേണ്ടി പൊതു ഇടപെടലിലൂടെ വളർന്നതാണത്. ഇന്ത്യക്കുവേണ്ടി നമ്മുടെ സ്ഥാപനങ്ങൾ നീതിപൂർവ്വകമായി പ്രവർത്തിക്കണം എന്ന ദൃഢനിശ്ച യമാണ് എന്നെ നയിച്ചിരുന്നത്.

എല്ലാ ഇന്ത്യക്കാരും തുല്യതയോടെ പിറന്നു എന്നും ആ തുല്യത അവർക്ക് അനുഭവിക്കാൻ കഴിയണം എന്നുമുള്ള തീക്ഷ്ണമായ വിശ്വാസത്തിലാണ് ഞാൻ വളർന്നുവന്നത്. പത്രപ്രവർത്തക എന്ന നിലയിൽ റൂസ്സി കരഞ്ചിയയുടെ *ദി ഡെയ്‌ലി*യിലെ ആദ്യ വർഷം (1983) തന്നെ വർഗ്ഗീയ സംഘർഷങ്ങളുടെ കേവലമായ ക്രൂരതയും വ്യർത്ഥതയും എനിക്ക് ബോദ്ധ്യപ്പെട്ടിരുന്നു. എഴുത്തിലൂടെയും മറ്റ് പ്രവർത്തനങ്ങളിലൂടെയും ഇരകൾക്ക് നീതി ലഭ്യമാക്കുവാൻ എന്റെ ജോലി എന്നെ പ്രേരിപ്പിക്കുന്നു.

സാമൂഹികമായി ഉയർന്ന നിലയിലുള്ള ഒരു വീട്ടിൽ, നിയമവും ഭരണഘടനാമൂല്യങ്ങളും ശ്വസിച്ചുവളർന്ന മൂത്ത കുട്ടിയായിരുന്നു ഞാൻ. നീതി ലഭ്യമാക്കേണ്ടത് കോടതികളിൽ നിന്നുമാണ് എന്ന ബോധം ഇത്തരത്തിൽ എന്നിൽ സ്വാഭാവികമായിട്ടുണ്ടായതാണ്. പക്ഷേ, രാഷ്ട്രീയമായി ഞാൻ കൂടുതൽ വളർന്നപ്പോൾ കോടതികളിൽനിന്ന് മാത്രമല്ല മറ്റിടങ്ങളിൽനിന്നും ഇത് നേടേണ്ടതാണെന്ന് മനസ്സിലാക്കി. നിയമത്തിന്റെ പരിധികൾക്കുള്ളിൽ നിന്നുകൊണ്ട് നിയമപരമായ ഇടപെടലുകളെ നീതീകരിക്കുന്ന വിശാലമായ പൊതുബോധം ഇത്തരം പരിശ്രമങ്ങളെ സഹായിക്കുകയും പിന്തുണയ്ക്കുകയും വേണം. ഭരണകൂടത്തിന്റെ നിർവ്വഹണ വിഭാഗമായ സർക്കാരിന്റെ തെറ്റുകളെ തിരുത്തുവാനുള്ള സംവിധാനമാണ് കോടതികളെന്ന് കാല്പനികമായിട്ടാണെങ്കിൽ കൂടി ഞാൻ ചിന്തിച്ചുപോവുന്നു. നിയമവ്യവസ്ഥ ഈ ഒരു തത്ത്വചിന്തയെ ആധാരമാക്കിയുള്ളതായിരിക്കണം. ഇന്ത്യൻ സംവിധാനങ്ങളിൽ ഈ തത്ത്വചിന്തയും മാതൃകയും ഭരണഘടനയുടെ വീക്ഷണങ്ങളിൽ ഉൾച്ചേർത്തിട്ടുള്ളതാണ്. അക്രമങ്ങൾക്കും വെറുപ്പിനും ഇരയായി

ജീവനും സ്വത്തും അന്തസ്സും നഷ്ടപ്പെടുന്നവർക്ക് നീതി ലഭ്യമാക്കുന്നതിന് സത്യസന്ധനായ മദ്ധ്യസ്ഥനാണ് കോടതി എന്ന് ഞാൻ കരുതുന്നു. അടിസ്ഥാനപരമായ ഒരു ചോദ്യം എല്ലാ പൗരന്മാരോടും ചോദിക്കേണ്ടതുണ്ട്. ആസൂത്രിതമായ അതിക്രമങ്ങളിൽ ഇരകൾക്ക് നീതി ലഭ്യമാക്കേണ്ടതില്ലേ? - വേറിട്ട നഷ്ടങ്ങൾക്ക് അന്തസ്സോടു കൂടിയ നഷ്ടപരിഹാരം ലഭ്യമാക്കുകയും കുറ്റവാളികൾ ശിക്ഷിക്കപ്പെടുകയും ചെയ്യേണ്ടതല്ലേ?

*ദി ഡെയ്‌ലി*യുടെ എഡിറ്ററായ റൂസ്സി കരഞ്ചിയ ഞങ്ങൾ പത്രപ്രവർത്തകർക്ക് മാന്യനായ ഒരു പത്രമുടമയായിരുന്നു. അത് ശമ്പളത്തിന്റെ കാര്യത്തിലും ബോണസിലും മാത്രമല്ല, റിപ്പോർട്ടർമാർ എന്ന നിലയിൽ ഞങ്ങൾക്ക് ആവശ്യമായ പ്രോത്സാഹനം നല്കുന്നതിൽ കൂടിയായിരുന്നു. ഓരോ മാസവും കവാസ്ജി പാട്ടേൽ സ്ട്രീറ്റിലുള്ള റസ്റ്റോറന്റുകളിലേക്കുള്ള ഭക്ഷണകൂപ്പണുകൾ ഞങ്ങൾക്ക് നല്കുമായിരുന്നു. സാധാരണ റസ്റ്റോറന്റുകളും കൂടിയ റസ്റ്റോറന്റുകളും സന്ദർശിച്ച് ധാരാളം ഭക്ഷണം കഴിക്കുക പതിവായിരുന്നു. റോഡിന് താഴെയായി പാൻവാലയുടെ കടയായിരുന്നു. സഹപ്രവർത്തകരുടെ എതിർപ്പിനെ അവഗണിച്ച് ഞാൻ വളരെ ധൈര്യത്തോടെ ആ കടയിൽ പോയി ഒരുതരം പാൻ (ആസക്തിയുണർത്തുന്ന) ചോദിക്കുമായിരുന്നു. (ഈ പാനിൽ ആസക്തി ഉദ്ദീപിക്കുംവിധം ഒരു നീര് തളിക്കുമായിരുന്നത്രേ!) ആ ദിവസങ്ങൾ ആവേശം ജനിപ്പിക്കുന്ന കാലമായിരുന്നു, ഒരു തൊഴിലിലേക്ക് പ്രവേശിച്ച് വളർന്നു വികസിക്കാനുള്ള കാലം. അന്ന് *ദി ഡെയ്‌ലി*യുടെ ന്യൂസ് എഡിറ്റർ പി എൻ വി നായർ എന്നയാളായിരുന്നു. 1983 ജൂണിൽ കരഞ്ചിയ എന്നെ നിയോഗിക്കുമ്പോൾ ഫിലോസഫി ഓണേഴ്സ് ആയി ബി എ പൂർത്തിയാക്കിയിട്ടേ ഉണ്ടായിരുന്നുള്ളു. എന്റെ നഗരമായ ബോംബെയിൽ 1984 ൽ ഉണ്ടായ വർഗ്ഗീയ ലഹളയുടെ റിപ്പോർട്ടിങ് ആണ് എന്നെ രൂപപ്പെടുത്തിയത്. വർഗ്ഗീയ ആക്രമണങ്ങളുമായുള്ള എന്റെ ആദ്യത്തെ അനുഭവമായിരുന്നു അത്. നാശം മാത്രം ദ്യോതിപ്പിക്കുന്ന, ഭയപ്പാടുണ്ടാക്കുന്ന, അസന്തുഷ്ടിയുണ്ടാക്കുന്ന, ജീവിതത്തിന്റെ മറുപുറവും ആദർശ വിരുദ്ധവുമായ ഒരു കാര്യം ജോർജ് ഓർവെലിന്റെ *1984* നോവലിലേതുപോലെ ഇന്ത്യൻ ജീവിതത്തിലേക്ക് പ്രവേശിക്കപ്പെട്ടു. ജനതയുടെ പൊതുവായ ഓർമ്മയിൽ മായാതെ അവശേഷിക്കുന്നതായ വിനാശകരമായ കലാപങ്ങൾ രാജ്യത്തുടനീളം 1984 ൽ നടന്നു.

ഇത്തരം പല സംഭവങ്ങളും ഇന്നും രാജ്യത്ത് സമാനതയോടെ അരങ്ങേറുന്നുണ്ട്. അമൃത്സർ സുവർണ്ണ ക്ഷേത്രത്തിലെ ഹർമന്ദിർ സിങ് സമുച്ചയത്തിൽനിന്നും ജർണയിൽ സിങ് ഭിന്ദ്രൻ വാലയെയും അനുയായികളെയും പുറത്ത് ചാടിക്കുന്നതിന് 1984 ജൂൺ മാസത്തിൽ സർക്കാർ ഇന്ത്യൻ ആർമിയെ അയയ്ക്കുകയുണ്ടായി. ഇത് ഓപ്പറേഷൻ ബ്ലൂസ്റ്റാർ ആയിരുന്നു. രക്തരൂഷിതമായിത്തന്നെ, ഇതിന് മറുപടിയായി ഇന്ദിരാഗാന്ധിയുടെ രണ്ട് അംഗരക്ഷകർ അവരെ സ്വന്തം വീട്ടിൽ വച്ച്

വധിക്കുകയുണ്ടായി. നവംബർ ഒന്നുമുതൽ മൂന്നുവരെ ഡൽഹിയിലും തുടർന്ന് മറ്റിടങ്ങളിലും വ്യാപിച്ച സിഖ് വിരുദ്ധ വംശഹത്യയിൽ മൂവായിരത്തോളം പേർ കൊല്ലപ്പെടുകയുണ്ടായി (രാജ്യം മുഴുവൻ എടുക്കുകയാണെങ്കിൽ മരണസംഖ്യ ഇതിലുമേറെയാണ്). മറവിയിലേക്കാഴ്ന്നു പോവാത്ത ഒരു സംഭവമായിരുന്നു അത്. നവംബർ മൂന്നിലെന്നപോലെ, ഇരകൾക്ക് നീതി ഇന്നും അപ്രാപ്യമായിരുന്നു. ഒരു മാസത്തിനുശേഷം 1984 ഡിസംബറിൽ ഭോപ്പാലിലെ യൂണിയൻ കാർബൈഡ് ഫാക്ടറിയിലെ വാതക ചോർച്ച ദുരന്തത്തിൽ പതിനായിരക്കണക്കിനു ആൾക്കാർക്കാണ് ജീവൻ നഷ്ടപ്പെട്ടത്. ഈ സംഭവങ്ങളെല്ലാം ജനതയുടെ ഓർമ്മയിൽ ഇന്നും നിലനില്ക്കുന്നവയാണ്.

1984 മെയ്മാസത്തിൽ ഭീവണ്ടി(ബോംബെ)യിലുണ്ടായ വർഗ്ഗീയ കലാപം ജനങ്ങളുടെ ഓർമ്മയിൽനിന്നും കുറേശ്ശെ മാഞ്ഞുപോയിട്ടുള്ളതായി തോന്നുന്നു. ബോംബെയ്ക്ക് പുറത്ത് കുറച്ചുപേർ ഈ സംഭവങ്ങൾ ഓർക്കുന്നുണ്ടെങ്കിലും പുതിയ തലമുറയ്ക്ക് ഇതേപ്പറ്റി അറിവ് തുലോം കുറവാണ്. എന്നാൽ ഭീവണ്ടി സംഭവം എന്നിൽ വലിയ സ്വാധീനമാണ് ചെലുത്തിയത്. എന്റെ ആകുലതകളുടെ മുൻഗണനകളെ ശരിയാംവിധം നിശ്ചയിച്ചതും തൊഴിൽപരമായി എന്നെ രൂപപ്പെടുത്തിയതും ഈ സംഭവമായിരുന്നു.

ഭീവണ്ടി സംഭവങ്ങളുടെ സമയത്തായിരുന്നു *ദി ഡെയ്‌ലി*യുടെ പ്രത്യേക ലേഖകനായിരുന്ന ജാവേദ് ആനന്ദ് എന്ന എന്റെ സഹപ്രവർത്തകനുമായി കൂടുതൽ അടുക്കുന്നത്. ജാവേദ് ഭീവണ്ടി ലഹള കവർ ചെയ്യുകയായിരുന്നു. ഞാൻ ബോംബെയുടെ ജോഗേശ്വരി, ചീറ്റാക്യാമ്പ് (ഗോവണ്ടി) തുടങ്ങിയ ഭാഗങ്ങളിലായിരുന്നു. ഈ ലഹളകൾക്ക് ഒരു കിഴക്ക്-പടിഞ്ഞാറ് അന്തരമുണ്ടായിരുന്നു. (എന്നാൽ 1992-93 ൽ ബോംബെയിലെ ബാബറി-മസ്ജിദ് തകർക്കലിനെത്തുടർന്നുള്ള ലഹളയിൽ, അതിൽ ലക്ഷ്യം വയ്ക്കപ്പെട്ടവരിൽ ഏതെങ്കിലും വിഭാഗക്കാർ എന്ന വ്യത്യാസമില്ലാതെ, ധനികരായ മുസ്ലീങ്ങൾ പോലും ആയുധധാരികളായ ഗുണ്ടകളുടെ ആക്രമണത്തിന് വിധേയമാവുകയുണ്ടായി.) 1984 ൽ ഇത് സൗത്ത് ബോംബെയിൽനിന്നും വിരാറിലേക്കു തുടങ്ങുന്ന ബോംബെ വെസ്റ്റേൺ റെയിൽവേയോടനുബന്ധിച്ചാണ് സംഭവിച്ചത്. 1984 ൽ ബോംബെയുടെ പടിഞ്ഞാറൻ മേഖല അക്രമികളുടെ കൈയിൽനിന്നും രക്ഷനേടുകയുണ്ടെയെങ്കിലും 1992 ഡിസംബറിലും 1993 ജനുവരിയിലും ഉണ്ടായ കലാപത്തിൽ അക്രമികൾ നഗരത്തിൽ അങ്ങോളമിങ്ങോളം നാശം വിതയ്ക്കുകയുണ്ടായി.

ചീറ്റാക്യാമ്പിലെ (ഗോവണ്ടി) ഒരു സംഭവം ഇന്നും എന്റെ മനസ്സിൽ മായാതെ കിടപ്പുണ്ട്. അത് ബോംബെ പൊലീസിന്റെ പക്ഷപാതപരമായ സമീപനം എന്തെന്ന് എടുത്തുകാണിക്കുന്നു. അന്നുവരെ രാജ്യത്തെ ഏറ്റവും മികച്ച തൊഴിൽ സേന അവരാണെന്നായിരുന്നു അവകാശപ്പെട്ടിരുന്നത്. ചീറ്റാക്യാമ്പ് 1976 ൽ അടിയന്തരാവസ്ഥക്കാലത്ത് രൂപം

കൊണ്ട കുടിലുകളുടെ കോളനിയായിരുന്നു. ഇവിടെ ഇടം കണ്ടെത്തിയവർ ഭാഭാ ആറ്റമിക് റിസർച്ച് സെന്റർ വികസിപ്പിച്ചപ്പോൾ ഒഴിപ്പിച്ചെടുത്ത ജനതാ കോളനിയിൽ താമസിച്ചിരുന്നവരായിരുന്നു. അമ്പത്തിഅയ്യായിരത്തോളം വരുന്ന കുടുംബങ്ങളിൽ ഭൂരിഭാഗം പേരും കേരള, തമിഴ്നാട് തുടങ്ങി ദക്ഷിണേന്ത്യയിൽനിന്നും എത്തിപ്പെട്ടവരായിരുന്നു. മിക്കവാറും പേർ ക്രിസ്ത്യൻ, മുസ്ലീം വിഭാഗങ്ങളിൽ പെടുന്നവരുമായിരുന്നു. എതിരാളികളായ ഗുണ്ടാ സംഘങ്ങളുടെ പ്രവർത്തനകേന്ദ്രം കൂടിയായിരുന്നു അത്. ഈ ക്യാമ്പിനോട് ഒരു എതിർ സമീപനമുണ്ടായിരുന്ന പൊലീസ് പൊടുന്നനെ അക്രമണോത്സുകരായി ക്യാമ്പിലെത്തി എട്ടുപേരെ വകവരുത്തുകയുണ്ടായി. ഒരു പാവം മുസ്ലീം സഹോദരന്റെ കൈ അരിഞ്ഞു വീഴ്ത്തുന്നതിനും തൂങ്ങിയാടുന്നതിനും ഞാൻ സാക്ഷിയായിരുന്നു. വർഷങ്ങൾ കഴിഞ്ഞെങ്കിലും ഭീതിദമായ ഒരു കാഴ്ചയായി അത് മനസ്സിലുണ്ട്. എല്ലാവിധ ബുദ്ധിമുട്ടുകളും മറന്നുകൊണ്ട് മറ്റുള്ളവരുമായി ചേർന്ന് അയാളെ സയൺ ആശുപത്രിയിലേക്ക് കൊണ്ടുപോയതും ഞാൻ ഓർക്കുന്നു. യുവാവായ 23 വയസ്സുള്ള, ചീറ്റാക്യാമ്പിലെ ടെക്സ്റ്റൈൽസ് ജീവനക്കാരനായ അബ്ദുള്ള എന്നു പേരുള്ളയാൾ കുവൈറ്റിലുള്ള തന്റെ സുഹൃത്തിന് തനിക്ക് കുഞ്ഞ് പിറന്നതിനെപ്പറ്റി കത്തെഴുതുകയായിരുന്നു. പൊലീസ് അയാളുടെ മുറിയിലേക്ക് അതിക്രമിച്ചുകയറുകയും വലിച്ചിഴച്ച് കൊണ്ടുവരികയും ചെയ്തു. രണ്ടു പൊലീസുകാർ അയാളെ പിടിച്ചുനിർത്തി മൂന്നാമതൊരാൾ അയാളുടെ നേരെ നിറയൊഴിച്ചു. അയാൾ തന്റെ കുടിലിലേക്ക് ഇഴഞ്ഞുനീങ്ങിയെങ്കിലും ആ കുടിലിന്റെ വാതിൽ ബന്ധിച്ച് അയാളെ ആ ഉദ്യമത്തിൽനിന്നും പൊലീസ് തടഞ്ഞു. ഒരു ഓവുചാലിൽ അയാളെ അവർ ഉപേക്ഷിച്ചു. അവിടെക്കിടന്ന് അബ്ദുള്ള മരിച്ചു.

ഭീവണ്ടി ഭീകരത കവർ ചെയ്യുകയായിരുന്ന ജാവേദ് ഭീകരമായ കൊലപാതകങ്ങളിൽ ഞെട്ടിപ്പോയിരുന്നു. അൻസാരിബാഗിലെ ഒരു ധാന്യസംഭരണ കേന്ദ്രത്തിൽ അഭയം തേടിയ ഇരുപത്തിയാറോ ഇരുപത്തിയേഴോ മനുഷ്യർ ഒന്നോടെ അഗ്നിക്കിരയാക്കപ്പെട്ടു. ഭീവണ്ടിയിലെയോ ബോംബെയിലെയോ പൊലീസ് മേധാവികൾക്ക് അക്രമങ്ങളുടെ തോതിനനുസരിച്ച് പ്രതികരിക്കാനോ അവരിൽത്തന്നെയുള്ളവരുടെ ഗുരുതരമായ തെറ്റുകളെ നേരെയാക്കുന്നതിനോ കഴിഞ്ഞില്ല. ഈ സംഭവങ്ങൾ റിപ്പോർട്ട് ചെയ്യുമ്പോൾ നേരിടേണ്ടി വന്ന സകലവിധ മാനസികമായ ആഘാതങ്ങൾക്കുംശേഷം ഓരോ സായാഹ്നങ്ങളിലും ഞങ്ങളുടെ കോപ്പി സമർപ്പിക്കുമ്പോൾ ജാവേദും ഞാനും പരസ്പരം കാണുകയും കുറിപ്പുകൾ കൈമാറുകയും നേരിൽ കാണാനിടയായ ഈ മൃഗീയതകളെപ്പറ്റി ആശയവിനിമയം നടത്തുകയും ചെയ്തിരുന്നു. അങ്ങനെ അനുഭവങ്ങൾ കൈമാറിയിരുന്ന ആ നിമിഷങ്ങൾ ഞങ്ങളിലെ മുറിവുണക്കുന്നതിന് സഹായിക്കുകയും, അതിനേക്കാൾ ഉപരി മുപ്പത്തിരണ്ട് വർഷങ്ങൾക്ക് ശേഷം ഇന്നും സ്നേഹോഷ്മളതയുടെ നൈരന്തര്യം സമ്മാ

നിക്കുകയും ചെയ്യുന്നു. നിയമവും സമാധാനവും സംരക്ഷിക്കേണ്ടുന്ന പൊലീസിന്റെയും മറ്റ് ഏജൻസികളുടേയും വ്യക്തമായതും വർദ്ധിതവുമായ പക്ഷപാത സമീപനത്തിൽ ഞങ്ങൾ ഞെട്ടിപ്പോയിരുന്നു. 1992 -93 ന് ശേഷമുള്ള ഞങ്ങളുടെ എല്ലാ പ്രവർത്തനങ്ങളിലും പൊലീസിന്റെ ഈ പക്ഷപാത സമീപനം കേന്ദ്രസ്ഥാനത്ത് വരികയും 2002 ലെ ഗുജറാത്ത് വംശഹത്യക്ക് ശേഷമുള്ള പ്രവർത്തനങ്ങളിലും ഇത് ശ്രദ്ധയിൽ പെടുകയും ചെയ്തു, ബാബറി-മസ്ജിദ് തകർക്കലിന് ശേഷം 1992-93 ൽ ബോംബെയിലുണ്ടായ ആക്രമണപരമ്പരകളിൽ പൊലീസിന്റെ ഭാഗത്തുനിന്നും ഉള്ള വർഗ്ഗീയപരമായ പക്ഷപാതം മാധ്യമ റിപ്പോർട്ടുകളിൽ മാത്രമല്ല, ശ്രീകൃഷ്ണ കമ്മീഷനുമുന്നിൽ അഡീഷണൽ പൊലീസ് കമ്മീഷണർ വി എൻ ദേശ്മുഖ് സമർപ്പിച്ച സ്റ്റേറ്റ്മെന്റിൽ പോലും വിശദമായി പരാമർശിക്കപ്പെട്ടിരുന്നു.

1970 മേയിൽ നടന്ന ഭീവണ്ടി-മഹദ് ജുലഗോൺ വർഗ്ഗീയലഹള ഒരുക്കൂട്ടിയതിലെ കുറ്റവാളികളായി ബാൽതാക്കറെയെയും അദ്ദേഹത്തിന്റെ കൂട്ടാളികളെയും ശിവസേനയെയും കണ്ടെത്തിയിരുന്നു.[1] മതഭ്രാന്തുപിടിച്ച മുസ്ലീം വിരുദ്ധ വാചാടോപങ്ങൾ അതിന് കളമൊരുക്കി. വരത്തന്മാർക്കെതിരായ ശിവസേനയുടെ മുന്നൊരുക്കങ്ങളിൽ ബോംബെയിൽ താമസമാക്കിയ ദക്ഷിണേന്ത്യരും ഗുജറാത്തികളും അക്രമങ്ങൾ വളരെയധികം സഹിക്കേണ്ടി വന്നു. എന്തൊക്കെയായാലും ആദ്യം മുതല്ക്ക് തന്നെ ശിവസേനയുടെ അടിസ്ഥാനവും തത്ത്വങ്ങളും മുസ്ലീം വിരുദ്ധതയായിരുന്നു എന്നത് വ്യക്തമാണ്. ഇക്കാര്യം ജസ്റ്റിസ് മദൻ കമ്മിറ്റി റിപ്പോർട്ടിൽ വ്യക്തമാക്കപ്പെട്ടിട്ടുള്ളതാണ്. രാഷ്ട്രീയ സ്വയം സേവക സംഘത്തിന്റെ (ആർ എസ് എസ്) ധാരാളം അംഗങ്ങൾ 1970 ന് ശേഷം ശിവസേനയിൽ ചേർന്നു. എന്നാൽ 1984 ലെ ഭീവണ്ടി രക്തച്ചൊരിച്ചിലോടെയാണ് ശിവസേന ഹിന്ദുത്വരാഷ്ട്രീയത്തിനോടും ഹിന്ദു രാഷ്ട്രസ്ഥാപനത്തോടും പരസ്യമായി ബാന്ധവം പ്രഖ്യാപിക്കുന്നത് എന്ന് കാണാം.

എൺപതുകളിൽ വർഗ്ഗീയലഹളകൾ കുതിച്ചുയരുന്നതായി കാണപ്പെട്ടു. ആ ദശാബ്ദത്തിന്റെ മദ്ധ്യം മുതൽ ഹിന്ദുത്വരാഷ്ട്രീയത്തിന്റെ ദംഷ്ട്രകൾ ഇന്ത്യൻ രാഷട്രീയരംഗത്ത് വർദ്ധിതമായും വ്യക്തമായും കാണുകയുണ്ടായി. വർഗ്ഗീയസംഘർഷങ്ങളുടെ തോതിൽ കേന്ദ്രസർക്കാരിന്റെ കണക്കുകൾ ഉയർന്ന നിരക്ക് രേഖപ്പെടുത്തി. 1980 ൽ 427 രേഖപ്പെടുത്തപ്പെട്ട (ഔദ്യോഗിക കണക്കുകൾ) സംഭവങ്ങൾ ഉണ്ടായപ്പോൾ 1981 ൽ 319 ഉം, 1982 ൽ 474 ഉം, 1983 ൽ 500 ഉം രേഖപ്പെടുത്തി. മരണങ്ങളും അതുപോലെ കുത്തനെ വർദ്ധിച്ചുവരുകയായിരുന്നു. 1981 ൽ 196 ആയിരുന്നെങ്കിൽ 1982 ൽ 238 ഉം, 1983 ൽ 1143 ഉം ആയിരുന്നു.

എന്നാൽ 1983 ഫെബ്രുവരിയിൽ ആസാമിലെ നെല്ലിയിൽ അരങ്ങേറിയ കൂട്ടക്കൊലയിലെ മരണസംഖ്യ ഇതിൽനിന്നും ഒഴിവാക്കപ്പെട്ടു. ആ കൂട്ടക്കൊലയിലെ മരണനിരക്ക് 2072 ആയിരുന്നുവെന്ന് 600 പേജുള്ള

തീവാരി കമ്മീഷൻ റിപ്പോർട്ട് ചൂണ്ടിക്കാണിച്ചിട്ടുണ്ട്. (റിപ്പോർട്ടിന്റെ അനുബന്ധം എഫ് കാണിക്കുന്നത് 3023 ആണെങ്കിലും). 2002 ലെ ഗുജറാത്ത് വംശഹത്യ സംബന്ധിച്ച ആരോപണങ്ങളിൻമേൽ പ്രതികരിക്കുമ്പോൾ ആർ എസ് എസ്- ബി ജെ പി പ്രഭൃതികൾ ചൂണ്ടിക്കാണിക്കുന്നത് 1984 ൽ അരങ്ങേറിയ സിഖ് വിരുദ്ധ കൂട്ടക്കൊലയിൽ കോൺഗ്രസിനുള്ള പങ്കിനെയാണെന്നത് എന്നെ എപ്പോഴും വിഷമിപ്പിക്കാറുണ്ട്. ഈ താരതമ്യം തീർച്ചയായും കോൺഗ്രസിനെ പ്രതിരോധത്തിലാക്കാറുണ്ട്, എന്തെന്നാൽ കോൺഗ്രസിന് അക്കാര്യത്തിലുള്ള ഉത്തരവാദിത്വം ചോദ്യം ചെയ്യപ്പെടാത്തതാണ്.[2] എന്നാൽ ആർ എസ് എസും ബി ജെ പിയും ഒരിക്കലും നെല്ലിക്കൂട്ടക്കൊല സംബന്ധിച്ച ചോദ്യം ഉന്നയിക്കാറില്ല. അതവരുടെ ഹിന്ദുത്വ കാഴ്ചപ്പാടിലുള്ള ലോകവീക്ഷണം കൊണ്ടായിരിക്കണം. എന്തെന്നാൽ ആസാമിൽ കൊല്ലപ്പെട്ടവരിൽ ഭൂരിഭാഗവും മുസ്ലീം വിഭാഗക്കാരായിരുന്നു.

ആക്രോശോൽസുകരും പ്രായോഗികമതികളുമായ ടെലിവിഷൻ അവതാരകർ ഉൾപ്പെടെയുള്ള മാധ്യമ വ്യക്തിത്വങ്ങൾ ആർ എസ് എസ്- ബി ജെ പി കൂട്ടുകെട്ടിനെ കൃത്യമായി പരിശോധിക്കുന്നതിൽ വീഴ്ച വരുത്തി. അതിനായി വർഗ്ഗീയ അതിക്രമങ്ങളുടെ ചരിത്രപരതയിലേക്ക് തീവ്രമായ അന്വേഷണങ്ങൾ ആവശ്യമായിട്ടുണ്ട്. ബഹുജന-വാർത്താവിനിമയമേഖലയിലെ വിദ്യാർത്ഥികൾക്കും പ്രാക്ടീസ് ചെയ്യുന്നവർക്കും ഇത് നിർബ്ബന്ധമാണെന്നു ഞാൻ വിശ്വസിക്കുന്നു. എന്നാൽ അധികാരാവകാശങ്ങൾക്കുമേൽ കടുത്ത വലതുപക്ഷസ്വാധീനം ഏറി വരുന്ന സാഹചര്യത്തിൽ മാധ്യമ വിദ്യാഭ്യാസസ്ഥാപനങ്ങളിലും ജേർണലിസം കോളേജുകളിലും രൂപകല്പന ചെയ്ത രീതി തുടങ്ങിവച്ചെങ്കിലും ഞങ്ങൾ അത് നിർത്തി വച്ച് സ്വന്തം രീതി തുടരുകയാണുണ്ടായത്.

* * * * *

ഞാൻ ഒരു ഗുജറാത്തി കുടുംബത്തിലാണ് ജനിച്ചത്, കൃത്യമായി പറഞ്ഞാൽ ഗുജറാത്തി അഭിഭാഷക കുടുംബത്തിൽ. ബോംബെയ്ക്ക് കുടിയേറിയതിൽ ഞങ്ങൾ അഭിമാനിതരാണെങ്കിലും ഗുജറാത്ത് എന്നും എന്റെ ഒരു ഭാഗമായിരുന്നു. അഹമ്മദാബാദിൽ സർക്കാർ ഉദ്യോഗത്തിൽ പ്രവേശിച്ച് നാലുദിവസത്തിനുള്ളിൽ, ബോംബെയിൽ നിയമപഠനത്തിനായി അത് ഉപേക്ഷിച്ചയാളാണ് എന്റെ മുതുമുത്തച്ഛൻ. എന്റെ അമ്മ അച്ഛന്റെ ഒരു ബന്ധുകൂടിയായിരുന്നു. അമ്മയുടെ ഒരു അമ്മാവൻ ഗുജറാത്തിൽ ഇരുപത്തിയാറു വർഷമായി അഡ്വക്കേറ്റ് ജനറലായി സേവനം അനുഷ്ഠിച്ചിട്ടുള്ള ആളായിരുന്നു. വർഷത്തിൽ ഒന്നോ രണ്ടോ പ്രാവശ്യമെങ്കിലും അമ്മയുടെ അമ്മാവനെയും അമ്മായിയേയും ഞങ്ങൾ സന്ദർശിക്കുമായിരുന്നു. ഞാൻ ജനിച്ചു വളർന്നത് അഭിഭാഷകർക്കിടയിലാണ്. എന്റെ അച്ഛൻ അതുൽ ഒരു അഭിഭാഷകനായിരുന്നു. പലപ്പോഴും അച്ഛൻ ജോലിയുമായി ബന്ധപ്പെട്ട് ഗുജറാത്ത് ഹൈക്കോടതി

യിൽ വിമാനത്തിൽ വരിക പതിവായിരുന്നു. അതേസമയത്ത് ഞങ്ങൾ രാത്രിയിൽ ബോംബെ സെൻട്രലിൽനിന്നും അഹമ്മദാബാദ് വരെയുള്ള ഗുജറാത്ത് മെയിൻ ട്രെയിനിൽ യാത്ര ചെയ്യും. അമ്മ ഞങ്ങളെ (സഹോദരി അമിലിയെയും എന്നെയും) പഴയ നഗരത്തിലെ ധൻഗർവാദിലുള്ള വസ്ത്രശാലകളിൽ കൊണ്ടുപോവുമായിരുന്നു. അഹമ്മദാബാദിലുള്ള ഞങ്ങളുടെ സന്തോഷനിമിഷങ്ങളിൽ നിന്ന് അച്ഛൻ ഒഴിഞ്ഞുനില്ക്കാറില്ല. നോൺ വെജിറ്റേറിയൻ ഭക്ഷണപ്രിയനായിരുന്ന അച്ഛൻ നഗരത്തിലെ ഹോട്ടലിൽനിന്നും ഒരു ഡസനോളം സമൂസയുമായാണ് ജുഹുവിലെ വീട്ടിലേക്ക് മടങ്ങാറ്. ചെറുതായി പച്ചമുളകും ഉള്ളിയും അരിഞ്ഞിട്ട, പുതിനയില ചേർത്ത മട്ടൻ സമോസകൾ സ്വാദിഷ്ഠവും അനുഭൂതിദായകവുമായിരുന്നു.

പിന്നീട്, *ദി ഡെയ്‌ലി, ഇന്ത്യൻ എക്സ്പ്രസ്, ബിസിനസ് ഇന്ത്യ* എന്നിവയ്ക്ക് റിപ്പോർട്ട് ചെയ്യുവാനായി വന്നപ്പോഴൊക്കെ, അഭിഭാഷകരുടെ, വസ്ത്ര വില്പനക്കാരുടെ, സമോസയുടെ ആ ഗുജറാത്ത് എന്നിൽനിന്നും അകന്നു പോയതായി എനിക്ക് തോന്നി. 1991 ജൂലൈ മാസത്തിൽ ഗുജറാത്തിൽ വേരുറപ്പിച്ച വർഗ്ഗീയ സംഘർഷങ്ങളെപ്പറ്റി ഒരു റിപ്പോർട്ട് ഞാൻ ചെയ്യുകയുണ്ടായി. അന്ന് ബി ജെ പി അവരുടെ രഥയാത്ര ആരംഭിച്ചു കഴിഞ്ഞിരുന്നു- കലാപ പ്രേരകവും വോട്ടിനെ ലക്ഷ്യം വെച്ചുള്ളതുമായ എൽ കെ അദ്വാനിയുടെ രഥയാത്ര. നഗരങ്ങളെ ബന്ധിപ്പിച്ചുകൊണ്ടുള്ള ട്രെയിനുകളിൽ യാത്ര ചെയ്ത് സംസ്ഥാനത്തെ ആറോ ഏഴോ നഗരങ്ങളിൽ ഞാൻ പോകുകയുണ്ടായി. ആ ട്രെയിൻ യാത്രകളിലൊരിക്കൽ ഒരു ഗുജറാത്തി ഹിന്ദു ബിസിനസ്സുകാരനുമായി നടത്തിയ സംഭാഷണം ഇന്നും എന്റെ ഓർമ്മയിലുണ്ട്. ഹിന്ദുത്വ പ്രത്യയശാസ്ത്രത്തോടും ഹിന്ദുരാഷ്ട്രത്തോടും കൂറുപുലർത്തുന്ന, വൈരം നിറഞ്ഞതും ആക്രമണോത്സുകവുമായ സംഘടനകളുടെ ഉയർന്നുവരുന്ന ജനസ്വാധീനത്തിൽ അദ്ദേഹം ആഹ്ളാദവാനായിരുന്നു. “ആക്രമണത്തിനും കൊലപാതകത്തിനും ഗുജറാത്തിക്കുണ്ടായിരുന്ന ഭയത്തെ അവർ നീക്കിത്തന്നു. അത് നല്ലതാണ്'' അയാൾ പറഞ്ഞു. ഗുജാറാത്തിലെ മറ്റൊരു വിഭാഗമായ ന്യൂനപക്ഷങ്ങളെ കുറ്റാരോപിതരാക്കി അവർക്കെതിരെ ആയുധം ഉപയോഗിച്ചുള്ള നാണം കെടുത്തുന്ന ആക്രമണ പരമ്പരകളെ പരാമർശിക്കുകയായിരുന്നു അയാൾ.

1991 ൽ *ബിസിനസ് ഇന്ത്യ*ക്കുവേണ്ടി റിപ്പോർട്ട് ചെയ്യുമ്പോൾ ഉണ്ടായ മറ്റൊരു സംഭവവും ഞാനിപ്പോൾ ഓർക്കുന്നു. അഹമ്മദാബാദിലെ പേരുകേട്ട മട്ടൺ സമോസയൊക്കെ നുണഞ്ഞുള്ള പത്തു ദിവസത്തിനു ശേഷം അച്ഛൻ അതുലിനോടൊപ്പം ബോംബെക്ക് മടങ്ങേണ്ടതുണ്ടായിരുന്നു. പഴയ സിറ്റിയിൽ റൗഫ് വാലിയുല്ലായുമായി അന്തിമമായ ഒരു അഭിമുഖം കൂടി എനിക്കുണ്ടായിരുന്നു. ബിസിനസ്, സാമ്പത്തിക ഇടപാടുകൾ, കരകൗശലവ്യാപാരം, മറ്റു തൊഴിൽ മേഖലകൾ എന്നിവയിൽ മുസ്ലീം സമൂഹം നല്കിയ സംഭാവനകൾ ഗണ്യമാണെങ്കിലും,

അതിനെപ്പോലും "ക്രിമിനൽ" ആയി വ്യവഹരിക്കപ്പെടുന്നതിലൂടെ അവർ അഭിമുഖീകരിക്കുന്ന വെല്ലുവിളികളെ ഞങ്ങൾ വിശദമായി സംസാരിച്ചു. യഥാർത്ഥത്തിൽ പ്രൊഫഷണലുകളിലും കലാകാരന്മാരിലും വിദ്യാഭ്യാസ വിദഗ്ദ്ധരിലും മുസ്ലീം വിഭാഗം ധാരാളം ഉണ്ടായിരുന്നെങ്കിലും ചില രാഷ്ട്രീയ പാർട്ടികൾ കുപ്രസിദ്ധ കള്ളക്കടത്ത് ഭീമനായ അബ്ദുൾ ലത്തീഫിനെ (ജയിലിൽ കിടന്നുപോലും ഇയാൾ തിരഞ്ഞെടുപ്പിൽ ജയിച്ചിട്ടുണ്ട്) മഹത്വവല്ക്കരിക്കാനാണ് ശ്രമിച്ചതെന്നും അത് എപ്രകാരമായിരുന്നുവെന്നും റൗഫ് സാഹിബ് വിവരിക്കുകയുണ്ടായി. അപ്രകാരം മുഴുവൻ സമുദായത്തെത്തന്നെ ദുഷിപ്പിക്കുന്നതിനുള്ള ശ്രമമാണ് അവർ നടത്തിയത്. മുസ്ലിങ്ങൾക്ക് രക്ഷാകർതൃത്ത്വത്തിന്റെ അടിസ്ഥാനത്തിലല്ല, അവകാശസംരക്ഷണത്തിൽ ഇടം കിട്ടുന്നതിന്റെ ഭാഗമായി യുക്തിസഹമായ നേതൃത്വം ഉണ്ടാവേണ്ടതുണ്ടെന്ന ആവശ്യകത അദ്ദേഹം ചൂണ്ടിക്കാട്ടി. ഗുജറാത്തിലെ നഗരപ്രദേശങ്ങളിലെ ജീവിതത്തിന്റെ വിശദാംശങ്ങൾ മനസ്സിലാക്കുന്നതിന് ആ ദീർഘമായ, സമ്പന്നമായ അഭിമുഖം സഹായിച്ചു. വിടവാങ്ങുന്ന സമയത്ത് എനിക്ക് ബേരാസമോസ കഴിക്കണമെന്ന് ഞാൻ പറഞ്ഞു. അപ്പോൾ റൗഫ് സാബ് ആഹ്ലാദഭരിതനായി, എന്നിട്ട് പറഞ്ഞു, "ആ സമോസ ഇത്രയേറെ ഇഷ്ടപ്പെടുന്നെങ്കിൽ നിങ്ങൾ ഒരു യഥാർത്ഥ അഹമ്മാദബാദി ആവേണ്ടിയിരിക്കുന്നു". അതിനുശേഷം അദ്ദേഹത്തിന് ബി ബി സിക്ക് വേണ്ടി നിശ്ചയിച്ചിരുന്ന അഭിമുഖംകൂടി ഉണ്ടായിരുന്നു. ഞാൻ പഴയ നഗരം വിടുകയും എയർപോർട്ടിലേക്ക് പോകുകയും ചെയ്തു. ബോംബെക്കുള്ള യാത്ര കേവലം നാല്പത് മിനിറ്റിന്റേതു മാത്രമായിരുന്നു. ലാന്റ് ചെയ്ത് 20 മിനിട്ടിനു ശേഷം ഞാൻ വീട്ടിൽ എത്തി. അഹമ്മദാബാദിൽനിന്നും ബോംബെ വരെയുള്ള യാത്രയ്ക്കിടയിലെ ഒരു മണിക്കൂർ ഇരുപതു മിനിറ്റിനിടയിൽ-റൗഫ് സാബുമായുള്ള അഭിമുഖത്തിനും ജൂഹുവിലെ വീടെത്തുന്നതിനുമിടയിൽ-ഒരു ജീവിതം അപഹരിക്കപ്പെട്ടു. ഫോണിന്റെ ബെൽ ശബ്ദിക്കുകയും റൗഫ് സാബ് കൊല്ലപ്പെട്ടു എന്ന് എന്നെ അറിയിക്കുകയും ചെയ്തു. അവിടെ അരങ്ങേറിയ സംഭവഗതികളെ, വാർപ്പുമാതൃകകളെ, എതിർത്ത വിവേകം നിറഞ്ഞതും മിതത്വമുള്ള ശബ്ദത്തെ ഉൾക്കൊള്ളാൻ കഴിഞ്ഞില്ല എന്ന് മനസ്സിലായി. ഗുജറാത്തിൽ സംഭവിച്ചുകൊണ്ടിരിക്കുന്ന ഇത്തരം വിഷയങ്ങളിലേക്ക് എന്റെ മനസ്സിനെ ഫോക്കസ് ചെയ്യാനും ആ സംസ്ഥാനത്തിന്റെ സാമൂഹ്യ രംഗത്ത് നടക്കുന്ന സംഭവങ്ങളെ വിശദമായി മനസ്സിലാക്കുന്നതിനും എനിക്ക് സാധിച്ചത് റൗഫ് സാബുമായുള്ള ആ സംഭാഷണത്തിൽ നിന്നായിരുന്നു.

ബിസിനസുകാരന്റെ വാക്കുകളിൽനിന്നും അതുപേലെ റൗഫ് സാബിന്റെ മരണത്തിൽനിന്നും ഗുജറാത്തിൽ നിലനില്ക്കുന്ന ശക്തമായ മുസ്ലിം വിരുദ്ധ വികാരത്തിന്റെ അടിയൊഴുക്കുകൾ എനിക്ക് മനസ്സിലാക്കുവാൻ കഴിഞ്ഞു. സംസ്ഥാനത്ത് അത് രാജ്യത്തിന്റെ മറ്റേതൊരു ഭാഗത്തുള്ളതിനേക്കാൾ അപരിഷ്കൃതരീതിയിലുള്ളതായിരുന്നു. ഗുജാറാത്ത്

എന്റെ തറവാടാണ്. എന്നാൽ ഞങ്ങളുടെ പ്രവാസ പാരമ്പര്യം മൂലം എന്റെ കുടുംബം ബോംബെയാണെന്നത് ശരിയാണ്. 'അംബവാദി'ന്റെ പ്രാദേശികത്വത്തേക്കാൾ ബോംബെയുടെ സാർവ്വലൗകികത്വം എന്തുകൊണ്ട് സെതൽവാദുകൾക്ക് പ്രഥമ പരിഗണനയായി എന്നതും വീട്ടു ചർച്ചകളിൽ ഉൾപ്പെടാറുണ്ട്. ഞാൻ ഗുജറാത്തിയേക്കാൾ നന്നായി മറാത്തി സംസാരിക്കും. അതിന് ഞാൻ എന്റെ മുത്തശ്ശിയും ചെറുകഥാകൃത്തു കൂടിയുമായ വിമലാ സെതൽവാദിനോട് കടപ്പെട്ടിരിക്കുന്നു. 2002 ലെ കൂട്ടക്കൊലകളിലെ അന്വേഷണങ്ങളുമായി ബന്ധപ്പെട്ട എഫ് ഐ ആറുകളിലൂടെയും ചാർജുഷീറ്റുകളിലൂടെയും കടന്നുപോകുമ്പോൾ എനിക്കീ ഗുജറാത്തി ലിപി പരിചയം സഹായകമായി.

ആർ എസ് എസിന്റെയും വിശ്വഹിന്ദു പരിഷത്തിന്റെയും 1980 മുതൽ ഉള്ള ക്രമാനുഗതമായ പ്രവർത്തനങ്ങൾ, തൊണ്ണൂറുകളിലെ വളരെ പ്രത്യക്ഷമായ മുസ്ലിം വിരുദ്ധ വികാരങ്ങളുടെ പ്രധാനഘടകമായി കാണാവുന്നതാണ്. മദ്ധ്യവർത്തി ഹിന്ദുക്കളുടെയും തൊഴിൽ ചെയ്യുന്നവരുടെയും വിരോധത്തെ പൊലിപ്പിച്ചെടുക്കുന്നതിന് ആർ എസ് എസും വി എച്ച് പിയും വളർത്തിയെടുത്ത തെറ്റായ പ്രവണതകൾക്ക് കഴിഞ്ഞു. അതിനായി അവർ പ്രധാനമായും ഉയർത്തിക്കാട്ടിയത്, സംസ്ഥാനത്തെ മുസ്ലിം ജനസംഖ്യയിൽ പത്ത് ശതമാനത്തോളം മാത്രം വരുന്ന ബോഹ്റ ഖോജ വിഭാഗങ്ങളുടെ കച്ചവട പ്രാഗൽഭ്യത്തെയായിരുന്നു. എന്തുകൊണ്ടെന്നാൽ അവർ വ്യാപാരമേഖലയിൽ വളരെ വ്യക്തമായ മേല്ക്കൈ നേടിയിരുന്നു. അവരുടെ വിജയം അവരെ സാമൂഹ്യമായും രാഷ്ട്രീയപരമായും ഉള്ള അസൂയയുടെ ഉപകരണങ്ങളാക്കി. മുസ്ലിം വിരുദ്ധവികാരം ഉയർത്തിക്കൊണ്ടു വരുന്നതിനുള്ള കാരണത്തിന് ഈയൊരു വിശദീകരണം പൂർണ്ണമായും അനുയോജ്യമാവണമെന്നില്ല.1993 ൽ ഞാനും ജാവേദും ചേർന്ന് ആരംഭിച്ച *കമ്യൂണലിസം കോംബാറ്റ്* എന്ന ജേണലിൽ 2000 ഏപ്രിൽ മാസത്തിൽ ഈ സാംസ്കാരികമായ പരിണതി സംബന്ധിച്ച് കൂടുതൽ വിവരങ്ങൾ നല്കുന്ന ഒരു ലേഖനം ഞാൻ പ്രസിദ്ധീകരിച്ചു. ആ കവർ സ്റ്റോറിക്ക് ഞങ്ങൾ ഫാസിസവുമായി മുഖാമുഖം (Face to face with facism)എന്ന പേർ നല്കി. ആ ലേഖനത്തിൽ സംസ്ഥാനത്തെ അധികാര ദുർവ്വിനിയോഗം സംബന്ധിച്ചും അതിന് ആർ എസ് എസ്-വി എച്ച് പി ഗുണ്ടകളുമായും ചില ഉദ്യോഗസ്ഥരുമായും തമ്മിലുള്ള ബന്ധവും വെളിപ്പെടുത്തി. ആ ലേഖനത്തിലെ കുറച്ചു ഭാഗം താഴെ ചേർക്കുന്നു.

> അഹമ്മദാബാദ് മുനിസിപ്പൽ കോർപ്പറേഷൻ (AMC) ഹിന്ദുക്കളുടേതല്ലാത്ത എല്ലാ അവധി ദിവസങ്ങളും നിറുത്തൽ ചെയ്തു. ക്രിസ്ത്യൻസമുദായത്തിൽനിന്നും ശക്തമായ എതിർപ്പ് നേരിട്ടതിനെ തുടർന്ന് കഴിഞ്ഞ വർഷം ദുഃഖവെള്ളിയാഴ്ച അവധി ദിവസമായി പുനഃസ്ഥാപിച്ചു. അഹമ്മദാബാദ് നഗരത്തിലുള്ള വിവിധ സ്കൂളുകളിൽ (വിശ്വഭാരതി, നവജീവൻ, കർമ്മശീല, ജെ

പി ഹൈസ്കൂൾ, ബി ആർ സൊമാനി, പ്രകാശ് ഹൈസ്കൂളുകൾ ഉദാഹരണം) പതിവായി റമദാൻ, ബക്രീദ് ദിവസങ്ങളിൽ പരീക്ഷകൾ നടത്തേണ്ടി വന്നു. പരീക്ഷ മേൽനോട്ടത്തിനായി മുസ്ലിം ടീച്ചർമാർക്ക് ഹാജരാകേണ്ടി വന്നു. 95% ത്തോളം കുട്ടികൾ മുസ്ലിങ്ങളായതും, എന്നാൽ മുഴുവൻ ടീച്ചർമാരും ഹിന്ദുക്കളായതുമായ വി ആർ സൊമാനി, ഭക്തവല്ലഭ എന്നീ സ്കൂളുകളിൽ അദ്ധ്യാപകർ ഒരു അനന്യമായ അടവാണ് സ്വീകരിച്ചത്. കുട്ടികളെ പഠിപ്പിക്കാതിരിക്കുക എന്നതായിരുന്നു അത്.

മുൻ വർഷങ്ങളിലേതുപോലെ ഈ വർഷം മാർച്ച് 17 ലെ ബക്രീദിനും ഗോവധനിരോധനനിയമത്തിന് കൂടുതൽ പ്രാധാന്യം നല്കിക്കൊണ്ട് ന്യൂനപക്ഷമായ മുസ്ലിം വിഭാഗത്തെ പ്രകോപിപ്പിക്കുന്നതിനായി ബി ജെ പി, ആർ എസ് എസ്, വി എച്ച് പി സംഘടനകൾ അത് ഉപയോഗിച്ചു. പൊലീസ് കമ്മീഷണറും മുനിസിപ്പൽ കമ്മീഷണറും സംയുക്തമായി നിയമത്തിലെ വകുപ്പുകളെ സംബന്ധിച്ച് ധാരണയുള്ളവരായിരിക്കണമെന്ന് എല്ലാ ജനങ്ങളോടും അഭ്യർത്ഥിച്ചു. വി എച്ച് പി-ബജ്രംഗ്ദൾ അംഗങ്ങൾ പൊലീസിന് വിവരങ്ങൾ നല്കാൻ തയ്യാറായി നിന്നു.

നിയമം ലംഘിച്ചുകൊണ്ടുള്ള എന്ത് കാര്യങ്ങളും പൂർണ്ണമായും പൊലീസിന്റെ അധീനതയിലായിരിക്കുമെന്ന് സർക്കാരിന്റെ ഭാഗത്തു നിന്നും കണിശമായ നിർദ്ദേശങ്ങൾ ഉണ്ടായിരുന്നിട്ടും മൃഗങ്ങളെ അറവിന് കൊണ്ടുപോകാൻ ശ്രമിച്ച മുസ്ലിങ്ങളെ അഹമ്മദാബാദിലെ വി എച്ച് പി കാരാണ് ഉപരോധിച്ചത്. അപ്രകാരം മാർച്ച് 15 ന് നടന്ന ഒരു സംഭവത്തിൽ ചെറുപ്പക്കാരനായ ഒരു മുസ്ലിം യുവാവ് വി എച്ച് പിക്കാരുടെ ലാത്തി, വാൾ ആക്രമണങ്ങളിൽനിന്നും ആകസ്മികമായാണ് രക്ഷപ്പെട്ടത്. മറ്റൊരു മുസ്ലിം യുവാവ് യാസിൻ മുഹമ്മദ് തന്റെ വീട്ടുവേലക്കാരനുമൊത്ത് സ്കൂട്ടറിൽ പുല്ല് കൊണ്ടുപോകുന്നു എന്ന കാരണത്താൽ വി എച്ച് പിക്കാരാൽ ആക്രമിക്കപ്പെട്ടു. യാസിൻ മുഹമ്മദ് അനുനിമിഷം മരിച്ചു വീണു. സ്ഥലത്തുണ്ടായിരുന്ന പൊലീസുകാർ യാതൊന്നും ചെയ്യാതെ കാഴ്ചക്കാരായി. ദാരിയാപൂർ എന്ന സ്ഥലത്ത് മുസ്ലിങ്ങളും ഹിന്ദുക്കളും സംഘടിക്കുന്നതിനും സാമുദായിക സ്പർദ്ധ വളർന്നു വരുന്നതിനും വഴിയൊരുക്കി. കൊലപാതകം നടക്കുന്ന സമയത്ത് വി എച്ച് പി പ്രവർത്തകനായ രാജേന്ദ്രവാസ് ആ സ്ഥലത്തുണ്ടായിരുന്നു.[3]

ഇന്ന് 2014 മുതൽ - നാം പശുരക്ഷകരിലും പശുതാലിബാനിസത്തിലും എത്തിയിരിക്കുന്നു. ഇന്ന് ഇന്ത്യയിൽ അങ്ങോളമിങ്ങോളം സംഭവിച്ചുകൊണ്ടിരിക്കുന്നത് ഗുജറാത്തിൽ 16 വർഷം മുൻപ് തുടങ്ങിവെച്ച സംഭവങ്ങളാണ്. പശുതാലിബാനുകൾ കൃത്യമായ ലക്ഷ്യം വച്ച് ആക്ര

മണങ്ങൾ ആസൂത്രണം ചെയ്തത് അവിടെനിന്നാണ്. കച്ചവടതാല്പര്യം ആധിപത്യം പുലർത്തുന്നതും, കോർപ്പറേറ്റുകൾ സ്പോൺസർ ചെയ്യുന്നതുമായ മാധ്യമങ്ങൾക്ക് ആഴത്തിലുള്ള അന്വേഷണങ്ങൾക്ക്, സമയം ലഭിക്കുന്നില്ലെന്നത് വാസ്തവമാണ്. ഈ പ്രവർത്തനത്തിൽ ആ മേഖലയിലെ ഏറ്റവും കഴിവുറ്റവരുടെ പരിശീലനം ഞങ്ങൾക്ക് ലഭിച്ചിരുന്നു. ബീറ്റ് ജേർണലിസം എന്തെന്നാൽ ഗവേഷണാത്മകവും, അതുപോലെ വിഷയങ്ങളുടെ പൂർണ്ണമായ പരിശോധനയും, പോയ കാലഘട്ടത്തിന്റെ രീതികളിലൂടെ ഉൾക്കാഴ്ചയോടെ തത്കാലഘട്ടത്തെ മനസ്സിലാക്കലും എല്ലാം ചേർന്നതായിരുന്നു. ഇന്ന് ഗുജറാത്തിൽ ദാദ്രി, ലത്തേഹാർ അല്ലെങ്കിൽ ഉന, തുടങ്ങി എവിടെയും വളരെ എളുപ്പത്തിൽ കൈയേറ്റങ്ങളും അപമാനിക്കലും നടത്താം എന്ന മാനസികാവസ്ഥ കൈവന്നിരിക്കുന്നു. ആദ്യമായാണ് മാധ്യമപ്രവർത്തകർ ഇത്തരം സംഭവങ്ങളിൽ ഇടപെടുന്നത്. എന്തു ചെയ്താലും ശിക്ഷയിൽ നിന്നൊഴിവാക്കപ്പെടുമെന്നുള്ള ഒരു ബോദ്ധ്യം രാജ്യത്തിന്റെ തലങ്ങും വിലങ്ങും രൂഢമൂലമായി വളർന്നു വന്നിരിക്കുന്നു.

ഹിന്ദുരാഷ്ട്രം സ്ഥാപിക്കുന്നതിനുള്ള ആർ എസ് എസ്-വി എച്ച് പി പദ്ധതിയുടെ ഒരു നിർണ്ണായക കേന്ദ്രമായിരുന്നു ഗുജറാത്ത്. അത് അതുപോലെ തുടരുകയും ചെയ്യുന്നു. 1966 ൽ പ്രസിദ്ധീകരിച്ച 'ഗുരു' എം എസ് ഗോൾവാൾക്കറുടെ *വിചാരധാര*യിൽ ഈ ലക്ഷ്യം കൃത്യമായി വിന്യസിച്ചിട്ടുണ്ട് (ഇത് ആർ എസ് എസ് വെബ്സൈറ്റിൽ ലഭ്യമായിട്ടുള്ളതും ഡൗൺലോഡ് ചെയ്ത് ലഭ്യമാക്കാവുന്നതുമാണ്). നാടിന്റെ നിയമമായ ഭരണഘടന എഴുതിയുണ്ടാക്കിയ കോൺസ്റ്റിറ്റ്യുവന്റ് അസംബ്ലി അംഗങ്ങളോട് ഗോൾവാൾക്കർ ഇങ്ങനെ പറയുന്നു:

> ഇവിടെ സ്വയം പര്യാപ്തവും പുരാതനമായതുമായ ഹിന്ദുക്കളുടെ രാജ്യം നിലനിന്നിരുന്നുവെന്നും, ഇവിടെയുള്ള ജൂതന്മാർ, പാഴ്സികൾ എന്നിവർ അതിഥികളായി വന്നവരും മുസൽമാന്മാർ, ക്രിസ്ത്യാനികൾ എന്നിവരൊക്കെ അതിക്രമിച്ചു വന്നിട്ടുള്ളവരോ, ആണെന്നകാര്യം അവർ മറന്നുപോയി. ഭിന്നജാതീയരായവർ ഒരു നിമിത്തം കൊണ്ടുമാത്രം വളരെ ആകസ്മികമായി ഒരു പൊതുവായ പ്രവിശ്യയിൽ ഒരു ശത്രുവിന്റെ കീഴിൽ താമസിക്കാനിടയായതും, അവരെ നമ്മുടെ മണ്ണിന്റെ മക്കളായി കണക്കാക്കാമോ എന്നതും തുടങ്ങിയ കാര്യങ്ങൾ അവരുടെ ശ്രദ്ധയിൽ ഒരിക്കലും പെട്ടിട്ടില്ല.

നമ്മൾ ഹിന്ദുക്കൾ മനുഷ്യസാഹോദര്യമെന്ന തത്ത്വശാസ്ത്രത്തിന്റെ വാഹകരാണെന്നും ഉദാരമായ ആത്മീയത ഉൾക്കൊള്ളുന്നവരാണെന്നും ആർ എസ് എസ് നേതാവ് ഉദ്ബോധനം ചെയ്യുമ്പോൾ തന്നെ അത് വർഗ്ഗീയവും മദ്ധ്യകാലപ്രോക്തവും പിന്തിരിപ്പനുമായതാണെന്നതാണ്

യാഥാർത്ഥ്യം. ഈ പ്രഖ്യാപനങ്ങൾ മനുഷ്യനെ വിഡ്ഢികളാക്കുന്നതിന് സമാനമാണ്. ഹിന്ദുത്വത്തിൽ വിശ്വസിക്കുന്നവർ കാര്യങ്ങൾ ആഴത്തിൽ മനസ്സിലാക്കണമെന്നും നമ്മുടെ ദേശീയത പരമമായ സത്യമാണെന്നും ഹിന്ദുക്കൾ എന്നാൽ ഭാരതത്തിന്റെ ദേശീയ സമൂഹം ആയിരുന്നു എന്നും, അത് നമ്മുടെ സംഘടനയ്ക്ക് അതിന്റെ സംസ്ഥാപകൻ 'രാഷ്ട്രീയ' എന്ന് പേര് നല്കുമ്പോൾ തന്നെ അതിൽ അന്തർഭവിച്ചിരുന്നു എന്ന് കാണണമെന്നും അദ്ദേഹം പറയുന്നുണ്ട്. നമ്മൾ ഒരിക്കൽക്കൂടി സത്യാധിഷ്ഠിതമായി ഉയർന്ന തലത്തിൽ ഉറച്ചു നില്ക്കുകയും ഭാരതത്തിൽ ഹിന്ദു ദേശീയതയുടെ ഔന്നത്യമാർന്ന മഹിമയും ആദരവും പൂർവ്വകാലം മുതൽ സംരക്ഷിച്ചുവരുന്നതാണെന്നും ധൈര്യമായി ഉച്ചത്തിൽ പറയേണ്ടതായിട്ടുണ്ട് എന്നും ഉദ്ഘോഷിക്കുന്നു.

ഹിന്ദുരാഷ്ട്രവാദികൾക്ക് ഇന്ത്യൻ ഭരണഘടന ഒരു വലിയ പ്രതിബന്ധമാണ്. 1980 മുതൽ പൊതുവിലും പ്രത്യേകിച്ച് 1995 ൽ ആർ എസ് എസ് സഹായത്തോടെ ബി ജെ പി അധികാരത്തിൽ വന്നതു മുതൽ സംസ്ഥാനത്തെ സർക്കാർ സ്ഥാപനങ്ങളിലും സമൂഹത്തിലും വളരെ അപക്വമായും നിർല്ലജ്ജമായും തങ്ങളുടെ അജണ്ടയ്ക്കുവേണ്ടി അട്ടിമറികൾ സംഘടിപ്പിച്ചു വരുന്നുണ്ട്. നല്ല അയൽക്കാരായി ജീവിച്ചുവന്നിരുന്നവരുടെ ജീവിതസ്ഥലികളെ വിഭജിച്ചുകൊണ്ടും മതവിഭാഗങ്ങളെ അടർത്തിയെടുത്തുകൊണ്ടും നഗരങ്ങൾക്കിടയിൽ അതിർത്തികൾ അവർ പുനഃക്രമീകരിച്ചു. എന്തിനേറെ, കോടതികൾ പോലും കയ്പ്പുറ്റ പകയുടെ കേന്ദ്രമായി മാറി. സംസ്ഥാനത്തെ ജനസംഖ്യയുടെ പത്ത് ശതമാനത്തോളം മാത്രം വരുന്ന ഗുജറാത്തി മുസ്ലീം ജനവിഭാഗത്തിന് അവരുടെ താമസസ്ഥലത്തും, മാനസികമായി വളരെ നിയന്ത്രണങ്ങളോടെയുള്ള നിലനില്പാണ് ഉണ്ടായിരുന്നത്. ഇത് നമ്മൾ ഇന്ത്യക്കാരെ വേണ്ടുംവിധം പ്രതികരണത്തിന് പ്രേരിപ്പിച്ചില്ല. ഈ യാഥാർത്ഥ്യത്തോട് നമ്മൾ മരവിച്ച മനസ്സോടെയാണ് സമീപിച്ചത്. സാവധാനത്തിൽ, ഇപ്പറഞ്ഞ അതിരുവല്ക്കരണം പടിഞ്ഞാറൻ ഇന്ത്യയിൽ ഒരു യാഥാർത്ഥ്യമായി മാറി. അങ്ങനെ ഇന്ത്യയിലെ മുസ്ലിം ജനവിഭാഗങ്ങൾക്കിടയിൽ തങ്ങൾ ഉപരോധിക്കപ്പെട്ടവരാണെന്നുള്ള ഒരു ബോധം ഉടലെടുക്കുകയുണ്ടായി. നിലനില്പിനായി ഒരു ചേരിയിലെ അതിരുവല്ക്കരിക്കപ്പെട്ട ജീവിതം അവർക്ക് തുണയായി, ഭാഗ്യത്തിന് പലരും ഇതുമായി ചേർന്നു നിന്നില്ലെങ്കിലും.

ഈ പുതിയ യാഥാർത്ഥ്യത്തിന്റെ ആഴം വെളിപ്പെടുത്തുന്ന രണ്ട് സംഭവങ്ങൾ ഞാൻ *ബിസിനസ് ഇന്ത്യ*യിലുള്ളപ്പോൾ കവർ ചെയ്തിരുന്നു. അഹമ്മദാബാദിലെ നരങ്പുരയിലുള്ളവർക്ക്, അവിടെയുള്ള ഒരു മുസ്ലീം കുടുംബം അസ്വസ്ഥജനകമായ സാന്നിദ്ധ്യമായി തോന്നി. പുരോഗതിയിലേക്ക് കുതിക്കുന്ന ഈ പ്രദേശത്ത്, പഴയ നഗരത്തിൽ നിന്നും അവർ എന്നിങ്ങനെയെത്തിപ്പെട്ടു. 1991 ലെ സംഘർഷത്തിന്റെ മൂർച്ഛാവസ്ഥയിൽ ഇത്തരം കുടുംബങ്ങളിലൊന്നിലെ ഷെയ്ക്ക് (ഒ എൻ ജി സി

യിൽ ജോലി ചെയ്തിരുന്ന) എന്നയാളെ ചില ഗുജറാത്തി ഹിന്ദു സ്ത്രീകൾ മുകൾ നിലയിൽനിന്ന് താഴേക്ക് തള്ളിയിടുകയും അയാൾ മരിക്കുകയും ചെയ്തിരുന്നു. അദ്ദേഹത്തിന്റെ തകർന്ന ശരീരം സൂചിപ്പിച്ചത്, "മുസ്ലിങ്ങൾ ഇവിടെ വേണ്ട" എന്നായിരുന്നു. ആ സമയത്ത് നാഗ്പൂരിൽ നടന്ന ഒരു കോൺഫറസിൽ ഞാൻ ഈ സംഭവം വിവരിക്കുകയുണ്ടായി. എന്റെ പ്രസംഗത്തിന്റെ അവസാനം *ടൈംസ് ഓഫ് ഇന്ത്യ*, ലേഖകൻ (ശിശിർ ആര്യ) ഈ സംഭവത്തിൽ വളരെയധികം ആകൃഷ്ടനാവുകയും എന്നോട് നേരിൽ സംസാരിക്കാൻ താല്പര്യപ്പെടുകയും ചെയ്തു. ജനത്തിരക്കിൽ നിന്നും മാറി നിന്നു കുറച്ച് നേരത്തെ സംസാരത്തിനിടെ അദ്ദേഹം പറഞ്ഞു. നരങ്പുരയിലെ സംഭവം നടക്കുമ്പോൾ ഞാൻ പത്താം ക്ലാസിൽ പഠിക്കുന്ന 16 വയസ്സുള്ള കുട്ടിയായിരുന്നു. തനിക്ക് മരവിപ്പ് സമ്മാനിച്ച ആ സംഭവത്തിന് ഒരു അടിക്കുറിപ്പുകൂടി അദ്ദേഹം കൂട്ടിച്ചേർത്തു. എന്തെന്നാൽ, ആ വർഷം ദസറയ്ക്ക് മുന്നോടിയായി നടത്തിയ നവരാത്രി/ഗർബ ആഘോഷത്തോടനുബന്ധിച്ച് ഷെയ്ക്ക് ഭീകരമായി കൊല്ലപ്പെടുന്നതിന് കാരണക്കാരായ സ്ത്രീകൾക്ക് ഒരു സ്വീകരണം ഏർപ്പാട് ചെയ്തിരുന്നു. ഹിന്ദുത്വത്തിന്റെ നിഷ്ഠുരത ക്രമേണ ഉറച്ച കാൽവെപ്പുകൾ തുടങ്ങിവെക്കുകയായിരുന്നു

അഹമ്മദാബാദിൽ വി എച്ച് പി തങ്ങളുടെ സങ്കല്പരാഷ്ട്രത്തിലുള്ള നഗരത്തിന്റെ ഭൂപടം വിതരണം ചെയ്യുക പതിവായിരുന്നു. അവർ നഗരത്തിന്റെ ഒരു ഭാഗത്തെ-പഴയ ഭാഗം-പച്ചയായും നഗരത്തിന്റെ പുതിയ ഭാഗത്തെ കാവിയായും ചിത്രീകരിച്ചു. കാവി പച്ചയെ കീഴ്പ്പെടുത്തുംവിധം, അതായത് ഹിന്ദുക്കൾ മുസ്ലിങ്ങളെ നിഷ്കാസിതരാക്കുംവിധം. ഹിന്ദു മുസ്ലിം മിശ്രവിവാഹിതരും ഈ ഫാസിസ്റ്റ് ശക്തികളുടെ ക്രൂരതയ്ക്ക് ഇരയായി എങ്ങനെ ജീവിക്കണമെന്നും എവിടെ ജീവിക്കണം തുടങ്ങിയ ശാസനകൾ പുറപ്പെടുപ്പിച്ചു. ഭിന്ന സമുദായങ്ങളിൽ, മിശ്രവിവാഹിതരായ പ്രായം കുറഞ്ഞ പല ദമ്പതിമാരും ജീവരക്ഷാർത്ഥം മുസ്ലിം അതിരുവല്കൃത പ്രദേശങ്ങളിൽ കുടിയേറി.

ഇന്ന് അഹമ്മദാബാദിലെ പഴയ നഗരം അധികമൂല്യമുള്ള ഒരു റിയൽ എസ്റ്റേറ്റ് ആയി മാറിയിരിക്കുന്നു. ഗുജറാത്തികൾ എന്ന നിലയിലുള്ള കച്ചവട സാദ്ധ്യതകൾ കുറഞ്ഞിരിക്കുന്നു. പഴയ ഹവേലികൾ പാരമ്പര്യ-പൈതൃക മോഡികളാൽ പരിണമിച്ചിരുന്നു. ഗയ്ക്ക്വാദ് ഹവേലിയിലെ ക്രൈം ബ്രാഞ്ച് ആഫീസിൽ പോലും വൃത്തിയുള്ളതും ഉത്സാഹപൂർണ്ണവുമായ ഒരു രീതി കൈവന്നിരിക്കുന്നു. പുറംമോടിയുള്ള നിർമ്മിതിയുടെ അകത്തെ വെളിച്ചത്തിൽ, അതിന്റെ ഇരുണ്ട കൊത്തളങ്ങളിൽ ഭീകരസംഭവങ്ങൾ അരങ്ങേറിയിരുന്നു എന്ന കാര്യം നമുക്ക് മറക്കാം. ഈയിടെ ആ കെട്ടിടത്തിൽ കുറെ മണിക്കൂറുകൾ ചോദ്യം ചെയ്യലിന്റെ ഭാഗമായി ചെലവഴിക്കേണ്ടി വന്നു.

1993 ആഗസ്തോടുകൂടി മുഖ്യധാര മാധ്യമങ്ങളിലെ പ്രവർത്തനത്തിൽ എനിക്കും ജാവേദിനും മടുപ്പു തോന്നി. ഭയാനകമായ വൈരു

ദ്ധ്യങ്ങളുടെ, വർഗ്ഗീയ ലഹളകളുടെ മുമ്പോ പിൻപോ അതിനെപ്പറ്റി അഗാധമായ രീതിയിലുള്ള പരമ്പരകൾ ചെയ്യുന്നതിനുള്ള അവസരം അത് നല്കിയില്ല. സംഘർഷങ്ങൾ ഉണ്ടാകുമ്പോൾ അതിനെപ്പറ്റി വളരെ വൈകാരികമായ റിപ്പോർട്ട് നല്കുക എന്നതിലേക്ക് മാത്രം അതിന്റെ പരിധി ചുരുങ്ങി വന്നിരുന്നു. നിർണ്ണായക സന്ദർഭങ്ങളെ പുറത്തു കൊണ്ടുവരാൻ കഴിയുമായിരുന്നില്ല. വർഗ്ഗീയ സംഘർഷം എങ്ങനെ ഉടലെടുത്തുവെന്നോ, അതിന്റെ പരിസമാപ്തി എന്തെന്നോ, എപ്രകാരം നീതി നടപ്പാക്കാം എന്നത് സംബന്ധിച്ച അന്വേഷണങ്ങൾക്കോ ആവശ്യമായ ഇടം ലഭിച്ചിരുന്നില്ല. ജാവേദ് *സൺഡേ ഒബ്സർവ്വറി*ലെ ഡെപ്യൂട്ടി എഡിറ്റർ സ്ഥാനം ഒഴിയുകയും ഞാൻ *ബിസിനസ് ഇന്ത്യ*യുടെ സീനിയർ എഡിറ്റർ സ്ഥാനം വിടുകയും ചെയ്തു. ഞങ്ങൾ സബ്രംഗ് കമ്യൂണിക്കേഷൻസ് എന്ന സ്ഥാപനം തുടങ്ങുകയും ഞങ്ങളുടെ എന്നത്തെയും മുതൽക്കൂട്ടായ *കമ്യൂണലിസം കോമ്പാറ്റ്* എന്ന മാഗസിൻ ആരംഭിക്കുകയും ചെയ്തു. *കോമ്പാറ്റി*ന്റെ തുടക്കത്തിന് ശേഷവും നിലവിലെ മാധ്യമങ്ങളെ സഹായിക്കുന്നതിൽ ഞങ്ങളുടെ റോൾ ഒട്ടും പിറകിലായിരുന്നില്ല. സേവനത്തിലുള്ള ഒരു പൊലീസ് ആഫീസറുമായി 1995 ൽ നടത്തിയ ഒരു അഭിമുഖത്തോടുകൂടി ആമുഖ ലേഖനമായി പ്രസിദ്ധീകരിച്ചു. 'ഭരണകൂടത്തിന് താല്പര്യമില്ലായെങ്കിൽ ഒരു വർഗ്ഗീയ ലഹളയും 24 മണിക്കൂറിൽ കൂടുൽ നീളില്ല' എന്ന *ഈ ലേഖനത്തിന്റെ ചുരുക്കം ടൈംസ് ഓഫ് ഇന്ത്യ* ഉൾപ്പെടെയുള്ള ഇന്ത്യയിലെ മുപ്പത്തിനാലോളം പ്രസിദ്ധീകരണങ്ങൾ എടുത്തുപയോഗിച്ചു. വിഭൂതി നാരായൺ റായ് ആയിരുന്നു ആ ആഫീസർ. ഇന്ത്യൻ മുസ്ലിങ്ങളെ ആക്ഷേപിച്ച താക്കറേ, സാമ്നാ പ്രഭൃതികളെ വെറുതെ വിട്ടുകൊണ്ടുള്ള ബോംബെ ഹൈക്കോടതിയുടെ നാണംകെട്ട വിധിന്യായത്തിൻമേൽ ഭരണഘടന വിദഗ്ദ്ധനായ എച്ച് എം ശീർവായിയുടെ നിശിതമായ വിമർശനം ഉൾക്കൊള്ളുന്ന പ്രത്യേക ലേഖനത്തിനും (Crime and Punishment, January 1995) വ്യാപകമായ അംഗീകാരം ലഭിക്കുകയുണ്ടായി. ഇതുപോലെ പല ഉദാഹരണങ്ങൾ ചൂണ്ടിക്കാണിക്കാൻ കഴിയും.

1992-93 ൽ *കോമ്പാറ്റ്* ആരംഭിച്ചതിനു ശേഷം എന്റെ ഗുജറാത്ത് സന്ദർശനങ്ങൾ കൂടിക്കൂടി വന്നു. 2002 ലെ കൂട്ടക്കൊലയ്ക്ക് ഏറെ മുൻപ് തന്നെ ഗുജറാത്തിലെ വർഗ്ഗീയ രാഷ്ട്രീയ അജണ്ട തുറന്നുകാണിച്ചുകൊണ്ടുള്ള അഞ്ച് മുഖ ലേഖനങ്ങൾ ഞങ്ങൾ പ്രസിദ്ധീകരിക്കുകയുണ്ടായി. ഇവ ഞാൻ തന്നെ തയ്യാറാക്കിയതായിരുന്നു. ഇപ്രകാരം ഉള്ള സമഗ്രമായ അന്വേഷണാത്മകറിപ്പോർട്ടുകളുടെയും വിശകലനങ്ങളുടെയും ഫലമായിട്ടാണ് 2002 ഫെബ്രുവരി 27 ന് നടന്ന ഗോധ്ര ദുരന്തത്തിന് ശേഷം ഗുജറാത്ത് പൊലീസിൽനിന്നു പോലും യഥാർത്ഥ്യത്തിൽ അധിഷ്ഠിതമായ പ്രസക്തമായ വിവരങ്ങൾ റിപ്പോർട്ട് തയ്യാറാക്കുന്നതിന് ഞങ്ങൾക്ക് ലഭിച്ചു തുടങ്ങിയത്. *കമ്യൂണലിസം കോമ്പാറ്റിൽ* ഞങ്ങൾ പ്രസിദ്ധീകരിച്ച താഴെപ്പറയുന്ന ലേഖനങ്ങളുടെയും ശീർഷകങ്ങൾ ഞങ്ങ

ളുടെ പ്രവർത്തനങ്ങളുടെ ദിശ വെളിവാക്കുന്ന ജാലകങ്ങളായിരുന്നു.

ഹിന്ദുരാഷ്ട്രത്തിലേക്ക് സ്വാഗതം (ആഗസ്ത് 1998)

മതപരിവർത്തനം (ജനുവരി 1999)

മുൻവിധികൾ പഠിപ്പിക്കുന്ന പാഠപുസ്തകങ്ങൾ (ഒക്ടോബർ 1999)

ഫാസിസവുമായി മുഖാമുഖം (ഏപ്രിൽ 2001)

വികസിക്കുന്ന ഗർത്തങ്ങൾ (ഫെബ്രുവരി 2000)

ഭുജ് ഭൂകമ്പത്തിന് തൊട്ട് പിന്നാലെയായിരുന്നു അവസാനത്തെ റിപ്പോർട്ട് (2002 ന് മുമ്പ്) പ്രസിദ്ധീകരിച്ചത്. ഭൂകമ്പ ബാധിതർക്കുള്ള സഹായം വിതരണം ചെയ്യുന്നതിൽ സംസ്ഥാന അധികാരികൾ വിവേചനാപൂർവ്വം മതത്തിന്റെയും സമുദായത്തിന്റെയും അടിസ്ഥാനത്തിൽ പെരുമാറിയെന്നും അത് ചിത്രീകരിച്ചു. ഞാൻ അന്ന് ചെയ്ത റിപ്പോർട്ടിന്റെ ഒരു ഉദാഹരണം ഇപ്രകാരമാണ്:

> വളർന്നുവരുന്ന അജ്റാക് ചിത്രകാരനായിരുന്നു ഹാജ്റാം. നിറങ്ങളോടും ബ്ലോക്കിനോടുമുള്ള (പ്രിന്റിങ്ങ്) താല്പര്യം കൊണ്ടാണ് പ്രസിദ്ധമായ അജ്റാം ചിത്രകല അദ്ദേഹം പഠിച്ചത്. ഭുജിൽ നിന്നും 54 കിലോമീറ്റർ അകലെ പ്രസിദ്ധമായ ധമടുക്കയിലെ പ്രാദേശിക പത്രികകളിൽ നിന്നുമാണ് അദ്ദേഹം അത് പഠിച്ചത്. കച്ച്പ്രദേശത്ത് സ്ഥിതി ചെയ്തിരുന്ന മറ്റു വില്ലേജുകളെപ്പോലെ, അദ്ദേഹത്തിന്റെ വില്ലേജും ഭൂകമ്പം സമ്മാനിച്ച ദുരന്തത്തിന് മുമ്പ് തന്നെ, രണ്ട് വർഷത്തിലധികമായി ഭീഷണമായ വരൾച്ച നേരിടുകയായിരുന്നു. സാധാരണയിൽനിന്നും വ്യത്യസ്തമായി ആളുകൾ ഭക്ഷ്യവസ്തുക്കൾ ചന്തയിൽ പോയി വാങ്ങുന്ന സാഹചര്യമായിരുന്നു.
>
> ഇന്ന് കുടുംബത്തിലെ ഏറ്റവും അടുത്ത അഞ്ച് അംഗങ്ങളും നഷ്ടപ്പെട്ട ഭൂകമ്പത്തിന്റെ ഒരു ദുരന്ത സാക്ഷിയാണ് ഹാജ്റാം. അദ്ദേഹത്തിന്റെ വീടും പണിശാലയും തീർത്തും നശിച്ചു. ഈ ദുഃസ്ഥിതിയിൽനിന്നും കരകയറുന്നതിനായി തന്റെയും അതുപോലെ ഭൂകമ്പം ബാധിക്കപ്പെട്ട 150 ഓളം കുടുംബങ്ങളെയും പുന:പാർപ്പിക്കുന്നതിന് അദ്ദേഹം ശ്രമിച്ചു വരുകയായിരുന്നു.
>
> എല്ലാം ഇടിച്ചു നിരത്തപ്പെട്ടിരുന്നു. അവശിഷ്ടങ്ങൾ മാറ്റുന്നതിനായി യന്ത്രസാമഗ്രികളൊന്നും എത്തുകയുണ്ടായില്ല. അന്താരാഷ്ട്ര ഭൂപടത്തിൽ അജ്റാക്ക് ചിത്രങ്ങളുടെ പേരിൽ ധമാട്ക്ക വലിയ സ്ഥാനം നേടിയിരുന്നു. എന്നാൽ ഈ പ്രദേശത്തിന് പ്രസിദ്ധിയും മേന്മയും ഉണ്ടാക്കിക്കൊടുത്ത ആർട്ടിസാൻമാർക്ക് ആരും ഒരു വിധ ശ്രദ്ധയും നല്കിയിരുന്നില്ല.[4]

1999 ൽ "ഖോജ്" എന്ന പേരിൽ സ്കൂൾ വിദ്യാഭ്യാസവും പാഠ

പുസ്തകങ്ങളും ആസ്പദമാക്കിയുള്ള പഠനത്തിലൂടെ, ഗുജറാത്തിലെ സാമൂഹികപാഠ പുസ്തകങ്ങളെ സംബന്ധിച്ച് വിശദമായ ഒരു പഠനം നടത്തി, 1999 ഒക്ടോബറിൽ "പാഠപുസ്തകങ്ങൾ മുൻവിധികൾ പഠിപ്പിക്കുന്നു" (How text books teach Prejudice) എന്ന പേരിൽ *കമ്യൂണലിസം കോംബാറ്റിൽ* പ്രസിദ്ധപ്പെടുത്തി. ചരിത്രയാഥാർത്ഥ്യങ്ങളോട് നിരക്കാത്തതും എന്നാൽ അവയെ പിന്തള്ളുന്നതുമായ വിവരണങ്ങളെ സംബന്ധിച്ചും പാഠപുസ്തകങ്ങളിൽ കണ്ട പ്രശ്നാത്മകമായ ഉള്ളടക്കങ്ങളെ സംബന്ധിച്ചും പുനഃപരിശോധന നടത്തുന്നതിനായി പാർലമെന്റേറിയന്മാരുടെ ഒരു സമിതി രൂപീകരിക്കുന്നതിന് ഈ പഠനം കാരണമായി. പതിനഞ്ച് വർഷത്തിലധികമായി ഈ പാഠപുസ്തകങ്ങൾ പഠിപ്പിച്ചു വന്നിരുന്നു എന്നതാണ് എറ്റവും പ്രധാനപ്പെട്ട കാര്യം. തുടർന്ന്, സഹ്മത്ത് (SAHMAT) സംഘടിപ്പിച്ച വിദ്യാഭ്യാസത്തിലെ വർഗ്ഗീയത എന്ന സെമിനാറിൽ ഞാൻ ഒരു പ്രബന്ധം അവതരിപ്പിക്കുകയും ക്ലാസുകളിൽ പഠിപ്പിക്കുന്ന പാഠ്യഭാഗങ്ങളിലെ ഉള്ളടക്കവും അത് ആവശ്യാനുസരണം അക്രമങ്ങൾക്ക് മരുന്നാവാൻ ആൾക്കൂട്ടങ്ങളെ എപ്രകാരം നിർമ്മിച്ചെടുക്കാൻ സഹായകമാകുന്നു എന്നും ചൂണ്ടിക്കാട്ടുകയുണ്ടായി. ഇപ്പോൾ ആ പാഠപുസ്തകങ്ങൾ ഇപ്പോൾ നിലവിലില്ലെങ്കിലും ദീനനാഥ ബത്രയുടെ പുസ്തകങ്ങളുടെ നിർബ്ബന്ധിത വായന, നാല്പത്തിയൊന്നായിരം സ്കൂളുകളിലും നടപ്പാക്കി വരുന്നു എന്നത് ആയിരം മടങ്ങ് പ്രതിലോമകരമാണ്. ഡൽഹിയിൽ മോദിയുടെ അധികാരത്തിന്റെ പിൻബലത്തിലാണ് ബത്രയുടെ പുസ്തകങ്ങളുടെ കരിക്കുലത്തിന്റെ ഭാഗമാക്കി മാറ്റിയത്.

ഈ റിപ്പോർട്ടുകൾ തയ്യാറാക്കുന്നതിനായി നടത്തിയ യാത്രകൾ വളരെ തീക്ഷ്ണവും വെല്ലുവിളി നിറഞ്ഞതുമായിരുന്നു. ആ ചിന്തകളും ആശയങ്ങളും രൂപപ്പെടുത്തുമ്പോൾ എന്നിൽ ചൂഴ്ന്നുനിന്ന ഒരു ചോദ്യം, എന്തുകൊണ്ട് ഗുജറാത്ത്? എന്നതായിരുന്നു. പല ചിന്തകളും എന്നെ വലയം ചെയ്തു. ഗാന്ധിജിയുടെ പൈതൃകം കുഴിച്ചുമൂടുന്നതിനുള്ള ഹിന്ദു രാഷ്ട്ര പദ്ധതിയാണോ ഇത്? അദ്ദേഹത്തിന്റെ ജീവിതത്തിനു മേൽ നടത്തിയ നാല് മുൻകൂർ വധശ്രമങ്ങൾക്ക് ശേഷമാണ് 1948 ജനുവരി 30 ന് അദ്ദേഹത്തെ വകവരുത്തിയത്. എന്തിനെ ഇല്ലാതാക്കാനാണ് അവർ ശ്രമിക്കുന്നത്? അഹിംസ എന്ന അദ്ദേഹത്തിന്റെ പ്രത്യയശാസ്ത്രം ഗുജറാത്തിലെ അദ്ദേഹത്തിന്റെ ആദ്യ വർഷങ്ങളിൽ തന്നെ അറ്റുപോയിരുന്നിരിക്കാം. ആക്രമണത്തിന്റെയും സംഘർഷത്തിന്റെയും ഹിന്ദുത്വ പ്രത്യയശാസ്ത്രത്തിന്റെ വാഹകർ ഇടയ്ക്കിടെ പരസ്യമായിത്തന്നെ ഭരണഘടനാടിസ്ഥാനത്തിലുള്ള ഭരണക്രമത്തെ ഇകഴ്ത്തുന്നതിന്റെയും തകർക്കുന്നതിന്റെയും ആവശ്യം വെളിപ്പെടുത്താറുണ്ട്. ഒരുപക്ഷേ, ഗാന്ധിയുടെ ജനനത്തിലും ബാല്യകാലത്തും തന്നെ ഈ ആശയവുമായി അവർ മുന്നോട്ട് വന്നിരിക്കാം. ആധുനിക ഇന്ത്യ നിർലജ്ജവും നിന്ദ്യവുമായ ഈ ഭരണഘടനാ വ്യതിചലനത്തെയും സ്വീകരിച്ച് എന്തിന്

ജീവിക്കണം. അതുപോലെ അഹമ്മദാബാദിൽനിന്നും, ഗുജറാത്തിലാകെ നിന്നും ഉള്ള അപകടകരമായ ഈ സൂചനകൾ എന്തിന് കണ്ടില്ലെന്ന് നടിക്കണം.

* * * * *

ആ ബുധനാഴ്ച ഫോണിന് വിശ്രമമുണ്ടായില്ല. 2002 ഫെബ്രുവരി 27 രാവിലെ 9 മണി മുതൽ മാസങ്ങളോളം ടെലിഫോൺ ബെൽ നിരന്തരം നിർത്താതെ അടിച്ചുകൊണ്ടിരുന്നു. ഗുജറാത്തിൽ 25 ജില്ലകളാണുള്ളത്. 2002 ന് മുൻപേ തന്നെ ഈ ജില്ലകളിലൂടെ ഞാൻ പോവുകയും *കമ്യൂണലിസം കോമ്പാറ്റിൽ* ധാരാളം റിപ്പോർട്ടുകൾ പ്രസിദ്ധീകരിക്കുകയും ചെയ്തിട്ടുണ്ടായിരുന്നു. അതിന്റെ ഫലമായി മുൻപേ നടന്നിട്ടുള്ള പല വർഗ്ഗീയ സംഭവവികാസങ്ങളിലും ഉൾപ്പെട്ട ഇരകൾക്കും രക്ഷപ്പെട്ടവർക്കും അനുകൂലമായ ഭരണനടപടികൾ സ്വീകരിക്കാനിടയാക്കിയിരുന്നു. ഇങ്ങനെയൊരു ചരിത്ര പശ്ചാത്തലത്തിലും വിശ്വാസത്തിലുമാണ് 2002 ലെ ദുഃഖകരമായ സംഭവങ്ങൾക്ക് ശേഷം ഗുജറാത്തിലങ്ങോളമിങ്ങോളമുള്ള ജനങ്ങൾ മിന്നൽ വേഗത്തിൽ ഞാനുമായി ബന്ധപ്പെടുന്നതിനിടയാക്കിയത്.

അത് ഗോധ്രസംഭവം നടന്ന ദിവസമായിരുന്നു. എന്റെ ഇന്നത്തെ മൊബൈൽനമ്പർ തന്നെയായിരുന്നു അന്നത്തേതും. അത് ഗുജറാത്തിലെ പല ജില്ലകളിലുമുള്ള രക്ഷപ്പെട്ടവർക്കും ഭയചകിതരായി ജീവിക്കുന്നവർക്കും ബന്ധപ്പെടുന്നതിനായി ഷെയർ ചെയ്തിരുന്നു. ഫോൺ വിളികളെല്ലാം പരിഭ്രാന്തമായിരുന്നു. പരിഭ്രാന്തമായ ആ ശബ്ദങ്ങൾ എവിടെ നിന്നെങ്കിലും, പ്രത്യേകിച്ചും പൊലീസിന്റെ ഭാഗത്തുനിന്നും സംരക്ഷണം കിട്ടുമെന്ന് പ്രതീക്ഷ പുലർത്തിയിരുന്നു. ഓഫീസർമാരുടെ മേൽ പുറത്തുനിന്നുണ്ടായ സമ്മർദ്ദം കാരണം പൊലീസ് തികച്ചും നിർജ്ജീവമായിരുന്നു. *കമ്യൂണലിസം കോമ്പാറ്റി*ന്റെ എഡിറ്റർ എന്ന നിലയ്ക്ക് എന്താണ് ഗുജറാത്തിൽ സംഭവിക്കുന്നതെന്നും ഇനിയും എന്തൊക്കെ സംഭവിക്കാമെന്നും അറിയുന്നതിന് കൂടുതൽ സമയം എടുക്കില്ലെന്ന് ഭൂരിപക്ഷം പേരും വിശ്വസിച്ചിരുന്നു. മൊബൈൽ ഫോണിൽനിന്നും ഉള്ള കോളിന് മിനിറ്റിന് 21-22 രൂപയോളം ചെലവ് വരുമായിരുന്നു. എന്നാൽ ഇരകൾക്കും രക്ഷപ്പെട്ടവർക്കും, അതുപോലെ മനുഷ്യാവകാശ പ്രവർത്തകർക്കും ആശയവിനിമയത്തിന് ഇത് ഏറെ സഹായകമായി. 2004 ആഗസ്തിൽ രാഹുൽ ശർമ്മ എന്ന പൊലീസ് ഓഫീസർ അഞ്ച് ലക്ഷത്തോളം ടെലിഫോൺ വിളിയുടെ രേഖകൾ നാനാവതി കമ്മീഷന് മുൻപിൽ തെളിവുകളായി നല്കി. അത് അക്രമികളുടെ പ്രവർത്തനങ്ങൾ ട്രാക് ചെയ്യുന്നതിന് സഹായകമായി.

ഇപ്രകാരം എനിക്ക് വന്ന ഫോൺകോളുകൾ വിവരങ്ങളുടെ പ്രഥമ ഉറവിടങ്ങളായിരുന്നു. ടെലിവിഷനിൽ ന്യൂസ് വരുന്നതിനു മുൻപേ എനിക്ക് വളരെ ആശങ്കയോടുകൂടിയ കോളുകൾ ലഭിച്ചിരുന്നു. എന്താണ് സംഭ

വിക്കാൻ പോകുന്നത് എന്നത് സംബന്ധിച്ച് ഹിന്ദുക്കളും മുസ്ലിങ്ങളും പരിഭ്രാന്തരായിരുന്നു. ചിലർ ട്രെയിൻ കത്തിക്കുന്നതിന് ദൃക്സാക്ഷികളായിരുന്നു. ഗോധ്രയിൽ വളരെ ഭീകരമായ സംഭവമാണ് നടന്നത് എന്നും പ്രത്യാക്രമണം ഉണ്ടാവുമെന്നും അവർ ഭയപ്പെട്ടു. ചുറ്റും ഉരുണ്ടുകൂടുന്ന അന്തരീക്ഷത്തെപ്പറ്റി അവർ അടുത്തു മനസ്സിലാക്കി.

അവ വളരെ പരിഭ്രാന്തമായ ഫോൺ വിളികളായിരുന്നു. അവയിൽ 85-90% ത്തോളവും ന്യൂനപക്ഷ സമുദായത്തിൽ നിന്നുള്ളവരുടേതായിരുന്നു. അവയെല്ലാം സംസ്ഥാനത്തിന്റെ വിവിധ പ്രദേശങ്ങളിൽ സ്ഥിതി ചെയ്തിരുന്ന ദാഹോദ്, രാജ്പിംപ്ല, അഹമ്മദാബാദ്, വഡോദര, ഹിമ്മത്നഗർ, സബർക്കന്ത, പഞ്ച്മഹൽ ജില്ല (ഗോധ്ര ജില്ല ആസ്ഥാനമായിട്ടുള്ള) എന്നിവിടങ്ങളിൽ നിന്നായിരുന്നു. ഇവിടെയുള്ള ടെലിവിഷൻ കവറേജിലൂടെ ഗോധ്രസംഭവ കാര്യങ്ങൾ ജനങ്ങൾ കാണുകയായിരുന്നു. സബർമതി ട്രെയിനിന്റെ എസ് കോച്ച് രാവിലെ 7.50 നും 8.20 നും ഇടയിൽ കത്തിയ വാർത്ത ഇന്റർനെറ്റിലൂടെയും ടെലിവിഷനിലൂടെയും കാട്ടുതീ പോലെയാണ് ആ നിമിഷം മുതൽ പടർന്നത്. ഫെബ്രുവരി 27-28 ലെ എന്റെ നോട്ട്പാഡ് ഇന്നും എന്റെ കൈയിലുണ്ട്. അത് സ്വയം ആ കഥ പറയുന്നുണ്ട്.

ഞാൻ വല്ലാതെ ഇളകി മറിയുകയും ചിന്താധീനയാവുകയും ചെയ്തു. ഈ വിളികൾ അടുത്ത ദിവസവും അതിനടുത്ത ദിവസവും തുടരുകയും ചെയ്തു. ഗോധ്രയിൽ മരിച്ചവരുടെ പലരുടെയും ശരീരം മോട്ടോർ വാഹനങ്ങളുടെ അകമ്പടിയോടൊപ്പം അഹമ്മദാബാദിൽ എത്തിക്കുകയുണ്ടായി. എന്നാൽ ആവശ്യമായ രീതിയിൽ ഈ സംഭവം അന്വേഷണവിധേയമാക്കിയില്ല. അംഗഭംഗം വന്ന, കത്തിക്കരിഞ്ഞ ഗോധ്ര ഇരകളുടെ മൃതദേഹങ്ങൾ അഹമ്മദാബാദിലേക്ക് എത്തിച്ചതിന് പിന്നിൽ സംസ്ഥാനത്തെ ഉന്നത രാഷ്ട്രീയ തീരുമാനമുണ്ടായിരുന്നു. വി എച്ച് പിയുടെ ഗുജറാത്ത് സംസ്ഥാന ജനറൽ സെക്രട്ടറിയായ ജയദീപ് പട്ടേൽ പങ്കെടുത്ത, ഗോധ്ര കളക്ടറേറ്റിൽ വെച്ച് ചേർന്ന യോഗത്തിലാണ് ആ തീരുമാനമെടുത്തത്. തുറന്ന റെയിൽവേയാർഡിൽ വച്ച് ആദ്യം ആരോഗ്യ മന്ത്രി അശോക് ഭട്ടും പിന്നീട് മുഖ്യമന്ത്രി തന്നെയും പങ്കെടുത്തുകൊണ്ടായിരുന്നു കോച്ചിൽ കത്തിക്കരിഞ്ഞവരുടെ പോസ്റ്റ്മോർട്ടം അസാധാരണമാംവിധം നടന്നത്. പോസ്റ്റ് മോർട്ടം നടത്തുന്നത് സംബന്ധിച്ച് കൃത്യമായ നടപടിക്രമങ്ങളുണ്ടായിരുന്നു. എന്നാൽ അവയോരോന്നും തന്നെ- ഫോട്ടോഗ്രാഫുകൾ എടുക്കുന്നതുൾപ്പെടെ- ആ ദിവസം ലംഘിക്കപ്പെട്ടു. ഗോധ്ര ശവശരീരങ്ങളുടെ ചുമതല ഔദ്യോഗികമായിത്തന്നെ വി എച്ച് പിയുടെ ജയദീപ് പട്ടേൽ ഏറ്റെടുത്തു. സർക്കാരും വിശ്വഹിന്ദു പരിഷത്തുമായുള്ള ബന്ധത്തിന് ഇത് തെളിവാണ്. തിരിച്ചറിയാനാവാത്ത വിധം കത്തിക്കരിഞ്ഞ ഈ ശവശരീരങ്ങൾ രണ്ടു ശവഘോഷയാത്രകളായി പ്രദർശിപ്പിക്കപ്പെട്ടു. ഇതിൽനിന്നും ആവേശംകൊണ്ട് ഉന്മത്തരായ ആണുങ്ങളും പെണ്ണുങ്ങളുമടങ്ങുന്ന ആർ എസ് എസ് സംഘം ഫെബ്രു

വരി 28 ന് അഹമ്മദാബാദിൽ അഴിഞ്ഞാടി. ഈ ഘോഷയാത്രയിൽ എത്തിച്ചേരുന്നതിന് ആചാര്യ ഗിരിരാജ് കിഷോറിന് പ്രത്യേകമായ പൊലീസ് അകമ്പടി നല്കുകയുണ്ടായി. നരോദപാട്യയിലേയും ഗുൽബർഗിലെയും ജനങ്ങൾക്ക് ആവശ്യമായ സംരക്ഷണം നല്കാൻ മതിയായ പൊലീസ് ഇല്ലെന്നാണവർ പറഞ്ഞത്. സർദാർപുര, മെഹ്സാന, വിഷ്നഗർ, എറാൾ, വഡോദര, സെസൻ, പത്താൻ, രൺധിക്പൂർ, സൻജേലി, കിദിയാദ്, പഞ്ച്മഹൽ എന്നീ ചെറു പട്ടണങ്ങളും ജില്ലാ കേന്ദ്രങ്ങളും മാർച്ച് 1 ന് ആക്രമണങ്ങൾക്കിരയായി.

എന്റെ അടുത്ത നടപടി ഒരു മിനി കൺട്രോൾ റൂം ആയി പ്രവർത്തിക്കുക എന്നതായിരുന്നു. നിവിൻ വാഗ്ലെ, സജിദ് റഷീദ്, പി സായിനാഥ്, ജാവേദ് എന്നീ സുഹൃത്തുക്കളുമായി ചേർന്ന് 1992-93 ലെ ബോംബെ ലഹളയുടെ കാലത്ത് സമാനമായ പ്രവർത്തനങ്ങൾ ഞാൻ നടത്തിയിരുന്നു. ഗുജറാത്തിലെ റിപ്പോർട്ടിങ്ങിനിടെ പരിചയപ്പെട്ട മുതിർന്ന പൊലീസ് ഉദ്യോഗസ്ഥരും അല്ലാത്തവരുമായും ഞാൻ സംസാരിച്ചു. ഇവരുമായി സംസാരിക്കുമ്പോൾ ബഹുമുഖമായ സാദ്ധ്യതകൾ എന്റെ മുന്നിലുണ്ടായിരുന്നു.

ലഹളക്കാർ ആക്രമിച്ച മേഖലകളിൽ അടിയന്തരമായി സംരക്ഷണം നല്കണമെന്ന് ഞാൻ പൊലീസിനോട് ആവശ്യപ്പെട്ടു. ഫെബ്രുവരി 28 ന് അഹമ്മദാബാദ് സിറ്റിക്കുള്ളിൽ നാലഞ്ചു ഡസനിൽ കുറയാത്ത കേന്ദ്രങ്ങളിൽ ആൾക്കൂട്ടം അവരുടെ പ്രവർത്തനങ്ങൾ തുടങ്ങിവെച്ചിരുന്നു. അടുത്ത ദിവസമായ മാർച്ച് 1 ന് ആയുധധാരികളായ ആൾക്കൂട്ടം സംസ്ഥാനത്തെ പത്തൊൻപതോളം ജില്ലകളിൽ കൂടുതൽ വിപുലമായ തോതിൽ അവരുടെ തേർവാഴ്ച നടത്തി. ഒരു വനിത എന്ന നിലയിൽ അഹമ്മദാബാദ്-വഡോദര എന്നിവിടങ്ങളിലെ സീനിയർ പൊലീസ് ഉദ്യോഗസ്ഥന്മാരുമായും അതുപോലെ മറ്റ് ജില്ലകളിലെ പൊലീസ് സൂപ്രണ്ടുമാരുമായും ആദ്യത്തെ മൂന്നു ദിവസവും സംസാരിക്കുകയുണ്ടായി. ആസൂത്രിതമായ രീതിയിലുള്ള സമ്പൂർണ്ണമായ കലാപമാണ് കെട്ടഴിച്ചുവിട്ടത്. വർഗ്ഗീയ സംഘർഷ പ്രവണത കുറഞ്ഞതും മുസ്ലിങ്ങൾ ന്യൂനപക്ഷമായി വസിച്ചു വരുന്നതുമായ അഹമ്മദാബാദിന്റെ മേഖലകളാണ് കൃത്യമായും ലക്ഷ്യമാക്കപ്പെട്ടത്.

ഞാൻ ബന്ധപ്പെട്ട ഉദ്യോഗസ്ഥർ കെ ചക്രവർത്തി (ഡിജി പി, ഗുജറാത്ത്), പി സി പാണ്ഡെ (കമ്മീഷണർ, അഹമ്മദാബാദ്), പി ബി ഗോണ്ഡിയ (ഡി സി പി 4 സോൺ, അഹമ്മദാബാദ്), ഡി ഡി ടുടേജ (കമ്മീഷണർ, വഡോദര), കെ കെ മൈസൂർവാല (പി ഐ നരോദ), രാജു ഭാർഗ്ഗവ (എസ് പി ഗോധ്ര), ശുഭറാവു (ചീഫ് സെക്രട്ടറി), അശോക് നാരായൺ (ആഭ്യന്തര സെക്രട്ടറി) എന്നിവരാണ്. അപ്പോൾ ചെറിയ തോതിലേ മനസ്സിലാക്കാൻ കഴിഞ്ഞുള്ളൂവെങ്കിൽക്കൂടി വരും വർഷങ്ങളിൽ ഗൂഢാലോചനകളിൽ ഇവരുടെ പങ്ക് സംബന്ധിച്ച ഡോക്യുമെന്റേഷൻ പുറത്ത് വിട്ടപ്പോഴും, സാക്കിയ ജാഫ്രികേസിൽ ശേഖരിക്കപ്പെട്ട

വസ്തുതാപരമായ തെളിവുകളെ സമീപിച്ചപ്പോഴും, നടന്ന ഗൂഢാലോചനകൾ വെളിവാക്കപ്പെട്ടു. അഹമ്മദാബാദിൽ നിയമസമാധാനം സംരക്ഷിക്കുന്നതിന് ഉത്തരവാദപ്പെട്ട കമ്മീഷണർ പി സി പാണ്ഡെയെ ഞാൻ വിളിച്ചു സംസാരിച്ചിരുന്നു. ആ സമയത്ത് അദ്ദേഹത്തെ വിളിക്കാൻ കാരണം അദ്ദേഹം അലങ്കരിക്കുന്ന പദവിയുടെ ഉയർന്ന ഉത്തരവാദിത്വം ഒന്നുകൊണ്ടുമാത്രമാണ്. എന്നാൽ പിന്നീട് തെളിവുകൾ പുറത്തുവന്നപ്പോൾ സമാധാന ലംഘനത്തിന്റെ വില്ലന്മാരിൽ ഒരാൾ അദ്ദേഹമാണെന്ന് മനസ്സിലായി. അദ്ദേഹത്തെയും സീനിയർ പോലീസുദ്യോഗസ്ഥരെയും ജനങ്ങൾ വിളിക്കാൻ തുനിഞ്ഞതിന് കാരണം ആസൂത്രിതമായ ആക്രമണം നടക്കുന്ന മേഖലകളിൽ തങ്ങളുടെ ജീവന് സംരക്ഷണം നല്കുമെന്നുള്ള പൊലീസിന്റെ ഭരണഘടനാപരമായ പ്രതിജ്ഞ അവർ പാലിക്കും എന്ന പ്രതീക്ഷ കൊണ്ടായിരുന്നു.

അക്രമബാധിത മേഖലയ്ക്ക് സഹായം ലഭിക്കുക, പ്രധാനമായും പ്രതിപക്ഷത്തുള്ള ഡൽഹി രാഷ്ട്രീയ വൃത്തങ്ങളുടെ ഇടപെടൽ സാധിതമാക്കുക, അക്രമങ്ങൾ നടന്നതായി സ്ഥിരീകരിക്കുക, അങ്ങനെ അക്രമപ്രവർത്തനങ്ങളെ സമൂഹത്തിൽ ഉയർത്തിക്കാണിക്കുക എന്നിവയായിരുന്നു പൊലീസ് ആഫീസറുമായി ബന്ധപ്പെട്ടതിനുള്ള രണ്ടാമത്തെ കാരണം. ഇരകളെ സഹായിക്കാൻ കഴിയും എന്ന് ഞാൻ വിചാരിച്ച മാധ്യമങ്ങൾ, രാഷ്ട്രീയ നേതാക്കൾ, ആർമി ഹെൽപ്ലൈൻ തുടങ്ങി ഓരോരുത്തരെയും ഞാൻ വിളിച്ചു. പൊലീസിൽ ഞാൻ വീണ്ടും വീണ്ടും വിളിച്ചു. സാമൂഹ്യമാധ്യമങ്ങൾ അന്ന് കുറവായിരുന്നു. എന്നാൽ ടെലിവിഷൻ സാന്നിദ്ധ്യം ഉറപ്പിച്ചിരുന്നു. ഒരു തരത്തിൽ സമ്പൂർണ്ണമായി സംപ്രേഷണം ചെയ്യപ്പെട്ട വർഗ്ഗീയ ഭ്രാന്തും കലാപവുമായിരുന്നു, ഗോധ്രയും ഗുജറാത്ത് 2002 ഉം.

ഭ്രാന്തമായ പെട്ടെന്നുള്ള പ്രതികരണങ്ങളുടെ ചൂടിൽ നടപടികൾ രൂപം പ്രാപിക്കാൻ മണിക്കൂറുകൾ വേണ്ടിവന്നു. നരോദ, ചമൻപുര, ഗോമതിപൂർ, അഹമ്മദാബാദിന്റെ വിവിധ ഭാഗങ്ങൾ എന്നിവിടങ്ങളിൽ നിന്നും ഉള്ള വിളികൾ ഇന്നും ഓർക്കുന്നു. പഴയ നഗരത്തിൽ മുസ്ലിം ഉടമസ്ഥതയിലുള്ള ഗുജറാത്ത് ടുഡേയുടെ ഓഫീസ് ലക്ഷ്യമിട്ടിരുന്നതിനെപ്പറ്റിയും ഓർക്കുന്നു. സമീപ ജില്ലയിൽ ഗ്രാമപ്രദേശത്ത് താമസിച്ചിരുന്ന സുഹൃത്തായ ഒരു പൊലീസ് ആഫീസറെ വിളിച്ച്, ജീവഭയം നേരിടുന്ന അസിസ്റ്റന്റ് എഡിറ്ററുടെയും കുടുംബത്തിന്റെയും വിധിയെപ്പറ്റി പറഞ്ഞ് അലറുകയും സങ്കടപ്പെടുകയും ചെയ്തു. അവസാനം ഉന്നതതലങ്ങളിൽനിന്നുള്ള ദയാപൂർവ്വമായ ഇടപെടലിന്റെ ഭാഗമായി അസിസ്റ്റന്റ് എഡിറ്ററും കുടുംബവും രക്ഷപ്പെട്ടു. ഓരോ മുന്നറിയിപ്പുകളും തുടരെത്തുടരെയുള്ള ഫോൺ വിളികൾക്ക് വഴി വെച്ചു. അക്രമങ്ങൾ അതിവേഗം വ്യാപിക്കുകയും എന്നാൽ പ്രതിരോധം കുറയുകയും ചെയ്തു. ഫോൺ വിളികളിലെ ശബ്ദങ്ങൾ ഭയം മുറ്റിയതും ഉൽക്കണ്ഠാകുലവുമായിരുന്നു. ഗോധ്ര സംഭവത്തിന് ശേഷം ആർ എസ് എസ്-വി എച്ച് പി-ബജ്രം

ഗ്ദൾ- ബി ജെ പി പ്രവർത്തകരുടെ നേതൃത്വത്തിൽ അരങ്ങേറിയ അക്രമപരമ്പരകൾ ഗ്രാമങ്ങളിലും ജില്ലാ കേന്ദ്രങ്ങളിലും നേരിൽ കണ്ടവരാണ് ടെലിഫോൺ വഴി ബന്ധപ്പെട്ടുകൊണ്ടിരിക്കുന്നത്. ഗുജറാത്തിന്റെ ഒരറ്റം മുതൽ മറ്റേ അറ്റം വരെ നടന്ന ആക്രമണങ്ങളുടെ തുടക്കവും അക്രമങ്ങളുടെ ഭൂമിശാസ്ത്രവും എന്റെ ഫോൺ റിക്കാർഡുകളിൽ പതിഞ്ഞുകിടന്നു.

നേരത്തെ തന്നെ കിട്ടിയ ഫോൺ കോളുകളിൽനിന്നും അക്രമങ്ങൾ പരക്കെ നടന്നിട്ടുണ്ടെന്നും അവ വളരെ ആസൂത്രിതമായാണ് നടപ്പാക്കിയതെന്നും ഞങ്ങൾക്ക് മനസ്സിലായി. വർഷങ്ങൾക്ക് ശേഷം 2010-2013 ൽ വളരെ കഠിനമായ നിയമയുദ്ധത്തിനു ശേഷം സാക്കിയ ജാഫ്രി കേസിലെ, തെളിവുകളായി ശേഖരിക്കപ്പെട്ട 23,000 ഓളം പേജുവരുന്ന രേഖകൾ 64 പെട്ടികളിലായി ഞങ്ങൾക്ക് ലഭിക്കുകയുണ്ടായി. (സ്പെഷൽ ഇൻവെസ്റ്റിഗേഷൻ ടീം (എസ് ഐ ടി) ഇക്കാര്യത്തിൽ ഞങ്ങളെ ശക്തമായി എതിർത്തിരുന്നു). ഈ തെളിവുകൾ ആസൂത്രിത ആക്രമണങ്ങളെ സൂചിപ്പിക്കുന്നതായിരുന്നു. ഓരോ ദിവസവും എനിക്ക് 700 മുതൽ 800 വരെ ഫോൺകോളുകൾ ലഭിക്കുകയുണ്ടായി. അവ സംസ്ഥാനത്തുടനീളം നിന്നായിരുന്നു. പ്രാഥമികമായ ആ തെളിവുകൾ ഇന്ന് സ്റ്റേറ്റ് ഇൻഫർമേഷൻ ബ്യൂറോ റിപ്പോർട്ട്, പൊലീസ് കൺട്രോൾ റൂം രേഖകൾ എന്നിവയാൽ ഇന്ന് സാധൂകരിക്കപ്പെടുന്നതും സംഘടിതവും വിഷലിപ്തവുമായ ഗുണ്ടകളുടെ ഓരോ ജില്ലകളിലുമുള്ള ശ്രമങ്ങൾ പുറത്തുകൊണ്ടുവരുന്നതുമാണ്. ഈ സമാഹരണങ്ങളുടെയെല്ലാം പ്രത്യക്ഷമായ അടിസ്ഥാനം ഗോധ്ര സംഭവത്തിലുള്ള പ്രതികാരമായിരുന്നു. ഗുജറാത്ത് വംശഹത്യ സംബന്ധിച്ച് 2002 മാർച്ച്-ഏപ്രിൽ മാസത്തിൽ ഞങ്ങൾ പ്രസിദ്ധീകരിച്ച *കമ്യൂണലിസം കോമ്പാറ്റി*ന്റെ പ്രാഥമികമായ ലക്കത്തിൽ ധിഷണാപൂർവ്വം ഈ തെളിവുകളെപ്പറ്റി വിശദീകരിച്ച് റിപ്പോർട്ട് ചെയ്തിരുന്നു. സംസ്ഥാനത്ത് ഗുരുതരമായ വർഗ്ഗീയത ഉണർത്തുന്നതിനുള്ള സാഹചര്യം ഒരുക്കുന്ന നിലയിൽ തീക്ഷ്ണവും ശക്തവുമായ സമാഹരണമായിരുന്നു ഉണ്ടായത്. 2002 ഫെബ്രുവരി 27 ന് ഗോധ്രയിൽ എസ് 6 സബർമതി കോച്ചിലെ 59 പേരുടെ ദാരുണമായ മരണമാണ് ആക്രമണ പരമ്പരകൾക്കുള്ള തുടക്കം എന്ന് ഞങ്ങൾ വെളിപ്പെടുത്തിയിരുന്നു. യഥാർത്ഥത്തിൽ സംഭവം നടക്കുന്നതിന് ആഴ്ചകൾക്കും മാസങ്ങൾക്കും മുൻപേതന്നെ ഗോധ്ര തിരിച്ചടികൾക്കുള്ള ആസൂത്രണങ്ങൾ നടന്നിരുന്നു. ആക്രമണശേഷം ഹിന്ദുത്വശക്തികളുടെ ഭാഗത്തുനിന്നും പൊടുന്നനെയുള്ള രോഷത്തിന്റെ പ്രതിഫലനമായിട്ടല്ല സംഗതികൾ നടന്നതെന്ന് വ്യക്തം. അഞ്ച് വർഷങ്ങൾക്ക് ശേഷം, 2007, ആഷിഷ്ഖേതാൻ നേതൃത്വം കൊടുത്ത തെഹൽക്കയുടെ ഓപ്പറേഷൻ കലാങ്കിൽ, കൂട്ടക്കൊലയ്ക്ക് മുൻപേ തന്നെ പഞ്ചാബ്, രാജസ്ഥാൻ തുടങ്ങിയ സംസ്ഥാനങ്ങളിൽനിന്നും ബോംബ്, തോക്ക് തുടങ്ങിയ ആയുധസാമഗ്രികൾ ഗുജറാത്തിലേക്ക് കൊണ്ടുവന്നിരുന്നത്[5] സംബന്ധിച്ച തെളിവുകൾ ഹാജരാ

ക്കിയിരുന്നു. ഈ തെളിവുകൾ പ്രസിദ്ധമായ സാക്കിയ ജാഫ്രി VS എസ് ഐ റ്റി കേസിലെ ക്രിമിനൽ റിവിഷൻ അപേക്ഷയിൽ തെളിവായി സമർപ്പിച്ചിരുന്നു. അതിൽ രാഷ്ട്രീയ രംഗത്തും ഭരണരംഗത്തും ഉള്ളവർക്ക് ആക്രമണത്തിൽ ഒളിഞ്ഞും തെളിഞ്ഞുമുള്ള പങ്കിനെപ്പറ്റിയും കുറ്റകരമായ ക്രിമിനൽ ബാദ്ധ്യതയെപ്പറ്റിയും അന്വേഷിക്കണമെന്നും ആവശ്യം ഉന്നയിച്ചിരുന്നു.

27-ാം തീയതി ബുധനാഴ്ചയായിരുന്നു ഗോധ്ര കൂട്ടക്കൊല നടന്നത്. തൊട്ടടുത്ത ദിവസം തന്നെ ആർ എസ് എസുമായി അടുത്ത ബന്ധമുള്ള സംഘടിത ഗ്രൂപ്പുകൾ നരോദപാട്യ, ഗുൽബർഗ് സൊസൈറ്റി സ്ഥിതി ചെയ്യുന്ന ചമൻപുര, ഗോമതിപൂർ, അഹമ്മദാബാദിന്റെ മറ്റു ഭാഗങ്ങൾ എന്നിവ ആക്രമിച്ചു. മാർച്ച് 1-ാം തീയതി വെള്ളിയാഴ്ചയിൽ-വെള്ളി യാഴ്ച പ്രാർത്ഥന, ജുമാനമാസിന് ശേഷമാണ് വില്ലേജ് കൂട്ടക്കൊലകൾ നടന്നത്- അക്രമികൾ പകൽ വെളിച്ചത്തിൽ പാന്തർവാഡ, സബർക്കന്ത, ബനസ്ക്കന്ത, മെഹ്സാന, ആനന്ദ്, ദഹോദ്, പത്താൻ, അഹമ്മദാബാദ് റൂറൽ എന്നീ ജില്ലകളിലെ വില്ലേജുകളിലും മറ്റു വില്ലേജുകളായ ഒഡ്, സെസൻ, കിദിയാഡ്, രൺധികൺപൂർ, പ്രാൺധിജ്, ധർമ്മപുര, എറാൽ, ഫത്തേപൂർ, സഞ്ചേലി, ദൈറോൾ എന്നിവിടങ്ങളിലുമുള്ള മുസ്ലിങ്ങളെ പിന്തുടർന്നു. അവിടെയും രീതി സമാനമായിരുന്നു. വലിയ ജനക്കൂട്ടം മോട്ടോർ സൈക്കിളുകളിലുള്ള പുരുഷന്മാരാൽ നയിക്കപ്പെടുകയും, പ്രാദേശിക രാഷ്ട്രീയ നേതാക്കളുടെ ഉത്തരവിന്റെ ഫലമായി പ്രാദേ ശിക പോലീസ് ഇതിൽ ഇടപെടാതെ നിഷ്ക്രിയരായി മാറുകയും ചെയ്തു. ആൾക്കൂട്ടം ആയുധങ്ങളാലും രാസവസ്തുക്കളാലും പൂർണ്ണ മായും സജ്ജമായിട്ടായിരുന്നു. കഠോരമായ ബോംബുകളും ഗ്യാസ് സിലി ണ്ടറുകളുൾപ്പെടെയുള്ളവയും ഉപയോഗിച്ചു. അക്രമങ്ങളുടെ ഈ രീതിയെ എതിർത്തവർ മോശമായി ചിത്രീകരിക്കപ്പെട്ടു.

കുറ്റകൃത്യങ്ങൾ കവർ ചെയ്യാൻ മാധ്യമ സാന്നിദ്ധ്യം ഉറപ്പു വരു ത്തുക എന്നത് മാത്രമല്ല, അതോടൊപ്പം, ഒരു പാർലമെന്ററി ഡെലിഗേ ഷനെ ഗുജറാത്തിലെത്തിക്കുക എന്നതും എന്റെ ഉദ്ദേശ്യമായിരുന്നു. ഇങ്ങനെയൊരു ഡെലിഗേഷൻ അത്യാവശ്യവുമായിരുന്നു. എന്തെന്നാൽ, ഫെബ്രുവരി 27-ാം തീയതി ഉച്ച മുതൽ ഫെബ്രുവരി 28-ാം തീയതി സായാഹ്നം വരെയും സംഭവഗതികളിൽ സംസ്ഥാന ഭരണകൂടത്തിന്റെ സ്റ്റേറ്റ് മെഷീനറിയുടെ പൂർണ്ണമായ പങ്ക് പ്രകടമായിരുന്നു. സംസ്ഥാന ഭരണം ഒട്ടുംതന്നെ ഗുണാത്മകമായി പ്രതികരിച്ചില്ല. സമൂഹത്തിന്റെ അടി ത്തട്ടിൽ ഇടപെട്ടിരുന്ന വ്യക്തികളിൽനിന്നും അതുപോലെ ഗുജറാത്തിലെ പത്രപ്രവർത്തകർ എന്നിവരുമായുള്ള സംഭാഷണങ്ങളിൽ നിന്നും ഞങ്ങൾക്കിത് മനസ്സിലാക്കാൻ കഴിഞ്ഞു. വർഗ്ഗീയ പ്രശ്നങ്ങൾ ഗുജറാത്തിന് പുതിയതായിരുന്നില്ല. ഇതിന് മുൻപും ഗുജറാത്തിൽ വർഗ്ഗീ യമായ സംഭവങ്ങൾ ഉണ്ടായിട്ടുണ്ട്. എന്നാൽ അന്നൊക്കെ ഓരോ കേസിലും പൊലീസ് പ്രതികരിച്ചിരുന്നു. അവർ ടെലിഫോൺ എടുത്തി

രുന്നു. ദുരിതബാധിത പ്രദേശങ്ങളിലേക്ക് സേനകളെ അയച്ചിരുന്നു. 2002 ലെ സ്ഥിതി തികച്ചും വ്യത്യസ്തമായിരുന്നു. പൊലീസ് പ്രതികരിച്ചില്ലെന്ന് മാത്രമല്ല, എവിടെ നിന്നാണോ അടിയന്തരമായി ഫോൺ വന്നത് അതിന്റെ എതിർ ദിശകളിലേക്ക് പോകുകയാണുണ്ടായത്. പലപ്പോഴും ചുരുങ്ങിയത് പതിനൊന്ന് ജില്ലകളിലെങ്കിലും ഇതായിരുന്നു സ്ഥിതി. ഞങ്ങൾ ആവർത്തിച്ചാവശ്യപ്പെട്ടിട്ടും അവർ സഹായത്തിനെത്തിയില്ല. പതിനൊന്ന്-പന്ത്രണ്ട് ജില്ലകളിൽ സമാനമായ വിറങ്ങലിച്ച അനുഭവങ്ങൾ ആവർത്തിച്ചപ്പോൾ ഇത് ഒരു യാദൃച്ഛികതയല്ലെന്ന് മനസ്സിലായി.

മാർച്ച് 1-ാം തീയതി വെള്ളിയാഴ്ച ഗുജറാത്തിലേക്ക് ഒരു പാർലമെന്ററി സമിതിയുടെ നിഷ്ഫലമായ സന്ദർശനം ഉണ്ടായി. മാർച്ച് 3, ഞായറാഴ്ച ഡൽഹിയിൽ പഴയ സഹ്മത് ആഫീസിൽ വെച്ച് നടത്തിയ പത്രസമ്മേളനം ഞാൻ കൃത്യമായി ഓർക്കുന്നു. പടർന്നുപിടച്ച തികഞ്ഞ ഭീകരതയും സ്റ്റേറ്റിന്റെ ഭീതിദമായ ഒഴിഞ്ഞുമാറലും ലോക സമക്ഷം അറിയിക്കുക എന്നതായിരുന്നു ഉദ്ദേശ്യം. കേന്ദ്രത്തിൽ ഭരിച്ചിരുന്നത് ബി ജെ പി നേതൃത്വത്തിലുള്ള ദേശീയ ജനാധിപത്യ സഖ്യം (എൻ ഡി എ) ആയിരുന്നു. ഞങ്ങൾ അന്ന് നടത്തിയിരുന്ന ഇടപെടലുകൾക്ക് ഒട്ടുംതന്നെ സ്വീകാര്യതയുണ്ടായില്ല. എന്നിരുന്നാലും ഒരു പൗരൻ എന്ന നിലയ്ക്കും ആക്ടിവിസ്റ്റ് എന്ന നിലയ്ക്കും സർക്കാരുമായി ബന്ധപ്പെടാൻ തന്നെ ഞാൻ തീരുമാനിച്ചു. ഇന്ത്യൻ പ്രസിഡന്റിന്റെ സെക്രട്ടറിയുമായും ഡൽഹിയിലെയും ഗാന്ധിനഗറിലെയും മുതിർന്ന ഉദ്യോഗസ്ഥന്മാരുമായും ബന്ധപ്പെടുന്നതിന് മുതിർന്ന ഗാന്ധിയനും സാമൂഹ്യപ്രവർത്തകയുമായ നിർമ്മലാ ദേശ്പാണ്ഡെ സൗകര്യമൊരുക്കി. ഞാൻ തുടരെത്തുടരെ പ്രസിഡന്റിന്റെ സെക്രട്ടറിയേറ്റിന് വിവരങ്ങൾ കൈമാറിക്കൊണ്ടിരുന്നു. കെ ആർ നാരായണനായിരുന്നു അന്ന് ഇന്ത്യൻ രാഷ്ട്രപതി. പ്രസിഡന്റ് എന്ന നിലയിൽ "ഗുജറാത്ത് നിസ്സഹായതയുടെ ഒരു പ്രധാന ഉദാഹരണമായിരുന്നു" എന്ന് അദ്ദേഹം പിന്നീട് പറയുകയുണ്ടായി.[6] ഗുജറാത്ത് കലാപത്തിന് പിന്നിൽ കേന്ദ്ര സംസ്ഥാന സർക്കാരുകൾ ഉൾപ്പെട്ട ഗൂഢാലോചന ഉണ്ട് എന്ന് തനിക്ക് ബോദ്ധ്യപ്പെട്ടിട്ടുണ്ട്" എന്നും അദ്ദേഹം പിന്നീട് പറഞ്ഞു.[7] മാർച്ച് 4 ന് ഞാൻ ഗുജറാത്തിലേക്ക് മടങ്ങി.

* * * * *

മാർച്ച് 4 ന് ഞാൻ അഹമ്മദാബാദിലെ ഷാ ആലം റിലീഫ് ക്യാമ്പിലായിരുന്നു. നരോദപാട്യയിൽ നിന്നുള്ള യുവതികളുമായുള്ള കണ്ടുമുട്ടൽ ഞാൻ ഓർക്കുന്നു. അവർ ദർഗ്ഗയിൽ എപ്രകാരം എത്തിപ്പെട്ടു എന്ന കാര്യം വിശദീകരിച്ചു. രക്ഷപ്പെടുന്ന സമയത്ത് വസ്ത്രം പോലുമില്ലാതെയാണ് വന്നത് എന്ന് അവർ പറയുമ്പോൾ ആ അപമാനം വിശദീകരിക്കാൻ എളുപ്പമെങ്കിലും, ഉൾക്കൊള്ളാൻ വളരെ ബുദ്ധിമുട്ടുള്ളതായിരുന്നു. പന്ത്രണ്ട്/പതിമൂന്ന് മണിക്കൂറുകളോളം ശാരീരികമായി അധിക്ഷേപിക്കപ്പെട്ടതിന് പുറമെ വസ്ത്രവും അഭിമാനവും നഷ്ടപ്പെ

ടുത്തിക്കൊണ്ടാണ് രക്ഷപ്പെട്ടത്. ആ അവസ്ഥയിൽ അവർ പൊലീസ് സ്റ്റേഷനിൽ തന്നെ കുത്തിയിരുന്നു. ക്യാമ്പിലേക്ക് അവരെ എത്തിച്ചത് നഗ്നരായി ചതഞ്ഞ ശരീരവുമായിട്ടായിരുന്നു.

ആർ എസ് എസ്, വി എച്ച് പി, ബി ജെ പി പ്രഭൃതികളുടെ വിശുദ്ധ യുദ്ധം ഗംഗോത്രി, ഗോംതി ഹൗസിങ് സൊസൈറ്റികളിലേക്ക് കേന്ദ്രീകരിച്ചു. സനാതനി ഹിന്ദുക്കളുടെ പുണ്യനദിയായ മയിഗംഗയുടെ പേരിലാണ് ഈ റസിഡൻഷ്യൻ ബാരക്കുകൾ അറിയപ്പെട്ടത്. ഫെബ്രുവരി 28-ാം തീയതി അവരുടെ ആക്രമണം ദിവസക്കൂലിക്ക് ജോലി ചെയ്യുന്ന സ്ത്രീകൾ, അവരുടെ പെൺമക്കൾ, അമ്മമാർ എന്നിവരിലേക്ക് തിരിച്ചുവിട്ടു. വളരെ പ്രായം കുറഞ്ഞ നിഷ്കളങ്കരായ മുസ്ലിം പെൺകുട്ടികളെയും യുവതികളെയും ഇരുമ്പുദണ്ഡുകളുമായി നേരിടുന്നത് ആ പ്രദേശത്തുള്ള മുഴുവൻ പുരുഷന്മാരും സ്ത്രീകളും കാണുകയായിരുന്നു. 1992 -93 ൽ ബോംബെയിൽ നടന്ന കലാപത്തിൽ ഞാൻ കണ്ട കാഴ്ചകളേക്കാൾ ആയിരം മടങ്ങ് നിന്ദ്യവും ക്രൂരവും മിലിറ്ററി സമാനവുമായ മുഖമാണ് ഹിന്ദുധർമ്മം എന്ന പേരിൽ അരങ്ങേറിയത്. സംഘടിത ഭീകരതയുടേയും അപമാനത്തിന്റെയും ക്രൂരതയുടേയും പെരുക്കങ്ങളിലൂടെ ഹിന്ദുരാഷ്ട്ര അജണ്ട വളരെ മൂർച്ചയുള്ള ശ്രദ്ധാകേന്ദ്രമായി മാറി.

ഓറഞ്ച് നിറത്തിൽ കവറുള്ള സ്പൈറൽ ചെയ്ത ഒരു ഡയറിയും ഒരു ടേപ്പ്റെക്കോർഡറും എന്റെ കൈവശമുണ്ടായിരുന്നു. സാങ്കേതിക വസ്തുക്കളെ ഒരു വ്യക്തിക്ക് പൂർണ്ണമായും വിശ്വസിക്കവയ്യാത്തതിനാൽ ഞാൻ എപ്പോഴും ആശ്രയിച്ചിരുന്നത് സ്വയം തയ്യാറാക്കിയ കുറിപ്പുകളും എന്നിൽ ഊറിക്കൂടിയ ഓർമ്മകളുമായിരുന്നു. തന്റെ പത്നിയെ ബലാൽസംഗം ചെയ്യുന്നത് നേരിൽ കാണേണ്ടിവന്ന ഒരു കച്ചവടക്കാരനെ കണ്ടത് ഞാനോർക്കുന്നു. ലിംഗാധിഷ്ഠിതമായി നടന്ന ആക്രമങ്ങളിൽ അപൂർവ്വമായി രക്ഷപ്പെട്ടവരിൽ ഒരാളായിരുന്നു അവർ. ഭൂരിഭാഗം പേരും ഭീകരമായ ആക്രമണത്തിന് ശേഷം മരിച്ചവരായിരുന്നു. പ്രായം കുറഞ്ഞ പെൺകുട്ടികൾ ബലാൽസംഗത്തിനിരയാവുന്നത് നേരിൽ കണ്ടവളായിരുന്നു ഈ സ്ത്രീ. അവരുടെ വാക്കുകൾ, വിശദീകരണങ്ങൾ, അവയിലെ മരവിപ്പ് എല്ലാം തന്നെ ഭയാനകമായിരുന്നു. മരണത്തിൽ നിന്ന് രക്ഷപ്പെട്ടവർ വീണ്ടും ആ കഥകൾ പങ്കുവെക്കുന്നതു കൊണ്ടെന്തുകാര്യം.

ഞങ്ങൾ സംഘങ്ങളിൽ ചേർന്ന് പരസ്പരം കണ്ടുമുട്ടി. രക്ഷപ്പെട്ടവരിൽ പലരും ഇതിനിടെ ഞാനുമായി വളരെ അടുത്തു. ഗുൽബർഗ് പീഡിതരെ കണ്ടത് ദരിയാക്കൻ ഗുംബത് ക്യാമ്പിൽ വെച്ചായിരുന്നു. ഈ ക്യാമ്പ് നടത്തിക്കൊണ്ടുപോകുന്നയാളെ ബി ജെ പി അനുകൂലിയായ മുസ്ലീം ആയിട്ടാണ് രക്ഷപ്പെട്ട് ക്യാമ്പിലെത്തിയവർ കണ്ടതെന്നത് ഒരു വിരോധാഭാസമായി തോന്നുന്നു. എന്നാൽ അയാൾ ആ ക്യാമ്പ് നല്ല പോലെ നടത്തിയിരുന്നു.

ഏഴെട്ടുമണിക്കൂറുകളോളം ആ പ്രദേശം മുഴുവൻ ആ കൂട്ടക്കൊല

ആസ്വദിക്കുകയായിരുന്നുവെന്നത് മരവിപ്പുണ്ടാക്കുന്നതായിരുന്നു. തുടരെത്തുടരെയുള്ള വേട്ടയാടലുകളും കൊലപാതകങ്ങളും അതുപോലെ പകൽ വെളിച്ചത്തിലെ പെൺകുട്ടികളുടെയും യുവതികളുടെയും ബലാൽസംഗങ്ങളും ആസ്വദിക്കാൻ കഴിയുന്ന സമൂഹം നമുക്ക് ഉണ്ടാകുന്നുവെങ്കിൽ അത് ആ കൂട്ടക്കൊലയ്ക്ക് മുൻപും പിൻപും ആയി നിലനിന്നിരുന്ന സാഹചര്യങ്ങളെ കൂടി വെളിവാക്കുന്നു. രൂപാ ബെഹൻമോദിക്കും സൈറാബെഹനും അവരുടെ ഓരോ അരുമ മക്കളെ നഷ്ടപ്പെട്ടതു പോലെത്തന്നെ ആഘാതമുളവാക്കുന്നതായിരുന്നു അവരുടെ പ്രിയപ്പെട്ട സൊസൈറ്റി-ഗുൽബർഗ്ഗിൽ ഫെബ്രുവരി 28-ാം തീയതി മണിക്കൂറുകളോളം പകൽ വെട്ടത്തിൽ, ബലാൽസംഗങ്ങളും രക്തച്ചൊരിച്ചിലുകളും അരങ്ങേറി എന്നത്. അതിനെപ്പറ്റി പറയുന്നതോ എഴുതുന്നതോ പോലും ദുഷ്കരമായിരുന്നു. ഔദ്യോഗികമായ ചാർജ് ഷീറ്റിൽ 96 പേരുടെ കണക്കേ പറഞ്ഞിട്ടുള്ളുവെങ്കിലും നരോദപാട്യയിൽ 126 പേർക്കാണ് ജീവഹാനി നേരിട്ടത്. തൊട്ടടുത്ത പാടത്തിലെ ഒരു കിണർ അവർക്ക് മാസങ്ങളോളം ശ്മശാനമായി മാറി.

അതിക്രൂരമായ ആക്രമണങ്ങൾ - കുറഞ്ഞപക്ഷം അഹമ്മദാബാദിലെങ്കിലും - നഗരത്തിലെ ആക്ടിവിസ്റ്റുകളായ സുഹൃത്തുക്കളെ തളർത്തിക്കളഞ്ഞു. തൃപ്തി ഷായുടെയും രോഹിത് പ്രജാപതിയുടെയും നേതൃത്വത്തിൽ, വിട്ടുവിഴ്ചയില്ലാത്ത പൗരസാന്നിദ്ധ്യത്തിൽ, വഡോദരയിൽ ചെറിയ ചലനങ്ങളുണ്ടാക്കുവാൻ കഴിഞ്ഞെങ്കിലും പുറത്തു കിടക്കുന്ന ജില്ലകളിൽ സ്വാധീനം ചെലുത്താൻ കഴിഞ്ഞില്ല. ഓരോ ദിവസവും പല പ്രാവശ്യവും ഞങ്ങൾ ആശയങ്ങൾ കൈമാറുകയും കുറിപ്പുകൾ നല്കുകയും ചെയ്തു. ഗുജറാത്തിലെ മുഖ്യധാരാ മാധ്യമങ്ങൾ പുലർത്തിയ നിന്ദാർഹമായ രാഷ്ട്രീയ പക്ഷപാതത്തിന്റെ വൈപുല്യം 2002 ലെ *എഡിറ്റേഴ്സ് ഗിൽഡ്* റിപ്പോർട്ടിൽ (Right and wrongs) രേഖപ്പെടുത്തുകയുണ്ടായി.[8] പ്രാദേശിക ഭാഷാ ദിനപത്രങ്ങളിൽ *ജനസത്ത, കച്ച്മിത്ര,* മുസ്ലിം ഉടമസ്ഥതയിലുള്ള ഗുജറാത്തി പത്രമായ *ഗുജറാത്തി ടുഡേ* എന്നിവ മാത്രമാണ് ഉത്തരവാദിത്വത്തോടെ റിപ്പോർട്ടിങ് നിർവ്വഹിച്ചത്. *സന്ദേശും, ഗുജറാത്ത് സമാചാറും* സർക്കാരിനുവേണ്ടി ഏറ്റവും വൃത്തികെട്ട പ്രചാരവേലയാണ് നടത്തിയത്. എഴുപത് ശതമാനത്തോളം ഗുജറാത്തികളും വാർത്തകൾക്കായി ആശ്രയിക്കുന്നത് പക്ഷപാതികളായ ഈ പത്രങ്ങളെയായതിനാൽ ഗോധ്രയിലെ സംഭവങ്ങളെക്കുറിച്ച്, അവ ഉണ്ടാക്കിയിരുന്ന ധാരണകളെക്കുറിച്ച് ചിന്തിക്കുമ്പോൾ അവ ഭയപ്പെടുത്തുന്നതായിരുന്നു.

ഡസൻ കണക്കിന് യുവാക്കളും യുവതികളും രോഷത്തോടെയും കോപാക്രാന്തരായും എന്റെ അടുത്തേക്ക് വന്നിരുന്നു. രാജ്യത്തോടും ജനങ്ങളോടും, അയൽപക്കങ്ങളോടും അവർക്കുള്ള വിശ്വാസം എങ്ങനെ വീണ്ടെടുക്കാം എന്ന് ഞാൻ ഗാഢമായി ആലോചിച്ചു. രോഷാകുലനായ ചെറുപ്പക്കാരന്റെ കൈയിൽ ഞാൻ ഒരു ചെറിയ ടേപ്പ് റിക്കോർഡർ നല്കി.

എന്നിട്ട് സംഭവിച്ചതെന്തൊക്കെ എന്ന് വിവരിക്കാൻ പറഞ്ഞു. അങ്ങനെയുള്ള വിവരശേഖരണങ്ങളിലൂടെയായിരുന്നു നീതിക്കു വേണ്ടിയുള്ള ശ്രമങ്ങളിൽ ഇടപെട്ടത്.

മോദി സർക്കാരിന്റെ പ്രേരണയുടെ ഫലമായി സി ബി ഐ (2015 ൽ) എന്റെ വീട് റെയ്ഡ് ചെയ്തിനു ശേഷം ഞാൻ ഒരിക്കൽക്കൂടി ഷാ-ഇ ആലം ദർഗ്ഗയിൽ പോവുകയുണ്ടായി. സാക്കിയ ജാഫ്രി കേസിലെ ഹിയറിങ് ഗുജറാത്ത് ഹൈക്കോടതിയിൽ അന്ന് അവസാനിക്കുകയായിരുന്നു. അന്നൊരു സന്ധ്യസമയമായിരുന്നു. അയൂബ് എന്നു പേരുള്ള എന്റെ ഡ്രൈവർ അഭയാർത്ഥിയായി ആഴ്ചകളോളം ദർഗ്ഗയിൽ കഴിഞ്ഞ കാലം അനുസ്മരിച്ചു. 2015 ലെ ആ സായാഹ്നം ഏറെ വിസ്മയകരമായിരുന്നു- പ്രകാശം, കത്തിച്ച മെഴുകുതിരികൾ, ദർഗ്ഗയിൽ തെറിച്ചു വീഴുന്ന വെള്ളം, വിശാലമായ കൊത്തളം അങ്ങനെ തികഞ്ഞ ഉൾക്കാഴ്ചയോടെ, ആഴത്തിൽ ശ്വസിച്ചുകൊണ്ട് ഞാൻ ഓർമ്മയിലാണ്ടു. അവിടം വളരെ വിസ്തൃതമായി തോന്നി. 2002 ൽ 12500 ഓളം മനുഷ്യർ തിങ്ങിഞെരുങ്ങി പാർത്തിരുന്ന ദർഗ്ഗ ചുരുങ്ങിപ്പോയിരുന്നു. യുവതികളുടെയും കുഞ്ഞുങ്ങളുടെയും കരച്ചിലുകൾകൊണ്ടും യുവാക്കളുടെ അടക്കിപ്പിടിച്ച നിശ്ശബ്ദതകൊണ്ടും അതുപോലെ തിക്കുംതിരക്കും ശ്വാസമുട്ടലുംകൊണ്ട് മുഖരിതമായിരുന്നു. വിസ്മയകരമായി ഒന്നുംതന്നെയുണ്ടായിരുന്നില്ല അന്ന്. അന്നത്തെ ഓർമ്മകൾ എന്റെ മനോരാജ്യത്തിൽ തിരയിളക്കം നടത്തി.

* * * * *

മാർച്ച് 4-ാം തീയതി രാത്രി മുതൽ ഏപ്രിൽ തുടക്കംവരെ ഗുജറാത്തിലെ വിവിധ ജില്ലകളിൽ തലങ്ങും വിലങ്ങും ഞാൻ യാത്ര ചെയ്തു. പകലത്തെ മുഴുവൻ യാത്രയ്ക്ക് ശേഷം രാത്രി വളരെ വൈകി, അഹമ്മദാബാദിലെ ഫാദർ സെഡറിക് പ്രകാശ് സെന്ററിൽ - പ്രശാന്ത് - ഞാൻ മടങ്ങിയെത്തുമായിരുന്നു. മനുഷ്യാവകാശം, നീതി, സമാധാനം എന്നിവയ്ക്കു വേണ്ടി നിലനില്ക്കുന്ന ഒരു ജെസ്യൂട്ട് സെന്റർ ആയിരുന്നു അത്. രാജ്യത്താകമാനം അറിയുന്നതിലേക്കായി പുതിയ വിവരങ്ങൾ ഉൾക്കൊള്ളിച്ചുകൊണ്ടുള്ള, ജാഗ്രത വേണ്ട സംഭവവികാസങ്ങൾ ക്ഷീണാധിക്യത്തിലും അവിടെയിരുന്നാണ് ഞാൻ എഴുതുക. മാധ്യമങ്ങളിൽ ചിലത് നല്ലപോലെ ജോലി ചെയ്തിരുന്നെങ്കിലും മിക്കവയും സംഭവങ്ങളുടെ പൊട്ടും പൊടിയും മാത്രമാണ് കവർ ചെയ്തിരുന്നത്. പ്രധാനപ്പെട്ടവയിൽ സ്പർശിച്ചതുപോലുമില്ല. അധികാരത്തിലുള്ള സർക്കാരിന്റെ ഒത്താശയോടെ ജനക്കൂട്ടങ്ങളെ അക്രമത്തിന് ഉപയോഗപ്പെടുത്തി എന്ന കാര്യം അറിയിക്കാൻ അവ പര്യാപ്തമായില്ല. മുൻകാലങ്ങളിലെ ലഹളകളും അതുപോലെ *കമ്യൂണലിസം കോമ്പാറ്റി*ന് വേണ്ടിയുള്ള പ്രവർത്തനങ്ങളും സംഭവഗതികളുടെ ഉള്ളടക്കം പൂർണ്ണമായി ഉൾക്കൊള്ളുന്നതിൽ എന്നെ ഏറെ സഹായിച്ചു. വാർത്താ സൂചനകളി

ലൂടെ ഇക്കാര്യങ്ങളൊക്കെ ജനങ്ങളിലെത്തിക്കാൻ ഞങ്ങൾ ശ്രമിച്ചു. കൂടാതെ ഇത്തരം വാർത്താസൂചനകൾ രാഷ്ട്രപതി, ഇന്ത്യൻ ചീഫ് ജസ്റ്റീസ്, പ്രധാനമന്ത്രി അടൽ ബിഹാരി വാജ്പേയി, പ്രതിപക്ഷ നേതാവ്, രാഷ്ട്രീയ പാർട്ടികളുടെ തലപ്പത്തുള്ളവർ, മനുഷ്യാവകാശ പ്രസ്ഥാനങ്ങൾ എന്നിവർക്കെല്ലാം ഞങ്ങൾ അയച്ചു. പഴയ സബ്രംഗ്. കോം (Sabrang.com) വെബ്സൈറ്റ് ലോകത്തിന് പുറത്തേക്കുള്ള ഞങ്ങളുടെ ജാലകമായി. വാർത്താസൂചനകളുടെ റിപ്പോർട്ടിങ്ങ് എഴുത്തും ഞാൻ തന്നെ ഏറ്റെടുക്കുകയും ഫാദർ സെഡറിക്കും എന്റെ സുഹൃത്ത് സുശോഭനാ ബാർബയും വായിച്ച് ആവശ്യമായ തിരുത്തലുകൾ വരുത്തുകയും ചെയ്തു. അവയിൽ പലതും 'ഇൻസാഫി'ലെ വിൽഫ്രഡ് ഡികോസ്റ്റ സാക്ഷ്യപ്പെടുത്തുകയും ചെയ്തു. അവ ലോകത്തിന് നല്കുന്നതിനു മുൻപായി ഞങ്ങൾ ഓരോരുത്തരും ഞങ്ങളുടെ ഒപ്പ് അതിൽ ചാർത്തിയിരുന്നു. 1990 ലെ ബോംബെ കലാപ സമയത്തും സുശോഭയും ഞാനും ഒരുമിച്ച് പ്രവർത്തിച്ചിരുന്നു. അവർ എന്നോടൊപ്പം ഗുജറാത്തിലേക്ക് വന്നതാണ്. ഇപ്പോൾ സുശോഭ ഡൽഹി ആസ്ഥാനമായുള്ള Center for dialogue and Reconciliation ന്റെ മേധാവിയാണ്. കാശ്മീരിലും ഇന്ത്യയുടെ വടക്കു-കിഴക്കൻ മേഖലകളിലും ധാരാളമായി പ്രവർത്തിച്ചിട്ടുള്ളവരാണ് അവർ.

2002 മാർച്ചിലെ വാർത്താസൂചകങ്ങളിൽ ചേർത്തിരുന്ന ഒരെണ്ണം താഴെപ്പറയും പ്രകാരമായിരുന്നു.

> അന്നൊരു സായാഹ്നത്തിൽ ആറുമണി സമയത്ത് റിലീഫ് ക്യാമ്പിൽ ഉള്ള കെട്ടിടങ്ങളിൽ കടന്നുകൂടിയ കലാപകാരികൾ ഒരു പ്ലാസ്റ്റിക് ഗോഡൗൺ തീയിട്ടപ്പോൾ അവിടെ തടിച്ചുകൂടിയ ഒരുകൂട്ടം മുസ്ലിങ്ങളുടെ നേർക്ക് വത്വാ പൊലീസ് ആക്രമണം അഴിച്ചുവിട്ടു. ഒരു സ്ത്രീയും കുഞ്ഞും ഉൾപ്പെടെ രണ്ടു പേർ മരിക്കുകയും അഞ്ചുപേർക്ക്, അവരിൽ മൂന്നുപേർക്ക് ഗുരുതരമായി, പരിക്കേല്ക്കുകയും ചെയ്തു. ന്യൂനപക്ഷ സമുദായത്തിൽപ്പെട്ട മറ്റൊരാൾക്ക് അന്ന് സായാഹ്നത്തിൽ അഹമ്മദാബാദിൽ വെച്ച് കുത്തേല്ക്കുകയും ചെയ്തു.
>
> സമീപത്തുള്ള ഹിമ്മത്ത് നഗർ ജില്ലയിൽ തക്കിയാവല മസ്ജീദും ഒരു ദർഗ്ഗയും ഒരു ആൾക്കൂട്ടം അഗ്നിക്കിരയാകുകയും ഒപ്പം ന്യൂനപക്ഷ സമുദായത്തിൽപ്പെട്ടവരുടെ ഒരു ഡസനോളം ഷോപ്പുകളും ഒരു ഹോട്ടലും തകർക്കുകയും ചെയ്തു. ഇന്നലെ മുസ്ലിങ്ങളുടെ 80 ട്രക്കുകൾ അഗ്നിക്കിരയാക്കിയതിന്റെ ഭാഗമായി ഭയചകിതമായി നിന്ന മൊദാസ ഇന്നും ഒഴവാക്കപ്പെട്ടില്ല. പ്രധാന ചന്തകളായ നൗഷ്ടക്ത് ബാസാറും ബോർവറും കത്തിക്കുകയും നശിപ്പിക്കപ്പെടുകയും ചെയ്തു. നാലുഭാഗത്തുനിന്നുമുള്ള ആക്രമണങ്ങളാൽ പരിഭ്രാന്തരായ പ്രാദേശിക മുസ്ലിങ്ങളെ പൊലീസ് പരിഗണിക്കാ

> തിരിക്കുക മാത്രമല്ല, അവരിൽ കൂടുതൽ പരിഭ്രാന്തി സൃഷ്ടിക്കുകയും ചെയ്തു. ഗുജറാത്തിലെ സ്ഥിതിഗതികൾ നിയന്ത്രണത്തിനതീതമാണെന്നതിന് മറ്റെന്താണ് തെളിവായി വേണ്ടത്. യഥാർത്ഥത്തിൽ മുൻക്കൂട്ടി തയ്യാറാക്കിയ രോഷം തിളച്ചുമറിയുന്ന ഒരു കാലമായി മാറിയിരുന്നു അത്.[9]

ഇതോടെ ഞങ്ങളെ സംബന്ധിച്ച് കാര്യങ്ങളുടെ കിടപ്പ് കൃത്യമായി മനസ്സിലായി. 2002 മാർച്ച് ആദ്യം നടന്ന ആർമി ഓപ്പറേഷന്റെ ചുമതലയുണ്ടായിരുന്ന മേജർ ജനറൽ സമീറുദ്ദീൻഷായുമായുണ്ടായ ചൂടേറിയ സംഭാഷണത്തിലൂടെ കാര്യങ്ങൾ കൂടുതൽ മനസ്സിലായി. നിർമ്മലാദീദി എനിക്കുതന്ന അടിയന്തര നമ്പറുകളിൽ ഇയാളുടെ നമ്പറും ഉണ്ടായിരുന്നു. എന്റെ ഇടയ്ക്കിടെയുള്ള വിളികളിൽനിന്നും അദ്ദേഹം എന്റെ ശബ്ദം മനസ്സിലാക്കുകയും എന്റെ നമ്പർ തിരിച്ചറിയുകയും ചെയ്തു. "താങ്കളുടെ കോളുകളിൽ സഹായത്തിനായി ആവശ്യപ്പെടുന്ന സ്ഥലങ്ങൾ പ്രാദേശിക പൊലീസ് ഞങ്ങളോട് (ആർമി) ചൂണ്ടിക്കാണിക്കുന്ന സ്ഥലത്തിൽനിന്നും വ്യത്യസ്തമാവുന്നതെന്തുകൊണ്ടാണ്" അദ്ദേഹം ചോദിച്ചു. തെല്ലിട നിശ്ശബ്ദയായി ധൈര്യം അവലംബിച്ചുകൊണ്ട് ഞാൻ തിരിച്ചു ചോദിച്ചു: "സർ, ഏതാണ് ശരിയായിട്ടുള്ളത്? ഞാൻ സൂചിപ്പിച്ചതാണോ അതോ പൊലീസ് ചൂണ്ടിക്കാണിച്ചതോ?" അദ്ദേഹത്തിന്റെ പരമമായ നിശ്ശബ്ദത എന്റെ ചോദ്യത്തിനുള്ള ഉത്തരമായിരുന്നു; പരമമായ അസംതൃപ്തിയും.

കൊലപാതകങ്ങളും ബഹളങ്ങളും നിലച്ചപ്പോൾ ഞങ്ങൾ ദുരിതാശ്വാസ വസ്തുക്കളുടെ വിതരണത്തിലുള്ള വിവേചനത്തെപ്പറ്റി വളരെ സൂക്ഷ്മമായി പഠിക്കാൻ തുടങ്ങി. 1992-93 ൽ ബോംബെയിൽ ഞങ്ങൾക്ക് ഇത് അനുഭവവേദ്യമായതാണ്. 1993 ജനുവരി 10 മുതൽ 18 വരെ ചില മുസ്ലിം യുവാക്കളുടെ സഹായത്തോടുകൂടി പൊലീസ് മുസ്ലിങ്ങളെ അധിക്ഷേപിക്കുന്നതും, റീലിഫ് ടീമിനോട് മുസ്ലിങ്ങൾ താമസിക്കുന്നയിടങ്ങളിലേക്ക് പോകേണ്ടതില്ലെന്ന് വിലക്കുന്നതുമായ പൊലീസ് വയർലെസ് സന്ദേശങ്ങൾ ഞാൻ ടേപ്പ് ചെയ്തിരുന്നു. ഈ അന്വേഷണാത്മക പ്രവർത്തനങ്ങൾ *സി എൻ എൻ, ബി ബി സി* തുടങ്ങിയ അന്തർദ്ദേശീയ ചാനലുകളിലും ഇന്ത്യൻ വാർത്താ ചാനലുകളായ *ന്യൂസ്ട്രാക്, ഐവിറ്റ്നസ്* എന്നിവയിലും സംപ്രേഷണം ചെയ്യപ്പെടുകയുണ്ടായി. അന്നുമുതൽ നമ്മുടെ പൊലീസ്, ഇന്റലിജൻസ്, സായുധസേനകൾ എന്നിവയിലെ വർഗ്ഗീയമായ പക്ഷപാതങ്ങളെപ്പറ്റി ഗവേഷണം ചെയ്യാനും അന്വേഷിച്ച് കണ്ടെത്താനുള്ള പരിശ്രമം തുടങ്ങി. ഇന്നും തുടരുന്നു.

ഗുജറാത്ത് സംസ്ഥാനത്തെ ഏതെങ്കിലും ഒരുവിഭാഗം ആളുകളോട് മാത്രമുള്ള പക്ഷപാതത്തിനും, വിദ്വേഷത്തിനും മുൻ ദൃഷ്ടാന്തങ്ങളുണ്ടായിരുന്നില്ല. വളരെ കൃത്യമായും ആസൂത്രിതമായും ഉള്ള ഉത്തരവാദിത്വങ്ങളിൽനിന്നുള്ള പിന്മാറ്റം സംസ്ഥാനഭരണനേതൃത്വത്തിൽനിന്നും ഉത്ഭ

വിക്കുന്നതാണെന്നത് സ്പഷ്ടമായിരുന്നു. നടപടിയെടുക്കരുതെന്നും ജീവൻ രക്ഷിക്കരുതെന്നുമുള്ള നിർദ്ദേശങ്ങൾ ഉന്നതകളിൽനിന്നും വരുന്നവയാണെന്നതും വളരെ പ്രത്യക്ഷമായ കാര്യമായിരുന്നു. ഫെബ്രുവരി 28-ാം തീയതി വൈകുന്നേരത്തോടുകൂടി തന്നെ രക്ഷപ്പെട്ട മുസ്ലിങ്ങൾക്ക് ഇതേപ്പറ്റി മനസ്സിലായിരുന്നു.

ഒരു വലിയ വിഭാഗം മുസ്ലിം സമൂഹം പങ്കെടുത്ത ജമൽപൂരിലെ ഒരു മീറ്റിങ് ഞാനോർക്കുന്നു. ജമൽപൂർ മതവിഭാഗങ്ങളുടെ ഘടനയിൽ സമ്മിശ്ര സ്വഭാവമുള്ള ഒരു പ്രദേശമായിരുന്നു. മുൻപ് രഥയാത്രാ വാർഷിക ആഘോഷവേളയിൽ വർഗ്ഗീയസംഘർഷങ്ങൾക്ക് ഇടയാക്കിയിരുന്നു. ഒരു വൃദ്ധനായ സാധുമനുഷ്യൻ, ആ സംഘർഷ കാലഘട്ടത്തെപ്പറ്റി ഓർത്ത് കണ്ണുകളിൽ ജലം നിറഞ്ഞ്, വിവിധ ജില്ലകളിലൂടെയുള്ള എന്റെ യാത്രകളിൽ ഉൽക്കണ്ഠ രേഖപ്പെടുത്തി. വർഗ്ഗീയസംഘർഷങ്ങളെ സംബന്ധിച്ചു മാറ്റം വരുത്താൻ പറ്റാത്ത ഒരു കാര്യം വിവരങ്ങൾ നേരിട്ട്, ചോർന്നുപോകാതെ റിപ്പോർട്ട് ചെയ്യണം എന്നതായിരുന്നു. കേട്ടുകേഴ്വികളും അതിശയോക്തികളും നിന്ദ്യവും ഒപ്പം തെറ്റിദ്ധാരണാജനകവുമായിരുന്നു. "നെറ്റിയിൽ പൊട്ട് ധരിക്കുകയും കാവിക്കളറുള്ള ദുപ്പട്ട അണിയുകയും ചെയ്യുക, അയാൾ പറഞ്ഞു." അതായത് ഹിന്ദു ഗുജറാത്തിയായി വസ്ത്രധാരണം ചെയ്യണം എന്ന്. "ഇവർ മനുഷ്യരല്ല. ഒരു കുടുംബമില്ലാത്തയാൾക്ക് കുടുംബങ്ങളെ സംരക്ഷിക്കേണ്ടതിനെപ്പറ്റി എന്തറിയാം." കുടുംബമില്ലാത്തയാൾ എന്ന് വിശേഷിപ്പിച്ചത് നരേന്ദ്രമോദിയെ പരാമർശിച്ചായിരുന്നു.

ഞാൻ സർദാർപുര, ഗോധ്ര, ഹിമ്മത്ത്നഗർ ഖോദഡാർ എന്നിവിടങ്ങളിൽ പോയി. അതിരാവിലെ കാറിൽ യാത്ര ആരംഭിക്കും. സംരക്ഷണത്തിന്റേതായ കാര്യങ്ങളൊന്നും നോക്കാറില്ല. അതൊക്കെ പിന്നീട് വന്നുചേരും. ഗ്രാമങ്ങളിൽ എന്നെ വിടുന്ന മൂന്ന് ഡ്രൈവർമാരും, ഞാൻ കൊല്ലപ്പെടുമെന്നും എന്നെയുംകൊണ്ട് നടന്നാൽ അവരുടെ ഗതിയും അതുതന്നെയായിരിക്കും എന്നും എന്നോട് പറയുമായിരുന്നു. മാസങ്ങളോളം ദേശീയപാതയിൽ മുഴുവൻ ആർ എസ് എസുകാരും ബജ് രംഗ്ദൾ, വി എച്ച് പി എന്നിവയിൽനിന്നുള്ള അവരുടെ ഗുണ്ടാപ്പടയും കൈയേറിയിരിക്കുകയായിരുന്നു. ആ കാഴ്ച നമ്മളെ പിടിച്ചു നിർത്തുന്നതും ഭയപ്പെടുന്നതുമായിരുന്നു.

ദേശീയപാതയിലുടനീളം, ഏകദേശം 1100 ഓളം ഹോട്ടലുകൾ ചുട്ടെരിക്കപ്പെട്ടിരുന്നു. മുസ്ലിം സമുദായത്തിലെ ചാലിയവിഭാഗക്കാരുടേതായിരുന്നു ഈ ഭക്ഷണശാലകളിൽ ഭൂരിഭാഗവും. വലിയ വ്യവസായ-ബിസിനസ് സംരംഭങ്ങളായ എഫ് ഐ സി സി ഐ, സി ഐ ഐ അസോചം എന്നിവ മുസ്ലിം വിഭാഗത്തിന്റെ നഷ്ട പരിഹാരത്തുക 4000 കോടി രൂപയായി വകയിരുത്തിയിരുന്നു. എന്നാൽ നഷ്ടം അതിനേക്കാൾ കൂടുതലായിരുന്നു. ഈ കണക്കുകൾ ഞങ്ങളുടെ വാർത്താസൂചനകളിൽ രേഖപ്പെടുത്തിയിരുന്നു.

2002 മാർച്ച്-ഏപ്രിൽ *കമ്യൂണലിസം കോമ്പാറ്റ്* എഡിഷന്റെ ജോലി പൂർത്തീകരണത്തിനായി ഞാൻ രാവും പകലും തിരക്കിലായിരുന്നു. അത് പെട്ടെന്ന് തീർക്കാവുന്നതായിരുന്നില്ല. ഗോധ്ര തീവയ്പും ഗോധ്രയ്ക്ക് ശേഷമുള്ള കൂട്ടക്കൊലയും അതിലെ ഇരകളും രക്ഷപ്പെട്ടവരും, ഇവയെല്ലാം സമ്പൂർണ്ണമായി ഉൾക്കൊള്ളിച്ചുകൊണ്ടുള്ള ലക്കം ഇറക്കുന്നതിൽ ഉദ്ദേശിച്ചതുപോലെ വിജയം വരിക്കാൻ കഴിഞ്ഞു. സംസ്ഥാനത്തിന്റെ എല്ലാ ജില്ലകളിൽനിന്നും വളരെയധികം ശ്രമപ്പെട്ടുകൊണ്ട് ഞാൻ തന്നെ റിപ്പോർട്ട് ചെയ്തു. വിവരങ്ങളുടെ ശേഖരണം അതിബൃഹത്തായിരുന്നു. ഞാൻ ഒറ്റയ്ക്ക് തന്നെ അത് നിർവ്വഹിക്കുകയും ചെയ്തു. ജവേദ്, എന്റെ സഹോദരി അമു, രശ്മി, ഉമ തുടങ്ങി ഞങ്ങളുടെ ആഫീസിൽ ജോലിസംബന്ധമായ കാര്യങ്ങളിൽ ഉള്ളു തുറന്നു സഹകരിച്ചിരുന്ന അജയ്യമായ ഒരു ടീം മുഴുവൻ ഈ ലക്കം ഇറക്കുന്നതിന് ഒത്തൊരുമിച്ച് പ്രവർത്തിച്ചു. ഗോധ്രാനന്തര കലാപങ്ങളിൽ മനുഷ്യശരീരങ്ങളിൽ ചെലുത്തിയ ക്രൂരതകളുടെ ആഴം മുഴുവൻ പ്രദർശിപ്പിക്കുന്ന വിധത്തിൽ ചിത്രങ്ങൾ ഉൾപ്പെടുത്തുന്നതിന് പത്രപ്രവർത്തനത്തിന്റെ മുഴുവൻ സാദ്ധ്യതകളെയും മുൻനിർത്തി ചർച്ച നടത്തി ഞങ്ങൾ തീരുമാനമെടുത്തിരുന്നു. മൃഗീയതയുടെ ആഴം പ്രദർശിപ്പിക്കും വിധമുള്ള ചിത്രങ്ങൾ പ്രിന്റ് ചെയ്തുകൊണ്ടുള്ള രേഖപ്പെടുത്തലുകളുടെ പ്രാധാന്യം ഞങ്ങൾ കുറച്ചുകണ്ടില്ല; എന്തെന്നാൽ ആ ഒരൊറ്റ നടപടി കൊണ്ട് സമൂഹത്തിന്റെ നാണക്കേട് തുറന്നുകാട്ടാനും തുടർന്നുള്ള തിരുത്തലുകൾക്ക് വഴിയൊരുക്കുമെന്നും തോന്നി. എഡിറ്ററുടെ കുറിപ്പിൽ ഞാൻ എഴുതി. ശവശരീരങ്ങൾ ഒരിക്കലും മനുഷ്യന് സദൃശ്യമല്ല, അവ വിചിത്രവും ദയനീയവുമായ ഒരു കാഴ്ചയാണ്. അമാനവീകരണത്തെയും ആഴമേറിയ വെറുപ്പിന്റെ രാഷ്ട്രീയത്തെയും അവ ഭീതിദമായി ഓർമ്മപ്പെടുത്തുന്നു.

കലാപത്തിന്റെ ആദ്യ ദിവസത്തെ കൂട്ടക്കൊലകളുടെ വേദിയായ നരോദപാട്യയിൽനിന്നും ഗുൽബർഗ സൊസൈറ്റിയിൽനിന്നുമുള്ള കാഴ്ചകളുടെ മിന്നൽ ചിത്രങ്ങൾ അവിടത്തെ ആദ്യ സന്ദർശനം മുതൽ എന്നോടൊപ്പമുണ്ട്. ഒരു ഏക്കർ സ്ഥലത്ത് എഹ്സാൻ ജാഫ്രി സാഹിബ് വാത്സല്യാതിരേകത്തോടെ സ്ഥാപിച്ച ഈ സൊസൈറ്റി ഇന്ന് അവശിഷ്ടങ്ങൾക്കിടയിൽ കിടക്കുന്നു, ആയിരക്കണക്കിന് തകർന്ന ഗ്ലാസ് കുപ്പികൾ, കുപ്പികൾ അടയ്ക്കുന്നതിനു ഉപയോഗിച്ചിരുന്ന റബ്ബർ കോർക്കുകൾ അവിടെയെല്ലാം ചിതറിക്കിടക്കുന്നു. അവശിഷ്ടങ്ങളുടെ കത്തിക്കരിഞ്ഞ മണം എവിടെയും വ്യാപിച്ചിരിക്കുന്നു. സൈറാബെൻ, രൂപാബെൻ, ഫിറോസ്ഭായ്, എഹ്സാൻ സാബ് എന്നിവരുടെ വീടുകൾ പൂർണ്ണമായി കത്തിപ്പോയിരുന്നു. ചുവരിലെ സിമന്റ് കഠിനമായ ചൂടേറ്റ് വൈദ്യുതി ലൈനുകൾ കടന്നുപോകുന്ന ഭാഗത്തേക്ക് മറിഞ്ഞുവീണിരിക്കുന്നു. ഫാനുകൾ മന്ത്രവാദിനിയുടെ പിരിഞ്ഞ വിരലുകൾ പോലെ തോന്നിപ്പിച്ചു. അഹമ്മദാബാദിന് പുറത്ത് വത്വയിലും വീടുകളുടെ അവസ്ഥ ഇതു

തന്നെയായിരുന്നു. തീവെപ്പിൽ ഇങ്ങനെ പൂർണ്ണമായും നശിച്ചുപോയ ഒരു നഗരം ഞാൻ ഇതുവരെ കണ്ടിരുന്നില്ല. മനുഷ്യശരീരങ്ങളിൽ അല്പം പോലും മാംസം അവശേഷിച്ചിരുന്നില്ല. അചേതന വസ്തുക്കളിൽ അവയുടെ അസ്ഥികൂടം മാത്രം. നരോദപാട്യയിൽ ഹുസൈൻ നഗറിൽ താമസിച്ചിരുന്ന ആമീന ആപ്പ റീലിഫ് ക്യാമ്പിൽ വെച്ച് എന്നോട് പറഞ്ഞത്, "ഞങ്ങൾ മനുഷ്യരെ അവർ വറുത്തെടുത്തു" എന്നാണ്. അതെല്ലാം മിന്നൽ വേഗത്തിൽ നടന്നു.[10] അക്രമകാരികൾ ഉപയോഗിച്ചതായ ഒരു വെളുത്ത കെമിക്കൽ പൗഡറിന്റെ അവശിഷ്ടങ്ങൾ ഞങ്ങൾ കണ്ടു. ഞാൻ അവയുടെ പാക്കറ്റുകൾ ശേഖരിക്കുകയും അവയിൽ ലക്ഷമി ഇന്റസ്ട്രീസ്, അഹമ്മദാബാദ് എന്ന് എഴുതിയതായും കണ്ടു. പ്രത്യേക അന്വേഷണ വിഭാഗത്തിന് (എസ് ഐ ടി) ഈ തെളിവുകൾ കൈമാറിയെങ്കിലും അത് സംബന്ധിച്ച് അന്വേഷണമൊന്നും നടന്നില്ല. മാത്രമല്ല, കൃത്യമായി ഉന്നംവെച്ച്, ഫെബ്രുവരി 28 ന് ആക്രമണം നടന്ന അഹമ്മദാബാദിലെ സ്ഥലങ്ങളിൽ രണ്ടാഴ്ചലേറെയായി എൽ.പി.ജി ക്ഷാമം ഉണ്ടായിരുന്നു എന്ന കാര്യവും അന്വേഷിക്കപ്പെട്ടില്ല. നരോദയിലെയും ഗുൽബർഗയിലെയും അഴിഞ്ഞാടിയ അക്രമകാരികളുടെ പ്രധാന ആയുധം ഗ്യാസ് സിലിണ്ടറുകളായിരുന്നു.

ലഹളയ്ക്കിടയിൽ നടന്ന ബലാൽസംഗങ്ങൾ വേണ്ടത്ര രീതിയിൽ പരിശോധിക്കപ്പെട്ടില്ല. വനിതാ സംഘടനകൾ അവ മുന്നൂറിനും നാന്നൂറിനും ഇടയിലാണെന്ന് പറഞ്ഞു. എന്നാൽ ഗുജറാത്ത് സർക്കാർ അംഗീകരിച്ചത് 200 ബലാൽസംഗങ്ങളാണ്. ബൾക്കീസ്, എറാൻ, നരോദപാട്യ എന്നീ മൂന്നു കേസുകളിൽ മാത്രമാണ് ലിംഗാടിസ്ഥാനത്തിലുള്ള അക്രമത്തെ കോടതികൾ അംഗീകരിച്ചത്. നഗരങ്ങളും ഗ്രാമങ്ങളും ലിംഗാടിസ്ഥാനത്തിൽ ലക്ഷ്യമിട്ട് ആക്രമിക്കുന്നതായ തെളിവുകൾ രേഖപ്പെടുത്തപ്പെട്ടെങ്കിൽപോലും അവ പൊതു ശ്രദ്ധയിൽനിന്നും വലിച്ചുമാറ്റപ്പെടുകയോ കുഴിച്ചുമൂടപ്പെടുകയോ ചെയ്തു. ഒരു സമുദായത്തിന് കൃത്യമായ ഒരു സന്ദേശം നല്കുകയായിരുന്നു അക്രമങ്ങളുടെ ഉദ്ദേശ്യമെന്ന് അവയുടെ ഘടന പരിശോധിച്ചാൽ മനസ്സിലാകും ആസൂത്രിതമായ ഉന്മൂലനം ഈ കീഴ്പ്പെടുത്തൽ പൂർണ്ണമാക്കി.

മാർച്ച് 2 നും 3 നും നരോദപാട്യ, ഗുൽബർഗ്ഗ കൂട്ടക്കൊലകളിലെ മരണപ്പെട്ടവരുടെ, ചിന്നിച്ചിതറിയ 133 ഓളം ശരീരാവശിഷ്ടങ്ങളുടെ സംസ്കാരം ഖബറിസ്ഥാനിൽ നടന്നു. എല്ലാറ്റിനും സാക്ഷികളായ, മുസ്ലിം യുവാക്കൾ രോഷം പൂണ്ടതെങ്കിലും നിറഞ്ഞ കണ്ണുകളോടെ അന്ത്യകർമ്മങ്ങൾ ചെയ്തു. നിശ്ശബ്ദമായി, പൊതു മനസ്സിൽ നിന്നും നീക്കം ചെയ്യപ്പെട്ട ഒരു ബിംബമായി അത് നിലനില്ക്കുന്നു. ഹൃദയസ്പർശിയായ ഈ സംസ്കാരത്തിന്റെ ഒരു ടെലിവിഷൻ സംപ്രേഷണവും ഉണ്ടായിരുന്നില്ല. എന്നിരുന്നാലും *സി എൻ എന്നി*ന്റെ ക്യാമറ ടീം അത് പകർത്തുകയുണ്ടായി.

* * * * *

ഫെബ്രുവരി 27 ന് ശേഷം ഗുജറാത്തിനെ വിറപ്പിച്ച, അങ്ങേയറ്റം മുസ്ലീം വിരുദ്ധത പ്രകടമാക്കിയ ഈ ആക്രമണങ്ങളിൽ മനസ്സിലാക്കാൻ ബുദ്ധിമുട്ടുള്ള ഒരു കാര്യം നരഹത്യാക്കൂട്ടങ്ങളുടെ ക്രൂരതകളുടെ മുന്നിലേക്ക് സ്വന്തം പൗരന്മാരെ, സംസ്ഥാനത്തെ പൊലീസ് നിർദ്ദയമായി എറിഞ്ഞുകൊടുത്തു എന്നതാണ്. സംസ്ഥാന പൊലീസിലെ ഒരു വലിയ വിഭാഗത്തിന്റെ മനസ്സിലെ വെറുപ്പിന്റെ ഭീതിദമായ തെളിവുകൾ 2002 ഗുജറാത്ത് സംഭവങ്ങൾ വളരെ കൃത്യമായി നല്കുന്നു. നിയമവാഴ്ചയ്ക്ക് വിപരീതമായ ഒരു പ്രത്യയശാസ്ത്രത്തിനധീനമായാണ് അവർ പ്രവർത്തിച്ചത്.

2002 ഫെബ്രുവരി 28 മുതൽ മെയ് മദ്ധ്യം വരെ പൊലീസിന്റെ നിഷ്ഠൂരത അതിന്റെ പാരമ്യത്തിലായിരുന്നു. മുസ്ലിങ്ങളുടെമേൽ, കുട്ടികളുൾപ്പെടെ, പോയിന്റ് ബ്ലാങ്ക് വെടിവെപ്പുകളുടെ കഥകൾ രക്ഷപ്പെട്ടവർ ഓർമ്മിച്ചെടുത്തിരുന്നു. നിയമപരമായും ഭരണഘടനാപരമായും തങ്ങളുടെ ഡ്യൂട്ടി നിർവ്വഹിച്ച, മുസ്ലിം സഹോദരന്മാരുടെ ജീവൻ രക്ഷിക്കാൻ ശ്രമിച്ച, സത്യസന്ധരായ പൊലീസുദ്യോഗസ്ഥർ സ്ഥലം മാറ്റപ്പെടുകയോ അല്ലെങ്കിൽ ശിക്ഷിക്കപ്പെടുകയോ ചെയ്തു. 2002 മാർച്ച് വരെ തന്റെ നഗരവും ജില്ലയും സുരക്ഷിതമാക്കുന്നതിന് ജീവൻപോലും നഷ്ടപ്പെടും വിധം സാഹസികമായി പ്രവർത്തിച്ച ഭവ്നഗർ എസ് പിയായിരുന്ന രാഹുൽ ശർമ്മ ഉൾപ്പെടെയുള്ള 27 പേരെ നിയമവിരുദ്ധമായി സ്ഥലം മാറ്റുകയുണ്ടായി. വർഗ്ഗീയതയുടെ വക്താക്കൾക്കെതിരെ രാഹുൽ ശർമ്മ നടപടി സ്വീകരിക്കുകയും ചെയ്തിരുന്നു. സത്യസന്ധരും ബഹുമാന്യരുമായ ഈ ഉദ്യോഗസ്ഥർക്കെതിരെയുള്ള നിർല്ലജ്ജമായ ഈ ഉത്തരവുകൾ, ആഭ്യന്തരമന്ത്രി തുടങ്ങി (മുഖ്യമന്ത്രിയായിരുന്ന നരേന്ദ്രമോദി തന്നെയായിരുന്നു ആഭ്യന്തരമന്ത്രി) സംസ്ഥാന എക്സിക്യൂട്ടീവിൽ നിന്നും പൊലീസ് കോൺസ്റ്റബിൾ വരെയുള്ളവർക്കുള്ള കൃത്യമായ സന്ദേശമായിരുന്നു. രാഷ്ട്രീയമായ സമ്മർദ്ദങ്ങൾക്ക് മുന്നിൽ തലകുനിക്കാതെ നിന്ന ഉദ്യോഗസ്ഥർ വളരെ പരിമിതമായിരുന്നു. കുറച്ചുപേർ അങ്ങനെയുള്ളവരും ഉണ്ടായിരുന്നു. ഇങ്ങനെയൊക്കെയായിരുന്നു അന്ന് കാര്യങ്ങളുടെ പോക്ക്.

ഗോധ്ര ദുരന്തത്തിന് തൊട്ട് പിന്നാലെ സംസ്ഥാനത്തെ മുതിർന്ന ഉദ്യോഗസ്ഥർ സംഘർഷം വ്യാപിക്കുന്നത് തടയുന്നതിനാവശ്യമായ നിർദ്ദേശങ്ങൾ പുറപ്പെടുവിച്ചിരുന്നു. അഹമ്മദാബാദ് കമ്മിഷണറായിരുന്ന പി സി പാണ്ഡെ ഗോധ്രയിൽ മരിച്ചവരുടെ ശവശരീരങ്ങൾ അഹമ്മദാബാദിലേക്ക് കൊണ്ടുവരരുതെന്ന് ഉപദേശങ്ങൾ നല്കിയിരുന്നു. അത് സംഘർഷത്തെ ഉദ്ദീപ്പിക്കുന്നതിന് പ്രേരിപ്പിക്കുന്നതിനായിരുന്നു. എന്നാൽ ഗോധ്ര കലക്ട്രേറ്റിൽ നടന്ന ആദ്യത്തെ മീറ്റിങ്ങിനും പിന്നീട് മുഖ്യമന്ത്രിയുടെ ആഫീസിൽ നടന്ന മീറ്റിങ്ങിനും ശേഷം വിരുദ്ധമായ സന്ദേശങ്ങൾ പുറപ്പെടുവിപ്പിക്കുകയാണുണ്ടായത്. സാധാരണ നടപടി ക്രമങ്ങൾ ലംഘിക്കപ്പെട്ടു.

കമ്യൂണലിസം കോമ്പാറ്റിന് വേണ്ടി ഞാൻ ശേഖരിച്ച ഔദ്യോഗിക

കണക്കുകൾ ഇക്കാര്യത്തിൽ പൊലീസിന്റെ നിരുത്തരവാദിത്വപരമായ സമീപനം പുറത്തുകൊണ്ടുവന്നു. 2002 ഫെബ്രുവരി 27 ന് അസ്റ്റോഡിയ (അഹമ്മദാബാദിൽ) യിൽ മുദ്രാവാക്യം വിളിച്ചതിന് മുഹമ്മദ് ഇസ്മയിൽ ജജ്‌ലുദ്ദിൻ, ഫറെ മുഹമ്മദ് എന്നീ രണ്ടു പേരെമാത്രമാണ് കരുതൽ തടങ്കൽ നിയമപ്രകാരം അറസ്റ്റ് ചെയ്തത്. ഈ രണ്ടുപേരും മുസ്ലിങ്ങളായിരുന്നു, അഹമ്മദാബാദ് ഉൾപ്പെടെ വിവിധ നഗരങ്ങളിൽ മുസ്ലിങ്ങൾക്കെതിരെ അക്രമം പൊട്ടിപ്പുറപ്പെട്ടുവെങ്കിലും ഫെബ്രുവരി 27 ന് അവരെ മാത്രമാണ് അറസ്റ്റ് ചെയ്തിരുന്നത്. പൊലീസ് അവരുടെ പ്രവർത്തനരാഹിത്യത്തിൽ മുഴുകി, ഈ രണ്ടു മുസ്ലിം സുഹൃത്തുക്കളെ അറസ്റ്റ് ചെയ്യുന്നതൊഴികെ. ഫെബ്രുവരി 27 ഉച്ചതിരിഞ്ഞ്, തീപിടിച്ച കോച്ചൊഴികെയുള്ള സബർമതി എക്സ്പ്രസ് എത്തിച്ചേർന്ന ശേഷം, ന്യൂനപക്ഷ സമുദായക്കാർക്കെതിരെ നടന്ന ആൾക്കൂട്ടത്തിന്റെ അതിക്രമങ്ങൾ സംസ്ഥാന ഇന്റലിജൻസ് സംവിധാനം എപ്രകാരമാണ് കണക്കിലെടുത്തതെന്ന് സാക്കിയ ജാഫ്രി കേസിൽ ഞങ്ങൾ ശേഖരിച്ച തെളിവുകൾ ചൂണ്ടിക്കാട്ടുന്നുണ്ട്. അന്നേ ദിവസം അഹമ്മദാബാദ് പൊലീസ് രജിസ്റ്റർ ചെയ്ത 16 ഓളം എഫ് ഐ ആറുകളിലെ രേഖാമൂലമുള്ള തെളിവുകൾ വളരെ കൃത്യമായി ആക്രമണങ്ങൾ ആരംഭിച്ചു കഴിഞ്ഞു എന്നതിന് ദൃഷ്ടാന്തങ്ങളാണ്. എന്നാൽ അഹമ്മദാബാദിൽ എന്തെങ്കിലും പ്രതിരോധ നടപടികൾ സ്വീകരിച്ചു എന്നതിനുള്ള സൂചനകൾ ലഭിച്ചത് 28 ഫെബ്രുവരി രാത്രിയിലെ ഭീകരമായ ദുരന്തങ്ങൾ ഒടുങ്ങിയതിന് ശേഷം മാത്രമാണ്.

പൊലീസ് കമ്മീഷണർ പി സി പാണ്ഡെയുടെ പ്രാഥമിക നിർദ്ദേശങ്ങളൊന്നും നടപ്പാക്കിയില്ല. പിന്നീട് ഉണ്ടായ ഉത്തരവുകൾ അവയെ അട്ടിമറിച്ചു. ഫെബ്രുവരി 28 ന് പുലർച്ചെ 3 മണിക്ക് ഗോധ്രാ ഇരകളുടെ ശരീരാവശിഷ്ടങ്ങൾ സോലാ സിവിൽ ആശുപത്രിയിൽ കൊണ്ടുവന്നു. സമരോത്സുകമായി അമർഷത്തോടെ ആർ എസ് എസുകാരായ പുരുഷന്മാരും സ്ത്രീകളും അവിടെ തമ്പടിച്ചിരുന്നു. അവരെ പിരിച്ചുവിടുന്നതിന് വേണ്ടി ഒരു ശ്രമവും പൊലിസ് നടത്തിയില്ല. നേരെ മറിച്ച് മുസ്ലിം ആൾക്കൂട്ടത്തിലേക്ക് പൊലീസ് വെടിയുതിർക്കുകയാണ് ചെയ്തത്. ഫെബ്രുവരി 28 ന് മൊറാർജി ചൗക്കിലും ചരോദിയ ചൗക്കിലും നടന്ന പൊലീസ് വെടിവെപ്പിൽ നാല്പതോളം മുസ്ലിങ്ങൾ കൊല്ലപ്പെട്ടു. 2002 മെയ് മാസം വരെ പൊലീസ് വെടിവെപ്പിൽ കൊല്ലപ്പെട്ട 105 പേരിൽ 75 പേരും മുസ്ലിങ്ങളായിരുന്നു.[11] ഒന്നാം എൻ ഡി എ സർക്കാരിൽ നിയമമന്ത്രിയായിരുന്ന അരുൺ ജെയ്റ്റ്‌ലി ഇതേപ്പറ്റി സ്പഷ്ടമായി ഒന്നും പറഞ്ഞില്ല. പൊലീസ് വെടിവെപ്പിൽ മരിച്ചവരുടെ മതസ്വഭാവം നല്കാൻ വിസമ്മതിച്ചു.

മാർച്ച് 1-ാം തീയതി പാണ്ഡെ സ്റ്റാർ ടി വിയിൽ ഉന്നത ഉദ്യോഗസ്ഥരുടെ, ആക്രമണങ്ങളോടുള്ള നാണംകെട്ട സമീപനങ്ങളെപ്പറ്റിയുള്ള കാര്യങ്ങൾ വെളിവാക്കുകയും ചെയ്തു. "പൊതുവായ വികാരങ്ങൾക്ക്

അവർ അടിപ്പെട്ടു പ്രവർത്തിച്ചു. അതായിരുന്നു പ്രശ്നങ്ങൾക്ക് കാരണം" ഇവിടെ ഭരണഘടനാപരമായ മനസ്സാക്ഷിയും ഉത്തരവാദിത്വവും അദ്ദേഹം മാറ്റിവച്ചു. ക്രിമിനിൽ പ്രവർത്തനങ്ങളെ ഇത്തരത്തിൽ ന്യായീകരിക്കാനുള്ള ഉന്നത പൊലീസുകാരുടെ ശ്രമം താഴെതട്ടിലേക്ക് ശക്തമായ സന്ദേശമാണ് നല്കിയത്.

പൊലീസ് കൺട്രോൾ റൂമുകളെ മോദി മന്ത്രിസഭയിലെ മന്ത്രിമാരുടെ താവളങ്ങളാക്കി മാറ്റി. ഫെബ്രുവരി 28-ാം തീയതി ബി ജെ പി നേതാവായ അശോക് ഭട്ട് (ഇപ്പോൾ ജീവിച്ചിരിപ്പില്ല) പാണ്ഡെക്കൊപ്പം അഹമ്മദാബാദ് കൺട്രോൾ റൂമിൽ മൂന്നു മണിക്കൂറാണ് ചെലവഴിച്ചത്. അഹമ്മദാബാദിലെ അദ്ദേഹത്തിന്റെ മണ്ഡലമായ ഖാദിയയിൽ 1985 ൽ ഒരു പൊലീസ് കോൺസ്റ്റമ്പിളിനെ വകവരുത്തിയ കേസിൽ പ്രതിയായിരുന്നു ഭട്ട്. ആ ആരോപണത്തിന്റെ കറയൊന്നും പാണ്ഡെയെയോ മറ്റു മുതിർന്ന ഉദ്യോഗസ്ഥരെയോ അലട്ടിയില്ല. ബി ജെ പി നേതാവായ അശോക് ഭട്ടിന്റെ മകൻ ഭൂഷൻ ഭട്ടിനെ ജനക്കൂട്ടം കൈയേറിയതായിരുന്നു മന്ത്രിമാരെ സംബന്ധിച്ചിടത്തോളം പ്രധാന വിഷയം. പൊലീസ് ഉദ്യോഗസ്ഥർ അവിടെ പാഞ്ഞെത്തി. മുസ്ലിങ്ങൾക്ക് ആ ജാഗ്രത ലഭിച്ചില്ല. മുഖ്യമന്ത്രിയുടെ വലതുകൈയായ ഐ കെ ജഡേജ ഗാന്ധിനഗർ കൺട്രോൾ റൂമിലെ സ്ഥിരക്കാരനായി.

നരോദപാട്യ പൊലീസ് സ്റ്റേഷനിലെ ഇൻസ്പെക്ടർ കെ കെ മൈസൂർവാല ഉൾപ്പെട്ട ഒരു സംഭവത്തെപ്പറ്റി ആക്രമണങ്ങളിൽനിന്നും രക്ഷപ്പെട്ടവർ എന്നോട് പറയുകയുണ്ടായി. അവർക്ക് നേരെ അയാൾ ടിയർഗ്യാസ് ഷെല്ലുകൾ പൊട്ടിക്കുക മാത്രമല്ല, രക്ഷ യാചിച്ചവരോട് "എത്രയും വേഗം പോകുക, ഈ ഉത്തരവുകളെല്ലാം മുകളിൽനിന്നുള്ളവയാണ്" എന്നു പറഞ്ഞു. 72 മണിക്കൂറുകളോളം ആൾക്കൂട്ടത്തിന് അഴിഞ്ഞാടാൻ ലൈസൻസ് നല്കുകയായിരുന്നു. മൈസൂർവാല ശിക്ഷാനടപടികളിൽനിന്ന് രക്ഷപ്പെടുകയും, പകരം സ്ഥാനക്കയറ്റങ്ങളാൽ അനുഗ്രഹിക്കപ്പെടുകയും ചെയ്തു.[12]

ഗുൽബർഗ്ഗ് സൊസൈറ്റിയിലേക്ക് ജോയിന്റ് പൊലീസ് കമ്മീഷണർ എം കെ ടാണ്ടൻ ഒരു വാഹനം നിറയെ ആയുധങ്ങളുമായാണ് ചെന്നത്. അവിടെ താമസക്കാരുടെ സംരക്ഷണത്തിന് അവലംബമായി നില്ക്കുകയല്ല അവർ ചെയതത്. ഗുൽബർഗ്ഗിൽ അക്രമം പൊട്ടിപ്പുറപ്പെട്ടപ്പോൾ മുൻ പാർലമെന്റംഗമായ എഹ്സാൻ ജാഫ്രി പൊലീസിനും തന്റെ സഹരാഷ്ട്രീയ പ്രവർത്തകർക്കും ഡസൻ കണക്കിന് ഫോണാണ് ചെയ്തത്. ഒന്നിനും ഉത്തരമുണ്ടായില്ല. ആ ദിവസം ജാഫ്രി കൊല്ലപ്പെട്ടു. വഡോദരയിൽ ബെസ്റ്റ് ബേക്കറി തീയിട്ടപ്പോൾ പൊലീസ് വെറുതെ അതിലേ കടന്നു പോവുകയാണ് ചെയ്തത്.സർദാർപുരിയിൽ തന്റെ ജൂനിയർ ഉദ്യോഗസ്ഥർ ഇരകൾക്ക് സംരക്ഷണം നല്കുന്നതിന് വിസമ്മതിച്ചപ്പോഴും എസ് പി എ ഗെലോട്ട് അവരെ സഹായിക്കുന്നതിന് പലതും ചെയ്തു. ആനന്ദ് ജില്ലയിൽ ഓഡിൽ ഇരകളുടെ രക്ഷയ്ക്ക് ഫയർ ബ്രിഗേഡിന്

പലതും ചെയ്യാമായിരുന്നിട്ടും പ്രാദേശിക പൊലീസ് നോക്കിനില്ക്കെ, ഒരു ആൾക്കൂട്ടം അവരെ മറ്റൊരു സ്ഥലത്തേക്ക് മാറ്റിക്കൊണ്ടു പോയി. വലിയൊരു കഥയിലെ ചെറിയൊരു ഭാഗം മാത്രമാണിത്.

2000 മുതൽ ഹോം ഗാർഡ് തുടങ്ങിയ പൊലീസിന്റെ വിഭാഗങ്ങളിൽ, ജനാധിപത്യം, സമത്വം എന്നീ ആശയങ്ങൾക്ക് മുഖം തിരിഞ്ഞു നില്ക്കുന്ന ആർ എസ് എസ്, വി എച്ച് പി പ്രഭൃതികളോട് ആഭിമുഖ്യം പുലർത്തുന്നവരെ തിരുകിക്കയറ്റുന്ന കാര്യം ഞാൻ സൂക്ഷ്മ പരിശോധന നടത്തുകയും റിപ്പോർട്ട് ചെയ്യുകയും ചെയ്തു. ഗുജറാത്തിൽ സമാധാനം സംരക്ഷിക്കുന്നതു സംബന്ധിച്ച് പഠിക്കുന്നവർ ആദ്യം പരിഹരിക്കാൻ ശ്രമിക്കേണ്ടത് ക്രിമിനൽ ജുഡീഷ്യൻ മേഖലയിൽ (പൊലീസ് ഹോം ഗാർഡ്, പബ്ലിക് പ്രോസിക്യൂട്ടർമാർ എന്നിവരിൽ) ഇന്ത്യൻ ഭരണഘടനയെ പരസ്യമായി നോക്കുകുത്തിയാക്കുന്ന ആർ എസ് എസിനോട് കൂറുപുലർത്തുന്നവരുടെ നുഴഞ്ഞുകയറ്റം തടയുന്നതിനാണ്. സംസ്ഥാനത്തെ പൊലീസിന്റെ മൊത്തം സമീപനം സുരക്ഷിതത്വബോധം ഉളവാക്കുന്നതായിരുന്നില്ല. വംശഹത്യക്ക് ശേഷം പതിനാലു വർഷം പിന്നിട്ടിട്ടും ആത്മവിശ്വാസം പുനഃസ്ഥാപിക്കുന്നതിന് ഒന്നും ചെയ്തിട്ടില്ല. സത്യത്തിൽ നല്ല പൊലീസ് ആഫീസർമാർ ശിക്ഷിക്കപ്പെടുന്നതും കുറ്റകൃത്യങ്ങളിൽ ചാർജ് ചെയ്യപ്പെട്ടിട്ടുള്ളവർ സർവ്വീസിൽ തിരികെ പ്രവേശിപ്പിക്കപ്പെടുന്നതും സ്ഥാനക്കയറ്റം നല്കപ്പെടുന്നതുമായ വിരോധാഭാസമാണ് കണ്ടുവരുന്നത്.

ഗുജറാത്ത് ഹൈക്കോടതിയിൽനിന്നും റിട്ടയർചെയ്ത ഒരു ജഡ്ജിയും നിലവിൽ ജഡ്ജിയായ മറ്റൊരാളും- ജസ്റ്റിസ് അക്ബർദിവേചയും എം എച്ച് കാദ്രിയും- അവരുടെ സംരക്ഷണത്തിനായി ആർമിയെ ആവശ്യപ്പെട്ടപ്പോൾ പൊലീസിന് ആ ആവശ്യം ചെവിക്കൊള്ളാൻ പോലുമായില്ല. ഗുജറാത്ത് ചീഫ് ജസ്റ്റിസ് ഡി എം ധർമ്മാധികാരി ആ ജഡ്ജിമാരോട് പറഞ്ഞത് പൊലീസിനെ വിശ്വസിക്കരുതെന്നാണ്. ഫെബ്രുവരി 28 മുതൽ മാർച്ച് 1 വരെ ആർമി കരുതൽ സേനയായി ഉണ്ടായിരുന്നു. ഇവർക്ക് വളരെ എളുപ്പത്തിൽ നഗരത്തിൽ പ്രവേശിച്ച് വംശഹത്യ ഒഴിവാക്കാമായിരുന്നു. എന്നാൽ ആർ എസ് എസ്-വി എച്ച് പി ഗുണ്ടകൾ അവരുടെ വിക്രിയകൾ പൂർത്തീകരിക്കുന്നതുവരെ അവർക്ക് സ്വാതന്ത്ര്യം നല്കുകയോ മജിസ്റ്റീരിയൽ ഉത്തരവുകൾ നല്കുകയോ ചെയ്തില്ല. ആർമി നടപടി മന:പൂർവ്വം ഒൻപത് മണിക്കൂറോളം താമസിപ്പിച്ചില്ലായിരുന്നെങ്കിൽ നാന്നൂറോളം ജീവനുകൾ നഷ്ടപ്പെടുമായിരുന്നില്ല.

ദേശീയ മനുഷ്യാവകാശക്കമ്മീഷന്റെ മികച്ചതും യുക്തിസഹമായതുമായ റിപ്പോർട്ടുകളെ ആശ്രയിക്കാതെ (ഏപ്രിൽ മാസത്തിലും ജൂലൈ മാസത്തിലും പുറപ്പെടുപ്പിച്ച പ്രാഥമികവും അന്തിമവുമായ റിപ്പോർട്ടുകൾ 2002) 2002 ഗുജറാത്ത് സംഭവങ്ങളെപ്പറ്റി എഴുതുവാൻ കഴിയുകയില്ല. കമ്മീഷന്റെ 25 വർഷത്തെ ചരിത്രത്തിൽ ഇത്രയും ഗഹ

നമായും ചരിത്രപരമായും പ്രാധാന്യമുള്ള റിപ്പോർട്ടുകൾ സമർപ്പിച്ചത് ഇതിലൂടെയാണ്. അതിന്റെ നിയമപരമായ അസ്തിത്വത്തെ വിലമതിച്ചു കൊണ്ട് റിപ്പോർട്ടുകൾ നല്കാൻ മനുഷ്യാവകാശക്കമ്മീഷന് അപൂർവ്വം അവസരങ്ങളെ ഉണ്ടായിട്ടുള്ളു. അതിൽ ഒന്നായിരുന്നു ഇത്. ഇന്ത്യൻ ചീഫ് ജസ്റ്റിസ് ജെ എസ് വർമ്മയുടെ ഗുജറാത്ത് വംശഹത്യയിലെ സ്വമേധയായുള്ള ഇടപെടലിന്റെ ഫലമായി അദ്ദേഹവും അദ്ദേഹത്തിന്റെ സഹ പ്രവർത്തകരും മാർച്ച് 21-22 തീയതികളിൽ സംസ്ഥാനത്ത് വരുകയുണ്ടായി. അദ്ദേഹത്തോടൊപ്പം ഏറ്റവും ബഹുമാന്യനായ ഐ പി എസ് ഉദ്യോഗസ്ഥൻ ചമൻലാലും ഉണ്ടായിരുന്നു. ഷാഹിബാഗ് സർക്യൂട്ട് ഹാസിൽ വെച്ച് ആർ എസ് എസ് -വി എച്ച് പി ഗുണ്ടകളാൽ ചീഫ് ജസ്റ്റിസ് വർമ്മ ആക്രമിക്കപ്പെട്ടു. മാർച്ച് 21 ന് തെളിവുകൾ രേഖപ്പെടുത്തുന്നതിനായി ഷാ-ഇ ആലം ക്യാമ്പിൽ എത്തണമെന്ന് എന്നോട് അദ്ദേഹത്തിന്റെ ടീം ആവശ്യപ്പെട്ടു. മാർച്ച് 22 ന് ചീഫ് ജസ്റ്റീസിന്റെ മോട്ടോർക്കേഡിന് പിറകിൽ ഗോധ്രയിലേക്ക് ഹൈവേയിലൂടെ സഞ്ചരിക്കുമ്പോൾ ആദ്യമായി എന്റെ വാഹനത്തിന് മേൽ ഉണ്ടായ നേരിട്ടുള്ള ആക്രമണത്തിന് ജസ്റ്റിസ് വർമ്മ ഒരു ദൃക്സാക്ഷി കൂടിയാണ്.

ക്യാമ്പുകളിൽ എല്ലാം നഷ്ടപ്പെട്ടവരായി ആകെ ഒരു ലക്ഷത്തി അറുപത്തി എണ്ണായിരം പേരുണ്ടായിരുന്നു. ബലാൽസംഗം, അപമാനപ്പെടുത്തൽ, കൊലപാതകം എന്നിവയോടൊപ്പം ഭീകരമായിട്ടുള്ളത് ഈ കുറ്റകൃത്യങ്ങളും യാതനകളും കണക്കിലെടുക്കാതിരിക്കുന്നതിനുള്ള ക്രൂരവും ഗൂഢവുമായ ശ്രമങ്ങളായിരുന്നു. കുറ്റവാളികളുടെ കൂട്ടായ അക്രമപ്രവർത്തനങ്ങളുടെ ചരിത്രവും യാഥാർത്ഥ്യവും മായ്ച്ചുകളയുന്നതിനുള്ള ക്രൂരമായ ശ്രമങ്ങളാണ് നടന്നത്. ക്യാമ്പുകളിൽ കണ്ട സ്ഥിതിയും വ്യത്യസ്തമായിരുന്നില്ല. കഴിഞ്ഞ കാര്യങ്ങൾ കഴിഞ്ഞല്ലോ എന്ന ലാഘവത്വം. 2007 ൽ സംസ്ഥാന നിയമസഭാതിരഞ്ഞെടുപ്പിൽ ദുരന്തം വിതച്ച ടീം തന്നെ രണ്ടാമതും വിജയിച്ചപ്പോൾ ഈ ലാഘവത്വം കൂടുതൽ കൂടുതൽ പ്രകടമായി വന്നു. മാപ്പുനല്കുക, മറക്കുക എന്നതായി മുദ്രവാക്യം. ഈ മറവി ഗോധ്രയിൽ മരിച്ചവർക്കോ അവരുടെ കുടുംബാംഗങ്ങൾക്കോ, വേണ്ടിയായിരുന്നില്ല. എന്നാൽ രക്ഷപ്പെട്ട മുസ്ലിം വിഭാഗത്തിനും മരിച്ചവർക്കു വേണ്ടി നീതി ആവശ്യപ്പെടുന്നവരോടുമായിരുന്നു ഗുജറാത്തിലെ രാഷ്ട്രീയക്കാർ ഇങ്ങനെയൊരു കൂട്ടക്കൊല നടന്നിട്ടേയില്ല എന്ന് സ്ഥാപിക്കുന്നതിനുള്ള ശ്രമം നടത്തിയത്. ഞങ്ങളെപ്പോലെ നീതിക്ക് വേണ്ടി പോരാടുന്നവരെ സമാധാനത്തിന്റെ വില്ലന്മാരായി ചിത്രീകരിച്ചു. അതുകൊണ്ട് ഗുജറാത്തിൽ എന്തെല്ലാം സംഭവിച്ചുവോ അത് ജീവനോടെ ഓർമ്മയിൽ നിലനിർത്തേണ്ടത് ആവശ്യമായിരുന്നു. അത് കഴിഞ്ഞ കാലത്തെ നീതിക്ക് വേണ്ടി മാത്രമല്ല; ഇന്ന് ആവർത്തിക്കാതിരിക്കുന്നതിനും, നാളെ തുടരാതിരിക്കുന്നതിനും വേണ്ടിക്കൂടിയായിരുന്നു.

* * * * * *

ഗോധ്രയിലെ ട്രെയിനിന്റെ ആവർത്തിച്ചുള്ള പ്രതിബിംബങ്ങൾ ടെലിവിഷനിൽ വന്നുകൊണ്ടിരുന്നു. കത്തിക്കരിഞ്ഞ മൃതദേഹങ്ങൾ ഗോധ്ര റെയിൽ ഗാർഡിൽ കിടക്കുന്ന കാഴ്ച സമൂഹത്തിന്റെ കൂട്ടായ ഓർമ്മയിൽ അരക്കിട്ടുറപ്പിക്കപ്പെട്ടു. സംഘവുമായി ചേർന്നു നില്ക്കുന്ന സമിതികൾ ഇവ വ്യാപകമായി പ്രചരിപ്പിക്കുകയും പുനഃപ്രചരിപ്പിക്കുകയും ചെയ്തു. ഗോധ്രയ്ക്ക് ശേഷം നടന്ന പ്രത്യാക്രമണത്തിൽ ചുട്ടെരിക്കപ്പെട്ട കുഞ്ഞുങ്ങളുടെ, സ്ത്രീകളുടെ, പുരുഷന്മാരുടെ, വൃദ്ധരുടെ, യുവാക്കളുടെ ശരീര ഭാഗങ്ങളുടെ ഓർമ്മകൾ എല്ലാം തന്നെ ഇന്ന് മങ്ങുകയോ, മായ്ക്കപ്പെടുകയോ ചെയ്തു. അല്പം പോലും ബാക്കിയാകാതെ ചുട്ടെരിച്ചെങ്കിലും-മരണസംഖ്യ 2000 ഓളം എത്തിയെങ്കിലും-ആ കാഴ്ചകൾക്ക് തത്തുല്യമായ പ്രഭാവം കിട്ടാതെപോയി.

ദാരുണമായ ആ സംഭവത്തിന് പ്രകോപനമായ കാരണം എന്തായിരുന്നു എന്നതാണ് പലപ്പോഴും പരിശോധിക്കപ്പെടാതെ പോയത്. സബർമതി എക്സ്പ്രസ് ഗോധ്രയിൽ എത്തുന്നതിന് നിശ്ചയിക്കപ്പെട്ട സമയം ഓരോ ദിവസവും പുലർച്ചെ 2.00 ആണ്. ഫെബ്രുവരി 27-ാം തീയതി ട്രെയിൻ എത്തിയത് അഞ്ച് മണിക്കൂർ വൈകി 7.30 നായിരുന്നു. എന്തുകൊണ്ടാണ് ട്രെയിൻ വൈകിയത്? ഇതേ ട്രെയിൻ ഫെബ്രുവരി 24 ന് ഫൈസാബാദ്-അയോദ്ധ്യയിലേക്ക് പോവുകയും ഫെബ്രുവരി 27-ാം തീയതി മടങ്ങിവരുകയും ചെയ്തു. മുസ്ലിം-വിരുദ്ധ രാമജന്മഭൂമി പ്രചാരണത്തിന്റെ ഭാഗമായി അയോദ്ധ്യയിലേക്ക് പോയ ബി ജെ പി-ആർ എസ് എസ്-വി എച്ച് പി-ബജ്രംഗ്ദൾ നേതാക്കന്മാർ യാത്രക്കാരെ അവരുടെ ആക്രമണോത്സുകമായ വർഗ്ഗീയ വാചാടോപങ്ങളാൽ ശല്യപ്പെടുത്തിയിരുന്നു. അഹങ്കാരം നിറഞ്ഞ ഈ കർസേവകരുടെ മേളങ്ങൾ ട്രെയിനിലുണ്ടായിരുന്ന മുസ്ലിങ്ങളെ പ്രകോപിപ്പിക്കും വിധമായിരുന്നുവെന്ന് ജനമോർച്ച (ഫൈസാബാദ്) യുടെ ശീതൾസിങ് റിപ്പോർട്ട് ചെയ്യുകയുണ്ടായി. അവർ സ്റ്റേഷനിൽ വെച്ച് മുസ്ലിങ്ങളെ ആക്രമിക്കുകയുണ്ടായി. അതിന്റെ തെളിവുകൾ വ്യാപകമായി ലഭ്യമാണ്. വിവിധ കോടതി കേസുകളിൽ, പ്രത്യകിച്ചും സാക്കിയ ജാഫ്രി കേസിൽ ശേഖരിച്ച തെളിവുകളിൽ യു പി പൊലീസും ഗുജറാത്ത് പൊലീസും ട്രെയിനിലുണ്ടായ പിരിമുറുക്കങ്ങളെ സംബന്ധിച്ച് സൂചന നല്കിയതായി തെളിവ് ലഭിച്ചിട്ടുണ്ട്. കർസേവകന്മാർ വളരെ മോശമായി, വർഗ്ഗീയമായി പെരുമാറിയിരുന്നു എന്നാണ് ഈ തെളിവുകൾ കാണിക്കുന്നത്. ഫെബ്രുവരി 27-ാം തീയതി പുലർച്ചെ 4 മണിക്ക് പ്രധാനമന്ത്രി അടൽ ബിഹാരി വാജ്പേയി പറഞ്ഞു, ഗോധ്രയിൽ ഗൂഢാലോചനയ്ക്കുള്ള തെളിവുകൾ ഒന്നും ഇല്ലെന്ന്. വംശഹത്യയുടെ ആരംഭത്തിലേ ഇതൊക്കെ മറന്നു കളഞ്ഞു. ആ സമയത്തുണ്ടായ വാക്കേറ്റങ്ങൾ, തീ തുടങ്ങിയ വസ്തുതയ്ക്കപ്പുറത്തുള്ള കാര്യങ്ങളൊന്നും ജേർണലിസ്റ്റുകളും ഉറപ്പുവരുത്തിയിരുന്നില്ല. ഭീകരവാദമോ, ഗൂഢാലോചനയോ, അങ്ങനെ ചിത്രത്തിൽ വന്നില്ല.

ഗുജറാത്ത് സർക്കാർ ഗോധ്രയിലെ ദുരന്തത്തെ, മുന്നോട്ടുള്ള

പ്രവർത്തനങ്ങൾ സജ്ജമാക്കുന്നതിനുള്ള ഉപകരണമാക്കി മാറ്റി. ഗോധ്ര സംഭവത്തെക്കുറിച്ച് വളരെ കുറഞ്ഞ വസ്തുതകൾ മാത്രം ഉൾക്കൊള്ളുന്ന, ജില്ലാകലക്ടർ ജയന്തി രവിയുടെ ഒരു ഫാക്സ് സന്ദേശം രാവിലെ ഏകദേശം ഒൻപത് മണിക്ക് മുഖ്യമന്ത്രിയുടെ ആഫീസിൽ ലഭിച്ചു. പേഴ്സണൽ അസിസ്റ്റന്റ് എ പി പട്ടേലിന്റെ മൊബൈൽ ഫോണിൽ നിന്നും മോദിയുടെ ആദ്യത്തെ കോൾ പൊലീസ് ഉദ്യോഗസ്ഥർക്കോ, ഭരണതലത്തിലുള്ള ഉദ്യോഗസ്ഥർക്കോ ആയിരുന്നില്ല; മറിച്ച്, വി എച്ച് പി നേതാവ് ജയദീപ് പട്ടേലിനായിരുന്നു. മോദിയുടെ ക്യാബിനറ്റിലെ സീനിയർ മന്ത്രിയായ സുരേഷ് മേത്ത (നേരത്തെ ഒരു വർഷം ഗുജറാത്തിൽ മുഖ്യമന്ത്രി) തെളിച്ചു പറഞ്ഞ ഒരു കാര്യം, ഗോധ്രാസംഭവം ഗുജറാത്ത് നിയമസഭയിൽ ചർച്ച ചെയ്യുമ്പോൾ തന്റെ തൊട്ടടുത്ത് ഇരുന്നിരുന്ന മോദിയുടെ മുഖം ഏറെ പ്രസന്നമായിരുന്നു എന്നാണ്. “ഇപ്പോൾ ഹിന്ദുക്കൾ ഉയർത്തെഴുന്നേല്ക്കും” എന്നായിരുന്നുവത്രെ അദ്ദേഹം നടത്തിയ കമന്റ്. ഗോധ്രയിൽ മരിച്ചവരുടെ പോസ്റ്റ്മോർട്ടം ക്രുദ്ധരായ ആർ എസ് എസ്-വി എച്ച് പിക്കാർക്ക് കാണും വിധത്തിൽ തുറസ്സായ സ്ഥലത്തുവെച്ചാണ് നടത്തിയത്. മുഖ്യമന്ത്രിയും ആരോഗ്യ മന്ത്രിയും ഇതിനുള്ള അനുവാദം പ്രത്യേകമായി നല്കി. ഗുജറാത്തിലെ സ്ഥിതിഗതികൾ വളരെ നാളുകളായി നിരീക്ഷിച്ചവർക്ക് മനസ്സിലാക്കാൻ കഴിഞ്ഞത്, ആർ എസ് എസ്-വി എച്ച് പി പ്രചാരണങ്ങളിൽ പ്രചോദിതരായ ആളുകളെ പ്രത്യാക്രമണ കൊലപാതക പരമ്പരകൾക്ക് പ്രേരിപ്പിക്കുന്നതിൽ സർക്കാർ ഓരോ നിമിഷവും ഉപയോഗിച്ചു എന്നതാണ്. നിഷ്പക്ഷമായ ഒരു അന്വേഷണം പോലും തുടങ്ങി വെക്കാതെ എങ്ങനെയാണ് ഒരു സർക്കാറിന് സ്വന്തമായി ഭീകരാക്രമണം നടന്നതായി അന്തിമ നിഗമനത്തിലെത്താനും തുടർന്ന് നിർദ്ദോഷികളായ സ്വന്തം പൗരന്മാർക്കെതിരെ പ്രത്യാക്രമണത്തിന് അനുവാദം കൊടുക്കാനും കഴിയുക.

എസ് 6 കോച്ചിന്റെയും കത്തിച്ചാമ്പലായ ശവശരീരങ്ങളുടെയും ചിത്രങ്ങൾ പൊതുജനങ്ങളുടെ മനസ്സിൽ സ്ഥാനം ഉറപ്പിച്ചു. എന്നാൽ അംഗവൈകല്യം വന്ന, മുറിവേല്പ്പിക്കപ്പെട്ട, കത്തിച്ചാമ്പലാക്കപ്പെട്ട, കൊത്തിനുറുക്കിയ, കുഞ്ഞുങ്ങളുൾപ്പെടെയുള്ള രണ്ടായിരത്തോളം മുസ്ലിങ്ങളുടെ ശവശരീരങ്ങൾ പൊതുശ്രദ്ധയിൽനിന്നും മാറ്റി നിർത്തപ്പെട്ടു. ഗോധ്ര ട്രെയിൻ കത്തിക്കലിനെത്തുടർന്നുള്ള കലാപം വൈകാരികമായുണ്ടായ ക്രോധത്താൽ ആണെന്നുള്ള നാട്യത്തിൽ ഗുൽബർഗ്, നരോദപാട്യ, സർദാർപുരം എന്നിവിടങ്ങളിലെ ഇരകളുടെ ദാരുണമായ പ്രതിബിംബങ്ങൾ പൊതുമനസ്സുകളിലേക്ക് ആഴ്ന്നിറങ്ങാൻ അവസരം കൊടുത്തില്ല.

ആഴത്തിലുള്ള മുൻവിധിയുടെ പശ്ചാത്തലത്തിൽ വർഗ്ഗീയ സംഘർഷങ്ങളുടെ വക്താക്കൾ പക്ഷപാതപരമായാണ് പ്രതികരണങ്ങളും ദുഃഖാചരണങ്ങളും നടത്തുക. അധികാരത്തിൽ ഇരിക്കുന്നവർക്ക്,

ഏതെങ്കിലും ഒരു സാധാരണ സംഭവം, ക്രൂരമായ ഒരു സംഭവം, ഒരു അപകടം, ഒരു മുൻകൂട്ടിയുള്ള ആക്രമണം ഏതും സൂത്രത്തിൽ സ്വാർത്ഥ താല്പര്യങ്ങൾക്ക് ഉപയോഗിക്കാൻ കഴിയുമെന്ന് ചരിത്രം തെളിയിച്ചിട്ടുണ്ട്. നമുക്ക് ലഭ്യമായ അറിവ് വെച്ച് എന്താണ് സംഭവിച്ചതെന്ന് അറിയാം. ഒരു അതിദാരുണമായ സംഭവം-അതിന് ആ സംഘത്തിലുണ്ടായിരുന്ന വ്യക്തികൾ എല്ലാത്തരത്തിലും ഉത്തരവാദികളാണെന്നിരിക്കിലും, ആ സംഭവത്തെ ഒരു സമുദായത്തിന് മുഴുവൻ എതിരായി കൗശലത്തോടെ ഉപയോഗിക്കുകയും കൃത്യമായ ആക്രമണങ്ങൾ സംഘടിപ്പിക്കുകയുമാണ് ചെയ്തത്. ഗുജറാത്ത് വംശഹത്യയുടെ യഥാർത്ഥ കഥകളാണ് അവ. ഗുജറാത്തിനെ മാറ്റിമറിച്ച പോലെ എന്നെയും അത് മാറ്റിമറിച്ചു, കുറച്ചു വർഷങ്ങൾക്കുശേഷം ഒരു പത്രപ്രവർത്തകനുമായുള്ള അഭിമുഖത്തിൽ ഞാൻ പറഞ്ഞതുപോലെ "അത് വീണ്ടും സാധാരണ നിലയിലാവുക എന്നത് എളുപ്പമല്ല."

കുറിപ്പുകൾ

(1) Justice D.P Madona Report of the Commission at inquiry into the communal Disturbances at Bhiwandi, Jalagon and mahad may 1970, excepted in Sabrang, Damnmg verdict (Mumbai; Sabrang communications, 1998)

(2) PUCL-PUDR,who are guilty? Report of a Joint inquiry into the causes and impact, of riots in Delhi from 31 October to November1984, Delhi. PUCL-PUDR 1984.

(3) Teesta setalvad- face with facism communalisam combat, April 2000.

(4) Teesta Setelvad "Spilt wide open" communalisam combat, February 2001.

(5) Gujarat 2002, The Truth in the words of Men who Did its Tehalka, 7 November 2007 and Ashish Khethan, 'The Sting in the Story Tehalka 8 September 2012.

(6) I felt helpless during Gujarat riots: Narayanan *Times of India* 13 August 2002.

(7) George Iype "The Rediff Interview" Former President, K R Narayanan, Rediff 7 March 2005.

(8) Akbar Patel, Dileep Padgaonkar, B G Varghese Rights and Wrongs, ordeals by fire in the killing fields of Gujarat; Editors Guild Fact Finding Mission Report New Delhi: Editors Guild of India,2002

(9) Teesta Setelvad, Fr Cederic Prakash and wilfried Dcosta, " The Violence is Relentless" Sabrang, 20 March 2002.

(10) Naroda Goan and Naroda Patia, *Communalisam Combat.* March-April 2002.

(11) 'Vinoy Menon' Cops admit Killing more Muslims, *Hindustan Times* 3 may 2002. As Raveen Thukral reported ' The real numbers are probably likely to he far larger: Major manipulations are alleged to have been done at the stage of carrying out autopsies' The missing are dead, Gujarat toll way go up *Hindustan Times* 24 may 2002.

(12) In August 2012, Judge Jothsna Yagnik sharply Critizied mysorewala."while people were flocking the street Shri K K Mysorewala reported to the Control Room that, 'every is okay' (khariat Hai) It was like, when Rome was burning, Nero was fiddling'

വേരുകൾ

ഞങ്ങളുടെ ബാല്യം രസകരമായിരുന്നു. എന്നും ബോംബയിലെ ജൂഹുവിൽ കടലിനോട് ചേർന്നുള്ള ദിവസങ്ങൾ.

1962 ൽ ചൗപ്പാട്ടിയിലെ പുരന്ദർ ആശുപത്രിയിലാണ് എന്റെ ജനനം. എന്റെ ജനനത്തോടനുബന്ധിച്ച് അമ്മ അവരുടെ രക്ഷിതാക്കളുടെ വീട്ടിലേക്ക് പോകുകയായിരുന്നു. അമ്മയുടെ മുത്തച്ഛനും മുത്തശ്ശിക്കും ഗിരഗോണിൽ ഒരു ചെറിയ ഫ്ളാറ്റ് ഉണ്ടായിരുന്നു. ഞാനും എന്റെ സഹോദരിയും ഒരേ സ്ഥാലത്താണ് ജനിച്ചത്. എനിക്ക് ശേഷം അവൾ. എന്റെ മാതാപിതാക്കൾ സെക്കന്റ്കസിൻസ് ആയിരുന്നു. ഒരു മദ്ധ്യവർത്തി ശ്രേണിയിൽപ്പെട്ടതായിരുന്നു എന്റെ അമ്മയുടെ കുടുംബം. അമ്മയുടെ അച്ഛൻ ഒരു ഇൻഷ്വറൻസ് കമ്പനിയിലാണ് ജോലി ചെയ്തിരുന്നത്. മിക്കവാറും ആഴ്ചയുടെ അവസാന ദിവസങ്ങളിൽ 'ടെമ്പിൾ വ്യൂവിൽ' മുത്തച്ഛനും മുത്തശ്ശിയുമൊത്ത് കഴിയുമ്പോൾ 'ബകുകാക്ക' എന്ന് എല്ലാവരും സംബോധന ചെയ്തിരുന്ന മുത്തച്ഛനൊപ്പം തലയിൽ തൊപ്പിയൊക്കെ വെച്ച് മഹാലക്ഷ്മിയിൽ നടക്കുന്ന മത്സരങ്ങൾ കാണുക പതിവായിരുന്നു. ഞാനും സഹോദരിയും എന്റെ അച്ഛന്റെ ഓമനകളായിരുന്നു. അമ്മയുമായുള്ള ബന്ധം ചില്ലറ പ്രക്ഷുബ്ധകരമായിരുന്നെങ്കിലും അടിസ്ഥാനപരമായ പല മൂല്യങ്ങളും ഞാൻ അമ്മയിൽ നിന്നും സ്വാംശീകരിച്ചിരുന്നു.

ഞാൻ ജനിക്കുന്നതിന് മുൻപേതന്നെ എന്റെ അച്ഛനമ്മമാർ ഇപ്പോഴത്തെ ഞങ്ങളുടെ വീടായ മുംബൈയിലെ ജൂഹുതാരാ റോഡിൽ ഉള്ള വീട്ടിൽ താമസിച്ചുവന്നു. 1965 ൽ ഞങ്ങൾ വാങ്ങിയതും ഇപ്പോൾ താമസിച്ചു വരുന്നതുമായ വീടിന്റെ തൊട്ടടുത്തുള്ള വീട്ടിലാണ് ഞാനും അച്ഛനും ജനിച്ചത്. അവിടെയാണ് 1933 ൽ സർ ചിമൻലാൽ സെതൽവാദിന്റെ മൂത്ത മകനായി എന്റെ മുത്തച്ഛൻ എം സി സെതൽവാദ് താമസം തുടങ്ങിയത്. പത്ത് സഹോദരങ്ങളിൽ മൂത്തയാളായിരുന്നു എന്റെ മുത്തച്ഛൻ. കടൽ കാണുന്ന വിധത്തിൽ ജൂഹുവിലെ വിശാലമായ തുറന്ന പ്രദേശങ്ങൾ അദ്ദേഹത്തിന് താല്പര്യമുള്ളതായിരുന്നു. നാപ്പിയൻ സീ റോഡിൽ തെക്കൻബോംബെയിൽ അച്ഛന്റേതായി, കടലിനഭിമുഖമായി തന്നെയുണ്ടായിരുന്ന തന്റെ കുടുംബ വീടിനേക്കാൾ അദ്ദേഹത്തിനിഷ്ടപ്പെട്ടത് ഇവിടെയായിരുന്നു. വീടിരിക്കുന്നിടത്തു കൂടി പോകുന്ന റോഡ്

ഇപ്പോൾ അറിയപ്പെടുന്നത് "സെതൽവാദ് ലെയ്ൻ" എന്നാണ്. സെതൽവാദ് ജൂഹുവിലേക്ക് മാറുന്ന സമയത്ത് കുടുംബങ്ങളുടെ വടക്കോട്ടുള്ള മാറ്റത്തിന് ബ്രിട്ടീഷ് ഗവൺമെന്റ് ചില ആനുകൂല്യങ്ങൾ നല്കിയിരുന്നു.

എം സി സെതൽവാദ് അഥവാ ദാദാ എന്ന എന്റെ മുത്തച്ഛൻ 1950 മുതൽ 1963 വരെ ഇന്ത്യയുടെ ഒന്നാമത്തെ അറ്റോണി ജനറൽ ആയിരുന്നു. 1961 ൽ സ്ഥാപിതമായ ബാർകൗൺസിൽ ഓഫ് ഇന്ത്യയുടെ പ്രഥമ ചെയർമാനും യുണൈറ്റഡ്നേഷൻസിൽ ഗവൺമെന്റിന്റെ ശബ്ദവുമായിരുന്നു അദ്ദേഹം. (1948 ലെ പാകിസ്ഥാൻ ആക്രമണത്തിന് ശേഷം കാശ്മീർ പ്രശ്നം ശക്തമായി ഉയർത്തിയത് ഉദാഹരണം.) ആത്മസംയമനവും സഹിഷ്ണതയുമുള്ള, കുട്ടികളോട് അമിതവാത്സല്യമുള്ള, നർമ്മരസികനായ ആൾകൂടിയായിരുന്നു അദ്ദേഹം. പുറംലോകത്തെ വളരെയേറെ ഇഷ്ടപ്പെട്ടിരുന്ന ആളുമായിരുന്നു. കടലിനോടു ചേർന്ന വീട്ടിലായാലും ഊട്ടക്കമെണ്ട് ഹിൽസിലായാലും, വർഷത്തിൽ നാലോ അഞ്ചോ മാസത്തോളം ഡൽഹിയിൽ നിന്നും അദ്ദേഹം ബോംബെയിലേക്കും ഊട്ടിയിലേക്കും വരുമായിരുന്നു. മുത്തച്ഛനും മുത്തശ്ശിമാർക്കും സ്ഥിരമായി കത്തുകളോ കാർഡുകളോ അയയ്ക്കുന്നതിന് അമ്മ ഞങ്ങളെ പരിശീലിപ്പിച്ചിരുന്നു. എല്ലായ്പ്പോഴും ഞങ്ങൾക്ക് മറുപടി ലഭിച്ചിരുന്നു. ദാദ അച്ചടക്കത്തിന് വളരെ പ്രാധാന്യം കൊടുത്ത ആളായിരുന്നു. അദ്ദേഹത്തെപ്പറ്റി എന്റെ ഒരു ഓർമ്മ ഞങ്ങളുടെ പുൽത്തകിടിയിലൂടെ ദിവസേനയുള്ള സായാഹ്ന നടത്തയാണ്. ഈ ഉലാത്തലിൽ അദ്ദേഹത്തിന്റെ കൂടെ നടക്കുക എന്നത് വളരെ രസകരമായിരുന്നു. ഊട്ടിയിലെ വീട്ടിൽ വച്ച് മൂന്ന് വയസ്സ് പിന്നിട്ട നാളുകളിലാണ് ഞാൻ ആദ്യനടത്തം തുടങ്ങിയത്. കൈകൾ പിന്നിൽ കെട്ടി നടക്കുന്ന ഒരു ശീലം അദ്ദേഹത്തിനുണ്ടായിരുന്നു. ഞാൻ അത് അനുകരിക്കും. ഞങ്ങളുടെ കുടുംബ ആൽബത്തിൽ അദ്ദേഹവും ഞാനും ഒരുമിച്ച് നടക്കുന്ന ഒരു ചിത്രം ഉണ്ട്. അദ്ദേഹത്തിന്റെ ആറിൽ ഒന്ന് ഉയരം മാത്രമുള്ള ഞാൻ വളരെ ശ്രദ്ധാപൂർവ്വം മിമിക്രിരീതിയിൽ കൈ പിറകിൽ ക്രോസ് ആയി വച്ച് നടക്കുന്നതായ ചിത്രം. അദ്ദേഹം 1974 ആഗസ്ത് 1 ന് അന്തരിക്കുമ്പോൾ എനിക്ക് 12 വയസ്സായിരുന്നു. അദ്ദേഹത്തിന് കുറച്ച് ദിവസത്തേക്ക് പനി ബാധിച്ചിരുന്നു. ഞങ്ങൾ സ്കൂളിൽനിന്നും തിരിച്ചു പോകുമ്പോൾ ആരോ വന്ന് എത്രയും വേഗം വീട്ടിൽ എത്താൻ പറഞ്ഞു. എന്തോ പ്രശ്നമുള്ളതായി ഞാൻ മനസ്സിലാക്കി. അദ്ദേഹത്തിന്റെ കിടപ്പുമുറിയിലേക്ക് ഞങ്ങൾ പ്രവേശിക്കുകയും ഞങ്ങൾ തലകുനിക്കുകയും അപ്പോൾ അദ്ദേഹം ഞങ്ങളെ തലോടുകയും ചെയ്തു. നിമിഷങ്ങൾക്കകം അദ്ദേഹം ഞങ്ങളെ വിട്ടുപോയി. പിന്നീടുള്ള അന്നത്തെ സായാഹ്നം വളരെ മങ്ങിയ ഓർമ്മയിലുണ്ട്. എന്റെ അച്ഛൻ അതുലിന്റെ തേങ്ങലുകൾക്കും അമ്മയുമൊരുമിച്ചുള്ള കരച്ചിലിനും ഞാൻ മൂകസാക്ഷിയായി. അതിന് മുമ്പൊരിക്കലും അച്ഛൻ കരയുന്നതായി ഞാൻ കണ്ടിരുന്നില്ല. എന്റെ മുത്തശ്ശി വിമല വീട്ടിൽ ഏർപ്പാട്

ചെയ്ത സായാഹ്നങ്ങളിലെ പന്ത്രണ്ട് ദിവസത്തെ ഗീതാപാരായണം ഞങ്ങൾ ആദ്യമായി കാണുന്ന ആചാരപരമായ സംഗതികളിൽ ഒന്നായിരുന്നു. ഗാംദേവിയിലെ കുൽദേവി മന്ദിറിൽ ചിലപ്പോൾ അമ്മ പോകാറുള്ളതായിരുന്നു സമാനമായ മറ്റൊരനുഭവം.

ഞങ്ങൾ മുതിർന്നപ്പോൾ ദാദയേയും ചിമൻലാൽ കാക്കായേയും പറ്റി കേട്ട ഒരുപാട് കഥകളുണ്ട്. ദാദയുടെ അച്ഛനായ ചിമൻലാൽ സെതൽബാദ് മോത്തിലാൽ നെഹ്റുവിന്റെ സമകാലികനായിരുന്നു. ജാലിയൻ വാലാബാഗ് കൂട്ടക്കൊലയെപ്പറ്റി അന്വേഷിച്ച ഹണ്ടർ കമ്മീഷനിലെ ഇന്ത്യൻ അംഗമായിരുന്നു അദ്ദേഹം. ജനറൽ ഡയറിനെ ക്രോസ്‌വിസ്താരം ചെയ്യുന്നതിലെ അദ്ദേഹത്തിന്റെ പങ്കിനെപ്പറ്റിയുള്ള രസകരമായ ഒരു കഥ വീട്ടിൽ പറയുമായിരുന്നു. ആ സംഭാഷണത്തിന്റെ ഒരു ചുരുക്കം താഴെപ്പറയും പ്രകാരമാണ്.

ചിമൻലാൽ സെതൽവാദ് : താങ്കൾ രണ്ട് കവചിത വാഹനങ്ങൾ എടുത്തിരുന്നു?

ഡയർ : യെസ്.

ചിമൻലാൽ സെതൽവാദ് : ആ വാഹനങ്ങളിൽ മെഷീൻ ഗണ്ണുകൾ ഉണ്ടായിരുന്നോ?

ഡയർ : യെസ്.

ചിമൻലാൽ സെതൽവാദ് : അത് കൊണ്ടുപോകുമ്പോൾ ജനക്കൂട്ടത്തിന് നേരെ മെഷിൻ ഗണ്ണുകൾ ഉപയോഗിക്കണമെന്ന് താങ്കൾ ഉദ്ദേശിച്ചിരുന്നോ?

ഡയർ : ആവശ്യമായി വരികയാണെങ്കിൽ, ഞാൻ ആക്രമിക്കപ്പെടുകയാണെങ്കിൽ അഥവാ സമാനമായ എന്തെങ്കിലും സംഭവിക്കുകയാണെങ്കിൽ അവ ഉപയോഗിക്കാൻ തീരുമാനിച്ചിരുന്നു.

ചിമൻലാൽ സെതൽവാദ് : താങ്കൾ അവിടെ എത്തിയപ്പോൾ വഴി വളരെ ഇടുങ്ങിയതായതിനാൽ കവചിത വാഹനങ്ങൾ ഉള്ളിലേക്ക് എടുക്കാൻ താങ്കൾക്ക് കഴിഞ്ഞില്ല; അല്ലേ?

ഡയർ : യെസ്.

ചിമൻലാൽ സെതൽവാദ് : കവചിതവാഹനം ഉള്ളിലേക്ക് എടുക്കാൻ മാത്രം വഴി വിസ്തൃതമായിരുന്നെങ്കിൽ മെഷീൻ ഗണ്ണുപയോഗിച്ച് താങ്കൾ വഴിയൊരുക്കുമായിരുന്നോ?

ഡയർ : അതെ, അങ്ങനെ ചെയ്യുമായിരുന്നു.

ചിമൻലാൽ സെതൽവാദ് : അങ്ങനെയാണെങ്കിൽ ആപത്ത് ഇതിലും വളരെ ഉയർന്നതായേനെ?

ഡയർ : യെസ്.

ചിമൻലാൽ സെതൽവാദ് : കവചിതവാഹനങ്ങൾ ഉള്ളിലേക്ക് എടുക്കാൻ കഴിയാത്ത സാഹചര്യത്തിൽ ആകസ്മികമായി മെഷിൻ ഗൺ ഉപയോഗിച്ച് താങ്കൾ വെടിയുതിർക്കുകയായിരുന്നില്ല?

ഡയർ : ഞാൻ മറുപടി പറഞ്ഞുകഴിഞ്ഞു. അവ അവിടെ ഉണ്ടായി

രുന്നെങ്കിൽ ഞാൻ അത് ഉപയോഗിച്ച് വെടി ഉതിർക്കുമായിരുന്നു.

ചിമൻ സെതൽവാദ് : മെഷീൻഗൺ നേരെ ഉപയോഗിച്ച്?

ഡയർ : മെഷീൻ ഗണ്ണുപയോഗിച്ച്.

ചിമൻ സെതൽവാദ് : ഭീകരതയെ അമർത്താനായിരിക്കും താങ്കൾ അങ്ങനെ ചെയ്യുക എന്ന് ഞാൻ വിചാരിക്കുന്നു.

ഡയർ : താങ്കൾക്ക് എങ്ങനെ വേണമെങ്കിലും പറയാം. ഞാൻ അവരെ ശിക്ഷിക്കാൻ പോവുകയായിരുന്നു. മിലിറ്ററിയുടെ ഭാഗത്തുനിന്നു പറയുമ്പോൾ അതിന് വലിയ അർത്ഥമുണ്ട്.

ചിമൻ സെതൽവാദ് : അമൃത്സാർ സിറ്റിയിലെ മാത്രമല്ല; പഞ്ചാബിലെ മുഴുവൻ ഭീകരതയും ഇല്ലായ്മ ചെയ്യുന്നതിന്?

ഡയർ : അതെ; പഞ്ചാബ് മുഴുവനും, അവരുടെ ആത്മധൈര്യം തകർക്കേണ്ടിയിരുന്നു; തീവ്രവാദികളുടെ.

ചിമൻ സെതൽവാദ് : ഇതുപോലെയുള്ള ഭീരുത്വ നടപടികൾ സ്വീകരിക്കുമ്പോൾ വൈരുദ്ധ്യത്തിന്റെ ആഴം വർദ്ധിപ്പിച്ചുകൊണ്ട് ബ്രിട്ടീഷ് സർക്കാരിനെ വലിയ പ്രതിരോധത്തിലാക്കുകയായിരുന്നില്ലേ?

ഡയർ : ഞാൻ അങ്ങനെ ചെയ്യാൻ ഉദ്ദേശിച്ചിരുന്നില്ല. ജീവൻ രക്ഷിക്കുന്നതിന് അതാണ് പറ്റിയ മാർഗ്ഗമെന്നും മനസ്സാ നീതിബോധത്തോടെ ചിന്തിക്കുന്ന ഒരാൾ, ആ പ്രവൃത്തി ശരിയായിരുന്നുവെന്ന് വിലയിരുത്തുമെന്നും ഞാൻ മനസ്സിലാക്കി. അത് ഭീകരമായ ഒരു നടപടി ആയിരുന്നുവെങ്കിലും ദയാപൂർവ്വവും അത് ചെയ്തതിൽ എന്നോട് അവർ നന്ദിയുള്ളവരും ആയിരിക്കും. ഞാൻ ഒരു നല്ല പ്രവൃത്തിയാണു ചെയ്യുന്നതെന്നും അവർ അങ്ങനെ മനസ്സിലാക്കുമെന്നും ഞാൻ വിചാരിച്ചു.[1]

ചിമൻലാലിന്റെ ക്രോസ് വിസ്താരമാണ് യഥാർത്ഥത്തിൽ ഡയറിനെ വീഴ്ത്തിയതെന്ന് ചരിത്രം വിലയിരുത്തി. ഹണ്ടർ കമ്മീഷനിൽ ഉണ്ടായിരുന്ന ബ്രിട്ടീഷംഗങ്ങൾ വസ്തുതകളുടെ കൂടെ പോകാതിരുന്നപ്പോൾ കമ്മീഷനിലെ ഇന്ത്യൻ അംഗങ്ങൾ പ്രത്യേകമായ റിപ്പോർട്ട് ഫയൽ ചെയ്തു. (അത് തയ്യാറാക്കിയത് ചിമൻലാൽ സെതൽവാദ് ആയിരുന്നു.)

ചരിത്രപരമായ പഠനങ്ങളിൽ, നിയമ ചരിത്രത്തിന്റെ കാര്യത്തിൽ പ്രത്യേകിച്ചും ദാദയ്ക്ക് ഉയർന്ന താല്പര്യങ്ങളുണ്ടായിരുന്നു.

സമത്വത്തിന്റെയും വിവേചനരാഹിത്യത്തിന്റെയും മൂല്യങ്ങൾക്ക് ഉയർന്ന പരിഗണന നല്കിയിരുന്നു അദ്ദേഹം. അതിലേറെ പ്രാധാന്യം അദ്ദേഹം നല്കിയത് നിയമത്തിലുള്ള ഉറച്ച വിശ്വാസത്തിലായിരുന്നു. ഒരു നിർണ്ണായക ഘട്ടത്തിൽ, നിയമം അനുശാസിക്കുംവിധമുള്ള മൗലികാവകാശങ്ങൾ യാഥാർത്ഥ്യമായി ഭവിക്കുമെന്ന് അദ്ദേഹം ഉറച്ചുവിശ്വസിച്ചു. സ്വാതന്ത്ര്യാനന്തര ഇന്ത്യയിൽ ദാദ പ്രധാനപ്പെട്ട പല പദവികളും അലങ്കരിക്കുകയും അവ ഓരോന്നും താൻ വിശ്വസിച്ച മൂല്യങ്ങൾ പ്രാവർത്തികമാക്കുന്നതിന് ഉപയോഗപ്പെടുത്തുകയും ചെയ്തു.

കുഞ്ഞായിരുന്ന സമയത്ത് കാശ്മീരിൽ പോയപ്പോൾ ഷെയ്ക്ക് അബ്ദുള്ളയുമായുള്ള കൂടിക്കാഴ്ച ഓർക്കുന്നു. അദ്ദേഹം മുത്തച്ഛന്റെ

ഏറ്റവും അടുത്ത കൂട്ടുകാരനായിരുന്നു. ഒളിവിൽ ആയിരുന്നപ്പോൾ ഞങ്ങളുടെ കൂടെ താമസിക്കുകയും ചെയ്തിട്ടുണ്ട്. ഞങ്ങൾ കാശ്മീർ പ്രശ്നത്തെ കണ്ടിരുന്നത് നെഹ്റു എങ്ങനെയാണ് ഷെയ്ക്ക് അബ്ദുള്ളയുടെ ലക്ഷ്യങ്ങളെ തുരങ്കംവച്ചത് എന്നതിന്റെ അടിസ്ഥാനത്തിലാണ്. ഒരു ഒഴിവുകാലത്ത് ഞങ്ങൾ കാശ്മീരിൽ പോയപ്പോൾ അബ്ദുള്ളമാരുമായി കൂടിക്കാഴ്ചയ്ക്ക് അവസരം ചോദിച്ചത് ഓർക്കുന്നു. ഞങ്ങളെ ക്ഷണിക്കുകയും അവരുമൊത്ത് വിശാലമായ പുൽത്തകിടിയിൽ വെച്ചുള്ള ചായസൽക്കാരവും ഓർക്കുന്നു. അതുപോലെ ധർമ്മശാലയിൽ പോയപ്പോൾ ദലായ്‌ലാമയെയും സന്ദർശിച്ചിരുന്നു; വൈകിട്ട് ഒരുമിച്ചുണ്ടായ ചായ സൽക്കാരം വളരെ പ്രത്യേകയുള്ളതായിരുന്നു. നമ്മൾ എവിടെനിന്ന് വരുന്നു; കാര്യങ്ങളിൽ എപ്രകാരം ഉറച്ചുനില്ക്കണം എന്നൊക്കെ മനസ്സിലാക്കുന്നതിനുള്ള അളവുകോലുകളായിരുന്നു ഈ സന്ദർശനങ്ങൾ. ഈ വ്യക്തിത്വങ്ങളുടെ സാന്നിദ്ധ്യം അത്ഭുതമുളവാക്കുന്നതും വിനയസമന്വിതവും ആയിരുന്നെന്ന് തോന്നി; അമ്പരപ്പുണ്ടാക്കുന്നതും.

രണ്ട് സഹോദരന്മാരിൽ ഇളയയാളായിരുന്നു എന്റെ അച്ഛൻ അതുൽ സെതൽവാദ്. ഞാനും എന്റെ സഹോദരിയും അദ്ദേഹത്തെ 'അതുൽ' എന്ന് തന്നെയാണ് വിളിക്കുക-പപ്പ എന്നോ ഡാഡി എന്നോ അല്ലായിരുന്നു. ഇത് അദ്ദേഹത്തിന്റെ താല്പര്യ പ്രകാരവും ആയിരുന്നു. അദ്ദേഹം അങ്ങേയറ്റത്തെ സമത്വവാദിയും ഉച്ചനീചത്വത്തെ എല്ലാ കാര്യങ്ങളിലും നിരാകരിച്ച ആളുമായിരുന്നു. ഞങ്ങൾ മുതിർന്നപ്പോൾ അതിശയിപ്പിക്കും വിധം ഗുജറാത്തി ചുവയിൽ വാപ്പാ എന്ന് വിളിച്ച് ഞങ്ങൾ അദ്ദേഹത്തെ ശല്യം ചെയ്യുമായിരുന്നു. പക്ഷേ, അദ്ദേഹം അതിഷ്ടപ്പെട്ടില്ല. അതുലിന്റെ സഹോദരി ഉഷ, അദ്ദേഹത്തേക്കാൾ പതിമൂന്ന് വയസ്സ് കൂടുതൽ ഉണ്ടായിരുന്നെങ്കിലും താരതമ്യേനെ നേരത്തെ 1983 ൽ മരിച്ചുപോയി. അവരുടെ മരണത്തിനും 9 വർഷം മുൻപ് ഭർത്താവ് മരിച്ചുപോയിരുന്നു. സ്വാതന്ത്ര്യസമരത്തിന്റെ ഭാഗമായി താരാ വില്ലേജിൽ പെൺകുട്ടികളേയും സ്ത്രീകളേയും സത്യഗ്രഹപരിപാടികൾക്കായി സംഘടിപ്പിച്ച് അവർ പ്രസ്ഥാനത്തിൽ സജീവമായിരുന്നു. എന്റെ അച്ഛനും ഒരു ദിവസം ജയിലിൽ പോവുകയുണ്ടായിട്ടുണ്ട്.

ഞാൻ ആദ്യമായി ജോലിയിൽ പ്രവേശിച്ചിരുന്ന സമയം 1983 ഒക്ടോബർ 25 ന് അച്ഛന്റെ 50-ാമത്തെ പിറന്നാൾ ആഘോഷങ്ങൾ സംഘടിപ്പിച്ചത് ഞാനോർക്കുന്നു. അദ്ദേഹത്തിന്റെ ഉറ്റസുഹൃത്തുക്കളെയെല്ലാം ക്ഷണിച്ചുകൊണ്ടുള്ള അത്ഭുതകരമായ ആഘോഷമായിരുന്നു അത്. ഞങ്ങൾ കബാബ് തീയിൽ ചുട്ടെടുക്കുകയും സ്വാദിഷ്ഠമായ വിഭവങ്ങൾ പുറത്ത് തയ്യാറാക്കുകയും ചെയ്തു. അതുൽ അദ്ദേഹത്തിന്റെ പ്രിയപ്പെട്ടവരുമൊത്ത് പുറത്ത് വളരെ ഉത്സാഹത്തിലായിരുന്നു. എല്ലാവരുമൊത്തുള്ള ആ കാഴ്ച അത്ഭുതകരമായിരുന്നു. ഞങ്ങളുടെ വളർച്ചയ്ക്കൊപ്പം സെതൽവാദ് എന്ന പേരും പാരമ്പര്യവും ഞങ്ങളുടെ ഭാഗമായെങ്കിലും

വിശാലമായ ഞങ്ങളുടെ കുടുംബവുമായി കൂടുതൽ അടുപ്പം ഉണ്ടായിരുന്നില്ല. കുടുംബമെന്നാൽ ഞങ്ങൾക്ക് മുത്തച്ഛനും മുത്തശ്ശിയും ആന്റി ഉഷയും അവരുടെ ഭർത്താവ് സുന്ദറും ഞങ്ങളോടൊപ്പം എന്നും ഉണ്ടായിരുന്ന മറ്റനേകം കുടുംബസുഹൃത്തുക്കളുമായി അവശേഷിച്ചു.

അവരിൽ ഒരാളായിരുന്നു പ്രീതി ദേശായി. അവരുടെ കഥ എന്നിൽ കുട്ടി എന്ന നിലയിലും സ്ത്രീ എന്ന നിലയിലും സ്വാധീനം ചെലുത്തിയിരുന്നു. എന്റെ അമ്മയുടെ കുടുംബവീടും അവരുടെ വീടും തമ്മിൽ ഒരു തെരുവിന്റെ വേർതിരിവേ ഉണ്ടായിരുന്നുള്ളൂ. ഗാംദേവിയിൽ ആയിരുന്നു അവരുടെ കുടുംബം. ദേശീയ പ്രസ്ഥാനത്തിന്റെ മൂല്യങ്ങളിൻമേൽ പടുത്തുയർത്തിയ ന്യൂ ഏറാ സ്കൂളിൽ ആണ് എന്റെ അമ്മയും പ്രീതിയും ഒരുമിച്ചുണ്ടായിരുന്നത്. നാല് സഹോദരിമാരും ഒരു സഹോദരനുമാണ് ദേശായി കുടുംബത്തിൽ ഉണ്ടായിരുന്നത്. മദ്ധ്യവർഗ്ഗ ഗുജറാത്തി സമുദായ കുടുംബങ്ങളിൽ സ്ത്രീധനത്തുക ഉയർന്നതായിരുന്നതിനാൽ സഹോദരിമാർ ആരും വിവാഹിതരായില്ല. യുക്തിസഹജമെങ്കിലും വേദനാജനകമായ ആലോചനയ്ക്ക് ശേഷം ആ സഹോദരിമാർ ഒരിക്കലും തന്നെ വിവാഹം കഴിക്കേണ്ടതില്ല എന്ന് തീരുമാനിക്കുകയാണുണ്ടായത്. കൂടപ്പിറപ്പുകളിൽ അസിത് എന്ന സഹോദരൻ ഒരാൾ മാത്രമാണ് വിവാഹം ചെയ്തത്.

ദേശായി കുടുംബവുമായുള്ള എന്റെ ബന്ധം വളരെ ഗാഢമായിരുന്നു. ഗുജറാത്തിലെ ബറോഡയിൽനിന്നുള്ള, വീക്ഷണങ്ങളിൽ വളരെ സാർവ്വജനീന സ്വഭാവമുള്ള ഒരു മദ്ധ്യവർഗ്ഗ ഇടത്തരം കുടുംബമായിരുന്നു അവരുടേത്. എന്റെ വഡോദരയിൽനിന്നും ബോംബെയിലേക്കുള്ള ചുവടുമാറ്റത്തിന്, അതായത് ചിമൻലാൽ സെതൽവാദിന്റെയാവട്ടെ, അല്ലെങ്കിൽ പ്രീതി ദേശായിയുടെ ആവട്ടെ ലോകചിന്തകൾക്കും, വീക്ഷണങ്ങൾക്കും തുറന്ന ചക്രവാളങ്ങൾക്കും കാരണീഭൂതമായ ബോംബെയിലേക്ക്, അവരുടെ സ്വാധീനമുണ്ട്. പ്രീതിയുടെ മരണശേഷം ഇളയ സഹോദരിയായ ബിന്ദു, പ്രീതി എപ്പോഴും ഉപയോഗിച്ചിരുന്ന ഒരു ബാഗിനോടൊപ്പം സ്നേഹപൂർണ്ണമായൊരു കുറിപ്പ് എനിക്ക് അയയ്ക്കുകയുണ്ടായി. ആ നോട്ടിൽ ഇങ്ങനെ പറഞ്ഞിരുന്നു: “നീ അവളുടേതാണ്, അവളുടെ ആദ്യത്തെ പുത്രി.” ദേശായിമാരെ സംബന്ധിച്ചിടത്തോളം ലോകം വളരെ വിസ്തൃതവും വെല്ലുവിളി നിറഞ്ഞതുമായിരുന്നു; ഉൾവലിയുന്ന തരത്തിലായിരുന്നില്ല; പലസ്തീൻ മുതൽ അയർലണ്ട്വരെ എല്ലാം ഷെയർ ചെയ്തു കൊണ്ടുള്ള ലോകവീക്ഷണമായിരുന്നു അവരുടേത്. അയർലണ്ടിലെയും പലസ്തീനിലെയും അതുപോലെ ബന്ധപ്പെടാൻ ഏറെ ബുദ്ധിമുട്ടുള്ള ആഫ്രിക്കൻ രാജ്യങ്ങളിൽനിന്നുമുള്ള പോരാട്ടങ്ങളെ സംബന്ധിച്ചുള്ളതും കിട്ടാൻ ഏറെ ബുദ്ധിമുട്ടുള്ള ന്യൂസ്പേപ്പർ ക്ലിപ്പിങ്ങുകൾ അടക്കം ചെയ്ത കുറിപ്പുകൾ ആണ് പ്രീതിയിൽനിന്നും ബിന്ദുവിൽനിന്നും എനിക്ക് കിട്ടാറുള്ളത്. കുടുംബസുഹൃത്തുക്കളിൽനിന്നും ഉള്ള മാർഗ്ഗനിർദ്ദേശങ്ങൾ, വിദ്യാഭ്യാസം എന്നിവ

യുടെയൊക്കെ ഫലമായി 5000 ത്തോളം പുസ്തകങ്ങൾ ഉൾപ്പെടുന്ന വിശാലമായ ലൈബ്രറിയൊക്കെ ഉപയോഗിക്കാവുന്ന വിധം ഉള്ള വളരെ ഊർജ്ജസ്വലമായ ഒരു ബാല്യമായിരുന്നു എന്റേത്. ഞാൻ ഒരു സ്ത്രീയായി വളർച്ച പ്രാപിക്കപ്പെടുന്ന സാഹചര്യത്തിലൊക്കെ എന്റെ വായനയ്ക്കായി നവറോജ് ശീർവായി അയച്ചുതന്നിരുന്ന പുസ്തകങ്ങളെപ്പറ്റി ഞാനോർക്കുന്നു. ചൈന-സ്പെയിൻ സംഘർഷകാലത്ത് കമ്യൂണിസ്റ്റുകാരനും ഡോക്ടറുമായ നോർമ്മൽ ബഥൂണിന്റെ യാത്രകളെപ്പറ്റി പ്രതിപാദിക്കുന്ന ദി സ്കാൽപൽ ദി സ്പോർഡ് *(The Scalpel The Sword)* എന്ന പുസ്തകം എന്നെ സ്വാധീനിച്ചു.

അമ്മയ്ക്ക് ക്ലാസിക്കൽ സംഗീതം ഏറെ പ്രിയതരമായിരുന്നു. പ്രത്യേകിച്ചും കേസർഭായി കേൽക്കാർ പോലെയുള്ള മഹാരഥന്മാരുടേത്. ഇങ്ങനെയുള്ള അഭിനിവേശങ്ങൾ അമ്മ പ്രീതിയുമായി പങ്കുവച്ചു. എന്റെ അച്ഛനമ്മമാരുടെ വിവാഹശേഷവും അമ്മയും പ്രീതിയും തമ്മിലുള്ള സൗഹൃദം തുടർന്നുപോന്നു. അവർ ഒരുമിച്ചാണ് സംഗീതക്കച്ചേരിക്ക് പലപ്പോഴും പോയിരുന്നത്. എന്റെ അച്ഛൻ ദേശായിയുടെ നല്ല ചങ്ങാതിയായിരുന്നു. പ്രീതിയുടെ സഹോദരിമാരായ സീത, ജ്യോതി, ബിന്ദു, അതുപോലെ അവരുടെ സഹോദരൻ അസിത്, അദ്ദേഹത്തിന്റെ ഭാര്യ പെന്നി എന്നിവരുൾപ്പെടുന്ന ദേശായികുടുംബം ഞങ്ങളുടെ ബാല്യകാലത്തിന്റെ അടർത്തിമാറ്റാൻ കഴിയാത്ത ഭാഗം തന്നെയായി. ഒന്നിച്ചുള്ള ഒഴിവുദിവസങ്ങളേറെയായിരുന്നു. ജ്യോതിയുടേയും പ്രീതിയുടേയും വിടവാങ്ങലുകൾ പെട്ടെന്നായിരുന്നു. ആ നഷ്ടം നികത്താനാവാത്തതായിരുന്നു. ദേശായിസഹോദരിമാരിൽ ഏറ്റവും ഇളയവളായ ബിന്ദു അമേരിക്കയിൽ ന്യൂറോളജിസ്റ്റായിരുന്നു. വ്യക്തിപരമായും, ഔദ്യോഗികമായും അവർ വീറുള്ള ഒരു സഖാവായിരുന്നു. ഗുൽബർഗ്ഗ് മെമ്മോറിയലിനായി ആദ്യത്തെ സഹായവാഗ്ദാനം അവരുടേതായിരുന്നു.

അക്കാലത്തെ ഏറ്റവും ഉല്പതിഷ്ണു ചിന്താഗതിയോടെയുള്ള സിവിൽ വിവാഹമായിരുന്നു 1950 ഏപ്രിൽ 27ന് എന്റെ അച്ഛനും അമ്മയും തമ്മിൽ നടന്നത്. വളരെ പ്രകടമായിത്തന്നെ അദ്ദേഹം ഒരു നിരീശ്വരവാദിയും സ്വന്തം തീരുമാനപ്രകാരം ബീഫ് കഴിക്കുന്നയാളുമായിരുന്നു. മതപരമായ കാര്യങ്ങളിൽ അമ്മയോട് കുത്തുവാക്കുപോലെ പറയുമായിരുന്നു- അവർ അമാവാസിയിലായിരുന്നു, അതായത് ചാന്ദ്രമാസത്തിലെ ആദ്യത്തെ ചന്ദ്രൻ ഇല്ലാത്ത ദിവസം-വിവാഹം കഴിക്കേണ്ടിയിരുന്നത് എന്ന്. ആ ദിവസം നടക്കുന്ന വിവാഹം വിധി വിശ്വാസത്തിൽ പ്രലോഭിപ്പിക്കപ്പെടുന്നതാവുമായിരുന്നത്രേ. സിവിൽ വിവാഹത്തിന് അമ്മ സമ്മതിച്ചെങ്കിലും അവർ തന്റെ വിശ്വാസം പോലെ തുടർന്നു. അമ്മയെ സംബന്ധിച്ചിടത്തോളം മതവും അനുഷ്ഠാനങ്ങളും തീരെ ഒഴിവാക്കാനാവാത്ത വിധത്തിൽ പൂർണമായ ഒന്നിന്റെ ഭാഗമായിരുന്നു, പ്രതിബദ്ധത പൂർണമായും നടപ്പിലാക്കിയിരുന്നില്ലെങ്കിലും. സാന്താക്രൂസിലെ ഹനുമാൻ മന്ദിർ സന്ദർശിക്കുന്നതിനും എല്ലാ ശനിയാഴ്ചകളിലും ഒരു

തിരക്കിട്ട പ്രദക്ഷിണം നടത്തുന്നതിനും ആ ആവശ്യത്തിന് അച്ഛന്റെ അനുവാദം ഉറപ്പാക്കുന്നതുവരെയുള്ള കാര്യങ്ങളിൽ അമ്മ എപ്പോഴും വിജയിച്ചിരുന്നു. അദ്ദേഹം രാവിലെ കാറിൽ വീട്ടിൽ നിന്നും പുറപ്പെടുകയും പൂജയ്ക്ക് ആവശ്യമായ പൂക്കളും മറ്റും കൊണ്ടുവരുമായിരുന്നു. ഓരോ മടക്കയാത്രയിലും വീട്ടിലുള്ളവർക്ക് പഴങ്ങളും മറ്റും കൊണ്ടുവരുമായിരുന്നു, പ്രത്യേകിച്ചും കുട്ടികൾക്ക്.

ദേശീയ പ്രസ്ഥാനങ്ങളുടെ നല്ല പാരമ്പര്യത്തെ പിൻപറ്റി ഗുജറാത്തി സ്കൂളുകളിലാണ് എന്റെ അച്ഛനും അമ്മയും അയയ്ക്കപ്പെട്ടത്. സ്വാതന്ത്ര്യസമരക്കാലത്ത് സ്ഥാപിക്കപ്പെട്ട പിൽസ് ഔൺ (Pil's Own) എന്ന, വില്ലെ പാർലെയിൽ, ആരംഭിച്ചതും പിന്നീട് ഖാറിലേക്ക് മാറ്റി പ്രതിഷ്ഠിച്ചതുമായ സ്കൂളിലാണ്, അച്ഛൻ പഠിച്ചത്. സ്കൂളിൽ അദ്ദേഹത്തിന്റെ കൂട്ടുകാർ ദിലീപ് പുരോഹിത്, ദിലീപ് ഭലാൽ, ഹാമിർ ദോഷി എന്നിവരുമായിരുന്നു. അവസാനംവരെ ഒരുമിച്ചുണ്ടായിരുന്ന, നാൽവർ, ആയിരുന്നു ഇവർ. സുഹൃത്തുക്കൾ വഴിപിരിഞ്ഞതിന് ശേഷവും എല്ലാ സുഹൃത്തുക്കളുമായി നിരന്തരം ബന്ധപ്പെട്ട് അടുപ്പം നിലനിർത്തുന്നതിനുള്ള ഒരു പ്രത്യേക കഴിവ് അച്ഛനുണ്ടായിരുന്നു. വെള്ളിയാഴ്ച രാവിലെകളിൽ കോടതിക്ക് മുന്നിലുള്ള നിയോ കോഫി ഹൗസിനുമുന്നിൽ ഇവർ കൂടാറുണ്ടായിരുന്നു.

എന്റെ അച്ഛന്റെ സുഹൃത്തുക്കളിൽ ബാറിൽനിന്നുള്ള ജൂനിയർമാർ ഉൾപ്പെടെയുള്ള സഹപ്രവർത്തകർ ഉണ്ടായിരുന്നു. സാം കാക്ക അല്ലെങ്കിൽ സാമി എന്ന് വിളിക്കുന്ന സാംബറൂച്ച ബോംബെ ഹൈക്കോടതിയിൽ ജോയിൻ ചെയ്യുകയും പിന്നീട് സുപ്രീം കോടതി ചീഫ് ജസ്റ്റിസായി ഉയർത്തപ്പെട്ടതുമായ ആളാണ്. ഏതൊരു നിമിഷത്തിൽ ബെറൂച്ച ബഞ്ചിലേക്ക് ഉയർത്തിപ്പെട്ടോ, അപ്പോൾ ആ ബഞ്ചിൽ ഹാജരാകുന്നത് നിർത്തിവച്ച ആളായിരുന്നു അച്ഛൻ: ഞങ്ങൾ ജന്മനാലും തുടർന്നും പിന്തുടർന്ന ധാർമ്മികത അങ്ങനെയുള്ളതായിരുന്നു. എച്ച് എം ശീർവായ് ഇന്ത്യയുടെ പ്രധാന ഭരണഘടനാവിദഗ്ദ്ധനായിരുന്നു. അദ്ദേഹം സരസനും വർത്തമാനപ്രിയനും ആയിരുന്നു. ശീർവ്വായിക്ക ഞങ്ങൾ കുട്ടികളുടെ ഒപ്പം കൂടുകയും തമാശ പറഞ്ഞ് രസിപ്പിക്കുകയും ചെയ്യുമായിരുന്നു. വിചിത്രമായ ചില പ്രകടനങ്ങൾ കാണിക്കാനുള്ള അത്യപൂർവ്വമായ കഴിവും അദ്ദേഹത്തിനുണ്ടായിരുന്നു. അത് അത്ഭുതം ജനിപ്പിക്കുന്നതായിരുന്നു. സാമിയും പെറിൻ ബറൂച്ചയും; റൂസിയും, ആർണൂസെത്നയും, ദേശായിമാർ, ശീർവ്വായിക്കാക്ക, ഫിറോസ അമ്മായിയും കുടുംബവും- നവ്റോസ് പ്രത്യേകിച്ചും- എന്നിവർ ഞങ്ങളുടെ ജീവിതത്തിൽ പ്രധാനപ്പെട്ടവരാണ്. ഇവരൊത്താണ് ഞങ്ങൾ ഒഴിവുദിനങ്ങളിൽ പുറത്തു പോവുക. ഷെറോഫുമാർ; റൂസിയും, പോളിയും, അവരുടെ മക്കളായ ഒരു വയസ്സ് മുതിർന്ന ഹാമും, ഒരു വയസ്സ് താഴെ അനാഹിത, ഏറ്റവും താഴെയുള്ള സെനോബിയ സെന്നും വളരെ വ്യത്യസ്തരായിരുന്നെങ്കിലും ഞാനുമായി വളരെ അടുപ്പമായിരുന്നു. ഞങ്ങൾ മുതിർന്നു വരുന്ന വർഷ

ങ്ങളിൽ എല്ലാ വിഭാഗങ്ങളും, പാഴ്സികളുൾപ്പെടെ ഞങ്ങളുടെ ജീവിതം മുന്നോട്ട് കൊണ്ടുപോകുന്നതിൽ വലിയ പങ്ക് വഹിച്ചകാര്യം ഞാൻ ഓർക്കുന്നു. പൊതുജീവിതത്തിൽ ഒരു മതത്തിന്റെയോ സമുദായത്തിന്റെയോ പിൻബലത്തിൽ എന്നെ തിരിച്ചറിയാൻ കഴിയാതെ വരുന്ന സാഹചര്യത്തിൽ- ഞാനൊരു പാഴ്സിയായി ഡബ്ബ് ചെയ്യുമായിരുന്നു.

അതുലിന്റെ ചെറുപ്പക്കാരായ സഹപ്രവർത്തകരും ഞങ്ങളുടെ കുടുംബത്തിന്റെ ഭാഗമായി മാറി. അതിന്റെ ലിസ്റ്റ് നീളം കൂടിയതാണ്. മോഹൻ കോർഡ്രേ, കാസിം മാസ്റ്റർ, റഫീക്ദാദ, ഡാരിയസ് ഷ്രോഫ് എന്നിവർ. അതിലൊരാൾ രവി കുൽക്കർണി. വ്യത്യസ്തനായി മാറി നില്ക്കുന്നു, വളരെയധികം പ്രത്യേകതയോടെ. ഉന്മേഷമുള്ള മൂന്നു സഹോദരിമാരുടെ ഇടയിലെ ശകുന്തളയുമായുള്ള അദ്ദേഹത്തിന്റെ പ്രണയവും വിവാഹവും. ഞങ്ങൾ പുറത്ത് നില്ക്കുന്നവർക്ക് ആ മൊട്ടിട്ട് വരുന്ന പ്രണയം നോക്കിക്കാണുന്നതിൽ വലിയ ആശ്ചര്യവും സന്തോഷവും ഉളവാക്കി. ഞാനും എന്റെ സഹോദരിയും അതുൽ വനിതാ സഹപ്രവർത്തകരോട് ഇടപഴകുന്നത് കണ്ട് അതിൽ സ്വാധീനപ്പെട്ടിരുന്നു. അദ്ദേഹം കുടുംബത്തിലെ വനിത അംഗങ്ങളോടും, വനിതാ സുഹൃത്തുക്കളോടും, നിയമതൊഴിൽ രംഗത്തുള്ള വനിതകളോടും ഇടപഴകുന്ന രീതി വളരെ സമത്വബോധത്തോടുകൂടിയായിരുന്നു. അദ്ദേഹത്തിന്റെ ചില വളരെ അടുപ്പമുള്ള വനിതാ സഹപ്രവർത്തകർ സാധാരണയായി വീട്ടിൽ വരികയും ഞങ്ങളുടെ പുൽത്തകിടിയിൽ ഇരുന്ന് ദീർഘമായ ചർച്ചകൾ നടത്തുകയും ചെയ്യുമായിരുന്നു. അവർ ചർച്ച ചെയ്യുന്ന വിഷയങ്ങൾ എന്തെന്ന് ഞങ്ങക്ക് അറിയുമായിരുന്നില്ല. വനിതകളും പുരുഷന്മാരുമായ ധാരാളം അഭിഭാഷകർക്ക് അദ്ദേഹം ഒരു മാർഗ്ഗനിർദ്ദേശകൻ ആയിരുന്നു. ഇപ്പോൾ ഞങ്ങളുടെ അടുത്ത സുഹൃത്തായ ഇന്ദിരാ ജയ്സിംങ് ഞങ്ങളുടെ ലോണിന്റെ അങ്കണത്തിൽ വന്നിരുന്ന് അച്ഛനുമായി വളരെ ഗാഢമായ ചർച്ചകൾ നടത്തുന്നത് കണ്ടിട്ടുണ്ട്. അവർ എന്താണ് ചർച്ചചെയ്യുന്നത് എന്നറിയാൻ ഞങ്ങൾക്ക് ഒരിക്കലും അവസരം കൈവന്നിട്ടില്ല. ആശയപരമായി ഇന്ദുവും അദ്ദേഹവും തീർത്തും വിരുദ്ധധ്രുവങ്ങളിലാണെങ്കിലും അവർ തമ്മിൽ നല്ല പരസ്പരവിശ്വാസം പുലർത്തിയിരുന്നു. സമാനമായ സമീപനവും മാന്യതയും വനിതാസുഹൃത്തുക്കളുമായും സഹപ്രവർത്തകരുമായും പെരുമാറുമ്പോൾ ജാവേദും പുലർത്തിയിരുന്നു. അത് സ്നേഹം ജനിപ്പിക്കുന്നതും ബഹുമാനമുണർത്തുന്നതുമായിരുന്നു. ഏത് വയസ്സിൽ പെടുന്ന വനിതകളോട് പെരുമാറുമ്പോഴും അതുലിൽ ഈ സവിശേഷത കാണാമായിരുന്നു.

ഇതെല്ലാം തന്നെ നിയമവുമായോ, കോടതിയുമായോ മാത്രം ബന്ധപ്പെട്ടുള്ളവയായിരുന്നില്ല. ഓർമ്മിക്കുമ്പോൾ അത്ഭുതം തുളുമ്പുന്ന ഒരു കാര്യം മയൂർ മാധ്വനി, നടി മുംതാസിനെ വിവാഹം കഴിച്ചപ്പോൾ അത് അകന്ന കുടുംബബന്ധമായതും, ജുഹുവിലെ സൺ-ആന്റ്-സാൻഡ് ഹോട്ടലിൽ വിരുന്നിന് പോയതുമായ സംഭവമാണ്. ഞങ്ങൾ സെലിബ്രി

റ്റീസിന്റെ എണ്ണം എടുക്കുകയും നിരീക്ഷിക്കുകയുമായിരുന്നു. ഞാൻ ഡിംപിളിനെയും കാകാ രാജേഷ്ഖന്നയേയും ഓർക്കുന്നു. ഡിംപിൾ അന്ന് *ബോബിയിൽ* (1973) ൽ അഭിനയിച്ചു കഴിഞ്ഞതേയുള്ളു. ഒരിക്കൽ ഞാനും സുഹൃത്ത് വിനീതാ വൈദും ഒരുമിച്ച് ബാന്ദ്ര കാർട്ടർ റോഡിൽ പ്രഭാത നടത്തയ്ക്കിടയിലാണ് അനുകരണീയനായ കവി വീരേന്ദ്രനാഥ് ചതോപദ്ധ്യായയെ നേരിൽ കാണുന്നത്. സിതാർ മാന്ത്രികൻ വിലായത് ഖാൻ ഞങ്ങളുടെ ജീവിതത്തിന്റെ ഭാഗമായിരുന്നു, അതുപോലെ കുടുംബവും. ഗൗരവത്തോടുകൂടിയല്ലെങ്കിലും സിതാർ പഠിക്കുന്നതിലേക്ക് എന്റെ ചാപല്യം വീണുപോയി എന്നു പറഞ്ഞാൽ മതിയല്ലോ.

കുടുംബത്തിന്റേതായി മാത്രമുള്ള സമയങ്ങളും അവധിദിനങ്ങളിലെ കൂടിക്കാഴ്ചകളും ഞങ്ങൾക്ക് അതിപ്രധാനമായിരുന്നു. ഞങ്ങൾ വർഷത്തിലൊരിക്കൽ അവധിയെടുക്കുകയും ഊട്ടിയിലെ വീട്ടിൽ മുത്തച്ഛന്റെയും മുത്തശ്ശിയുടേയും (അച്ഛൻ വഴി) ഒപ്പം ഓരോ ഇടവിട്ട വർഷങ്ങളിലും ചെലവഴിക്കുകയും ചെയ്യും. മുത്തച്ഛൻ-ദാദ-ഇന്ത്യയുടെ അറ്റോർണി ജനറൽ സ്ഥാനത്തുനിന്നും വിരമിച്ച് പാർലമെന്റ് അംഗമായി കഴിയുന്നതിനാൽ ദീപാവലി ദിനങ്ങളും ഡിസംബർ അവധികളും ഞങ്ങൾ ഡൽഹിയിൽ തന്നെ കഴിച്ചു കൂട്ടി. അഹമ്മദാബാദിൽ അമ്മയുടെ അമ്മാവന്റെ വീട്ടിലേക്കും ഹ്രസ്വകാലയാത്രകൾ ഉണ്ടാകും, എത്ര മാത്രം തിരക്കും സമ്മർദ്ദങ്ങളും ഉണ്ടെങ്കിലും കുടുംബാവധികൾ ഞങ്ങൾക്കും കുട്ടികൾക്കും ഉന്മേഷദായകമാക്കുന്നതിന് ഞാനും ജാവേദും പരമാവധി ശ്രമിക്കാറുണ്ട്. ഓരോ വർഷവും 2 ആഴ്ചമുതൽ 4 ആഴ്ചവരെ ദീർഘമായ അവധികൾ എടുക്കും. ഇക്കാര്യത്തിൽ ഞങ്ങളുടെ കുട്ടികൾക്കുള്ള പരാതി, മറ്റു പൈതൃകനഗരങ്ങളിൽ കൊണ്ടുപോകുന്നതിന് പകരം ഞങ്ങൾ ആവർത്തിച്ച് അവരെ ഹിമാലയത്തിൽ കൊണ്ടുപോകും എന്നതായിരുന്നു. മലകളോടുള്ള പ്രിയംകാരണം ഞങ്ങൾ ഞങ്ങളുടെ 'പരിക്രമ' തുടങ്ങുന്നത് മലയുടെ ഒരറ്റത്തുനിന്നും മറ്റേ അറ്റത്ത് അവസാനിക്കും വിധമാണ്. ഓരോപ്രാവശ്യവും കുടുംബവുമൊത്ത് ഞങ്ങൾ വരികയും ഇനിയും പൂർത്തീകരിക്കാത്ത വെല്ലുവിളികൾ ഏറ്റെടുക്കുകയും ചെയ്തു.

എന്നെ സ്വാധീനിച്ച മൂന്ന് പ്രധാനപ്പെട്ട കാര്യങ്ങൾ ഇവയാണ്: നിയമം, പൊതുധാർമ്മികത, കുടുംബം, ജീവിതത്തിൽ പല വെല്ലുവിളികളിലേക്കും എടുത്തെറിയപ്പെട്ടപ്പോൾ, എന്റെ വലിയ കുടുംബത്തിൽ നിന്നും ആവാഹിച്ച ആർജ്ജവവും പ്രതിബദ്ധതയും ആ മേഖലയിൽ പുതിയ വിതാനങ്ങൾ തുറക്കണമെന്ന് മനസ്സാ നിർബ്ബന്ധിക്കപ്പെട്ടു.

ബോംബെയിലെ ഞങ്ങളുടെ വീടിന്റെ പുറത്ത് അലയടിക്കുന്ന കടലും അതിലെ തിരകളും എന്നിൽ ഒട്ടിച്ചേർത്ത കൂട്ടുകാരായി. പ്രക്ഷുബ്ധമായതും, ഭീഷണമായതുമായ ചോദ്യങ്ങളും അമർഷങ്ങളും എന്നെ വന്നു മൂടുമ്പോൾ ഞാൻ കടലിനെ കൂട്ടുപിടിക്കും. അത് എന്റെ അന്തർമണ്ഡലങ്ങളിൽ പ്രതിഫലനം കൊള്ളും. തിമിർക്കുന്ന, ആർത്തടിക്കുന്ന

നിലാവുള്ള ദിവസങ്ങളിലെ വേലിയേറ്റവും വേലിയിറക്കങ്ങളിലെ ശാന്ത സ്വച്ഛതയും, ചന്ദ്രനിൽ നിന്നുമുള്ള വെളിച്ചത്തിൽ തിളങ്ങുന്ന തിരകളും എല്ലാം...എല്ലാം..

* * * * *

ഞാൻ വളർന്നുവന്നത് നിയമവുമായി ഏറെ ബന്ധപ്പെട്ട ചുറ്റുപാടുകളിലാണ്. എന്റെ മുതുമുത്തച്ഛൻ ചമൻലാൽ സെതൽവാദ് പ്രശസ്തനായ വക്കീലായിരുന്നു. അദ്ദേഹത്തിന്റെ മകൻ ഇന്ത്യയുടെ അറ്റോർണി ജനറലായിരുന്നു. എന്റെ അച്ഛനും വക്കീലായിരുന്നു. ഏഴാം ക്ലാസ് വരെ ഞാൻ വിചാരിച്ചത് എനിക്കൊരു നിയമജ്ഞയാകണം എന്നായിരുന്നു.

എന്നാൽ എനിക്ക് ഇതര താല്പര്യങ്ങൾ ഉണ്ടായിരുന്നു. ക്രിക്കറ്റിലും വാർത്തകളിലും ഞാൻ അഭിരമിച്ചു. ബി ബി സി വേൾഡ് സർവ്വീസും ആൾ ഇന്ത്യാ റേഡിയോയും ഞാൻ കേൾക്കുമായിരുന്നു. വീട്ടിൽ വരുത്തിയിരുന്ന മൂന്ന് ദിനപത്രങ്ങളും അരിച്ചുപെറുക്കി ഞാൻ വായിക്കുമായിരുന്നു. 1973 ൽ ഇംഗ്ലണ്ട്-ഇന്ത്യാ ടെസ്റ്റ് സീരിസിൽ ഗുണ്ടപ്പ വിശ്വനാഥും ഫറൂക്ക് എഞ്ചിനീയറും ബോംബെ ടെസ്റ്റിൽ സെഞ്ചറി പൂർത്തിയാക്കിയത് ഓർക്കുന്നു. അവരും പട്ടോഡിയുമായിരുന്നു ഞങ്ങളുടെ ആരാധനാപാത്രങ്ങൾ. 1974 ൽ ഇന്ത്യ ഇംഗ്ലണ്ടിനോട് 42 റണ്ണിൽ എല്ലാവരും പുറത്തായപ്പോൾ ഞങ്ങൾ വിതുമ്പി. ഞാൻ ഒരു ഇന്ത്യാഭക്തയും വാശിയോടെ കളി കാണുന്നവളുമായിരുന്നു. എന്റെ സഹോദരി കുറേയൊക്കെ തമാശയിലാണ് കളിയെ കണ്ടത്; അവൾ ടോണി ഗ്രേയ്ഗിനെ കൂടുതൽ ഇഷ്ടപ്പെട്ടു.

റേഡിയോയിൽ വാർത്തകൾ കേൾക്കുന്നതും വാർത്തയ്ക്ക് ആസ്പദമായ സംഭവങ്ങളെപ്പറ്റി അത്താഴസമയത്ത് കുടുംബാംഗങ്ങളുമായി ചർച്ചചെയ്യുന്നതും വളരെ ചിട്ടയായി നടന്നിരുന്നു. ചൂടേറിയ വാഗ്വാദങ്ങൾ തുടങ്ങുമ്പോൾ അതുൽ സാവകാശം ആളിപ്പിടിപ്പിക്കും. ചില രാത്രികളിൽ അമ്മയും അതുലും സുഹൃദ് സന്ദർശനങ്ങളിലായിരിക്കുമ്പോൾ ആ രാത്രിയിലെ ചർച്ചകളുടെ കുറിപ്പുകൾ ഞാൻ തയ്യാറാക്കി അടുത്ത ദിവസത്തെ ചർച്ചകൾക്കായി ഡൈനിങ് ടേബിളിൽ വയ്ക്കും!

1974 ൽ ഞാൻ ഏഴാം ക്ലാസിൽ പഠിക്കുമ്പോൾ, എനിക്ക് ഏകദേശം പന്ത്രണ്ട് വയസ്സുള്ളപ്പോൾ, ഒരു ദിവസം വീട്ടിലേക്ക് വന്ന അച്ഛന്റെ കൈയിൽ *ഓൾ ദി പ്രസിഡന്റ്സ് മെൻ* എന്ന പുസ്തകത്തിന്റെ ഒരു പേപ്പർ ബാക്ക് ഉണ്ടായിരുന്നു. വാട്ടർഗേറ്റ് അപവാദം യുണൈറ്റഡ് സ്റ്റേറ്റ്സിൽ പൊട്ടിപ്പടർന്ന സമയം. ആ പുസ്തകം വായിച്ചുകൊണ്ടിരിക്കേ മറ്റൊരിക്കലുമില്ലാത്തപോലെ എന്റെ ലോകം അതിന്റെ അച്ചുതണ്ടിൽ ഒന്നു ചെരിഞ്ഞു. ഞാൻ ആ പുസ്തകം വായിച്ചു എന്നല്ല, മറിച്ച് തുടരെത്തുടരെ വായിക്കുകയും, തെറ്റുകൾ തുറന്നുകാട്ടുന്നതിലും കാര്യങ്ങൾ നേർവഴിക്കാക്കുന്നതിലും ആ പത്രപ്രവർത്തകരുടെ മിടുക്കിൽ

ആകൃഷ്ടയാവുകയും പത്രപ്രവർത്തനം എങ്ങനെയാവണം എന്നത് സംബന്ധിച്ച് കൂടുതൽ ബോധവതിയാവുകയും ചെയ്തു. ആദ്യം മടിച്ചു മടിച്ചും പിന്നീട് തുടരെത്തുടരെയും ഞാനെന്റെ അച്ഛനോട് സംസാരിച്ചു. നിയമത്തിലല്ല, മറിച്ച് പത്രപ്രവർത്തനത്തിലാണ് ഞാൻ ചെന്നു ചേരേണ്ടത്. നിയമം അതിനോട് ചേർന്ന് നില്ക്കുകയും ചെയ്യും. ഒരിക്കൽപ്പോലും അതുൽ അതിൽനിന്നും എന്നെ പിന്തിരിപ്പിച്ചില്ല. അദ്ദേഹവുമായുള്ള സംഭാഷണങ്ങളിൽ എന്റെ ലക്ഷ്യം കൂടുതൽ തെളിഞ്ഞതാക്കുന്നതിനും, അതിന് മൂർച്ച കൂട്ടുന്നതിനും മാത്രമേ സഹായിച്ചുള്ളു. നിയമമേഖലയിലൂടെയുള്ള ഒരു ഔപചാരികമായ പിന്തുടർച്ച ഒരു ജനാധിപത്യവാദിയായ അതുൽ താല്പര്യപ്പെട്ടുമില്ല. അതായിരുന്നു അതുൽ. പതിനാലാം വയസ്സിൽ *ഇന്ത്യാ ടുഡേയിൽ* പത്രാധിപർക്കുള്ള എന്റെ ഒരു കത്ത് പ്രസിദ്ധീകരിച്ചപ്പോൾ ഞാൻ അതൊരു ബാഡ്ജായി ധരിച്ചു നടന്നു. എന്റെ ഭാവി ആ കത്തിൽനിന്നും ഉതിർന്നു വീഴുകയായിരുന്നു.

ഞങ്ങളുടെ സ്കൂൾ, മനേക്ജി കോപ്പർ സ്കൂൾ, വളരെ അടുത്തായിരുന്നു. അത് വളരെ ചെറുതും ഗൃഹാതുരത്വമാർന്നതും നടന്ന് പോയി വരാൻ കഴിയുന്നതുമായിരുന്നു. 1977 ലായിരുന്നു ഞങ്ങളുടെ ബോർഡ് പരീക്ഷകൾ നടന്നത്. ആ വർഷം തന്നെയാണല്ലോ ഇന്ത്യ വളരെ വിപ്ലവകരമായ മുന്നേറ്റങ്ങളിലൂടെ കടന്നുപോയത്. തെരുവുകളിലും സ്ഥാപനങ്ങളിലും അടിയന്തരാവസ്ഥയുടെ ഭീകരതകളെ ബോംബെ ജനത എതിർത്തു. ബോംബെയിലെ പൗരന്മാർ സമാനതകളില്ലാത്തവിധം അവരുടെ ശക്തി പ്രകടിപ്പിച്ചു. ഏകാധിപത്യമാണോ ജനാധിപത്യമാണോ വേണ്ടതെന്ന് ഞങ്ങൾ ഓരോരുത്തരോടും അവർ ചോദിച്ചു. ഞങ്ങളുടെ വീടുകളെല്ലാം സജീവമായ ചർച്ചകളുടെയും ആലോചനായോഗങ്ങളുടെയും കേന്ദ്രമായി. പഠനത്തിൽമാത്രം കൂടുതൽ സമയം ചെലവഴിക്കാതെ അടിയന്തരാവസ്ഥക്കെതിരേയും കോൺഗ്രസ് പാർട്ടിക്കെതിരെയും പ്രചാരണം ചെയ്യാൻ അതുൽ ഞങ്ങളെ പ്രേരിപ്പിച്ചു. പ്രചാരണത്തിനുള്ള സാമഗ്രികൾ ശേഖരിക്കുന്നതിനും കൂടിയാലോചനകൾ നടത്തുന്നതിനുമുള്ള കേന്ദ്ര സ്ഥാനമായി രാമദാസ് ഭത്കലിന്റെ (പോപ്പുലർ പ്രകാശൻ) വീട് പ്രവർത്തിച്ചു. നിയമ വിദ്യാർത്ഥികളും സോളിസിറ്റർമാരും ആഫീസുകളിൽനിന്നും പുറത്ത് വന്ന് പ്രചാരണപരിപാടികളിൽ പങ്കെടുക്കുന്ന കാഴ്ചസർവ്വസാധാരണമായിരുന്നു. 1977 ൽ ബോംബെയിൽ നിന്നുള്ള ഏഴ് ലോക്സഭാമണ്ഡലങ്ങളിൽ ആറ് മണ്ഡലങ്ങളിലും ജനതാമുന്നണിയെയാണ് ജയിപ്പിച്ചത്. ഇന്ന് ഇന്ത്യ ഒരു അപ്രഖ്യാപിത അടിയന്തരാവസ്ഥയ്ക്ക് സാക്ഷ്യം വഹിക്കുമ്പോൾ, എഴുപത് വർഷത്തെ നമ്മുടെ രാഷ്ട്ര നിർമ്മാണ പ്രക്രിയയെ ഭൂരിപക്ഷ ഹുങ്കും വിഭാഗീയതയും നിറം കെടുത്തിക്കൊണ്ടിരിക്കുമ്പോൾ, നവീനമായ കാലഘട്ടം ആവശ്യപ്പെടുന്ന, ബോംബെ മുന്നോട്ട് വച്ച സമന്വയത്തിന്റേയും ബഹുസ്വരതയുടേയും ചൈതന്യത്തിന് നിലനില്പുണ്ടാകുമോ? എന്താണീ ബോംബെയുടെ ചൈതന്യം എന്നത്? ഭരണകൂടത്തിന്റെ അടി

ച്ചമർത്തൽ, അടിസ്ഥാന സ്വാതന്ത്ര്യങ്ങൾ റദ്ദാക്കൽ തുടങ്ങിയ എല്ലാ തെറ്റായ നടപടികളെയും തിരുത്തി ശരിയായ ദിശാബോധം രൂപപ്പെടുത്തുന്നതാണ് ആ ചൈതന്യം.

എന്റെ സഹോദരിയുടെ പേര് അമിലി എന്നാണെങ്കിലും അവൾ ഞങ്ങൾക്ക് അമു ആയിരുന്നു. അവളുടെ ജനനവർഷം 1964 ആണ്. അമുവിന്റെ ജനനശേഷം അമ്മയ്ക്ക് രണ്ടുപ്രാവശ്യം ഗർഭം അലസലുണ്ടായി. എന്റെ അച്ഛൻ അതുൽ, തനിക്ക് ഒരു ആൺകുട്ടി ഉണ്ടായില്ല എന്നതിൽ വ്യസനിച്ചിരുന്നോ എന്ന് ഞാനറിയാൻ ഇടയായിട്ടില്ല. എന്നാലെന്റെ അമ്മയ്ക്ക് അങ്ങനെ ഒരു ആഗ്രഹം ഉണ്ടായിരുന്നു. എല്ലാ ശരിതെറ്റുകളെപ്പറ്റിയും ഉറച്ച വിശ്വാസത്തോടെ ഞങ്ങളെ വളർത്താൻ അച്ഛൻ പ്രതിജ്ഞാബദ്ധനായി. കൊച്ചുകൊച്ചു തെറ്റുകളോട് ക്ഷമിച്ചു. അമു എന്നും നല്ല സുഹൃത്തും, അതിനപ്പുറം ഞങ്ങളുടെ മക്കൾക്ക് മാതൃസ്ഥാനീയയും. ദാദാ മോത്തിലാൽ സെതൽവാദുമായി പങ്കുവച്ചിരുന്നത് പോലെ ഊഷ്മളമായ നർമ്മബോധത്തിനുടമയും ആയിരുന്നു. അവളുടെ കൊച്ചുകൊച്ചു തമാശകൾ ഞങ്ങളുടെ ബാല്യത്തിന്റെയും ഞങ്ങളുടെ വീടിന്റെ തന്നെയും ആകത്തുകയായി ഇന്നും പരിലസിക്കുന്നു. കടൽത്തീരത്തെ 'നിരാന്തി'ൽ മഹനീയമായ ഒരിടത്ത് ഞങ്ങൾക്ക് വസിക്കാൻ കഴിഞ്ഞത് വലിയ ഭാഗ്യം തന്നെ.

നിയമം, അവകാശം, സ്വാതന്ത്ര്യം, നീതി, ഭരണഘടന എന്നിവയെപ്പറ്റിയൊക്കെ പര്യാലോചിക്കുമ്പോൾ ഞങ്ങൾ കുട്ടികളായിരിക്കുമ്പോൾ വിരസതയുടെ നിമിഷങ്ങൾ ഒഴിവാക്കുന്നതിന് അമുവും ഞാനും കളിച്ചിരുന്ന ഒരു ഗെയിം ഓർമ്മവരുന്നു. "അതുൽ, മോട്ടിലാൽ, ചീമൻലാൽ, അംബാശങ്കർ, ഹരാ-റായ്, ബ്രിജ്റായ് സെതൽവാദ്"- ഞങ്ങൾ പാതി തമാശയായും അഭിമാനത്തോടെയും ഞങ്ങളുടെ നിയമമേഖലയുമായുള്ള പൈതൃകമായ വംശപാരമ്പര്യത്തെപ്പറ്റി പാടുമായിരുന്നു. അമ്മയെപ്പോലെ ഞങ്ങൾക്ക് സംഗീതത്തിൽ കഴിവുണ്ടായിരുന്നില്ല. ഞങ്ങൾ രണ്ട് സഹോദരിമാരും അച്ഛന്റെ ഈണമില്ലാത്ത സംഗീതമായിരുന്നു ഉപയോഗിച്ചിരുന്നത്. ഞങ്ങൾ സംഗീതത്തെ ഗാഢമായി സ്നേഹിച്ചിരുന്നെങ്കിലും അദ്ദേഹം അങ്ങനെയായിരുന്നില്ല. ഞങ്ങൾ ചങ്ങാതിമാരും വീട്ടുകാരുമൊത്ത് അവധിക്കാലയാത്രകൾ നടത്തുമ്പോൾ വർഷങ്ങളോളം ഈ മന്ത്രങ്ങൾ ഉരുവിടുമായിരുന്നു. ഇങ്ങനെയൊക്കെയാണ് ഞങ്ങൾ സഹോദരിമാർ ഇന്ത്യയിലെ പ്രഗത്ഭമായ നിയമകുടുംബത്തിലെ അംഗങ്ങളാണെന്ന സത്യം ഉൾക്കൊണ്ടിരുന്നത്. കുടുംബപരമായ മഹിമ വിളിച്ചോതുന്ന ഈ ഈണം പെട്ടെന്ന് വീട്ടന്തരീക്ഷത്തിൽ ശ്രദ്ധാകേന്ദ്രമാവുകയും ഏഴാം തലമുറയോളം നീണ്ടുകിടക്കുന്ന ഈ സുരക്ഷിതമായ പ്രത്യേക അവകാശങ്ങളുടെയും ഉന്നതമായ വിദ്യാഭ്യാസത്തിന്റെയും ക്രമേണയായുള്ള തിരിച്ചറിയലായിമാറി. മറുവശത്ത് ഞങ്ങൾ മൂന്നാം തലമുറ ബിരുദാനന്തരബിരുദക്കാരായിരുന്നു എന്നതും ശ്രദ്ധിക്കണം. (ഞങ്ങളുടെ അമ്മൂമ്മ പോലും എം എ സോഷ്യോളജി പൂർത്തീ

കരിച്ചയാളായിരുന്നു) അടിസ്ഥാനപരമായ ഈ സാഹചര്യങ്ങളാണ് എന്നെ അർഹത, അവകാശം എന്നിവയെപ്പറ്റി പേർത്തും പേർത്തും ബോധവതിയാക്കിക്കൊണ്ടിരുന്നത്. ജന്മനാൽ ജാതിപരമായി ലഭ്യമാക്കുന്ന അവകാശങ്ങൾ ഇന്ത്യൻ സാഹചര്യങ്ങളിൽ ഒരു യാഥാർത്ഥ്യമാണല്ലോ. അങ്ങനെ വരുമ്പോൾ അവകാശങ്ങളും ജനാധിപത്യവും കൂടുതൽ ശക്തിപ്പെടുത്താനും നീതിയെപ്പറ്റിയുള്ള അവബോധം ഉയർത്തിപ്പിടിക്കുന്നതിനും ഈ അർഹതാബോധം ഉപയോഗിക്കേണ്ടതല്ലേ?

സമൂഹത്തിലെ മേൽത്തട്ടിലുൾപ്പെടുന്ന മാന്യന്മാരുൾപ്പെടെയുള്ളവരോട് പ്രത്യേകാവകാശങ്ങൾ, സംവരണം, ജാതി ഇവ സംബന്ധിച്ചും, അതുവെച്ചുള്ള വിവേചനങ്ങളുടെ ബുദ്ധിശൂന്യതയെപ്പറ്റിയും ചർച്ചചെയ്യാനുള്ള അവസരങ്ങൾ എനിക്കുണ്ടായിരുന്നു. എന്നോടുള്ള ചോദ്യങ്ങൾക്ക് കൂടുതൽ ചോദ്യങ്ങൾക്കൊണ്ട് മറുപടി പറയാനാണ് ഞാൻ ആഗ്രഹിച്ചത്. ചിലർ ചോദിക്കും: സംവരണത്തെപ്പറ്റി എന്താണ് പറയാനുള്ളത്? അവിടെ മെറിറ്റ് തടയുകയല്ലേ ചെയ്യുന്നത്? ഞാനിപ്രകാരം മറുപടി പറയും,"എന്റെ കുടുംബം ഉദാഹരണമായി എടുക്കുക, പഠിതാക്കളുടെ ഏഴാം തലമുറ, വനിതാപഠിതാക്കളുടെ മൂന്നാം തലമുറ, ചരിത്രപരമായ ഈ നേട്ടത്തിന്റെ ഭാഗമായുള്ള ഒരു പ്രത്യേക അവകാശം ഞങ്ങൾക്ക് ദളിതരായ കൃഷിക്കാർ, ആദിവാസികൾ, മുസ്ലീം എന്നീ വിഭാഗത്തിലുള്ളവരുടെ കുട്ടികളുമായി ഒരുമിച്ച് പരിഗണിക്കാൻ കഴിയുമോ? അത് അഹങ്കാരമല്ലേ? അവർ നമ്മുടെ വിദ്യാഭ്യാസ സമ്പ്രദായത്തിൽ ആദ്യ പ്രവേശനക്കാരായിരിക്കും. എന്റെ ഈ ചോദ്യങ്ങൾക്ക് മുൻപിൽ അവർ അത്ഭുതം കൊണ്ടോ അല്ലെങ്കിൽ എന്റെ അഭിപ്രായം അംഗീകരിച്ചുകൊണ്ടോ നമ്രശിരസ്കരാകും. ചിമൻലാൽ സെതൽവാദ് ആദരണീയനായ ഡോ: ഭീമറാവു അംബേദ്കറുടെ സഹപ്രവർത്തകനായിരുന്നതും അവർ ഒരുമിച്ച് ബഹിഷ്കൃത് ഹിതകാരിണി സഭ രൂപീകരിക്കുകയും ചെയ്തിരുന്നു. ജാതി മേധാവിത്ത്വത്തിന്റെ ഫലമായി മനുഷ്യവിരുദ്ധമായ വിവേചനങ്ങൾ ഉണ്ടാകുന്നത്, ഉയർന്ന തട്ടിൽ പ്രത്യേക പരിഗണനയോടുകൂടിയുള്ളവർക്ക് മനസ്സിലാക്കാൻ കഴിയുകയെന്നത് തന്നെ അപൂർവ്വമായിരുന്നു.

* * * * *

1978 ൽ ഞാൻ എൻഫിൻസ്റ്റൺ കോളേജിൽ ചേർന്നു. 1856 ൽ ആരംഭിച്ച ഈ കോളേജിലെ പൂർവ്വവിദ്യാർത്ഥികളായിരുന്നു എന്റെ അച്ഛൻ, മുത്തച്ഛൻ, മുതുമുത്തച്ഛൻ എന്നിവരെല്ലാം. എന്റെ വ്യക്തിപരമായും രാഷ്ട്രീയമായും ഉള്ള ചക്രവാളങ്ങൾ അതിന്റെ ഉന്നതിയിലെത്തുകയും ആഴമാർജ്ജിക്കുകയും ചെയ്തു. ഞാൻ മുഴുവൻ സമയ വിദ്യാർത്ഥി രാഷ്ട്രീയത്തിൽ ആണ്ടുമുങ്ങി, ഫീസ് വർദ്ധനവിനെതിരായ സമരത്തിൽ പങ്കെടുക്കുകയും, ഡിബേറ്റിങ്ങിലും ഫിലിം സൊസൈറ്റിയിലും സജീവമാവുകയും ഇലക്ഷനിൽ മത്സരിക്കുകയും ചെയ്തു. അതൊരു നിർണ്ണാ

യക കാലഘട്ടമായിരുന്നു. 1983 ൽ ഞാൻ ബിരുദമെടുക്കുന്നതുവരെ കോളേജ് എന്റെ വീടായി പരിണമിച്ചു.

ഞാൻ കുന്നുകൾ ഇഷ്ടപ്പെടുകയും ട്രെക്കിങ്ങിൽ താല്പര്യപ്പെടുകയും ചെയ്തു. അത് ആഴത്തിലുള്ള ചങ്ങാത്തങ്ങളുടെ ഫലമായി രൂപം കൊണ്ടതാണ്. അച്ഛന്റെ സഹപ്രവർത്തകനായ വക്കീലായ ഫിർദൗസ് തലയർഖാൻ ഇത്തരം യാത്രകളിലൂടെ ഞങ്ങളുടെ അടുത്ത സുഹൃത്തായിമാറി. വളരെ കഴിവുള്ള, സാഹസികനായ മലകയറ്റക്കാരനായ ഫിർദൗസ് എന്നെപ്പോലെ ആസ്ത്മാ പ്രശ്നം ഉള്ളയാളായിരുന്നു. കഠിനമായ വ്യായാമം കൊണ്ട് കരളിനെ ശക്തിപ്പെടുത്തി എപ്രകാരം ഈ പ്രശ്നം മറികടക്കാം എന്ന് എനിക്ക് മനസ്സിലാക്കിത്തന്നു. യൂത്ത് ഹോസ്റ്റൽ അസോസിയേഷൻ നേതൃത്വത്തിലുള്ള ദീർഘദൂരയാത്രകൾ രണ്ടോ മൂന്നോ ആഴ്ചകൾ നീണ്ടുനില്ക്കുമായിരുന്നു. വിശാലതയെ പുല്കാമെന്നതും മനുഷ്യന്റെ പരിശ്രമങ്ങളിലെ നിസ്സാരതയെ മനസ്സിലാക്കാമെന്നതുമായിരുന്നു ഇക്കാര്യത്തിലുള്ള എന്റെ എളിയ നേട്ടമായി ഞാൻ കാണുന്നത്.

കോളേജിൽ എന്റെ വളർച്ച പലവിധത്തിലായിരുന്നു. എനിക്ക് താല്പര്യമുള്ള വിവിധ മേഖലകളിൽനിന്നും ധാരാളം സുഹൃത്തുക്കളെ ഞാൻ സമ്പാദിച്ചു. ഹൈക്കോർട്ടിനടുത്തായിരുന്ന കോളേജിലേക്ക് സുഹൃത്ത് അമൃതയോടൊപ്പം അതുലിന്റെ കാറിലാണ് ഞാൻ പലപ്പോഴും പോയിരുന്നത്. ഞങ്ങളുടെ കുടുംബസുഹൃത്തായിരുന്ന നവറോസ് ശീർവ്വായി ഇക്കാലഘട്ടത്തിൽ ഏറ്റവും അടുപ്പമുള്ള വ്യക്തി, സുഹൃത്തുകൂടിയായി മാറി. അസ്പി ചിനോയ്, ജിമ്മി അവസ്യ തുടങ്ങി മറ്റു സുഹൃത്തുക്കൾ വേറെ, ലിസ്റ്റ് ഇനിയും നീളും എന്നതിനാൽ വ്യക്തമായ കാരണങ്ങളാൽ ഒരു തെരഞ്ഞെടുപ്പ് ആവശ്യമായി വരുന്നു. അവരിൽ മിക്കവരും എന്നെ ചുരുങ്ങിയ പരിധിയിൽ മാത്രം നിന്നുകൊണ്ടുള്ള വളർച്ചയിൽനിന്നും പുറത്തേക്ക് കൊണ്ടുവന്നു. ഫർഹാദ് സൊറാബ്ജിയും, ഞാനും ഒരുമിച്ച് സ്കൂളിൽ ഉണ്ടായിരുന്നു. അമൃത് ഷാ, ഗൗതം ഖണ്ഡേൽവാൾ, അരൂപ്മുഖർജി, നിലോഫർ, വിശ്വനാഥ് രാമചന്ദ്രൻ, ജാനകി നായർ, കരുൺ എന്നിവരെല്ലാം എന്റെ എൻഫിൻസ്റ്റൺ സുഹൃദ് വലയത്തിലുള്ളവരായിരുന്നു. സഞ്ജയ് ഘോഷ്, അരുന്ധതി എന്നിവർ ഉൾപ്പെടുന്ന ഗ്രൂപ്പുമായി ഇലക്ഷന് മത്സരിച്ചതിനാൽ ഞങ്ങളുടെ അടുപ്പം വളരെ ഗാഢമായി. സഞ്ജയ് ഗുജറാത്തിൽ ഒരു ഗ്രാമവികസന ആക്ടിവിസ്റ്റായി എങ്കിലും പിന്നീട് ബ്രഹ്മപുത്രാ നദിയിലെ ഒരു ദ്വീപായ മജൂലിയിലേക്ക് പോയി. 1997 ൽ അവനെ ഉൾഫാ തീവ്രവാദികൾ തട്ടിക്കൊണ്ട് പോവുകയും കൊലപ്പെടുത്തുകയും ചെയ്തു. *ദി എൻഫിൻസ്റ്റൺ* വേണ്ടി അവൻ എഴുതിയ എഡിറ്റോറിയൽ *കമ്യൂണലിസം കോംബാറ്റി* ൽ ഞാൻ പുനഃപ്രസിദ്ധീകരിച്ചു. എൻഫിസ്റ്റണിൽ തന്നെ ഉണ്ടായിരുന്ന അവന്റെ ഭാര്യ സുമിതാ ഘോഷ് ആവശ്യപ്പെട്ട പ്രകാരം മാഗസിന്റെ ഒറിജിനൽ ഞാൻ സന്തോഷപൂർവ്വം അവൾക്ക് കൈമാറി.

വെല്ലുവിളി നിറഞ്ഞതും ക്രിയാത്മകമായ പ്രവർത്തനങ്ങളുടേതുമായ ഒരു തേനീച്ചക്കൂടായിരുന്നു കോളേജ്. എന്താണോ നിലനില്ക്കുന്നത് അതിനെ തട്ടിമറിക്കും വിധം ഞങ്ങൾ ഞങ്ങളുടെ ചിന്തകളേയും രാഷ്ട്രീയമായ താല്പര്യങ്ങളേയും മൂർച്ചപ്പെടുത്തി. അഴുക്കുപിടിച്ച, വേണ്ടത്ര വെളിച്ചമില്ലാത്ത എൻഫി കാന്റീനിലെ ഡബിൾ സ്പെഷ്യൽ ചായയും എണ്ണ പറ്റിയ സമോസയും ഞങ്ങളെ നിലനിർത്തിക്കൊണ്ടുപോയി. ഇടതുപക്ഷത്തുനിന്നും സ്ഥൈര്യമുള്ള രാഷ്ട്രീയ അതികായരുമായുള്ള ചൂടേറിയ ചർച്ചകൾക്കും വാഗ്വാദങ്ങൾക്കും ഞങ്ങൾ കണ്ടെത്തിയ ഇടമായിരുന്നു അത്. ആഴ്ചയിൽ അഞ്ചും ആറും സിനിമകൾക്ക് ഞങ്ങൾ പോകുമായിരുന്നു. തിരഞ്ഞെടുത്ത ചില ക്ലാസിക് ചിത്രങ്ങൾ, ചില മുഖ്യധാരാചിത്രങ്ങൾ ഓരോന്നും ഞങ്ങളുടെ ചക്രവാളങ്ങളെ തുടർന്നും വികസിപ്പിക്കുന്നവയായിരുന്നു. മുതിർന്ന കൂട്ടുകാരുമൊത്ത് ഒരിക്കൽ 123-ാം നമ്പർ ബസ് പിടിച്ച് സോവിയറ്റ് സാംസ്കാരിക കേന്ദ്രത്തിലേക്ക് *ബാറ്റിൽഷിപ്പ് പൊട്ടംകിൻ* കാണാനായി പോയി. ഇംഗ്മാർ ബർഗ് മാന്റേയും ഫെല്ലിനിയുടേയും ചിത്രങ്ങൾ അജയ്യയായ കലാറാവുവിന്റെ നേതൃത്വത്തിലുള്ള ഫിലിം സൊസൈറ്റിയാണ് ഞങ്ങൾക്ക് കാണിച്ചുതന്നത്. ഇംഗ്ലീഷിന്റെയും ഫിലോസഫിയുടേയും പ്രൊഫസർമാർ ഞങ്ങൾ ക്ലാസുകളോട് കാണിച്ചിരുന്ന ഉദാസീനതയിൽ ഞങ്ങളെ സൗമ്യമായി ശാസിച്ചിരുന്നുവെങ്കിലും കോളേജിനെ, യൂണിവേഴ്സിറ്റിയിലെ തന്നെ ഒരു സാംസ്കാരിക ബൗദ്ധിക കേന്ദ്രമാക്കിമാറ്റുന്നതിനുള്ള ഞങ്ങളുടെ പ്രവർത്തനങ്ങളെ ശ്ലാഘിച്ചുകൊണ്ടിരുന്നു. പ്രൊഫസർമാരും വിദ്യാർത്ഥികളും തമ്മിലുള്ള ബന്ധം ചിലപ്പോഴൊക്കെ കലുഷിതമാവാറുണ്ടെങ്കിലും എപ്പോഴും ഹൃദ്യമായിത്തന്നെ തുടർന്നു.

ഞങ്ങൾക്ക് ഓരോ ദിവസത്തിന്റെയും ചെലവുകൾ വഹിക്കുന്നതിന് ഒരു നിശ്ചിതതുക പോക്കറ്റ് മണിയായി തന്നിരുന്ന മിതവ്യയശീലയും അച്ചടക്കമുള്ളവളുമായ ഞങ്ങളുടെ അമ്മ സീതയോട് ഏറെ കൃതജ്ഞതയുണ്ട്. ലോക്കൽ ട്രെയിനിൽ മൂന്നുമാസത്തെ യാത്രയ്ക്കുള്ള അധികതുക തരുമായിരുന്നു. മാസത്തിൽ ലഭ്യമായിരുന്ന തുകകൊണ്ട് ഭക്ഷണം, ടെസ്റ്റ് ബുക്കിന് പുറമെയുള്ള പുസ്തകങ്ങൾ, നാടകം, സിനിമ എല്ലാം തന്നെ മുന്നോട്ടുകൊണ്ടുപോകേണ്ടതുണ്ടായിരുന്നു. ചെലവ് ചുരുക്കിക്കൊണ്ട് പോക്കറ്റ് മണിയിൽനിന്നും പുസ്തകം വാങ്ങുന്നതിനും മറ്റും ഉള്ള പൈസ മിച്ചം വരുത്തുമായിരുന്നു. കുടുംബപരമായി, താമസം, ജീവിതശൈലി, ഇതിലെല്ലാം തന്നെ ഞങ്ങൾക്ക് എന്തെല്ലാം പ്രത്യേകതകൾ ഉണ്ടായിരുന്നാലും പൊതുഗതാഗതം ഉപയോഗിച്ചും, ചുരുക്കിയ ജീവിതച്ചെലവിലൂടെ നീങ്ങിയും ഉള്ള ഉറച്ച യാഥാർത്ഥ്യബോധത്തിലധിഷ്ഠിതമായ ഒരു രീതിയാണ് ഞങ്ങൾ രണ്ടു സഹോദരിമാർക്കും ഉണ്ടായിരുന്നത്. ആ പരിമിതമായ സാദ്ധ്യതകളിൽ നിന്നുപോലും നേരമ്പോക്കിനും തമാശകൾക്കുമായി തുക കണ്ടെത്താൻ ഞങ്ങൾക്ക് കഴിഞ്ഞിരുന്നു.

രാഷ്ട്രീയകാര്യങ്ങളിലും, സാമൂഹികമായ കാര്യങ്ങളിലും ഞാനും എന്റെ സുഹൃത്തുക്കളും എൻഫിൻസ്റ്റണിൽ വളരെ ഊർജ്ജ്വസ്വലരായിരുന്നെങ്കിലും കോളേജിലെ സാധാരണ കാര്യങ്ങളിലും ഞങ്ങൾ ഭാഗഭാക്കായിരുന്നു. അറബിക്കടലിനോട് ചേർന്നായിരുന്നു ഞങ്ങളുടെ മുംബൈ ബംഗ്ലാവ്. ബംഗ്ലാവിന് കടൽക്കാഴ്ചകൾ കാണുമാറ് നല്ലൊരു ബാൽക്കണിയും പുൽത്തകിടിയും ഉണ്ടായിരുന്നു. അച്ഛനും അമ്മയും പുറത്ത് പോവുന്ന സമയത്ത്, ഞങ്ങൾ കൂട്ടുകാരുടെ ചെറിയ ആഘോഷങ്ങൾക്കും ഒത്തുചേരലുകൾക്കും, രാഷ്ട്രീയ ചർച്ചകൾക്കുമൊക്കെ ഇവിടം വേദിയാക്കുമായിരുന്നു. ഞങ്ങളുടെ വീട് നിരാന്ത് കോളേജ് അങ്കണത്തിന്റേയും പ്രാവിൻകാഷ്ഠം നിറഞ്ഞ ക്ലാസ് മുറികളുടേയും, ജീവിതത്തെ വലിയ വെല്ലുവിളികളിലേക്കും ആശയങ്ങളിലേക്കും ബന്ധങ്ങളിലേക്കും നയിക്കുന്ന സ്ഥലരാശിയുടേയും ഒരു പതിപ്പായി കണക്കാക്കപ്പെട്ടിരുന്നു.

* * * *

കോളേജിൽ ഞാൻ *ദി എൻഫിൻസ്റ്റൺ* എന്ന മാഗസിന്റെ പ്രവർത്തനങ്ങളിൽ വ്യാപൃതയായി. വളരെ ചുരുങ്ങിയ സമയത്തിനുള്ളിൽ ടീമിന്റെ ഭാഗമായി ഞാനത് എഡിറ്റുചെയ്തു. ആ പരിചയത്തിന്റെ വെളിച്ചത്തിൽ, 1982 ൽ ഫിലോസഫിയിൽ എന്റെ അവസാന പ്രബന്ധവും സമർപ്പിച്ചതിന് ശേഷം *ടൈംസ് ഓഫ് ഇന്ത്യ*യുടേയും, *ഇന്ത്യൻ എക്സ്പ്രസി*ന്റേയും, *ദി ഡെയ്‌ലി*യുടേയും സിറ്റി ഓഫീസുകളിൽ ഞാൻ കയറിയിറങ്ങി. എന്റെ ബയോഡേറ്റ ഞാൻ അവിടെയെല്ലാം സമർപ്പിച്ചു. *ദി ഡെയ്‌ലി*യുടെ ചീഫ് റിപ്പോർട്ടർ മാനേക് ദാവർ ഉടൻ തന്നെ എനിക്ക് ജോലി വാഗ്ദാനം ചെയ്തു. മാസം 500 രൂപ പ്രതിഫലത്തിൽ ഞാൻ ഒരു ട്രെയിനി റിപ്പോർട്ടറായി പ്രവർത്തിക്കണം. ജോലിയിലേക്ക് ആഴ്ന്നിറങ്ങി ഒരാഴ്ചയ്ക്കുള്ളിൽ എന്റെ ആദ്യ ബൈലൈൻ അച്ചടിച്ചുവന്നപ്പോൾ ഞാൻ ഏറെ ആഹ്ളാദഭരിതയായി.

പത്രപ്രവർത്തനത്തിലെ ആദ്യ ആഴ്ചകൾ സക്രിയവും ആവേശഭരിതവുമായിരുന്നു. *ദി ഡെയ്‌ലി*യിൽ ഞങ്ങൾക്ക് നല്ലൊരു ടീം ഉണ്ടായിരുന്നു. തന്റെ സമീപത്ത് വച്ചിട്ടുള്ള ചവറ്റുകൊട്ടയിലേക്ക് വാർത്താക്ഷമമല്ലാത്ത ഒരു റിപ്പോർട്ട് ചുരുട്ടിയെറിഞ്ഞുകൊണ്ട് നമ്മെ നിമിഷങ്ങൾക്കുള്ളിൽ കഷണീകരിച്ചുകളയുന്ന കണിശക്കാരനായ പി എൻ വി നായരായിരുന്നു ന്യൂസ് എഡിറ്റർ. എന്നാൽ നമ്മൾ നമ്മുടെ നിലപാടിൽ തന്നെ ഉറച്ചുനിന്ന് റിപ്പോർട്ടിന്റെ സാരാംശം വിശദീകരിച്ച് കൊടുത്താൽ അദ്ദേഹം തന്റെ നിലപാടിൽ മാറ്റം വരുത്തും എന്നുമാത്രമല്ല, ഭയപ്പെടാതിരുന്നതിനും ഉറച്ച നിലപാടെടുത്തതിനും അദ്ദേഹം നമ്മളെ ബഹുമാനിക്കുകയും ചെയ്യും. ദാസ്യമനോഭാവവും അമിതമായ സൗമ്യതയും അദ്ദേഹത്തിന് പറഞ്ഞിട്ടുള്ളതല്ല. കൃശഗാത്രനും ക്ഷോഭപ്രകൃതനുമായ പി എൻ വി നായരുമായി സന്ധിച്ച ചില അവസരങ്ങളുണ്ട്! മന:ശ്ചാഞ്ച

ല്യമില്ലാതെ എന്റെ സംഭാവനയിലുള്ള എന്റെ ഉറച്ചതീരുമാനവുമായി ഞാൻ നിലകൊള്ളും. നമ്മുടെ നിലപാട് ഉറച്ച് അവതരിപ്പിക്കുമ്പോൾ ജയവും തോൽവിയും ഒന്നും അത്രതന്നെ പ്രധാനമായി എനിക്ക് തോന്നിയിരുന്നില്ല.

പത്രപ്രവർത്തനത്തിൽ എനിക്ക് കുറേ മാർഗ്ഗദർശികളുണ്ട്. അവരിലൊരാൾ *ഇന്ത്യൻഎക്സ്പ്രസിന്റെ* ചീഫ് റിപ്പോർട്ടറും അനുഭവസമ്പന്നനായ രാഷ്ട്രീയകാര്യ റിപ്പോർട്ടറുമായിരുന്ന ദിൻകർ റയ്കാർ ആണ്, ചെറുപ്പക്കാരായ ഇത്രയധികം വനിതകളെ, സർവ്വകലാശാല, മന്ത്രാലയം എന്നിവിടങ്ങളിൽ വളരെ നിർണ്ണായകമായ ഉത്തരവാദിത്വങ്ങൾ നല്കി ബീറ്റ് റിപ്പോർട്ടിങ്ങിന് അയയ്ക്കുന്നതിൽ അദ്ദേഹത്തിന് നടുക്കമുണ്ടായിരുന്നു. എന്നാൽ ഉദ്യോഗസ്ഥ മേധാവിത്തവും പഴമയും നിലനില്ക്കുന്ന ഇത്തരം സ്ഥാപനങ്ങളെപ്പറ്റി ഞങ്ങളെ പറഞ്ഞ് മനസ്സിലാക്കുന്നതിന് അദ്ദേഹത്തിന് ആധുനികവും സകാരാത്മകവുമായ കാഴ്ചപ്പാടുണ്ടായിരുന്നു. ഇത്തരം ബീറ്റുകളിൽ പരിശീലനം ലഭിക്കുന്ന റിപ്പോർട്ടർമാരിൽ അവസാനത്തെ തലമുറയായിരിക്കും എന്റേത് എന്ന് ഞാൻ വിചാരിക്കുന്നു. ഘടനാപരമായി ഇത്രയും കെട്ടുറപ്പുള്ള രീതിയുടെ അഭാവം പ്രൊഫഷന്റെ മേന്മയ്ക്കും നിലവാരത്തിനും വലിയ കോട്ടം വരുത്തിയിട്ടുണ്ട്. സർവ്വകലാശാല, മുനിസിപ്പൽ കോർപ്പറേഷൻ, സെക്രട്ടറിയേറ്റ്, കോടതികൾ എന്നിവിടങ്ങളിലുള്ളവരുമായി നേരിട്ട് സംവദിച്ച് അവിടുത്തെ സമ്പ്രദായങ്ങളുടെ വിമർശകരും നിരീക്ഷകരുമായി ഞങ്ങൾ ഞങ്ങളുടെ കഴിവുകൾക്ക് മൂർച്ച കൂട്ടുമായിരുന്നു. കോടതി നടപടിക്രമങ്ങളും നിയമസഭയിലെ വാഗ്വാദങ്ങളുമെല്ലാം ഞങ്ങൾ കേൾക്കും. കോടതിയിൽ പരിഗണിക്കുന്ന കാര്യങ്ങൾ മനസ്സിലാക്കി റിപ്പോർട്ട് ചെയ്യുന്നതിന്റെ ഭാഗമായി ഞങ്ങൾ കോടതി റിക്കാർഡുകൾ, പരാതികൾ, സത്യവാങ്മൂലങ്ങൾ, അനുബന്ധങ്ങൾ എന്നിവയിലൂടെയെല്ലാം ഊളിയിടുമായിരുന്നു. കോടതിമുറികളിൽ നടന്നു വന്നിരുന്ന വാക്കാലുള്ള വാഗ്വാദങ്ങൾ മാത്രമല്ലെന്നർത്ഥം. ഇതുപോലെയുള്ള ഓരോ സന്ദർഭങ്ങളും ജനാധിപത്യ സമ്പ്രദായത്തിൽ ഘടനാപരമായി ഈ ഏജൻസികളോരോന്നും എപ്രകാരം പ്രവർത്തിക്കുന്നു എന്ന് മനസ്സിലാക്കാൻ ഞങ്ങൾക്ക് കഴിഞ്ഞു. മുഷിപ്പുളവാക്കുന്ന ഈ ബീറ്റ് റിപ്പോർട്ടിങ് മുനിസിപ്പൽ കൗൺസിലിന്റെ സ്റ്റാന്റിങ് കമ്മിറ്റി മീറ്റിങ്ങുകളുടേയും അസംബ്ലി സെഷനുകളുടേയും ഉദ്ദേശ്യം മനസ്സിലാക്കുന്നതിനും അതിന്റെ അജണ്ട ഉൾക്കൊള്ളുന്നതിനും ഞങ്ങളെ സഹായിച്ചു. ഒന്നാം പേജിൽ വരുന്ന ഞങ്ങളുടെ എക്സ്ക്ലൂസീവുകൾ നിരന്തരമായ ചർച്ചകൾക്കും പഠനങ്ങൾക്കും വാഗ്വാദങ്ങൾക്കും ശേഷം രൂപപ്പെടുന്നവയായിരുന്നു. ഞങ്ങൾ മീറ്റിങ്ങുകൾ സംഘടിപ്പിച്ചിരുന്ന ആഫീസ്മുറി, റിപ്പോർട്ടർ റൂം, ജേർണലിസ്റ്റുകളുടെ ബോംബേ യൂണിയൻ ആഫീസ് എന്നിവയെല്ലാം തന്നെ ഞങ്ങളുടെ കടപ്പാടുകളുടെ വേരുകൾ പൊട്ടുകയും വളരുകയും ചെയ്ത സ്ഥലങ്ങളായിരുന്നു. എൺപതുകളിൽ നിയോ ലിബറൽ സാമ്പത്തിക നയങ്ങൾ

വേരാഴ്ത്താൻ തുടങ്ങിയതോടെ പത്രങ്ങളിലെ ഇത്തരത്തിലുള്ള ലേബർ ബീറ്റുകൾ കുറയുകയോ, നിർത്തിവെക്കപ്പെടുകയോ ചെയ്തു. ചർച്ചകളിൽക്കൂടി അഭിപ്രായങ്ങളും അഭിപ്രായ വ്യത്യാസങ്ങളും കൈമാറിഞങ്ങൾ ശാശ്വതമായ സുഹൃദ് ബന്ധങ്ങൾ പടുത്തുയർത്തി. ബീറ്റ് ജേർണലിസത്തിന്റെ ഈ തകർച്ച, ഗൗരവപൂർണ്ണമായ റിപ്പോർട്ടിങ്ങിനെ തളർത്തി. പത്രപ്രവർത്തനം ആ രീതി, അതായത് കൃഷിബീറ്റ്, റൂറൽബീറ്റ്, എൻവയൺമെന്റൽ ബീറ്റ്, മനുഷ്യാവകാശ ബീറ്റ്, എന്നിങ്ങനെ തുടർന്ന് വരികയായിരുന്നെങ്കിൽ പത്രപ്രവർത്തനത്തിന്റെ പരിധി എത്ര മാത്രം വികസിക്കുമായിരുന്നില്ല?

ഞങ്ങൾ വിമൻ&മീഡീയ കമ്മിറ്റി രൂപീകരിക്കുകയും വനിതാ റിപ്പോർട്ടർമാരുടെ അവകാശങ്ങൾക്ക് വേണ്ടി പൊരുതിക്കൊണ്ട് മാധ്യമരംഗത്ത് അർഹമായ പ്രാതിനിധ്യം വനിതകൾക്ക് നല്കുകയും ചെയ്യണമെന്ന് നിലപാടെടുത്ത കാലം കൂടിയായിരുന്നു അത്. വനിതാ റിപ്പോർട്ടർമാർക്ക് വേണ്ടിയുള്ള ഞങ്ങളുടെ ഒരു ആവശ്യം രാത്രികാല റിപ്പോർട്ടിങ്ങിനായി അവസരം നല്കണം എന്നുള്ളതായിരുന്നു. ഈ സമരത്തെത്തുടർന്ന് രാത്രി ഡ്യൂട്ടി അനുവദിച്ച് രണ്ടാമത്തെ ദിവസം വലിയൊരു തീപിടിത്തം ഉണ്ടായി. പടിഞ്ഞാറൻ റെയിൽവേയുടെ രാത്രികാല ട്രെയിനുകളിൽ പുറപ്പെടുകയും വിമാനത്താവളത്തിനടുത്തുള്ള തീപിടിച്ച സ്ഥലത്ത് എത്തുകയുമായിരുന്നു. കൗജീസ് പാട്ടേൽ സ്ട്രീറ്റിൽ *ദി ഡെയ്‌ലി*യിൽനിന്നും ഞാൻ രാത്രി 9.30 നാണ് പുറപ്പെട്ടത്. പിന്നീട് വളരെ ചെറുപ്പത്തിലേ മരണമടഞ്ഞ ധീരേൻ ഭഗത് എന്ന സുഹൃത്തും സാഹസികനുമായ പത്രപ്രവർത്തകനും ഒരുമിച്ചാണ് ആ സംഭവം റിപ്പോർട്ട് ചെയ്യാൻ പോയത്. ഞാൻ പുലർച്ചെ തിരികെ വന്നാണ് എന്റെ റിപ്പോർട്ട് ഫയൽ ചെയ്തത്. വളരെ ശ്രദ്ധവേണ്ടതും പരസ്പരവിശ്വാസം ആവശ്യമുള്ളതുമായ കാലഘട്ടമായിരുന്നു അത്. എന്നാൽ ഇന്നതൊക്കെ അപ്രത്യക്ഷമായിരിക്കുന്നു. അന്ന് രാത്രിയിൽ ഞങ്ങൾ ട്രെയിനിൽ യാത്ര ചെയ്യുമ്പോൾ വിഭജനകാലത്തെ അഭയാർത്ഥികളായ ധീരേന്റെ കുടുംബത്തെപ്പറ്റിയും അവന്റെ സഹോദരിയുടെ തീക്ഷ്ണാനുഭവങ്ങളെക്കുറിച്ചുമൊക്കെ ആലോചിച്ചു. എന്നാലും ശത്രുതയ്ക്കോ വെറുപ്പിനോ ഒരു സ്ഥാനവുമുണ്ടായിരുന്നില്ല; വെറുപ്പിനും അക്രമങ്ങൾക്കും എന്തൊക്കെ ചെയ്യാൻ കഴിയും എന്നതിന്റെ തിരിച്ചറിവ് മാത്രം.

നഗരം കേന്ദ്രീകരിച്ചുള്ള റിപ്പോർട്ടിങ്ങിനും പൗരകേന്ദ്രിത ഉത്തരവാദിത്വങ്ങളുടെ റിപ്പോർട്ടിങ്ങിനും പുറമെ ഞാനേറെ ഇഷ്ടപ്പെട്ട കോടതികൾ കേന്ദ്രീകരിച്ചുള്ള റിപ്പോർട്ടിങ്ങും എനിക്ക് നല്കിയിരുന്നു. ഞാൻ നിയമസംബന്ധിയായ സബ്മിഷനുകൾ, സത്യവാങ്മൂലങ്ങൾ എന്നിവയിലൂടെയൊക്കെ ഊളിയിടുകയും തുടർന്ന് നിയമപരമായ വിശകലനങ്ങൾ രാത്രിയേറെ വൈകിയതിന് ശേഷവും എഴുതിത്തയ്യാറാക്കി. *ദി ഡെയ്‌ലി*ക്കുവേണ്ടിയുള്ള എന്റെ കോടതി പത്രറിപ്പോർട്ടുപരമ്പര നിയമപ്രശ്നങ്ങളിലുള്ള പഴയതും പുതിയതുമായ റിപ്പോർട്ടുകൾ വിശകലനം

ചെയ്യാൻ എനിക്ക് അവസരം നല്കി. മാധ്യമങ്ങൾ വളരെ തീക്ഷ്ണതയോടെ വർഷങ്ങളോളം റിപ്പോർട്ട് ചെയ്തുവന്ന ആന്തുലെ കേസിന്റെ വിചാരണ റിപ്പോർട്ട് ചെയ്യാൻ എനിക്ക് അവസരം ലഭിച്ചു. ഇന്ന് വളരെ അപൂർവ്വം കേസുകളിൽ ഒഴികെ, നാം തുടർന്ന് വരുന്ന റിപ്പോർട്ടിങ് രീതിയെ, ഞാൻ വളരെ ഭയപ്പാടോടെയാണ് കാണുന്നത്. പരിശോധിക്കപ്പെടുന്ന വിഷയത്തിന്റെ സാരാംശം വളരെ അപൂർവ്വമായി മാത്രമാണ് മനസ്സിലാക്കപ്പെടുന്നതും റിപ്പോർട്ട് ചെയ്യപ്പെടുന്നതും. ചില സൂത്രശാലികളായ റിപ്പോർട്ടർമാരുടെ കണ്ണിലൂടെയുള്ള റിപ്പോർട്ടിങ്ങിന്റെ ഇരയായി നമ്മൾ മാറുന്നതും അധികാരത്തിലിരിക്കുന്നവരും സ്വാധീനമുള്ളവരുമായ വ്യക്തികളുടെ, അവർ പറയുന്നരീതിയിലുള്ള തലക്കെട്ടുകൾ അച്ചടിച്ചു വരുന്നതായും നമ്മൾ കാണേണ്ടിവരുന്നു. കോടതിയിൽ സമർപ്പിക്കപ്പെട്ട വാല്യങ്ങളുള്ള രേഖകൾക്ക് ഒരു വിലയും ലഭിക്കുന്നില്ല.

മഹാരാഷ്ട്രാ മുഖ്യമന്ത്രിയും ഇന്ദിരാഗാന്ധിയുടെ ഇഷ്ടക്കാരനുമായിരുന്ന എ ആർ ആന്തുലെ രൂപീകരിച്ച അഞ്ചു ട്രസ്റ്റുകളെ തുറന്നു കാണിച്ചുകൊണ്ട് 1981 ൽ അരുൺ ഷൂരി മാധ്യമലോകത്തെ ഞെട്ടിപ്പിക്കുകയുണ്ടായി. സർക്കാരുമായി നേരിട്ട് ബന്ധമുണ്ടായിരുന്ന വ്യക്തികളിൽനിന്നും കമ്പനികളിൽനിന്നും കോടിക്കണക്കിന് രൂപ വ്യാജമായി ചമച്ച ചാരിറ്റബിൾ സ്ഥാപനങ്ങൾ വാങ്ങിയതു സംബന്ധിച്ച വസ്തുതാപരമായ തെളിവുകൾ അരുൺ ഷൂരി പുറത്തുകൊണ്ടുവരികയുണ്ടായി. ആ സ്ഥാപനങ്ങളെല്ലാം തന്നെ ആന്തുലെയുടേയും ഭാര്യയുടേയും അധീനതയിൽ തുടർന്നു വരുന്നവയായിരുന്നു. *ഇന്ത്യൻ എക്സ്പ്രസ്* റിപ്പോർട്ട് വലിയ ചലനം സൃഷ്ടിച്ചു. അത് പാർലമെന്റിനെ ശബ്ദായമാനമാക്കി. ട്രസ്റ്റിമാരിൽ ഒരാൾ ഇന്ദിരാഗാന്ധിയായിരുന്നു. ആന്തുലെയുടെ തന്നെ ധനകാര്യവകുപ്പ് സെക്രട്ടറി ഇന്ദിരാഗാന്ധിക്കെഴുതിയ കത്തിൽ സംഭാവനകൾക്ക് വേണ്ടി സമ്മർദ്ദം ചെലുത്തിയിരുന്നു എന്ന് വെളിപ്പെടുത്തിയിരുന്നു. കരാറുകാർക്ക് സിമെന്റ് അലോട്ട് ചെയ്യുമ്പോൾ ഓരോ ബാഗിനും ഒരു തുക സർച്ചാർജായി ഈടാക്കിയെന്ന് ആന്തുലെ തന്നെ വെളിപ്പെടുത്തി. എന്നാൽ ആ പണം തന്റെ വ്യക്തിപരമായ ആവശ്യത്തിനായല്ല ശേഖരിച്ചതെന്നും പാവപ്പെട്ടവർക്ക് വേണ്ടിയും കോൺഗ്രസ് പാർട്ടിക്കും വേണ്ടി സമാഹരിക്കുകയായിരുന്നുവെന്നും ആന്തുലെ കൂട്ടിച്ചേർത്തു. ട്രസ്റ്റ്ഫണ്ടിൽനിന്നും ശ്രീമതി ഗാന്ധിയുടെ പേര് നീക്കം ചെയ്യേണ്ടിവരികയും ആന്തുലെക്ക് അധികാരം ഒഴിയേണ്ടിവരികയും ചെയ്തു. ഒച്ചപ്പാട് സൃഷ്ടിച്ച ഇത്തരം കേസുകളുടെ നടപടിക്രമങ്ങൾ റിപ്പോർട്ട് ചെയ്യാൻ പരിശീലകയായ ഒരു റിപ്പോർട്ടർക്ക് അവസരം ലഭിക്കുക എന്നത് സ്വപ്നം കാണാൻമാത്രം കഴിയുന്ന ഒരു കാര്യമായിരുന്നു. വളരെ വേഗം തന്നെ നിയമപരമായ കാര്യങ്ങളിൽ ഉണ്ടാകുന്ന സംഭവങ്ങളും അവയുടെ പ്രതിഫലനങ്ങളും വിശകലനം ചെയ്ത് റിപ്പോർട്ട് ഓരോദിവസവും നല്കുന്നതിന് ഞാൻ നിയോഗിക്കപ്പെട്ടു.

എന്റെ പരമ്പരകൾക്ക് കൂടുതൽ അംഗീകാരവും സ്വീകാര്യതയും ലഭിച്ചപ്പോൾ എന്റെ പത്രാധിപർ (റൂസി കരഞ്ചിയ) ചരിത്രപ്രസിദ്ധങ്ങളായ വിചാരണകളുടെ വിവരങ്ങളടങ്ങിയ പരമ്പര ആഴ്ചതോറും ചെയ്യുന്നതിന് അവസരം നല്കി. ഞാൻ ഗവേഷണം ചെയ്യുകയും മുന്ദ്രധകമ്മീഷന്റെ തെളിവെടുപ്പിന്റെ നാളുകളിൽ അന്നത്തെ അറ്റോർണിജനറൽ എന്നനിലയിൽ എന്റെ മുത്തച്ഛൻ എം സി സെതൽവാദ് അതിൽ വഹിച്ച പങ്കിനെപ്പറ്റി എഴുതുകയും ചെയ്തു. അമ്പതുകളിൽ സ്ഥാപനങ്ങളിൽ വിഹരിച്ചിരുന്നവരുടെ രൂഢമൂലമായ സ്വതന്ത്രചിന്തയും അധികാരതാല്പര്യങ്ങളിൽനിന്നുമുള്ള അവരുടെ വിടുതലും സർവ്വോപരി അവരുടെ സ്വഭാവദാർഢ്യവും എനിക്ക് മനസ്സിലാക്കാൻ സാധിച്ചു. മൂല്യങ്ങൾ അന്ന് സമഗ്രവും രൂഢമൂലവുമായിരുന്നു. ഇന്ന് സ്ഥാപനങ്ങൾക്ക് ഭരണഘടനാമൂല്യങ്ങളെ കാർന്നു തിന്നുന്ന വിധത്തിൽ മൂല്യ ശോഷണം സംഭവിച്ചപ്പോൾ നമുക്കു നമ്മുടെ സ്ഥാപനങ്ങളുടെ സ്വയം ഭരണാവകാശങ്ങളെ സംബന്ധിച്ച മൂല്യങ്ങളെ അംഗീകരിക്കുന്നതിനുള്ള പ്രാപ്തി നഷ്ടപ്പെട്ടു. നിയമമേഖലയിൽ രാജ്യത്തിലെ ഉന്നതപദവിയായ അറ്റോർണി ജനറൽ ഓഫ് ഇന്ത്യ എന്നത് വളരെ അനന്യമായ ഒന്നായിരുന്നു. എന്റെ മുത്തച്ഛൻ ആ പദവി അലങ്കരിക്കുകയും സ്വതന്ത്ര ഇന്ത്യയിലെ ആദ്യത്തെ കുംഭകോണ കേസ് അന്വേഷിക്കാൻ സംഘടിപ്പിക്കപ്പെട്ട മുന്ദ്രധാകമ്മീഷൻ (ബോംബെ ഹൈക്കോടതി ചീഫ് ജസ്റ്റിസ് എം സി ഛഗ്ള-യായിരുന്നു അതിന്റെ അദ്ധ്യക്ഷൻ.) തെളിവെടുപ്പുകളുടെ സമയത്ത് ആ പദവിയുടെ അന്തഃസത്ത പരീക്ഷിക്കപ്പെടുകയും ചെയ്തിട്ടുള്ളതുമാണ്. അറ്റോർണി ജനറൽ എന്ന നിലയ്ക്ക് എക്സിക്യൂട്ടീവ് അധികാരത്തിന്റെ സത്യാത്മകത നിലനിർത്താൻ എം സി സെതൽവാദ് രാജ്യത്തിനുവേണ്ടിയാണ് വാദിച്ചത്, മറിച്ച് സർക്കാരിനു വേണ്ടിയല്ല. ഭരണഘടനാദത്തമായ പദവിയായിരുന്നു അത്. ഇന്ത്യാ ഗവൺമെന്റ് എന്ന കക്ഷിയോടും കോടതിയോടും ഭരണഘടനയോടും സമതുലനാവസ്ഥ പാലിക്കേണ്ടിയിരിക്കുന്നതായി എം സി സെതൽവാദ് മനസ്സിലാക്കി. മുന്ദ്രധാ കുംഭകോണം അന്വേഷണത്തിന്റെ ഭാഗമായി ഛഗ്ള കമ്മീഷൻ മുമ്പാകെ അറ്റോർണി ജനറൽ എന്ന നിലയിൽ ഹാജരായപ്പോഴെല്ലാം പല ഉദാഹരണങ്ങളും സമർത്ഥിക്കേണ്ടതായി വന്നു. അന്നത്തെ ധനകാര്യ മന്ത്രി കൃഷ്ണമാചാരിയുടെ നടപടികളെ സംബന്ധിച്ച അദ്ദേഹത്തിന്റെ കഠിനമായ പരാമർശങ്ങളും ഛഗ്ളയുടെ അന്തിമ റിപ്പോർട്ടും ടി ടി കെയുടെ സ്ഥാനചലനത്തിനിടയാക്കി. കമ്മീഷൻ റിപ്പോർട്ട് പുറത്ത് വന്നപ്പോൾ ഒരു പാർലമെന്റംഗം ദാദയുടെ നിഷ്പക്ഷതയെപറ്റി ഇപ്രകാരം വിമർശിച്ചു. “നമ്മുടെ കേസ് വാദിക്കാനായി അയച്ച അറ്റോർണി ജനറൽ ധനകാര്യമന്ത്രിയുടേയും തദ്വാരാ സർക്കാരിന്റെ തന്നെയും പ്രോസിക്യൂട്ടറായി മാറി.” പഴയ ടൗൺ ഹാൾ മന്ദിരത്തിൽ (റീഗൽ സിനിമയ്ക്ക് എതിർവശം) മുന്ദ്രധകമ്മീഷന്റെ തെളിവെടുപ്പ് നടക്കുന്ന അതേസമയം തന്നെ അറ്റോർണി ജനറലിന്റെ നിഷ്പ

ക്ഷമായ നിലപാടിൽ അസന്തുഷ്ടി പ്രകടിപ്പിച്ച പ്രധാനമന്ത്രിയുൾപ്പെടെയുള്ളവർ പൊതുയോഗം സംഘടിപ്പിച്ചിരിക്കുകയായിരുന്നു.

മുൻ ഇന്ത്യൻ ചീഫ് ജസ്റ്റിസ് എസ് ആർ ദാസ് അന്വേഷിച്ച സർദാർ പ്രതാപ്സിങ് കൈറോൺ അപകീർത്തി കേസിനേപ്പറ്റിയും ഞാൻ എഴുതി.

നമ്മുടെ ജനാധിപത്യത്തെ സംബന്ധിച്ചും നിർണ്ണായകമായ ഭരണഘടനാതത്ത്വങ്ങളെ സംബന്ധിച്ചും സ്ഥാപനസ്വയംഭരണത്തെ സംബന്ധിച്ചും ഉള്ള ഈ ദൃഢവിശ്വാസങ്ങളും ധാരണകളും തിടം വച്ചത് വെറും ആശയങ്ങളാലോ കഥകളാലോ അല്ല, എന്നാൽ വളരെ കൃത്യമായ ജീവിതയാഥാർത്ഥ്യങ്ങളെ അടിസ്ഥാനപ്പെടുത്തിയായിരുന്നു.

നിയമമേഖലയിലും നമ്മുടെ സ്ഥാപനങ്ങളിലും വളരെ ഉയർന്നതോതിലുള്ള ധാർമ്മികത നമ്മൾ പുലർത്തേണ്ടതുണ്ട്. നമ്മൾ ഇന്ത്യാക്കാർ സ്ഥാപനങ്ങൾ പടുത്തുയർത്തുന്നതിൽ കൂടുതൽ ജാഗ്രത പുലർത്തേണ്ടതുണ്ട്. വളരെ ദീർഘകാല നിക്ഷേപമാണത്. വിവേചനരാഹിത്യത്തിനെതിരെയുള്ള പ്രതിബദ്ധതയും ധർമ്മത്തിനും നീതിക്കും വേണ്ടിയുള്ള നിലപാട് ഉറപ്പിക്കുകയുമാണ് നാം അതിലൂടെ ചെയ്യുന്നത്. നാം വ്യക്തികളെ ബഹുമാനിക്കുകയോ അതുപോലെ അതിരൂക്ഷമായി വിമർശിക്കുകയോ ചെയ്യുമ്പോഴും മനസ്സിലാക്കേണ്ട കാര്യം അധികാരസ്ഥാനത്തുള്ള പുരുഷന്മാരും വനിതകളുമായ നാം പടുത്തുയർത്തിയ ഭരണഘടനാമൂല്യങ്ങളിൽ അടിയുറച്ച സ്ഥാപനങ്ങളാണ് നമ്മുടെ ജനാധിപത്യ നിർമ്മാണത്തിൽ മുഖ്യപങ്കുവഹിക്കുന്നത് എന്നതാണ്.

ജാത്യാധിഷ്ഠിതവും സാമുദായികവുമായി രൂപീകരിക്കപ്പെട്ടുള്ള, നിലനില്പുള്ള സാമൂഹ്യവ്യവസ്ഥയെ പുകഴ്ത്തിപ്പിടിച്ചുകൊണ്ടാണ് ഇന്ന് നമ്മൾ ജനാധിപത്യത്തെപ്പറ്റി സംസാരിക്കുന്നത്. ഭരണഘടനാതത്ത്വങ്ങളിൽനിന്നും വ്യതിചലിക്കാത്ത ശക്തമായ സ്ഥാപനങ്ങൾ ഇല്ലായെങ്കിൽ ഈ ജനാധിപത്യം നിലനില്ക്കുകയില്ല. വ്യക്തികൾക്ക് സ്ഥാപനങ്ങൾക്ക്ബീജാവാപം ചെയ്യുവാൻ സാധിക്കും എന്നിരിക്കിലും ആ സ്ഥാപനം അധിഷ്ഠിതമാക്കിയിട്ടുള്ള തത്ത്വങ്ങൾ പരിപാലിക്കപ്പെട്ടില്ലെങ്കിൽ ആ സ്ഥാപനത്തിന്റെ ധാർമ്മികതയിൽ വിട്ടുവീഴ്ച ചെയ്യുകയായിരിക്കും ഫലം. ഒരു സ്ഥാപനത്തിന്റെ നിലനില്പിന് അത്യാവശ്യമായിട്ടുള്ളത് ഈ രീതിയിലുള്ള ഉറപ്പുള്ള അടിത്തറയാണ്.

സ്വാതന്ത്ര്യ സമ്പാദനത്തിന് ശേഷം ധാർമ്മികതയെ പരമപ്രധാനമായി പരിഗണിച്ച ഒരു ഭൂതകാലം നമുക്കുണ്ടായിരുന്നു. അത് നിയമമേഖലയിൽ മാത്രം ഒതുങ്ങിനിന്നില്ല, മറിച്ച് കല, സാഹിത്യം, ശാസ്ത്രം, പൊതുഭരണം തുടങ്ങി എല്ലാ മേഖലകളിലും ഉണ്ടായിരുന്നു. എന്റെ കുടുംബത്തിൽ ജനിക്കാൻ സാധിച്ചു എന്നതിൽ ഞാൻ ഭാഗ്യവതിയാണ്. അച്ഛൻ, മുത്തച്ഛൻ, എച്ച് എം ശീർവ്വായ് എന്നിവരിൽനിന്നും ലഭിച്ച മാർഗ്ഗനിർദ്ദേശങ്ങൾക്ക് പുറമെ ജസ്റ്റിസ് ഹോസ്ബെറ്റ് സുരേഷ്, ജസ്റ്റിസ് പി ബി സാവന്ത്, ജസ്റ്റിസ് വർമ്മ, ജസ്റ്റിസ് വി ആർ കൃഷ്ണയ്യർ എന്നി

വരുടേയും ഉപദേശനിർദ്ദേശങ്ങൾ എനിക്ക് ലഭിച്ചു. (വി ആർ കൃഷ്ണ യ്യർ മുംബെയിൽ വന്നാൽ എയർപോർട്ടുകളിലേക്കുള്ള യാത്രയ്ക്ക് എന്നെ ഇടയ്ക്കിടയ്ക്ക് വിളിക്കുമായിരുന്നു.) അവർ നിശ്ചയദാർഢ്യ ത്തോടെ, മിതവ്യയത്തോടെ തത്ത്വാധിഷ്ഠിതമായി പൊതുസമൂഹത്തെ സമീപിച്ചു. ഇന്ന് കാണുന്നപോലെ കണ്ണഞ്ചിപ്പിക്കുന്ന ബി എം ഡബ്ല്യുകളോ, മെഴ്സിഡസ് ബെൻസ് കാറുകളോ അവരെ സ്വാധീനി ച്ചില്ല. ഇന്നത്തെ റിട്ടയേർഡ് ന്യായാധിപന്മാരുടെ ഇഷ്ടമേഖലയായ ആർബിട്രേഷനുകളിലൊന്നും അവർ അഭിരമിച്ചില്ല. കോടതികളിൽ ബാറിനും ബഞ്ചിനുമിടയിൽ പലപ്പോഴും നടന്ന രൂക്ഷമായ വാക്പ്രയോ ഗങ്ങളിൽ മുഴങ്ങിയത് തത്ത്വങ്ങളുടെ, വിട്ടുവീഴ്ചയില്ലായ്മയുടെ മുഴ ക്കങ്ങളായിരുന്നു. കൗശലക്കാരനായ ഒരു കക്ഷിക്ക് ആഗ്രഹിച്ചാൽ പോലും കള്ളമായ ഒരു സമർപ്പണം നടത്തുവാൻ ആ വാക്കുകൾ അനു വദിച്ചില്ല. ആ സ്വഭാവദാർഢ്യം മൂലം കള്ളമായ ഒരു വാക്കുപോലും കോട തിയിൽ ഉച്ചരിക്കാൻ അനുവാദം നല്കിയില്ല. ഇന്ത്യ അഭിമാനത്തോടും ശക്തിയോടും കൂടി നിലകൊണ്ടിരുന്ന ഒരു കാലമായിരുന്നു അത്. എന്തി നേക്കാളുമുപരി എതിരാളികൾ തമ്മിൽ പോലും അന്തസ്സോടെയുള്ള പര സ്പരബന്ധം കോടതി മുറികളിൽ നിലനിന്നുപോന്നു.

ബോംബെ യൂണിയൻ ഓഫ് വർക്കിങ് ജേർണലിസ്റ്റിന്റെ ഭാരവാ ഹിയായും, വിമൺ ആന്റ് മീഡിയ കമ്മിറ്റിയുടെ ഭാഗമായും ദക്ഷിണരാ ജസ്ഥാനിലെ വേനൽ വറുതിയിലും *ഇന്ത്യൻ എക്സ്പ്രസി*നുവേണ്ടി തെരഞ്ഞെടുപ്പു റിപ്പോർട്ടുചെയ്തും ഞാൻ കഠിനമായി ജോലി ചെയ്തു. കാണാവുന്നതിനും അപ്പുറത്തുള്ള കാര്യങ്ങൾ കാണുകയും അധികാരി വർഗ്ഗം നമ്മെ കാണിക്കാനാഗ്രഹിക്കാത്ത ഇടങ്ങൾ തേടിപ്പിടിച്ച് വിഷമ കരമായ ചോദ്യങ്ങൾ ഉന്നയിച്ച് കൊണ്ടിരിക്കുക എന്നതുമായിരുന്നു എന്റെ പത്രപ്രവർത്തനമാർഗ്ഗം. ഉള്ളടക്കവും വിശകലനങ്ങളും ജനാധി പത്യത്തേയും ഉത്തരവാദിത്വത്തേയും ശക്തിപ്പെടുത്തുന്നതിനും എപ്പോഴും നീതിയിലേക്കുള്ള പാത സുഗമമാക്കുന്നതിനും വേണ്ടിയു ള്ളതായിരുന്നു. *ഇന്ത്യൻ എക്സ്പ്രസി*ന്റെ ആദർശവാനായ എഡിറ്ററും എന്റെ സ്കൂൾ കാലം മുതൽ ഞാൻ ലൈഫ് മെമ്പറായിരുന്ന സ്വാതന്ത്ര്യം നേടുകയും വിഭജനത്തെ അതിജീവിക്കുകയും ചെയ്ത തിന്റെ പൗരാവകാശ സംഘടന, പീപ്പിൾസ് യൂണിയൻ ഓഫ് സിവിൽ ലിബർട്ടീസി (പി യു സി എൽ)ന്റെ അംഗവുമായിരുന്ന അരുൺ ഷൂരി യോട് ചോദിക്കുമായിരുന്നു എന്തുകൊണ്ടാണ് നിങ്ങൾ പത്രങ്ങളിൽ തൊഴിലാളി മേഖലയിലേക്കായി ഒരു സംഘത്തെ (Labour Beat) നിയോഗിക്കാത്തത്? ഷൂരി ലളിതമായി പറയും, *ഇന്ത്യൻ എക്സ്പ്രസ്* തൊഴിൽമേഖല കവർ ചെയ്യുന്നില്ല. *ഇന്ത്യൻ എക്സ്പ്രസി*ലെ യൂണി യൻ സമരം തുടങ്ങിയ കാലമായിരുന്നു അത്. റിപ്പോർട്ടർമാർ സ്വയം തൊഴിലാളികളായി വിലയിരുത്തുന്നതു കാരണം അവർക്ക് തൊഴിലാളി മേഖലയിൽ വളരെ താല്പര്യങ്ങൾ ഉണ്ടായിരുന്നു. 1990 ലെ നിയോലി

ബറൽ സാമ്പത്തികനയങ്ങൾ പത്രപ്രവർത്തകർക്ക് കുറേക്കൂടി ഉയർന്ന കൂലിവ്യവസ്ഥ കൊണ്ടുവന്നിരുന്നു. എന്നാൽ അത് പത്രപ്രവർത്തന മേഖലയുടെ സംസ്കാരത്തെ മാറ്റിമറിച്ചു. പുതിയ കാലഘട്ടത്തിൽ പത്ര പ്രവർത്തകർക്ക് ജോലിസ്ഥിരത ഉണ്ടായിരുന്നില്ല. പലരും കരാർ അടി സ്ഥാനത്തിൽ ജോലിചെയ്തു. ഇതൊരു *ടൈംസ് ഓഫ് ഇന്ത്യ* മാതൃക യായിരുന്നു. അമിതതല്പരരും പ്രതിജ്ഞാബദ്ധരുമായ ഞങ്ങളിൽ ചിലർ മാത്രം മാർക്കറ്റിനടിപ്പെടാൻ വിസമ്മതിച്ചു. പ്രതിഫലം കുറയുകയും സ്ഥാനസ്ഥിരത നഷ്ടപ്പെടുകയും ചെയ്തപ്പോൾ ധീരമായ അന്വേഷണാ ത്മക പത്രപ്രവർത്തനത്തിന്റെ മികവ് ക്രമേണ കുറഞ്ഞ് വന്നു. കൂടു തൽ കൂടുതൽ ഇന്ത്യക്കാരെ ബാധിച്ച അതിസങ്കീർണ്ണമായ ജനാധിപത്യ പ്രശ്നങ്ങൾ പത്രങ്ങൾ അവഗണിക്കാൻ തുടങ്ങി.

1987 നും 1989 നും ഇടയ്ക്ക് ദക്ഷിണ രാജസ്ഥാനിലെ ഉദയ്പൂർ ജില്ലയിലെ വരൾച്ചയെപ്പറ്റിയായിരുന്നു എന്റെ വിശദമായ പരമ്പരകൾ. ജലസംരക്ഷണത്തെ സംബന്ധിച്ച് പൊതുജനാവബോധം ഉണർത്താൻ ശ്രമിച്ച കിഷോർ സെയിന്റുമായുള്ള സുദീർഘമായ ബന്ധം തുടങ്ങുന്ന തിന് ഇതു കാരണമായി. ഒരു ദിവസം ലിന്റാസിന്റെ (ലിന്റാസ്) മേധാവിയും മാർക്കറ്റിങ് വിദഗ്ദ്ധനുമായ ആലിഖ് പദംസീ എന്നെ എക്സ്പ്രസ്ട്രവേർസിന്റെ 22-മത്തെ നിലയിലേക്ക് വിളിപ്പിച്ചു. ഉദയപൂ രിലെ പട്ടിണിമരണങ്ങളെപ്പറ്റിയും മറ്റുമുള്ള എന്റെ റിപ്പോർട്ട് എക്സ്പ്ര സിൽ പ്രസിദ്ധീകരിച്ച് വന്നതിന് ശേഷമായിരുന്നു ഈ സംഭവം. (ഭാര്യയെ അവളുടെ വീട്ടിൽ അയച്ചശേഷം ഒരച്ഛൻ തന്റെ രണ്ടു മക്കളെ കൊന്ന് സ്വയം മരിച്ചതു സംബന്ധിച്ച ഒരു സംഭവവും എന്റെ റിപ്പോർ ട്ടിൽ ഉണ്ടായിരുന്നു) ഒരു ചെറിയ കടലാസിൽ എഴുതിയ ആ കുറിപ്പിൽ അത്ഭുതം കൂറിക്കൊണ്ട്, ആഫീസിലെ ജോലിക്ക് ശേഷം ഞാൻ അദ്ദേ ഹത്തിന്റെ ആഫീസിലേക്ക് പോയി. വരൾച്ചാദുരിതം നേരിടുന്ന രാജ സ്ഥാന് വേണ്ടി ഗണ്യമായ ഒരു തുക സഹായധനമായി രൂപീകരിക്കു ന്നതിനായി ആലീഖും സംഘവും ഒരു പൊതുതാല്പര്യ പരസ്യപ്രചാ രണം നടത്തുന്നതായി പറഞ്ഞു. (ഇതിന്റെ പേരിൽ ലിന്റാസിന് വളരെ പ്രസിദ്ധി ലഭിച്ചു.) റിപ്പോർട്ടറെ കൂടുതൽ കൂടുതൽ പ്രോത്സാഹിപ്പിക്കും വിധം *എക്സ്പ്രസി*ന്റെ ചരിത്രപരമായ രീതിയിൽ ഒന്നാം പേജിൽതന്നെ എന്റെ റിപ്പോർട്ട് പ്രസിദ്ധീകരിച്ചു. മരണ ശിക്ഷയ്ക്ക് വിധിക്കപ്പെട്ട ഒരു കുറ്റവാളി തന്റെ സെല്ലിൽനിന്ന് എനിക്കെഴുതുകയുണ്ടായി. ജീവിതം അതിന്റെ അന്തരാളഘട്ടത്തിൽ എത്തിനിന്ന ആ യുവാവിന്റെ മുന്നോ ട്ടുള്ള ജീവിതത്തിന് പുതിയവഴികൾ തുറക്കാൻ കഴിയുമെന്ന ചിന്തയി ലേക്ക്, വ്യത്യസ്തമായ വീക്ഷണങ്ങൾ രൂപപ്പെടുത്താൻ എനിക്ക് കഴി ഞ്ഞു എന്നതായിരുന്നു ആ കത്തിന്റെ പിന്നിലുള്ള കാരണം.

പത്രപ്രവർത്തനം എന്റെ പ്രൊഫഷണൽ ജീവിതത്തെ എത്രമാത്രം ഊർജ്ജസ്വലമാക്കിയോ അത്രതന്നെ എന്റെ വ്യക്തിജീവിതത്തെയും പ്രോജ്ജ്വലിപ്പിച്ചു. റിപ്പോർട്ടിങ് മേഖലയിൽ വച്ചാണ് ഞാൻ ജാവേദിനെ

കണ്ടുമുട്ടുന്നത്. വ്യക്തിപരമായ ബന്ധങ്ങളിലേക്ക് വികസിക്കും വിധം അത് മുന്നോട്ട് പോയി. ഞാനും ജാവേദും ഒരുമിച്ച് ജീവിക്കാൻ പോകുന്നു എന്നതിൽ വീട്ടുകാരും സുഹൃത്തുക്കളും എവിടെയുമെന്ന പോലെ അസാധാരണത്വവും ആശ്ചര്യവും പ്രകടിപ്പിച്ചു. എന്നോട് ഏറ്റവും ചേർന്ന് നിന്നിരുന്ന പ്രൊഫഷനിലെ ഏറ്റവും സീനിയറായിരുന്നവരുമായി നിരന്തരം ചർച്ചകൾ നടന്നു. 21 വയസ്സുള്ള ഞാൻ വീട്ടിൽനിന്നും മാറി ആന്റോപ്ഹില്ലിൽ എന്റെ സുഹൃത്തുമായി താമസിച്ചുവരികയായിരുന്നു. അത് 1983 ൽ ആയിരുന്നു. എന്റെ പ്രഥമപരിഗണന സ്വാതന്ത്ര്യത്തിനും സ്വാശ്രയത്വത്തിനും എന്തിനേറെ വിപ്ലവത്തിനും കൂടിയായിരുന്നു. മൂന്നു വർഷത്തിനുശേഷം ഞാനും ജാവേദും ഞങ്ങളുടെ വിവാഹച്ചടങ്ങിലേക്ക് റായ്ക്കർ സാബിനെ ക്ഷണിച്ചപ്പോഴുണ്ടായ പ്രതികരണം ഞാൻ മറക്കില്ല. കൈകൊണ്ടുണ്ടാക്കിയ ചിമൻലാൽ പേപ്പർ ലെറ്റർ ഹെഡിൽ, ഹാൽദി കുങ്കുമകളറിൽ ഞങ്ങൾ എഴുതിത്തയ്യാറാക്കിയ ക്ഷണക്കത്തിൽ ഞങ്ങളുടെ കഥ ഞങ്ങൾ കുറിച്ചുവച്ചിരുന്നു. അദ്ദേഹം അത് ഒരു സ്മാരകചിഹ്നമായി സൂക്ഷിച്ചുവയ്ക്കുകയാണ് ചെയ്തത്.

* * * * *

1984 ൽ നടന്ന ഭീവണ്ടി ഏറ്റുമുട്ടലാണ് ഒരു പത്രപ്രവർത്തക എന്ന നിലയിൽ വർഗ്ഗീയലഹളയുടെ ലോകത്തേക്ക് എന്നെ കൊണ്ടുവന്നത്. ആദ്യമായി ഹിന്ദുത്വ എന്ന ആശയത്തെ ഒരു പ്രത്യക്ഷ കർമ്മപരിപാടിയായി ശിവസേനതലവൻ ബാൽ താക്കറെ പ്രഖ്യാപിച്ച 1984 മുതൽ തന്നെ വർഗ്ഗീയമായ മുന്നൊരുക്കങ്ങളിലേക്ക് ബോംബെ വഴിതുറന്നിരുന്നു. അദ്ദേഹത്തിന്റെ, വിജയദശമി ദിനങ്ങളിലെ പ്രസംഗങ്ങൾ കർക്കശമായതും വിദ്വേഷജനകവും അപവാദപ്രേരിതവും, എന്താണോ രാഷ്ട്രീയ സ്വയം സേവക് സംഘ് (ആർ എസ് എസ്), വിശ്വഹിന്ദുപരിഷത് (എവി എച്ച് പി), എന്നിവർ പ്രചരിപ്പിക്കുന്നത്, അതിനെ അനുകരിക്കുന്നതും മൂർച്ചനല്കുന്നതുമായിരുന്നു. എട്ടുവർഷത്തിനുശേഷം, 1992 ഡിസംബർ 6 ന് ബാബറി മസ്ജിദ് തകർക്കപ്പെട്ടപ്പോൾ അതിന്റെ മൂന്നു താഴികക്കുടങ്ങൾ തകർന്നതിൽ അഭിമാനം കൊണ്ടവരായിരുന്നു ബാൽ താക്കറെയുടെ ശിവസേന.

1986 മുതൽ തന്നെ രാമജന്മഭൂമി പ്രസ്ഥാനവുമായി ബന്ധപ്പെട്ട് രാമൻ എന്ന ദൈവത്തിന് അമ്പലം പണിയുക എന്നതിനുപരിയായി മുസ്ലീം വിഭാഗങ്ങളെ ബഹിഷ്കൃതരാക്കുക എന്ന ലക്ഷ്യം വച്ചുകൊണ്ട് രാജ്യത്തുടനീളം മുന്നൊരുക്കങ്ങൾ നടന്നിരുന്നു. സ്വാധ്വി ഋതാംബര മുന്നോട്ടുവച്ച ബാബർ കി ഔലത് എന്ന മുദ്രാവാക്യം ആ വർഷം മുതൽ മുസ്ലീങ്ങൾക്കെതിരെയുള്ള വിഷംചീറ്റലിനുള്ള ഉത്തമദൃഷ്ടാന്തമായിരുന്നു. (2014 ലെ ലോക്സഭാ തിരഞ്ഞെടുപ്പിൽ മോദിയുടെ ജയത്തിനുശേഷം അദ്ദേഹത്തിന്റെ കൈയിൽ രക്ഷാബന്ധൻ കെട്ടുന്നതിന് തിരക്ക് കൂട്ടിയ ഋതാംബര വളരെ അദൃശ്യവ്യക്തിത്വത്തിനുടമയാണ്.) രാമജന്മ

ഭൂമി പ്രസ്ഥാനം വളരെ ആസൂത്രിതമായി, ഇന്ത്യയിലെ ജനങ്ങളിൽ വലിയൊരു വിഭാഗത്തിന് രാക്ഷസീയമായ സ്വത്വം നല്കുന്നതിന് പ്രാപ്തമായ ഒന്നായിരുന്നു. മുസ്ലീങ്ങൾക്കെതിരായ വെറുപ്പിനും അതിക്രമങ്ങൾക്കും അത് ന്യായീകരണം നല്കി. 1983 ൽ 85 വിഭാഗങ്ങളിൽപെടുന്ന ഹിന്ദു നേതാക്കളുടേയും വി എച്ച് പിയുടേയും നേതൃത്വത്തിൽ വിവിധങ്ങളായ നദികളിൽനിന്നുള്ള "പുണ്യജലം" കലശമാക്കിയും ഭാരതമാതാവിന്റെചിത്രം ഉയർത്തിപ്പിടിച്ചും ഏകാത്മതായജ്ഞം സംഘടിപ്പിച്ചു. മതത്തെ സമ്പൂർണ്ണമായും രാഷ്ട്രീയവൽക്കരിച്ചു. 1984 ഒക്ടോബറിൽ ശ്രീരാമജന്മഭൂമി മുക്തിയജ്ഞ സമിതിയിലൂടെ പള്ളി-ക്ഷേത്രം പ്രശ്നം ഒരു ദേശീയ പ്രശ്നമാക്കി അവതരിപ്പിക്കാൻ വി എച്ച് പി ശ്രമം തുടങ്ങി. 1984 ജൂലൈ 27 ന് സമിതി രൂപവല്ക്കരിച്ചത് തർക്കസ്ഥലം വിമോചിപ്പിക്കുക എന്ന ഏക ഉദ്ദേശ്യത്തോടെയായിരുന്നു. സംസ്ഥാന തലസ്ഥാനമായ ലഖ്നൗവിൽ നിന്നും 1984 ഒക്ടോബർ 8 നാണ് അയോദ്ധ്യയിലേക്ക് 130 കിലോമീറ്റർ മാർച്ച് (യാത്ര) സംഘടിപ്പിച്ചത്. യാത്രാംഗങ്ങൾ ഒക്ടോബർ 14 ന് ലഖ്നൗവിൽ എത്തുകയും പൊതുയോഗം സംഘടിപ്പിക്കുകയും ഹിന്ദുക്കളുടെ ദീർഘകാലമായുള്ള അവകാശം അംഗീകരിക്കണമെന്ന് മുഖ്യമന്ത്രിയെ സന്ദർശിച്ച് ആവശ്യപ്പെടുകയും ചെയ്തു. അടുത്തദിവസം ശ്രീരാമജാനകിരഥം (രാം സീതാരഥം) യു പി യിലെ പ്രധാനപ്പെട്ട നഗരങ്ങൾ ചുറ്റിയടിക്കുകയും ജനങ്ങൾക്ക് ജന്മസ്ഥാൻ മുക്തി പ്രതിജ്ഞ ചൊല്ലിക്കൊടുക്കുകയും ചെയ്തു. ഡൽഹിയിൽ നവംബർ 2 ന് നടക്കുന്ന ഹിന്ദുകൺവെൻഷനിൽ പങ്കെടുക്കുന്നതിനുവേണ്ടി രഥം ഡൽഹിയിൽ ഒക്ടോബർ 31 ന് എത്തിയെങ്കിലും ഇന്ദിരാഗാന്ധിയുടെ വധത്തെത്തുടർന്ന് പരിപാടി റദ്ദാക്കി.

1985 ലെ സുപ്രീംകോടതിയുടെ ഷാബാനു കേസിലെ വിധി ബോംബെയിൽ വളരെ ധ്രുവീകരണങ്ങൾക്ക് വഴിവെച്ചു. മിനാരാ മസ്ജിദിന് സമീപത്തുള്ള മെഹമ്മദാലി റോഡ് ഭാഗത്ത് വലിയ യോഗങ്ങൾ സംഘടിപ്പിക്കപ്പെട്ടു. മുസ്ലീം മത പുരോഹിതന്മാർ പങ്കെടുക്കുന്ന യോഗങ്ങൾ വലുതും വളരെ കർക്കശരായ നേതാക്കൾ (വനിതകൾ ഉൾപ്പെടെ) പങ്കെടുത്തവയുമായിരുന്നു. ഷാബാനു എന്ന മുതിർന്ന വിവാഹമോചിതയായ സ്ത്രീക്ക് 125 രൂപ ജീവനാംശം നല്കാൻ സുപ്രീം കോടതി ഉത്തരവായിരുന്നു. ഈയൊരു വിധി സമ്പാദനത്തിനായി അവർക്ക് വർഷങ്ങൾ കാത്തിരിക്കേണ്ടി വന്നു. ഈ പ്രകടനങ്ങളുടെ നേതാക്കന്മാർ ഷാബാനുവിനെതിരായുള്ള ഒരു മുസ്ലീം വിഭാഗത്തെ അണിനിരത്തി തങ്ങളുടെ വ്യക്തിനിയമത്തിൽ യാതൊരുവിധ ഇടപെടലിനും അനുവദിക്കുകയില്ലെന്ന് പ്രഖ്യാപിച്ചു. മറുവശത്ത് വളരെ ഗൗരവതരമായ മുസ്ലീം വിരുദ്ധ വാചാടോപങ്ങൾ ബാൽ താക്കറെയുടെ ഒക്ടോബർ - നവംബറിലെ പ്രസംഗങ്ങളിൽ മുഴച്ചുനിന്നിരുന്നു. ബാൽ താക്കറെ ഹിന്ദുക്കൾ സ്വയം ആയുധവല്ക്കരിക്കപ്പെടണം എന്ന്

ആഹ്വാനം ചെയ്തിരുന്നു. അതിനും അപ്പുറത്ത് ഹിന്ദുത്വവാദികൾ സാക്ഷ്യപ്പെടുത്തിയ മാതൃകയിലേക്ക് വളരെ അന്ധമായും അപക്വമായും ഒരുക്കിയ കെണിയിലേക്ക് ന്യൂനപക്ഷ-ഭൂരിപക്ഷ വർഗ്ഗീയതയും നേർക്കുനേരെ നീങ്ങുകയായിരുന്നു. ഈ യുദ്ധഭൂമിയിൽ രാജീവ്ഗാന്ധിയുടെ കോൺഗ്രസ് വളരെ അപകടകരമായ നിലപാടാണ് കൈക്കൊണ്ടത്. ഒരു വശത്ത് മുസ്ലീം സ്ത്രീ (വിവാഹമോചനത്തിനുള്ള അവകാശ സംരക്ഷണം) (Protection of Rights of Divorce), 1986 പാസാക്കുന്നതിനുള്ള സമ്മർദ്ദത്തിന് കീഴ്പ്പെടുകയും മറുവശത്ത് 1986 ഫെബ്രുവരിയിൽ ഹിന്ദു പുരോഹിതർക്ക് പള്ളിയുടെ വളപ്പിൽ പ്രവേശിക്കുന്നതിനായി ബാബറി മസ്ജിദിന്റെ ഗേറ്റ് തുറന്നുകൊടുക്കുകയും ചെയ്തു. സ്വാതന്ത്ര്യസമ്പാദനത്തിന് ശേഷം ഉടൻ തന്നെ അനധികൃതമായി ഒരു വിഗ്രഹം സ്ഥാപിച്ചതിനെത്തുടർന്ന് ഭരണപരമായ ഒരു നിരോധനം നിലവിൽ വന്നതിനെത്തുടർന്ന് ഒരു വിധത്തിൽ 1949 മുതൽ തർക്കം നിർത്തി വയ്ക്കപ്പെട്ടിരിക്കുകയായിരുന്നു. ഇപ്പോഴത്തെ പോലെയുള്ള സംഭവഗതികൾ മതേതരത്വത്തിന് നേരെയാണ് വിരൽ ചൂണ്ടുന്നത്.

ബോംബെ അതിനെ നയിച്ചിരുന്ന സാർവ്വജനീനതയുടേയും സ്വീകാര്യതയുടേയും സ്വതഃസിദ്ധമായ മാർഗ്ഗദർശകങ്ങൾ വെടിഞ്ഞുകൊണ്ടുള്ള നിലപാടുകളിലേക്ക് അടുക്കുകയായിരുന്നു. 1984 ൽ ഞാൻ *ഇന്ത്യൻ എക്സ്പ്രസി*ലേക്ക് മാറുകയും (ആന്തുലെ വിചാരണയുടെ റിപ്പോർട്ടിങ്ങിനെത്തുടർന്ന്) പിന്നീട് 1989 ൽ *ബിസിനസ് ഇന്ത്യ*യിൽ ചേരുകയും ചെയ്തു. പിന്നീട് ഞാനും ജാവേദും മുഖ്യധാരാ പത്രപ്രവർത്തനത്തിൽനിന്നും പിന്തിരിഞ്ഞുകൊണ്ട് *കമ്യൂണലിസം കോംബാറ്റ്* ആരംഭിക്കുന്നത് വരെ *ബിസിനസ് ഇന്ത്യ*യിൽ തുടരുകയും ചെയ്തു. ഔദ്യോഗികമായി ഇപ്രകാരം ഒരു നിലപാട് സ്വീകരിക്കുന്നതിന് മുമ്പ് തന്നെ വിദ്വേഷകരമായ പ്രസംഗങ്ങൾക്കെതിരെയും *സാമ്നയിലും* മറ്റും വന്നുകൊണ്ടിരുന്ന വെറുപ്പിന്റെ ശബ്ദങ്ങൾക്കെതിരേയും പത്രമേഖലയിലുള്ളവരെ സംയോജിപ്പിക്കുന്നതിനുള്ള ശ്രമം നടത്തിയിരുന്നു. ബാൽതാക്കറെയുടെ പ്രസംഗങ്ങൾക്കെതിരെയും മുഖ്യധാരാപത്രങ്ങളുടെ വിദ്വേഷം പ്രചരിപ്പിക്കുന്ന റിപ്പോർട്ടുകൾക്കെതിരെയും ഞങ്ങൾ പ്രതികരിച്ചിരുന്നു.'ഹിന്ദുക്കൾ സ്വയം ആയുധമണിയുക' എന്ന താക്കറെയുടെ പ്രസ്താവന, 1986 ൽ അംഗീകാരം ലഭിച്ചുകഴിഞ്ഞിരുന്ന മറാത്തി ദിനപത്രമായ *മഹാരാഷ്ട്രാ ടൈംസ്* പോലും ആ വാർത്ത തലവാചകമായിട്ടാണ് പ്രസിദ്ധീകരിച്ചത്. താക്കറെക്കെതിരെ FIR രജിസ്റ്റർ ചെയ്യണമെന്നാവശ്യപ്പെട്ട് ഞങ്ങൾ പ്രചാരവേല സംഘടിപ്പിച്ചു. ഞങ്ങൾ മുഖ്യമന്ത്രി എസ് ബി. ചവാനെ നേരിൽക്കണ്ട് കാര്യം ധരിപ്പിക്കുകയും ചെയ്തു.

ബോംബെയും ഇന്ത്യയും ഭയത്തിന്റെ മുൾമുനയിലായതുപോലെ തോന്നി. അത് വെറുപ്പിലേക്കും വിദ്വേഷത്തിലേക്കും പരിണമിക്കുമോ? ഞങ്ങൾ ചെറിയ രീതിയിൽ ഈ നീക്കങ്ങളെ തടയാൻ കഴിയും വിധം നടപടി സ്വീകരിച്ചു. പൊതുബോധം ഉണർത്തിക്കൊണ്ട്, മീറ്റിങ്ങുകൾ

സംഘടിപ്പിച്ച്, ഭിന്നാഭിപ്രായങ്ങൾ ഉയർത്തിക്കൊണ്ട്, ലഘുലേഖകൾ പ്രസിദ്ധപ്പെടുത്തി വിതരണം ചെയ്തുകൊണ്ട്, അതുപോലെ വ്യാപകമായ ക്യാംപെയിൻ സംഘടിപ്പിച്ചുകൊണ്ട്. ആ ദിവസങ്ങളിൽ ബാൽതാക്കറെ ബോംബെയ്ക്ക് മീതെ ഒരു ശവക്കച്ചകൊണ്ട് മൂടിയിരിക്കുകയായിരുന്നു. *ദി സൺഡേ ഒബ്സർവറിൽ* അസാധാരണമായ ഒരു നിലപാട് സ്വീകരിച്ചുകൊണ്ട് ജാവേദ് ശക്തമായ ഒരു നിരീക്ഷണം നടത്തി. ആ ലേഖനത്തിൽ ബാബറി മസ്ജിദ് ആക്ഷൻ കമ്മിറ്റിയുടെ കീഴിലുള്ള മുസ്ലീം നേതൃത്വത്തിന്റെ കടുത്തനിലപാടിനെ വിമർശിക്കുകയും നിയമലംഘകർക്ക് കാര്യങ്ങൾ വിട്ടുകൊടുക്കാതെ ഭരണഘടനാ അധികാരികൾക്ക് തീരുമാനങ്ങൾ വിട്ടുകൊടുക്കണമെന്ന് ആവശ്യപ്പെടുകയും ചെയ്തു. ബാബറി മസ്ജിദ് പ്രശ്നം ഒരു സ്വത്വ സംബന്ധിയായ പ്രശ്നമാക്കി മാറ്റിയാൽ അത് സാമൂഹ്യതലത്തിൽ അസാധാരണമായ വിപരീത ആഘാതം സൃഷ്ടിക്കുമെന്ന് അതിൽ വാദിച്ചു. തുടർന്നുള്ള ദശകങ്ങളിൽ ചുരുൾ നിവർന്ന സംഭവങ്ങൾ ജാവേദിന്റെ നിരീക്ഷണങ്ങൾ ശരിയായിരുന്നുവെന്ന് അസന്ദിഗ്ദ്ധമായി തെളിയിച്ചു.

1989 ൽ സുഹൃത്തും സഹപ്രവർത്തകനും അതുപോലെ ഹിന്ദി, ഉറുദു പത്രങ്ങളിലെ ധീരനും ധൈര്യശാലിയുമായ പത്രപ്രവർത്തകൻ സജീദ് റഷീദ് ജനതാപാർട്ടി ടിക്കറ്റിൽ കുർളാ നിയോജക മണ്ഡലത്തിൽനിന്നും നിയമസഭയിലേക്ക് മത്സരിക്കാൻ തീരുമാനിച്ചു. അദ്ദേഹം എപ്പോഴും മതനിരപേക്ഷതയ്ക്കായി നിലകൊള്ളുകയും തന്റെ സമുദായത്തിന്റെ കാലഹരണപ്പെട്ടതും സ്വാർത്ഥമതികളുമായ നേതൃത്വത്തോട് എന്നും തന്റെ എതിർപ്പ് തുറന്നു പ്രകടിപ്പിക്കുകയും ചെയ്തിരുന്നു. മുസ്ലീങ്ങൾ തിങ്ങിപ്പാർക്കുന്ന ഒരു ചേരിപ്രദേശത്തായിരുന്നു സജീദ് താമസിച്ചിരുന്നത്. പ്രചാരണപ്രവർത്തനങ്ങൾക്കിടയിൽ ഒരു മുസ്ലീം യുവാവ് തിരഞ്ഞെടുപ്പിന് മുമ്പ് പാൻ കഴിക്കുന്നതിനായി ചെന്നപ്പോൾ അയാൾ അവിടെ വച്ച് കൊല്ലപ്പെട്ടു. മുസ്ലീങ്ങൾ വോട്ടുചെയ്യാൻ വരുന്നത് തടയുന്നതിനായി ഭീതി ജനിപ്പിക്കുന്നതിനു വേണ്ടി മുൻകൂട്ടിയുള്ള ഹീനമായ ശ്രമമായിരുന്നു അത്. സബ്രംഗ് എന്ന ഞങ്ങളുടെ അനൗദ്യോഗിക പ്രസ്ഥാനം പ്രതികരിക്കുന്നതിനായി തീരുമാനിച്ചു. സംഘടനയുടെ സ്ഥാപകാംഗങ്ങളായ എന്നോടും ജാവേദിനുമൊപ്പം സി ഐ ടി യു നേതാവും കമ്യൂണിസ്റ്റ് നേതാവുമായ വിവേക് മൊൺടെയ്റോ, പത്രപ്രവർത്തകൻ സുധീന്ദ്ര കുൽക്കർണി എന്നിവർ ഉണ്ടായിരുന്നു. (സുധീന്ദ്ര കുൽക്കർണി പിന്നീട് മറുകണ്ടം ചാടുന്നതിന് മുമ്പ്) കുർളാ സ്റ്റേഷന് മുൻപിൽ ഞങ്ങൾ സംഘടിപ്പിച്ച പൊതുയോഗത്തിൽ 9000 ലധികം ആളുകൾ പങ്കെടുത്തു. അഹല്യ രംഗനേക്കർ (സി പി ഐ (എം), രാമദാസ് അത്താവാലേ, ദളിത്പാന്തേഴ്സ് നേതാക്കന്മാർ, സിനിമാനടൻ അമോൽ പലേക്കർ തുടങ്ങിയവർ അന്നത്തെ മീറ്റിങ്ങിനെ അഭിസംബോധന ചെയ്തു. ലഘുലേഖകളും പോസ്റ്ററുകളുമൊക്കെയായി തെരുവുകളിൽ ഞങ്ങൾ സ്വാധീനം പ്രകടമാക്കി. പത്രപ്രവർത്ത

നത്തിന്റെ ഭാഗം മാത്രമായല്ലാതെയുള്ള കൂടുതൽ കൂടുതൽ ഇടപെടലുകൾ ഞങ്ങൾ നടത്തിക്കൊണ്ടിരുന്നു.

1992-93 ലെ ബോംബെയെ ഞെട്ടിപ്പിച്ച അക്രമ സംഭവങ്ങൾ ഞങ്ങളുടെ ജീവിതഗതിയെത്തന്നെ മാറ്റി മറിച്ചു. സംഭവങ്ങൾ റിപ്പോർട്ട് ചെയ്തും, ഗവേഷണം നടത്തിയും വർഗ്ഗീയ സംഘട്ടനങ്ങളെ ആഴത്തിൽ മനസ്സിലാക്കിയും ഉള്ള ദശാബ്ദം നീണ്ട പരിചയം 1992 ഡിസംബർ 6 മുതൽ 1993 ജനുവരി വരെയുള്ള സംഭവങ്ങളെ ഉൾക്കൊള്ളുന്നതിന് എന്നെ പ്രാപ്തയാക്കിയിരുന്നു. ഡിസംബർ 6 ഞായറാഴ്ച ഉച്ചസമയം മുതൽ ഞാൻ പുറത്തുള്ള വിവിധ സ്ഥലങ്ങളിലായിരുന്നു. ഇൻസ്പെക്ടർ ഖാർഗേയുടെ അനുമതിയെത്തുടർന്ന്, 200 മുതൽ 300 വരെയുള്ള ശിവസേന പ്രവർത്തകർ നടത്തിയ സൈക്കിൾ റാലി നടന്ന ധാരാവിയിലായിരുന്നു ഞാൻ. പള്ളി പൊളിച്ചത് ആഘോഷിക്കുന്നതിനുവേണ്ടി പൈധോണിയിൽ അമ്പലമണി മുഴക്കുന്നതായ ഒരു പരിപാടി ശിവസേനക്കാരും മറ്റുള്ളവരും ചേർന്ന് സംഘടിപ്പിച്ചിരുന്നു.

ആർ എസ് എസും ശിവസേനയും കൗശലത്തോടെ ഒരുമിച്ചാണ് പ്രവർത്തിച്ചത്. തെരുവുകൾ അവർ കൈയേറി. ഞങ്ങൾ ലേഖകർ പലരും അക്രമങ്ങളിലെ അതിയായ ക്രൂരതയും അത് സംഘടിക്കപ്പെട്ട രീതിയും കണ്ട് ചിന്താക്കുഴപ്പത്തിലായെങ്കിലും തെളിവുകൾ ശേഖരിക്കുന്നതിനായി തെരുവുകളിൽ ചുറ്റിത്തിരിയുകയും ചിന്താഗതികൾ പരസ്പരം കൈമാറുകയും പൊലീസ് അധികാരികളെ എത്രയുംവേഗം പ്രവർത്തനക്ഷമമാകാൻ ഞങ്ങളാൽ കഴിയുന്നവിധം പ്രേരണ ചെലുത്തുകയും ചെയ്തു. അക്രമി ഇരയായും ഇര അക്രമിയായും മാറുന്ന അവസ്ഥ ഈ സാഹചര്യങ്ങളുടെ പ്രത്യേകത ആയതിനാൽ എന്റെ ശ്രദ്ധ ആരാണ് ആദ്യം കല്ലെറിയുന്നത് എന്നതിനെ അടിസ്ഥാനപ്പെടുത്തിയായിരുന്നു. അയോദ്ധ്യയിലെ തകർക്കലിനുശേഷം ആദ്യത്തെ നിയമലംഘനം പ്രത്യക്ഷപ്പെടുന്നത് ധാരാവിയിലും പൈധോണിയിലും ആർ എസ് എസും-ശിവസേനയും സംഘടിപ്പിച്ചിരുന്ന “ആഘോഷ” ങ്ങളിൽ നിന്നും ആയിരുന്നു. എന്നാൽ ബി ജെ പിയും ശിവസേനയും ഞൊടിയിടയിൽ വിജയകരമായി സംഭവഗതികളെ തെറ്റിദ്ധരിപ്പിച്ചു. ബി ജെ പിയുടെ ധരം സിങ് കൊറോഡിയ പറഞ്ഞത് ഭ്രാന്തരായ, ആക്രമണകാരികളായ മുസ്ലീങ്ങൾ ബസുകളും പൊതു ആസ്തികളും ആക്രമിച്ചു എന്നും ബംഗ്ലാദേശി കുടിയേറ്റക്കാർ താമസിക്കുന്ന ഭാഗത്തുനിന്നുമാണ് അക്രമങ്ങൾ പൊട്ടിപ്പുറപ്പെട്ടത് എന്നുമാണ്. തീർച്ചയായും ആക്രമണങ്ങളിൽ സംഭീതരായ മുസ്ലീങ്ങൾ ക്രോധപരവശരായി ഡിസംബർ 7 ന് പ്രതിഷേധങ്ങളിൽ ഏർപ്പെട്ടിരുന്നു. പക്ഷേ, ഡിസംബർ 6 ന് അയോദ്ധ്യയിലും ബോംബെയിലും നടന്ന നിർല്ലജ്ജവും ബുദ്ധിശൂന്യവുമായ പ്രകോപനങ്ങൾക്ക് ഒരു ന്യായീകരണവുമില്ല. അതിലും മാരകമായി, ഡിസംബർ 7-ാം തീയതി പൊലീസ് വെടിവയ്പും നടത്തി. കൊല്ലപ്പെട്ടവരിൽ 80 ശതമാനവും മുസ്ലീം വിഭാഗത്തിൽപെടുന്നവരായിരുന്നു. ഇത് ബോംബെ

യിലെ മുസ്ലീങ്ങളെ ഒറ്റപ്പെടുത്തുകയും അവരെ രോഷാകുലരാക്കുകയും ചെയ്തു. ആ കാലഘട്ടത്തിലെ ബോംബെ പൊലീസിന്റെ മുഖം വികൃതമായിരുന്നുവെന്ന് അന്ന് അഡീഷണൽ കമ്മീഷണറായിരുന്ന വി എൻ ദേശ്മുഖ് ജസ്റ്റിസ് ബി എൻ ശ്രീകൃഷ്ണാ കമ്മീഷന് നല്കിയ വിവരങ്ങളിൽ സാക്ഷ്യപ്പെടുത്തിയിട്ടുണ്ട്. ദേശ്മുഖിന്റെ തെളിവുകൾ വിശദമായി പരിശോധിക്കേണ്ടതാണ്.

വംശീയ ലഹളകളുടെ ബലതന്ത്രം എന്റെ ധാരണയിൽ എന്നും പ്രതികാരത്തിന്റെ ബലതന്ത്രമായിരുന്നു. വംശീയമായ എല്ലാ കൊലകളിലും ഇത് തന്നെയാണ് സംഗതി. ഒരാൾ ഒരിക്കൽ വർഗ്ഗീയ ലഹളയ്ക്ക് ഇരയാക്കപ്പെട്ടിട്ടുണ്ടെങ്കിൽ പിന്നീട് ഉണ്ടാവുന്ന ലഹളകളെയൊക്കെ ന്യായീകരിക്കപ്പെടുന്ന രീതി പിന്തുടർന്നുവരുന്നു.

ടൈംസ് ഓഫ് ഇന്ത്യയിലെ ലേഖകനായ നരേഷ് ഫെർണാണ്ടസ്, റസിഡന്റ് എഡിറ്ററായ ഡാറിൽ ഡിമോണ്ടെ, നിഖിൽ വാഗ്ലേ-മഹംനഗർ, പി സായ്നാഥ്, സജീദ് റഷീദ്-*ഉറുദു ടൈംസ്*, ജാവേദ്, സൺഡേ ഒബ്സർവർ ഞങ്ങൾ എല്ലാവരും- ഒറ്റയ്ക്കും കൂട്ടായും സർവ്വ നാശവും സമ്പൂർണ്ണ കലാപവും ഒഴിവാക്കുന്നതിനുള്ള പ്രവർത്തനങ്ങൾ സംഘടിപ്പിച്ചു. ബി ജെ പി - ആർ എസ് എസ്, ശിവസേന ഉൾപ്പെടെയുള്ള കൂട്ടർ അവരുടെ കുടിലത ലക്ഷ്യമിടുന്ന പരിപാടിയായ മഹാ ആരതി ഡിസംബർ 22 ന് നടത്തും എന്ന് പത്രവാർത്ത നല്കി. ആ തീയതിക്കും ജനുവരി ആദ്യവാരത്തിനും ഇടയ്ക്ക് ഭീഷണിപ്പെടുത്തലുകളും ഒറ്റപ്പെട്ട ആക്രമണങ്ങളും മുസ്ലീങ്ങൾക്കെതിരായി നടക്കുകയും (പല സ്ഥലങ്ങളിലും ബോംബെ മുസ്ലീങ്ങൾ തിരിച്ചടിക്കുകയും ചെയ്തു.) ബോംബെ ചൂടുപിടിക്കുകയും ചെയ്തു. ഈ സംഭവങ്ങൾ ബി ജെ പി-ആർ എസ് എസ് ശിവസേനയുടെ നേതൃത്വത്തിൽ നടത്തിയതാണ്. എന്നാൽ രാധാബായി ചാവലിൽ ജനുവരി 8 ന് നടന്ന സംഭവം ബോംബെ മുസ്ലീങ്ങളുടെമേൽ അക്രമങ്ങൾ നടത്തിയതിനുള്ള പ്രകോപനത്തിന് ന്യായീകരണമായി ബാൽതാക്കറെയും ശിവസേനയും പ്രഖ്യാപിച്ചു. അതോടൊപ്പം, 1992 ഡിസംബറിനും 1993 ജനുവരിക്കും ഇടയിൽ ദക്ഷിണ-സെൻട്രൽ ബോംബെയിൽ ഹിന്ദു- മറാത്ത് വാദി പ്രവർത്തകർക്കെതിരെ നടന്ന ആയുധപ്രയോഗങ്ങൾ വർഗ്ഗീയ വാദികളായ അധോലോകം രംഗത്തിറങ്ങി എന്നതിന്റെ സൂചനകളായിരുന്നു. ബോംബെ അധോലോകത്തിന്റെ നേതൃത്വത്തിലുള്ള സ്ഫോടനങ്ങൾ അരങ്ങേറിയത് 1993 മാർച്ച് 12 നാണ്. അതിന് ആഴ്ചകൾക്ക് മുമ്പ്, കൃത്യമായി ഫെബ്രുവരി 22 ന് ഞങ്ങൾ ചില പത്രപ്രവർത്തകർ പൊലീസ് കമ്മീഷണർ എസ് കെ ബാപ്പറ്റിനെ നേരിൽക്കണ്ട് ഗുരുതരമായ ചില സംഭവവികാസങ്ങളെപ്പറ്റി മുന്നറിയിപ്പ് നല്കിയിരുന്നു. അദ്ദേഹം ഉന്നതങ്ങളിലെ പൊലീസും ഇന്റലിജൻസും സാധാരണ ചെയ്തുവരുന്നതുപോലെ മന:പൂർവ്വമോ അല്ലാതെയോ മറ്റൊരു വഴിക്കാണ് നീങ്ങിയത്. ഈ ദിവസം വരെ ബി ജെ പി, ശിവസേന, ആർ എസ് എസ് തുടങ്ങിയവർ സംഭവങ്ങളുടെ ഗതിവിഗ

തികൾ മാറ്റിമറയ്ക്കാനാണ് താല്പര്യപ്പെട്ടത്. അവരെ സംബന്ധിച്ചിടത്തോളം നേരത്തെ പറഞ്ഞ സ്ഫോടനങ്ങളാണ് അക്രമങ്ങൾക്ക് വഴിയൊരുക്കിയത്. മടിയന്മാരും താല്പര്യരഹിതരുമായ അന്നത്തെ ടെലിവിഷൻ അവതാരകർ കാര്യങ്ങൾ ഗൗരവമായി കണക്കിലെടുക്കാതെ, എല്ലാം മറച്ചുവെച്ച്, നേർവഴിക്ക് കൊണ്ടുവരുന്നതിനുള്ള കഠിനമായ ഉത്തരവാദിത്വം ഞങ്ങളുടെ ചുമലിൽ വയ്ക്കുകയായിരുന്നു. കാര്യങ്ങൾ വഴിതിരിച്ചുവിടുന്നതിനുള്ള ഈ ഗീബൽസിയൻ താല്പര്യങ്ങൾ സംഘപരിവാർ തന്ത്രങ്ങളുടെ കേന്ദ്രസ്ഥാനത്ത് തന്നെ ഉണ്ടായിരുന്നു. ആദ്യം കല്ലെറിഞ്ഞതാരാണ്? അവർ പറഞ്ഞത് ഭൂരിപക്ഷഹിന്ദുക്കളുടെ ഭാഗത്തുനിന്നും ഉണ്ടായ ഓരോ അക്രമസംഭവങ്ങളും പലപ്പോഴായും തുടർച്ചയായും മുസ്ലീങ്ങളുടെ ഭാഗത്തുനിന്നും ഉണ്ടായ അതിക്രമങ്ങൾക്കുള്ള തിരിച്ചടിയാണെന്നാണ്.

അക്കാലത്ത് ഞാൻ ചെയ്തുവന്നിരുന്ന റിപ്പോർട്ടിങ്ങിന്റെ പശ്ചാത്തലത്തിൽ, പ്രകമ്പനം സൃഷ്ടിച്ചേക്കാവുന്ന ഒരു ഫീച്ചർ ഞാൻ എഴുതുകയുണ്ടായി. *ബി ബി സി, സി എൻ എൻ, ന്യൂസ് ട്രാക്ക്, ഐ വിറ്റ്നസ്സ്* എന്നീ മാധ്യമങ്ങൾ അത് റിപ്പോർട്ട് ചെയ്തു. *ബിസിനസ് ഇന്ത്യക്ക്* വേണ്ടി ഞാൻ തയ്യാറാക്കിയ രണ്ട് കവർ സ്റ്റോറികൾക്ക് വേണ്ടി തെരുവുകൾ അരിച്ചുപെറുക്കി തെളിവുകൾ ശേഖരിച്ചപ്പോൾ (ഇരകളുടെ വിഭാഗത്തിൽനിന്നും ഉള്ള ചിലരും ഞാനും ചേർന്ന്) പൊലീസ് കൺട്രോൾ റൂമും മൊബൈൽ പൊലീസ് വാനും തമ്മിലുള്ള വയർലെസ് സന്ദേശങ്ങൾ ഞാൻ ടേപ്പ് ചെയ്തിരുന്നു. ഞങ്ങൾക്ക് ഫ്രീക്വൻസിയെ സ്വാധീനിക്കാനും സംഭാഷണങ്ങൾ ടേപ്പു ചെയ്യാനും സാധിച്ചു. അവ വൈകാരികത ഉണർത്തുന്നതും ഭയപ്പെടുത്തുന്നതും ആയിരുന്നു. പൊലീസ് കൺട്രോൾ റൂം വയർലെസിൽ ഉണ്ടായിരുന്ന പൊലീസുകാരൻ പ്രകടവും നിന്ദ്യവുമായ രീതിയിൽ മുസ്ലീം വിരുദ്ധ പക്ഷപാതം പ്രകടിപ്പിച്ചതായി കണ്ടു. ഈ തുറന്നുപറച്ചിലുകൾ സെൻസേഷൻ സൃഷ്ടിച്ചു. പൊലീസ് സേനയിലെ വർഗ്ഗീയമായ ചേരിതിരിവ് എന്നത്, എന്റെ പത്രപ്രവർത്തക ജീവിതത്തിലും ആക്ടിവിസ്റ്റ് എന്ന നിലയിലുള്ള ഇടപെടലുകളിലും ഞാൻ സ്ഥിരമായി പിന്തുടർന്നുപോന്ന ഗൗരവമായ ഒരു വിഷയമായിരുന്നു.

ഇന്ത്യയിലെ നിയമപരിപാലന ഏജൻസികളിൽ, ഇന്റലിജൻസ് സംവിധാനങ്ങൾക്കുള്ളിൽ, സർവ്വോപരി വിവിധ ഭരണസ്ഥാപനങ്ങളിൽ വർഗ്ഗീയതയുടേയും ഭൂരിപക്ഷ മേധാവിത്തത്തിന്റെയും വർദ്ധിച്ചുവരുന്ന കടന്നുകയറ്റം, പത്രപ്രവർത്തന സംബന്ധിയായും അക്കാദമികമായും ഉള്ള എന്റെ സജീവ പ്രവർത്തനങ്ങളുടേയും എഴുതിയ ലേഖനങ്ങളുടേയും പ്രധാനപ്പെട്ട വിഷയവും തുടർന്നുള്ള ഗവേഷണത്തിനും അന്വേഷണത്തിനും ഉള്ള വിഷയവും ആയിരുന്നു. ദേശീയ പൊലീസ് കമ്മീഷന്റെ (1979-81) എട്ട് റിപ്പോർട്ടുകളിൽ ഈ പക്ഷപാതം ഉയർത്തിക്കാട്ടിയിരുന്നു. എങ്കിലും ഇത് പരസ്യമായി അംഗീകരിക്കുന്നതിന് വൈമുഖ്യം

കാണിക്കുന്ന സ്ഥിതിയാണുള്ളത്. ഈ യാത്രയ്ക്കിടയിൽ ഏറ്റവും പ്രമുഖരായ സീനിയർ മാതൃകാ ഉദ്യോഗസ്ഥരിൽനിന്നും അവരുടെ അറിവുകളും പരിചയവും ശേഖരിക്കുന്നതിനുള്ള നല്ല ഒരവസരം ഞങ്ങൾക്കുണ്ടായി. ബോർഡർ സെക്യൂരിറ്റി സേന രൂപീകരിച്ചതിൽ പ്രധാന പങ്കുവഹിച്ച കെ എഫ് രുസ്തംജി (ഇന്ത്യയുടെ ആദ്യ പ്രധാനമന്ത്രി ജവഹർലാൽ നെഹ്റുവിന്റെ ചീഫ് സെക്യൂരിറ്റി ആഫീസർ കൂടിയായിരുന്നു), പദംരോഷ (മുൻ ഡി ജി പി), സതീഷ് സാഹ്നി (മുൻ പൊലീസ് കമ്മീഷണർ മുംബൈ), ജൂലിയോറിബറോ (മുൻ പഞ്ചാബ് ഡി ജി പി). ചമൻലാൽ (മുതിർന്ന ഐ പി എസ് ഉദ്യോഗസ്ഥനും മുൻ നാഗാലാന്റ് ഡി ജി പി) എന്നിവരായിരുന്നു അവർ. ചമൻലാലാകട്ടെ അദ്ദേഹത്തിന്റെ റിട്ടയർമെന്റ് ജീവിതത്തിൽ എല്ലാം നഷ്ടപ്പെട്ടവരുടെ ഉന്നമനത്തിനായി പ്രവർത്തിക്കുന്നു. യുവാക്കളായ ഉദ്യോഗാർത്ഥികളെ തങ്ങളുടെ മനഃസാക്ഷിയുടെ താല്പര്യമനുസരിച്ച് തന്റെ പ്രൊഫഷനിലേക്കും അദ്ദേഹം ക്ഷണിക്കുന്നു. അദ്ദേഹം കൃത്യമായി നിരീക്ഷിച്ചതുപോലെ പൊലീസിന്റെ ജോലി എന്നത് സമാധാനം, ക്രമം, സുരക്ഷ, സ്ഥിരത എന്നിവ നിലനിർത്തുന്നതിനും സ്വരച്ചേർച്ചയുള്ള സമൂഹഘടകങ്ങളെ സൃഷ്ടിക്കുന്നതിനും ഉള്ളതാണ്. സമത്വത്തിലും വിവേചനരാഹിത്യത്തിലും അധിഷ്ഠിതമായ രാഷ്ട്രീയമായ അവകാശങ്ങൾ മാത്രം ഉറപ്പുവരുത്തിയാൽ പോര ഒപ്പം സാമ്പത്തികമായ അവകാശങ്ങൾ നേടിയെടുക്കുന്നതിനും നാം സമരം ചെയ്യണം. പ്രാന്തവല്ക്കരിക്കപ്പെട്ടവർ, ദളിതർ, ന്യൂനപക്ഷവിഭാഗങ്ങൾ തുടങ്ങി എല്ലാ വിഭാഗങ്ങൾക്കും സുരക്ഷ ഇന്ത്യാരാജ്യത്ത് ഉറപ്പാക്കണം. എന്നാൽ മാത്രമേ സുരക്ഷിതവും ഉറപ്പുള്ളതുമായ ഇന്ത്യ കെട്ടിപ്പടുക്കാനാവു.

ആഴത്തിലുള്ള സംഘർഷങ്ങളുടെ ഓരോ എപ്പിസോഡും പത്രപ്രവർത്തകർ ഉൾപ്പെടെയുള്ള സാക്ഷികളിൽ മൂർച്ചയേറിയ മുദ്രകൾ പതിപ്പിക്കാൻ പര്യാപ്തമായിരുന്നു. ഇക്കാര്യത്തിൽ പ്രധാനവും നിർണ്ണായകവുമായത്, സാധാരണയായി കണ്ടുവരുന്നപോലെ വിശദാംശങ്ങളിൽ മുങ്ങിപ്പോകാതെ ഇതിന്റെ ഘടന മനസ്സിലാക്കുക എന്നതായിരുന്നു. മുതിർന്ന പത്രപ്രവർത്തകർ ഈ സംഭവങ്ങളുടെ മുകൾത്തട്ടിലെ കാര്യങ്ങൾ മനസ്സിലാക്കുന്നതിനുള്ള മാർഗ്ഗനിർദ്ദേശം നല്കി. എസ് ബി കോൾബെ, മധുസാത്തേ എന്നിവർ 1992 -93 ലെ ആ നശിച്ച ആഴ്ചകളിൽ എന്നെ കാണുകയുണ്ടായി. *ഫ്രീ പ്രസ്* ജേർണലിന് വേണ്ടി ജബൽപ്പൂരിലെ വിഭജനാനന്തര ലഹളകൾ റിപ്പോർട്ട് ചെയ്തതിന്റെ 1961 മുതലുള്ള അനുഭവങ്ങൾ കോൾബെ ഓർത്തെടുക്കുകയുണ്ടായി. ലഹള പൊട്ടിപ്പുറപ്പെട്ട് പത്ത് ദിവസത്തിനുശേഷം, ജബൽപ്പൂരിൽ എത്തി ലഹളയ്ക്ക് കാരണമായ സംഭവം, അതായത് ഹിന്ദു പെൺകുട്ടിയെ മുസ്ലീം പയ്യൻ തട്ടിക്കൊണ്ട് പോയതായ സംഗതിയെപ്പറ്റി അന്വേഷിക്കാൻ അദ്ദേഹത്തിന്റെ എഡിറ്റർ ആവശ്യപ്പെട്ടു. കാശ്മീരി പണ്ഡിറ്റായ, ആദർശവാനായ എസ് പി യെയാണ് ആദ്യമായി അദ്ദേഹം അവിടെ കണ്ടുമുട്ടി

യത്. അദ്ദേഹം കോൾബെയെ ഉപദേശിച്ചത് ആ പ്രദേശത്ത് പോയി അവിടത്തെ താമസക്കാരോട് സംസാരിക്കാനായിരുന്നു. അദ്ദേഹം അപ്ര കാരം തന്നെ ചെയ്യുകയും ചെയ്തു. മുസ്ലീം പയ്യൻ ഒരു ബീഡിത്തൊഴി ലാളിയായിരുന്നു. അയാളുടെ മദ്ധ്യ വർഗ്ഗത്തിൽപ്പെട്ട ഹിന്ദു പെൺകുട്ടി യുമായുള്ള അടുപ്പം ചില വൈകാരികമായ അസ്വാസ്ഥ്യങ്ങളൊക്കെ പല തലങ്ങളിൽ ഉയർത്തിയിട്ടുണ്ടായിരുന്നു. കോൾബെ *ഫ്രീ പ്രസ്* ജേർണ ലിനുവേണ്ടി മൂന്നു റിപ്പോർട്ടുകൾ എഴുതി. ഇത് രാജ്യത്തുള്ള വളരെയ ധികം പേരുടെ കണ്ണുകൾ തുറപ്പിക്കുകയും അദ്ദേഹത്തിന് പ്രധാനമന്ത്രി നെഹ്റുവിൽ നിന്നും ഒരു കത്ത് ലഭിക്കുകയുമുണ്ടായി. അദ്ദേഹം ഈ കഥ എന്നോട് പറയുകയും പിന്നീട് എഴുതുകയും ചെയ്തു.

അഞ്ചോ ആറോ പത്രപ്രവർത്തകർ 1992-93 ലെ സംഭവഗതികൾ വളരെ കണിശതയോടെയും സൂക്ഷ്മതയോടെയും തങ്ങളുടെ കവറേ ജുകളിൽ നല്കുന്നതിന് ശ്രമിച്ചു. മഹാരാഷ്ട്ര ബി ജെ പി പ്രസിഡന്റ് കൊറാഡിയ നരിമാൻ പോയിന്റിലെ മന്ത്രാലയയുടെ പിറകിലുള്ള ബി ജെ പി ആസ്ഥാനത്ത് ഒരു പത്രസമ്മേളനം വിളിച്ചുചേർത്തു. അദ്ദേഹം ആവർത്തിച്ച് പറഞ്ഞത് ബംഗ്ളാദേശി കുടിയേറ്റക്കാർ താമസിക്കുന്ന മേഖലയിൽ നിന്നാണ് സംഘർഷങ്ങൾ ഉടലെടുത്തത് എന്നാണ്. അയാ ളുടെ മൈതാന പ്രസംഗം അവസാനിച്ചപ്പോൾ ഞാൻ കൈയുയർത്തി ഇങ്ങനെ ചോദിച്ചു. "ഇത് ശരിയാണെങ്കിൽ വളരെ ആശങ്കയുളവാക്കുന്ന താണ്. താങ്കളുടെ അനുഭവത്തിൽ ആദ്യം എവിടെ നിന്നാണ് അക്രമം പൊട്ടിപ്പുറപ്പെട്ടത് എന്നത് സംബന്ധിച്ച് കൃത്യമായ വിവരങ്ങൾ നല്കു കയാണെങ്കിൽ അത് പൊലീസ് പറയുന്ന വിവരങ്ങളുമായി ഒത്തുനോക്കി സത്യം കണ്ടുപിടിക്കാൻ കഴിയുമല്ലോ?" അപ്പോൾ അദ്ദേഹം ഉപായ ത്തിൽ ഒഴിഞ്ഞുമാറി. ഞാൻ കുറച്ചുനിമിഷം കൂടി എന്റെ ആവശ്യത്തിൽ ഉറച്ചുനിന്നു. അവസാനം വളരെ പ്രകോപിതനായി അദ്ദേഹം ചോദിച്ചു. "പത്രസമ്മേളനം സംഘടിപ്പിച്ചിട്ടുള്ളത് താങ്കളാണോ അതോ ഞാനാണോ?" എന്ന്.

അപ്പോൾത്തന്നെ ഇന്ത്യൻ മർച്ചന്റ് ചേംബറിൽ വച്ച് എൽ കെ അദ്വാ നിയുടെ പത്രസമ്മേളനവും ഉണ്ടായിരുന്നു. അവിടെ വച്ച് ജാവേദ് ചോദി ച്ചു: "താങ്കൾ പറയുന്നത് ബി ജെ പി ഒരു മതാധിഷ്ഠിത സ്റ്റേറ്റിനായി നിലനില്ക്കില്ലെന്നാണ്. അതുപോലെ മുഹമ്മദാലി ജിന്നയും പറഞ്ഞി രുന്നു. അദ്ദേഹം ഒരു മതാധിഷ്ഠിത പാകിസ്ഥാനുവേണ്ടി നില്ക്കുകയി ല്ലെന്ന്. എന്നാൽ ജിന്ന ഏതു വിധത്തിലാണോ ഒരു മതാത്മകരാഷ്ട്ര ത്തിന്റെ സ്ഥാപനത്തിനായി നിലകൊണ്ടത് അതുപോലെതന്നെയല്ലേ ബി ജെ പിയും ഹിന്ദുത്വശക്തികളും മുന്നോട്ട് പോകുന്നത്?" അന്ന് രാവിലെ രാധാബായി ചാവലിൽ നിന്നിരുന്ന ജേംഗേശ്വരിയിൽ അദ്വാനി സന്ദർശി ച്ചിരുന്നു. അദ്ദേഹം കാറിൽനിന്നും ഇറങ്ങിയപ്പോൾ തന്നെ ഒരു സാമൂഹ്യ പ്രവർത്തകയായ ആരിഫ അദ്ദേഹത്തെ തടഞ്ഞുനിർത്തി. എന്നിട്ട് ചോദി ച്ചു. "അദ്വാനിജി, ഞങ്ങൾ മുസ്ലിങ്ങൾക്ക് ഞങ്ങളുടെ ജീവിതവും സ്വത്തും

നഷ്ടപ്പെട്ടിരിക്കുകയാണ്. താങ്കൾ എന്തുകൊണ്ടാണ് ഞങ്ങളുടെ ഭാഗത്തുകൂടി സന്ദർശനം നടത്താത്തത്?"

അവസാനമായി കോൺഗ്രസ് പ്രധാനമന്ത്രി പി വി നരസിംഹറാവു ബോംബെയിൽ വന്നു. അന്ന് സുധാകർ റാവു നായിക്കിന്റെ നേതൃത്വത്തിൽ കോൺഗ്രസ് മന്ത്രിസഭയാണ് സംസ്ഥാനം ഭരിക്കുന്നത്. *ഇന്ത്യാ ടുഡേ*യിലെ മനീഷ് റഹ്മാനും ജാവേദും ഞാനും സംസ്ഥാനസർക്കാരിന്റെ സ്വയം പിൻവാങ്ങലിനേക്കുറിച്ചും ശിവസേനക്കാർക്ക് നല്കുന്ന പിന്തുണയെക്കുറിച്ചും ബോംബെ പൊലീസിന്റെ തുറന്ന വർഗ്ഗീയ സമീപനങ്ങളെപ്പറ്റിയും ചോദിക്കുകയുണ്ടായി. ഇത്തരം ഇടപെടലുകൾ കൊണ്ട് അന്തിമമായി ഫലമുണ്ടായി, അതായത് ഒരു പരിധിവരെ കാര്യങ്ങളെ ദേശീയതലത്തിൽ ശ്രദ്ധയിൽ കൊണ്ടുവരാൻ കഴിഞ്ഞു. അത് അന്നത്തെ കാര്യമാണ്. ഇന്നോ? ഇന്ന് മാധ്യമങ്ങൾ തന്നെ അവയുടെ മൗലികമായ പക്ഷപാതരാഹിത്യം, യുക്തി, ധീരത എന്നിവയിൽ നിന്നെല്ലാം സ്വയം ഒഴിഞ്ഞുമാറിക്കൊണ്ടിരിക്കുന്ന കാഴ്ചയാണ് കണ്ടുവരുന്നത്.

ഞാൻ വർഗ്ഗീയ ലഹളകളുടെ ചരിത്രം സംബന്ധിച്ചുള്ള ഒരു പഠനത്തിനായി ഒരുങ്ങിക്കഴിഞ്ഞിരുന്നു. പത്രപ്രവർത്തക വിദ്യാർത്ഥികൾക്കായി കോഴ്സുകൾ തയ്യാറാക്കുന്നതിനായി വർഗ്ഗീയതയുടെ ചരിത്രവസ്തുതകളെ സംബന്ധിച്ചുള്ള കമ്മീഷൻ റിപ്പോർട്ടുകളിലൂടെയും അക്കാദമിക് പഠനങ്ങളിലൂടെയും ഞാൻ കടന്നുപോയി. നമ്മുടെ രാജ്യത്തെ ഉന്നത വിദ്യാഭ്യാസ സ്ഥാപനങ്ങൾ ലഹളകളുടെ ചരിത്രത്തെ സംബന്ധിച്ചും സാമൂഹ്യശാസ്ത്രത്തെ സംബന്ധിച്ചും പഠിപ്പിക്കുന്നത് ഈ പ്രശ്നങ്ങളുടെ പരിഹാരത്തിൽ വളരെ വിലപ്പെട്ട നടപടിയായിരിക്കും. താക്കറെ. തൊഗാഡിയ, മോദി ഇവരിൽ ആരിൽ നിന്നുമാകട്ടെ വെറുപ്പിന്റെ പ്രത്യയശാസ്ത്രം ഉൾക്കൊണ്ട് മുന്നോട്ട് പോവുന്ന സമൂഹം അതിൽ വശംവദരാവുക മാത്രമല്ല, മറിച്ച് വർഗ്ഗീയ ലഹളകളിലെ പ്രധാനപ്പെട്ട പങ്കാളി തന്നെയായി മാറും. നിയോ-ലിബറൽ ജീവിതശൈലി പ്രദാനം ചെയ്തിട്ടുള്ള ബാഹ്യശോഭയിലും തിളക്കത്തിലും വശീകൃതരായി വരേണ്യ, മദ്ധ്യവർഗ്ഗം ഇന്ത്യൻ മുഖ്യധാരയിൽനിന്നും തീരെ അകന്നുപോകുന്ന കാഴ്ച ഇന്ത്യൻ നഗരങ്ങളിൽ കണ്ടുവരുന്നു. 2007 ൽ ഊർജ്ജസ്വലമായ ഗുജറാത്ത് പരിപാടിയിൽ മോദി വ്യവസായികളെ സൽക്കരിക്കുന്നതിന് വളരെ വർഷങ്ങൾക്ക് മുമ്പ് തന്നെ, ബോംബെയിൽ റോട്ടറി ക്ലബ്ബ് താജ്മഹൽ ഹോട്ടലിൽ വെച്ച് വായാടിയായ പുലിമനുഷ്യൻ ബാൽ താക്കറെയെ സ്വീകരിക്കുകയും, അമിതാഭ്ബച്ചനും ജയാബച്ചനും അദ്ദേഹവുമൊത്ത് വീഡിയോ നിർമ്മാണത്തിന് തുനിഞ്ഞിറങ്ങുകയും ചെയ്തു, ഈ മദ്ധ്യവർത്തികളും ഉന്നതകുലജാതരുമാണ് ഇന്നും വളരെ സുഖപ്രദമായി വെറുപ്പിന്റെ രാഷ്ട്രീയവുമായി ചേർന്നു നില്ക്കുന്നത്.

ബോംബെയിലെ തീയണയ്ക്കപ്പെട്ടതിന് തൊട്ട് പിന്നാലെ, എന്നാൽ

കനൽ കെടുന്നതിന് മുമ്പായി വെറുപ്പിന്റെ പ്രസ്താവനകളുടെ വക്താക്കളെ കണ്ടുപിടിക്കാനുള്ള ശ്രമങ്ങൾ തുടങ്ങി. ശിവസേനയുടെ ഔദ്യോഗിക ജിഹ്വയായ സാമ്ന 1991 ജൂലൈ മുതൽ തന്നെ വിദ്വേഷം വളർത്തുന്നതും പ്രകോപനപരവുമായ ലേഖനങ്ങളുടെ ഒരു രീതിയാണ് അവലംബിച്ചത്. എന്റെ അച്ഛൻ അതുൽ, താക്കറെക്കെതിരെ എഫ് ഐ ആർ രജിസ്റ്റർ ചെയ്യുന്നതിനാവശ്യപ്പെട്ട് ഒരു പൊതുതാല്പര്യഹർജി തയ്യാറാക്കുകയുണ്ടായി. മഹാരാഷ്ട്ര മുൻ ചീഫ് സെക്രട്ടറി ജെ ബി ഡിസൂസ, മുതിർന്ന പത്രപ്രവർത്തകൻ ദിലീപ് താക്കറെ എന്നിവർ ഈ കേസിൽ പരാതിക്കാരായി. എന്നാൽ കോടതി അനുകൂലമായിരുന്നില്ല. 1993 ജൂണിൽ താക്കറെ എല്ലാ പരിധികളും ലംഘിച്ചുകൊണ്ട് 'ജനസത്ത'യിൽ "താൻ കോടതികളുടെ വിധികളിന്മേൽ മൂത്രം ഒഴിക്കും" എന്നെഴുതി. അവസാനം , 1994 സെപ്തംബർ 30 ന് ബോംബെ ഹൈക്കോടതിയുടെ ഡിവിഷൻ ബഞ്ച് സാമ്നയുടെ മുഖപ്രസംഗങ്ങളെ ശരിവച്ചുകൊണ്ട് ഒരു വിധി പുറപ്പെടുവിക്കുകയും മുഖപ്രസംഗങ്ങൾ "ദേശവിരുദ്ധരായ മുസ്ലീങ്ങളെ" മാത്രം പരാമർശിച്ചുള്ളതായിരുന്നു എന്ന് വ്യക്തമാക്കുകയും ചെയ്തു. അന്ന് *കമ്യൂണലിസം കോംബാറ്റ്* രണ്ടാം വർഷത്തിലേക്ക് കടന്നിട്ടേയുള്ളൂ. കേൾക്കുന്നതിനു മുമ്പേ തന്നെ സ്പെഷ്യൽ ലീവ് പെറ്റീഷൻ സുപ്രീംകോടതിയും തള്ളിയപ്പോൾ ഭരണഘടനാ വിദഗ്ദ്ധരായ എച്ച് എം ശീർവായി, നാനി പൽഖിവാല, ഫാലി നരിമാൻ, സോളി സൊറാബ്ജി, ജസ്റ്റിസ് സുരേഷ് എന്നിവർ ഈ നടപടിയെ അപലപിക്കുകയും ഉത്തരവ് പുനഃപരിശോധിക്കാൻ സുപ്രീം കോടതിയോട് ആവശ്യപ്പെടുകയും ചെയ്തു. ശീർവായിയുടേത് *കമ്യൂണലിസം കോമ്പാറ്റി*ന് വേണ്ടി തയ്യാറാക്കിയ അയ്യായിരം വാക്കുകൾ അടങ്ങിയ വിശദമായ നിയമോപദേശം തന്നെയായിരുന്നു. (1995 ജനുവരിയിൽ 'ക്രൈം & പണിഷ്മെന്റ്' എന്ന തലക്കെട്ടിൽ ഞങ്ങൾ മുഖലേഖനമായി പ്രസിദ്ധീകരിച്ചു) രാജ്യവ്യാപകമായി വിവിധ തൊഴിലാളി സംഘടനകളും തോമസ് കോച്ചേരിയുടെ നേതൃത്വത്തിലുള്ള മത്സ്യത്തൊഴിലാളി യൂണിയനുമൊക്കെ പങ്കെടുത്ത ഒപ്പുശേഖരണ പരിപാടിയും സംഘടിപ്പിച്ചു. എന്നിരുന്നാലും ഉന്നത കോടതികളെക്കൊണ്ട് താക്കറെയുടെ വെറുപ്പിന്റെ പ്രസ്താവനകൾ പുനഃപരിശോധിപ്പിക്കുന്നതിൽ ഞങ്ങൾക്ക് ജയിക്കാനായില്ല. ഈ പരാജയം ഇന്ത്യൻ നിയമ വ്യവസ്ഥയെത്തന്നെ പ്രതികൂലമായി ബാധിച്ചു.

* * * * *

1992-93 ലെ ബോംബേ സംഭവങ്ങൾ എന്നിൽ വലിയൊരു മാറ്റത്തിന് വഴിയൊരുക്കി, പത്രപ്രവർത്തകയിൽനിന്നും പൊതു പ്രവർത്തകയിലേക്കുള്ള മാറ്റം. 2002 ലെ ഗുജറാത്ത് വംശഹത്യയല്ല എന്നെ ആ ദിശയിലേക്ക് തിരിച്ചുവിട്ടത്. 2002 ൽ ഞാൻ ഒരു സജീവ പ്രവർത്തകയായിമാറിയിരുന്നു.

ലഹള മാസങ്ങളോളം മനസ്സിൽ കിടന്നു തിളച്ചുകൊണ്ടിരുന്നു, സന്ധി സംഭാഷണങ്ങൾക്ക് സാദ്ധ്യതയില്ലാതെ, അത് തെരുവിലേക്ക് വലിച്ചിഴയ്ക്കപ്പെടുന്നതുവരെ. *കമ്യൂണലിസം കോംബാറ്റ്* തുടങ്ങുന്നതിനുള്ള പ്രധാനപ്പെട്ട കാരണം പത്രപ്രവർത്തകർ എന്ന നിലയിലുള്ള ഞങ്ങളുടെ ശേഷി ഈ ലഹളകളെ തെരുവിലേക്കെത്തിക്കാതിരിക്കാൻ എങ്ങനെ ഉപയോഗിക്കാം എന്നുള്ളതായിരുന്നു. ഞങ്ങൾക്ക് വെറുപ്പിന്റെ രാഷ്ട്രീയത്തെ അപനിർമ്മിക്കേണ്ടതും സമാധാനത്തിന്റെയും പ്രത്യാശയുടേയും ശബ്ദങ്ങളെ മുന്നോട്ട് നയിക്കേണ്ടതുമുണ്ടായിരുന്നു. ഒരു നിശ്ചിതമായ പാത മാത്രമല്ല, മറിച്ച് വിവിധ വഴികൾ ഞങ്ങളുടെ മുന്നോട്ടുള്ള പ്രയാണത്തിനുണ്ടെന്ന് ഞങ്ങൾക്കറിയാമായിരുന്നു. *കമ്യൂണലിസം കോംബാറ്റ്* ആരംഭിക്കുന്നതിലുണ്ടായ പ്രധാനകാരണം എന്താണെന്നു വച്ചാൽ മുഖ്യധാരാ മാധ്യമങ്ങളുടെ നിഴലുകളെയും നിശ്ശബ്ദതകളെയും നിരീക്ഷിക്കുക എന്നത് കൂടിയായിരുന്നു. എന്തുകൊണ്ടാണ് വളരെ വ്യക്തമായിക്കാണുന്ന കാര്യങ്ങളെപ്പറ്റി മാധ്യമങ്ങൾ എഴുതാതിരിക്കുന്നത് എന്ന് ഞങ്ങൾ പരിശോധിക്കുമായിരുന്നു. ചമയ്ക്കപ്പെട്ട വാർത്തകളെ പിന്തുടർന്ന്, അതിന്റെ സത്യാവസ്ഥ പുറത്ത് കൊണ്ടുവരുന്നതിൽ മുഖ്യധാരാ മാധ്യമങ്ങൾ കാണിക്കുന്ന വർദ്ധിച്ചുവരുന്ന അസഹിഷ്ണുതയുടെ കാരണങ്ങൾ ആരായുന്നതും ഞങ്ങളുടെ സ്വന്തം നിലയിലുള്ള ഒരു മാഗസിൻ ആരംഭിക്കുന്നതിനുള്ള കാരണങ്ങളിലൊന്നായിരുന്നു. മറ്റൊരുവിധത്തിൽ പറഞ്ഞാൽ ഒരു മാധ്യമം നിർവ്വഹിക്കേണ്ട വിശാലമായ കാര്യങ്ങൾ നിർവ്വഹിക്കാൻ കഴിയും വിധത്തിൽ ബൃഹത്തായ ഒരു പ്രസിദ്ധീകരണത്തിനുള്ള അജണ്ട നിശ്ചയിച്ചാണ് കോംബാറ്റിന്റെ ജോലി തുടങ്ങാൻ ഞങ്ങൾ ശ്രമിച്ചത്. ഇക്കാലത്ത് വാർത്തകളുടെ വഴികളോട് താല്പര്യങ്ങൾ കുറഞ്ഞുവരികയും ചെറിയ ചെറിയ ഓർമ്മകൾ വലിയ വിഷയമായിത്തീരുകയും, തുടർന്നുള്ള കാര്യങ്ങൾ മറവിയിലേക്ക് തള്ളുകയുമാണ്. എന്നാൽ *കമ്യൂണലിസം കോംബാറ്റും സബ്രംഗും* ഇപ്രകാരമുള്ള ഇടുങ്ങിയ ചിന്താഗതികളിൽ ചെന്ന് കുടുങ്ങാതിരിക്കുകയും അതേസമയം കാലികമായ കാര്യങ്ങളിൽ ഇടപെടുകയും ചെയ്യുവാനാണ് ശ്രമിച്ചത്.

വിജയ് ടെണ്ടുൽക്കർ, അഡ്മിറൽ രാംദാസ്, രാജീവ് ധവാൻ, ജെ എൻ ദീക്ഷിത്(മുൻ വിദേശകാര്യ മന്ത്രി), മറ്റുപ്രധാനപ്പെട്ട നിയമജ്ഞന്മാർ എന്നിവരൊക്കെ ഞങ്ങൾക്ക് വേണ്ടി എഴുതി. വിമർശനാത്മക മനസ്സുകൾ ഞങ്ങൾക്കുവേണ്ടി എഴുതണമെന്ന് ഞങ്ങളാഗ്രഹിച്ചു. എണ്ണത്തിൽ കുറവാണെങ്കിലും അതിലേറെ സ്വാധീനം പലരിലും ചെലുത്തുവാൻ ഞങ്ങൾക്ക് കഴിഞ്ഞിരുന്നു. നയങ്ങൾ രൂപീകരിക്കുന്നവരിലും വാർത്തകൾ തയ്യാറാക്കുന്നവരിലും ഞങ്ങളുടെ മാഗസിൻ എത്തി. ഐ പി എസ് ആഫീസർ വിഭൂതി നാരായണനുമായുള്ള ഞങ്ങളുടെ അഭിമുഖം (ഒരു ലഹളയും 24 മണിക്കൂറിലധികമോ നീണ്ടുനില്ക്കില്ല, സർക്കാർ താല്പര്യം അതിനുപിന്നിലില്ലെങ്കിൽ) 34 ഇന്ത്യൻ വാർത്താ

പത്രങ്ങളിൽ പുനഃപ്രസിദ്ധീകരിക്കപ്പെട്ടു. തെണ്ടുൽക്കറുടെ *കോംബാറ്റിൽ* പ്രസിദ്ധീകരിച്ച 'മുസ്ലീമും ഞാനും' എന്ന ലേഖനം വ്യാപകമായി വായിക്കപ്പെട്ടു.[3]

മണിരത്നത്തിന്റെ *ബോംബെ* എന്ന ചലച്ചിത്രത്തെക്കുറിച്ച് ഞങ്ങൾ ഒരു കവർസ്റ്റോറി ചെയ്തു. *ബോംബെ*യുടെ റിലീസിനോടനുബന്ധിച്ച് വലിയ പിരിമുറുക്കങ്ങൾ ഉണ്ടാവുകയും *ബോംബെ* പൊലീസ് പ്രത്യേക പ്രദർശനങ്ങൾ ഏർപ്പാടാക്കുകയും ചെയ്തു. അഭിഭാഷകനായ യൂസഫ് മച്ചാലേയുടെ ഭാര്യയുടെ ഒപ്പമാണ് ഞാൻ ആ ചിത്രം കാണുന്നത്. ചിത്രത്തിന്റെ അവസാന ക്രെഡിറ്റുകളും മറഞ്ഞശേഷം അവർ എന്നോട് ചോദിച്ചു."നിനക്കെങ്ങനെ തോന്നി? ഹിന്ദു മുസ്ലീംപ്രണയത്തിന്റെ ഭംഗിയായ ആവിഷ്കാരം. എനിക്ക് ഇഷ്ടപ്പെട്ടു." ഹിന്ദു ഭീകരനെ മുസ്ലീം വിഭാഗത്തിലെ ഗുണ്ടയുമായി സമീകരിച്ചുകാണിക്കും വിധമുള്ള മണിരത്നത്തിന്റെ താരതമ്യ മുഖ്യധാരാ പ്രവണതയിൽ ഞങ്ങൾ നിരാശരായിരുന്നു. 1992-93 ലെ ബോംബെ ഭീകരതകൾക്കിടയിലൂടെ കടന്നുപോയ ഞങ്ങളെ സംബന്ധിച്ചിടത്തോളം ബോംബെ അധോലോകത്തിന്റെ അതിക്രമങ്ങൾ ഉണ്ടെന്നിരുന്നാലും, ആക്രമണങ്ങൾ കൂടുതലും ഏകപക്ഷീയമായിരുന്നു.

*കമ്യൂണലിസം കോമ്പാറ്റി*ന് ധാരാളം ദേശീയവും അന്തർദ്ദേശീയവുമായ പുരസ്കാരങ്ങൾ ലഭിക്കുകയുണ്ടായി. ഹിന്ദി എഡിഷൻ തുടങ്ങുന്നതിന് ഞങ്ങളിൽ സമ്മർദ്ദമുണ്ടായിരുന്നു. തപൻബോസുമായുള്ള ഞങ്ങളുടെ നിതാന്തമായ അടുപ്പം പാക് ഇൻഡ്യ പീപ്പിൾസ് ഫോറം ഫോർ പീസ് ആന്റ് ഡെമോക്രസി (പി ഐ പി എഫ് പി ഡി) യുമായുള്ള ഞങ്ങളുടെ അടുപ്പത്തിന് വഴിതെളിയിച്ചു. 1994 ൽ ലാഹോറിൽ നടന്ന ആദ്യ കോർഗ്രൂപ്പ് മീറ്റിങ്ങിൽ വച്ച് തന്നെ വളരെ ഭീഷണികൾ നേരിട്ടിരുന്ന അസ്മാ ജഹാംഗീർ, ഐ ഐ റഹ്മാൻ എന്നിവരെ ഞങ്ങൾ കണ്ടിരുന്നു. ന്യൂനപക്ഷാവകാശസംരക്ഷണത്തിനും വർഗ്ഗീയതയ്ക്കുമെതിരായി ഒരു ദക്ഷിണേഷ്യൻ പരിപ്രേക്ഷ്യം ആവശ്യമാണെന്ന് ഞങ്ങൾക്ക് തോന്നി. *കമ്യൂണലിസം കോമ്പാറ്റി*ന്റെ ഒരു പ്രഥമ പരിഗണന അർഹിക്കുന്ന വിഷയമായി ഞങ്ങൾ അതിനെ കണ്ടു. *കോംബാറ്റി*നുവേണ്ടിയുള്ള കവർ സ്റ്റോറി എഴുതിയതിനുശേഷമുള്ള എന്റെ 1997 ലെ ശ്രീലങ്കൻ യാത്രയിൽ അവകാശനിഷേധവും അന്യവല്ക്കരണവും വർഗ്ഗീയതയ്ക്ക് ജന്മം നല്കുന്നതിനും അതിന് വേരോടുന്നതിനും ഉള്ള പ്രധാനപ്പെട്ട കാരണങ്ങളായി ബോദ്ധ്യപ്പെട്ടു. ബുദ്ധിസം അതിന്റെ ജന്മസ്ഥലത്ത് നിന്ന് ആട്ടിപ്പായിക്കപ്പെട്ടു എന്ന് ബോദ്ധ്യമുള്ള സൗന്ദര്യവാദിയായ ഒരു മതനിരപേക്ഷവാദി എന്ന നിലയിലാണ് ഞാൻ കൊളംബോയിലേക്ക് പോയത്. അത് അങ്ങനെതന്നെ ആയിരുന്നെങ്കിലും അതിന് മറ്റൊരു തലം കൂടിയുണ്ടായിരുന്നു. ബുദ്ധിസം പോലും, അധികാരത്തിന്റെ കേന്ദ്രസ്ഥാനത്ത് എത്തപ്പെടുമ്പോൾ ഭൂരിപക്ഷകേന്ദ്രിതവും മർദ്ദകസ്വഭാവം കൈവരിക്കുന്നതുമാകുന്നു എന്നതായിരുന്നു അത്.

*കോമ്പാറ്റു*മായി ബന്ധപ്പെട്ട ജോലികൾ ജാവേദിനും എനിക്കും ഏറെ വലിയ വളർച്ചയാണ് നല്കിയത്. മാഗസിൻ ഞങ്ങളുടെ കൂട്ടായ താല്പര്യങ്ങളുടെ പ്രതിഫലനമായിരുന്നു. മതനിരപേക്ഷത, ലിംഗനീതി, ജനാധിപത്യം തുടങ്ങിയ വിഷയങ്ങളിൽ ഏറെ കുഴപ്പം പിടിച്ച ചോദ്യങ്ങളുമായി മുസ്ലീം സമുദായത്തെ അഭിമുഖീകരിക്കാൻ ജാവേദ് പണിപ്പെട്ടു. *കോമ്പാറ്റ്* തുടങ്ങി അഞ്ചുവർഷങ്ങൾക്ക് ശേഷം ജാതിയും വർഗ്ഗീയതയും തമ്മിലുള്ള ബന്ധത്തെപ്പറ്റി വളരെ കൃത്യമായി മനസ്സിലാക്കാനുള്ള അവസരങ്ങൾ തുടരെത്തുടരെ എനിക്കുണ്ടായി. എന്റെ മുതുമുത്തച്ഛൻ ഡോ. ബാബാ സാഹേബ് അംബേദ്ക്കറുമായി ചേർന്ന് ബഹിഷ്കൃത്ഹിതകാരിണി സഭ എന്ന ഒരു സംഘടനയ്ക്ക് രൂപം കൊടുത്തിരുന്നു.[4] വർഗ്ഗീയത വളർത്തുന്നതിൽ ജാതിക്കുള്ള പങ്ക് തൊണ്ണൂറുകളുടെ അവസാനം മുതൽ സ്പഷ്ടമാക്കപ്പെട്ടിരുന്നു. ജാവേദും ഞാനും ജാതിയെ ചോദ്യം ചെയ്യുന്നതിനുള്ള താല്പര്യം പരിഗണിച്ച് വളരെ തീവ്രമായ എഡിറ്റോറിയൽ ചർച്ചകളിൽ ഏർപ്പെട്ടു. ഞങ്ങളുടെ മാസികയുടെ ഉള്ളടക്കത്തെ കൂടുതൽ മേന്മയുറ്റതാക്കുമാറ് ധാരാളം ദളിത് എഴുത്തുകാരെ ഞങ്ങൾക്ക് വേണ്ടി എഴുതാൻ ക്ഷണിച്ചു. ഈ ഉൾച്ചർച്ചകളും യുക്തിഭദ്രമായ എഡിറ്റോറിയൽ വീക്ഷണവും, ഞങ്ങളുടെ ധാരണകളെ കൂടുതൽ ബലവത്താക്കി. ജനാധിപത്യത്തെ ശക്തിപ്പെടുത്തുന്നതിനും നിയമവാഴ്ചയിലും സാമൂഹികശാസ്ത്രത്തിലും അവഗാഹം കൊണ്ടുവരുന്നതിനും ചരിത്രം മറവിയിലാഴ്ത്തിയ മതനിരപേക്ഷവും ജനാധിപത്യപരവുമായ സംവാദങ്ങൾ പുനരാവിഷ്കരിക്കുക എന്നത് ഇന്നിന്റെ ആവശ്യമാണ്. ദളിത് പ്രാന്തവല്ക്കരണവും, ബഹുജൻ ചരിത്രവും ആദിവാസി ചരിത്രവും ഉൾപ്പെടുന്ന വിഷയങ്ങൾ മുഖ്യധാരാവല്ക്കരിക്കണം എന്ന് മാത്രമല്ല നമ്മുടെ യാഥാർത്ഥ്യങ്ങളെ പ്രാതിനിധ്യവല്ക്കരിക്കുന്നതിൽ പ്രതിഫലിക്കേണ്ടതുണ്ട്.. (നമ്മുടെ മാഗസിനുകളിലേയും ദിനപത്രങ്ങളിലേയും ലേഖനകർത്താക്കളിലും ഈ അവബോധം ഉണ്ടാവണം.)

2001 സെപ്തംബറിൽ ദളിതരും മുസ്ലിങ്ങളും ഉൾക്കൊള്ളുന്ന വനിതകൾക്കുള്ള ഒരു പരിശീലനത്തോടനുബന്ധിച്ച് ഞാൻ അഹമ്മദാബാദിലായിരുന്നു. നിയമസമാധാന പരിപാലന സംവിധാനങ്ങളെ എങ്ങനെ സമീപിക്കണം, പരാതികൾ എങ്ങനെ ഫയൽ ചെയ്യാം, സംഘർഷങ്ങൾ രൂപപ്പെടുന്നതിന്റെ സൂചനകൾ എങ്ങനെ സമാഹരിക്കാം എന്നതൊക്കെ പരിശീലനത്തിന്റെ ഉദ്ദേശ്യങ്ങളായിരുന്നു. മൂന്നുദിവസത്തെ സംവാദങ്ങൾക്ക് ശേഷം ഉരുത്തിരിഞ്ഞുവന്നത് വളരെ അശുഭകരങ്ങളായ വിഷയങ്ങളാണ്. ആർ എസ് എസ്-ബജ്ംറംഗ്ദൾ പ്രഭൃതികൾ തങ്ങളുടെ ആൺമക്കളെ പ്രതിമാസം 3000-4000 രൂപ നല്കി അവരുടെ ക്യാമ്പുകളിൽ പങ്കെടുക്കാൻ നിർബ്ബന്ധിക്കുന്നുവെന്നും ലാത്തിയും മറ്റ് ആയുധങ്ങളും പ്രയോഗിക്കാൻ പഠിപ്പിക്കുന്നു എന്നും ദളിത് വനിതകൾ ഞങ്ങളോട് വെളിപ്പെടുത്തി. മുസ്ലീം സ്കൂൾ വിദ്യാർത്ഥികളെ അവരുടെ ഭക്ഷണത്തിലൂടെ (സ്കൂളിലേക്ക് മുട്ട കൊണ്ടുപോവുന്നതിൽനിന്നും) വില

ക്കുന്നുവെന്ന് മുസ്ലീം സ്ത്രീകൾ വെളിപ്പെടുത്തി. സമുദായത്തിനെതിരായ അധിക്ഷേപങ്ങൾ മുനവെച്ചതും മൂർച്ചയേറിയതുമായിരുന്നു. 'ലാണ്ട്യ,' 'മിയോൺ' തുടങ്ങിയ ഹിന്ദി/ഉറുദുവാക്കുകളാണ് കളിയാക്കി ഉപയോഗിച്ചിരുന്നത്. എന്റെ മക്കളും എന്റെ കൂടെ ഈ യാത്രയിൽ അഹമ്മദാബാദിലേക്ക് വന്നിരുന്നു. പരിശീലനത്തിന്റെ അവസാനം മക്കളെ ഞാൻ അമ്മയുടെ കുടുംബത്തിൽനിന്നുമുള്ള മാമന്റെ വീട്ടിലേക്ക് കൊണ്ടുപോയിരുന്നു. ഞാൻ എന്റെ കുട്ടിക്കാലത്ത് ഇടയ്ക്കിടെ സന്ദർശിച്ചിട്ടുള്ള ആ വീട്ടിലേക്കുള്ള അവസാനയാത്രയായിരുന്നു അത്.

*കമ്യൂണലിസം കോമ്പാറ്റിൽ*നിന്നും ഞങ്ങൾ പഠിച്ചത് കൂടുതൽ ഭയാനകമായ ഒന്ന് ചക്രവാളത്തിൽ നിലനില്ക്കുന്നു എന്നതായിരുന്നു.

എന്നും എപ്പോഴും ന്യൂനപക്ഷ ഭൂരിപക്ഷ വർഗ്ഗീയതയും ഞങ്ങളുടെ റഡാറിൽ തെളിഞ്ഞുകണ്ടു. ഭീതിജനകമായ, താലിബാൻ വർഷങ്ങളിലെ ബാമിയാൻ ബുദ്ധ നിർമ്മിതികളുടെ തകർക്കൽ സംബന്ധിച്ച് 1998 നവംബറിൽ കവർ സ്റ്റോറി പ്രസിദ്ധീകരിച്ച ദക്ഷിണേഷ്യൻ മാഗസിനുകളിൽ ഒന്നാമത്തേതായിരുന്നു *കമ്യൂണലിസം കോമ്പാറ്റ്. കമ്യൂണലിസം കോമ്പാറ്റി*ന്റെ മുഖലേഖനം ഇങ്ങനെ, "അഫ്ഗാനിസ്ഥാൻ: ഭൂമിയിലെ നരകം." കാശ്മീരി മൂവ്മെന്റിന്റെ ഇസ്ലാമികവല്ക്കരണത്തെ അധികരിച്ച്, "എന്റെ താഴ്‌വര എത്ര പച്ചപ്പുള്ളതായിരുന്നു എന്നതും ബംഗ്ലാദേശി ഹിന്ദുവിന്റെ കഷ്ടസ്ഥിതി വിവരിക്കുന്ന "ഭയത്തിലൂടെയുള്ള ജീവിതം" "ബംഗ്ലാദേശിലെ ന്യൂനപക്ഷങ്ങൾ എന്നതും ഞങ്ങളുടെ മുഖലേഖനങ്ങളായിരുന്നു. മതാധിഷ്ഠിത ഭരണത്തിനും ജനാധിപത്യ മൂല്യങ്ങൾക്കും നേരെയുള്ള അതിന്റെ എതിർപ്പിനും എതിരെയുള്ള ഞങ്ങളുടെ നിലപാടിന്റെ ഏറ്റവും വലിയ തെളിവായിരുന്നു *കമ്യൂണലിസം കോമ്പാറ്റിൽ* ജൂലൈ 2012 ൽ ജമാ- ആത്തെ-ഇസ്ലാമിയെ വിമർശിച്ചുകൊണ്ടുള്ള ജാവേദിന്റെ ലേഖനം.

ഗുജറാത്തിലും ബോംബെയിലുമുള്ള ഞങ്ങളുടെ ഈ കേന്ദ്രീകരണം അവസാനിക്കുന്നതായിരുന്നില്ല. ഗുജറാത്തിനെപ്പറ്റിയുള്ള ഞങ്ങളുടെ ആദ്യ കവർസ്റ്റോറി പ്രസിദ്ധീകരിക്കുന്നത് 1998 ഒക്ടോബറിലാണ്. ആ ലക്കത്തിന്റെ മുഖപേജ് രൂപകല്പന ചെയ്തത് എന്റെ സഹോദരിയായിരുന്നു. "ഹിന്ദുരാഷ്ട്രത്തിലേക്ക് സ്വാഗതം" എന്ന ശീർഷകത്തിൽ. ഗോധ്രയുടെ കേന്ദ്രസ്ഥാനമായ പഞ്ച്മഹൽ, രൺധിക്പൂർ, സൻജേലി എന്നിവയെപ്പറ്റിയായിരുന്നു ആ മുഖലേഖനം. ഇവിടെത്തന്നെയാണ് പിന്നീട് 2002 മാർച്ച് 1 ന് ബൽക്കിസ് ബാനു കൂട്ടബലാൽസംഗത്തിനിടയായതും അവരുടെ മൂന്നരവയസ്സായ മകൾ സലീഹയുൾപ്പെടെ പതിനാലുപേരുടെ മരണത്തിന് വഴിയൊരുക്കിയതും.

1998 ആഗസ്തിൽ സ്വാതന്ത്ര്യദിനത്തോടനുബന്ധിച്ചുള്ള നാലുദിവസങ്ങളിൽ ആർ എസ് എസ്-വി എച്ച്പിക്കാർ ജീവനും സ്വത്തും ആക്രമിച്ചതിന്റെ ഫലമായി മുസ്ലീം ഗ്രാമീണർക്ക് അവരുടെ സ്വന്തം വില്ലേജിൽ താമസിക്കാൻ കഴിയാതെ പുറത്ത് താമസിക്കേണ്ടതായി വന്നു.

വിദ്വേഷം പ്രചരിപ്പിച്ചുകൊണ്ടുള്ള ആയിരക്കണക്കിന് ലഘുലേഖകൾ പ്രചരിപ്പിക്കപ്പെട്ടു. സാമ്പത്തികമായും സാമൂഹികമായും ന്യൂനപക്ഷങ്ങളെ ബഹിഷ്കരിക്കണമെന്ന് ആർ എസ് എസ് പ്രഖ്യാപിച്ചു. ശാന്തി അഭിയാനും, പി യു സി എലും പുറത്തിറക്കിയ റിപ്പോർട്ട് ഞങ്ങൾ പ്രസിദ്ധീകരിച്ചു. ഞാൻ ഗുജറാത്ത് ഡി ജി പി സി പി സിങ്ങിനെ ഇന്റർവ്യൂ ചെയ്തു. ഹിന്ദുപെൺകുട്ടികൾ വിവാഹത്തിലൂടെ മതംമാറ്റപ്പെടുന്നു എന്ന തീവ്രവംശീയവാദികളുടെ ആരോപണം അദ്ദേഹം നിഷേധിക്കുകയും ചെയ്തു. മിശ്രസമുദായവിവാഹം ആരോപിച്ചായിരുന്നു ന്യൂനപക്ഷ വിഭാഗത്തെ സാമൂഹ്യമായും സാമ്പത്തികമായും ബഹിഷ്കരിക്കുന്നതിനുള്ള ശ്രമങ്ങൾ നടന്നുവന്നത്. ഹിന്ദു-മുസ്ലീം വിവാഹങ്ങൾ, പ്രത്യേകിച്ചും വരൻ ഹിന്ദുചെറുക്കനാണെങ്കിൽ, ആ വിവാഹങ്ങൾ സാമൂഹ്യമായ കുറ്റങ്ങളാണെന്നാണ് ആർ എസ് എസ്-വി എച്ച് പിക്കാർ പറഞ്ഞിരുന്നതും. 1999 ജനുവരിയിൽ ഗുജറാത്തിനെ സംബന്ധിച്ച ഞങ്ങളുടെ മുഖലേഖനം മതപരിവർത്തനത്തെപ്പറ്റിയായിരുന്നു. അത് ഹിന്ദുമതത്തിൽനിന്നും ക്രിസ്ത്യൻ മിഷനറിമാർ ആളുകളെ മതപരിവർത്തനം ചെയ്യിക്കുന്നു എന്ന ആരോപണത്തെ ചോദ്യം ചെയ്തുകൊണ്ടുള്ളതായിരുന്നു. 1998 ലെ ക്രിസ്തുമസ് ദിനത്തിൽ 16 ക്രിസ്ത്യൻ ആരാധനാലയങ്ങൾ ആക്രമിക്കപ്പെട്ടതിന് ശേഷമാണ് ഈ ലേഖനം വന്നത് എന്നതിനാൽ വളരെ കാലിക പ്രസക്തിയുള്ള ഒന്നായിരുന്നു. 1999 ജനുവരി 23 ന് റിപ്പബ്ലിക് ദിനത്തിന് മൂന്നുദിവസം മുമ്പാണ് ആസ്ട്രേലിയൻ ക്രിസ്ത്യൻ മിഷനറിയായ ഗ്രഹാം സ്റ്റെയിൻസിനെയും അദ്ദേഹത്തിന്റെ മൂന്ന് കുട്ടികളെയും ജീവനോടെ തീവച്ച് കൊലപ്പെടുത്തിയത്.

ആ വർഷത്തിന്റെ അവസാന ഒക്ടോബറിൽ, ഗുജറാത്തിൽ സാമൂഹ്യപാഠം പുസ്തകങ്ങളിലൂടെ മുൻവിധികൾ വളർത്തിക്കൊണ്ട് വരുന്നതിനെപ്പറ്റിയും 2000 ൽ പതുക്കെപ്പതുക്കെ വരിഞ്ഞു മുറുക്കുന്ന ഫാസിസത്തെപ്പറ്റിയും *കോമ്പാറ്റ്* എഴുതി. അന്നൊന്നും മോദിയുടെ ലാഞ്ഛനപോലും ഉണ്ടായിരുന്നില്ല. 2001 സെപ്തംബർ-ഒക്ടോബറിൽ മാത്രമാണ് മോദി ഗുജറാത്തിൽ രംഗപ്രവേശം ചെയ്യുന്നത്. ആ വർഷം സെപ്തംബറിൽ നടന്ന ഉപതിരഞ്ഞെടുപ്പിൽ, സംസ്ഥാനത്ത് വളരെ വർഷങ്ങളായി തുടർന്ന ബി ജെ പിയുടെ തോല്‌വിക്ക് ശേഷമാണ്, മോദിയെ വളരെ ബോധപൂർവ്വം രംഗപ്രവേശംചെയ്യിക്കുന്നത്. മോദി വരുന്നതിനു മുമ്പ് തന്നെ ആവശ്യമായ മുന്നൊരുക്കങ്ങൾ നടത്തുകയും പിന്തുടരേണ്ടരീതിയെപ്പറ്റി കണക്കുകൂട്ടലുകൾ നടത്തുകയും ചെയ്തിരുന്നു. ഈ കവർ സ്റ്റോറി തയ്യാറാക്കുന്നതിന്റെ ഭാഗമായി ഗുജറാത്തിൽ വ്യാപകമായി പ്രചരിക്കപ്പെട്ടിരുന്ന ഹിന്ദുത്വത്തിന്റേയും ഓം ചിഹ്നത്തിന്റേയും അച്ചടിച്ച, ഒരു പേരു വയ്ക്കാത്ത ലഘുലേഖ ഞാൻ കണ്ടെടുത്തിരുന്നു. എപ്രകാരം വ്യാജപരാതികൾ ഫയൽ ചെയ്യാമെന്നും ഗുരുതരമായ അക്രമങ്ങൾ സംഘടിപ്പിച്ചശേഷം എങ്ങനെ പൊലീസിനെ തെറ്റിദ്ധരിപ്പിക്കാമെന്നും ഒക്കെ വിശദീകരിക്കുന്ന ഒരു മാർഗ്ഗരേഖയായിരുന്നു

അത്. ഗുജറാത്തിലെ ഒരു മുതിർന്ന പൊലീസുദ്യോഗസ്ഥൻ ഫാസിസ്റ്റ് സംഘടനകൾ ഉണ്ടാക്കുന്ന ഭീഷണിയെപ്പറ്റി പൊലീസിലുള്ളവരെ ബോധവല്ക്കരിക്കുന്നതിന് പരിശീലനപരിപാടികളിൽ ഈ മാർഗ്ഗരേഖ ഉപയോഗിച്ചു.

ആ വർഷംതന്നെ, സംസ്ഥാനത്തിന്റെ വിവിധജില്ലകളിൽ വ്യാപിച്ചുകിടക്കുന്ന, 15 കോടിയോളം വരുന്ന മുസ്ലീം സ്വത്തിന് നാശം വിതയ്ക്കുന്നതിന് കാരണമായ, പ്രവീൺ തൊഗാഡിയയുടെ വെറുപ്പ് പ്രചരിപ്പിച്ച പ്രസംഗത്തിന്റെ നിജസ്ഥിതി അന്വേഷിക്കുന്ന സംഘത്തിൽ അംഗമാകുന്നതിന് അവസരം ലഭിക്കുകയുണ്ടായി. ഈ അന്വേഷണത്തിന് ഞാൻ സൂറത്ത് മുതൽ അഹമ്മദാബാദ്വരെ, ലിംബാദിയയിലും മറ്റും ഉണ്ടായ നാശനഷ്ടങ്ങൾ കണ്ടുകൊണ്ട് യാത്ര ചെയ്യുകയുണ്ടായി. തീർത്ഥാടകരും ജവാന്മാരും ഉൾപ്പെടെ 99 പേരെ തീവ്രവാദികൾ അമർനാഥ് ആക്രമണത്തിൽ കൊലപ്പെടുത്തിയിരുന്നു. അതിനുള്ള മറുപടി ഞങ്ങൾ ഇവിടെ നല്കണമെന്ന് തൊഗാഡിയ ഒരു പത്രസമ്മേളനത്തിൽ പ്രഖ്യാപിച്ചിരുന്നു. ആ കൊലവിളിയെത്തുടർന്ന് പരിശീലനം ലഭിച്ച ഗുണ്ടാസംഘങ്ങൾ രംഗത്ത് വരികയും, തീ വയ്പും കൊള്ളയും നടത്തുകയും ചെയ്തു. ആറു പേർ കൊല്ലപ്പെട്ടു.

1992-93 ലെ ബോംബെ വംശഹത്യയെത്തുടർന്നുള്ള 'കുറ്റക്കാർ ശിക്ഷിക്കപ്പെടണം' എന്ന പ്രചാരണം ഞങ്ങൾ നിർത്തിയില്ല. കോൺഗ്രസ് അധികാരത്തിലിരുന്നപ്പോൾ അവരുടെ താല്പര്യങ്ങൾ പുറത്ത് കൊണ്ടുവരും വിധം പൊതുയോഗങ്ങളും തെളിവെടുപ്പുകളും ഞങ്ങൾ സംഘടിപ്പിച്ചു. ശിവസേന-ബി ജെ പി സർക്കാർ 1995 ൽ അധികാരത്തിൽ വന്നതിനുശേഷം കമ്മീഷനെ പിരിച്ചുവിട്ടതിന് ശേഷവും ഞങ്ങളുടെ പ്രവർത്തനങ്ങൾ തുടർന്നുവന്നു. 1996 ജനുവരി 30 ന് ബോംബെ ജനത ഹുത്താത്മ ചൗക്കിൽ സംഘടിപ്പിച്ച ഒരുദിവസം മുഴുവൻ നീണ്ടുനിന്ന ധർണ്ണയിൽ അന്വേഷണം ആവശ്യപ്പെട്ട് നാനാവിഭാഗങ്ങളിൽപ്പെട്ടവർ പങ്കെടുത്തു. "ബോംബെ അക്രമങ്ങൾ ഞങ്ങളെ എല്ലാവരെയും തകർത്തിരിക്കുന്നു''. നാനിപൽക്കിവാല ബോംബെ ഹൗസിൽനിന്നും ഇറങ്ങിവന്നു, ശശികപൂറും സഞ്ജനാകപൂറും പങ്കെടുത്തു. പി യു സി എൽ ന്റെ അന്നത്തെ വൈസ് പ്രസിഡന്റ് അജയ്യനായ കെ ജി കണ്ണാബിരാൻ തുടങ്ങിയവർ പങ്കെടുത്തു. സവിശേഷമായ, മറക്കാൻ കഴിയാത്ത പ്രതിരോധത്തിന്റെ നിമിഷങ്ങളായിരുന്നു അവ. 1998 ൽ ശിവസേന-ബിജെ പി സഖ്യം മഹാരാഷ്ട്രയിൽ അധികാരത്തിലിരിക്കുമ്പോൾ ജസ്റ്റിസ് ബി എൻ ശ്രീകൃഷ്ണ തന്റെ റിപ്പോർട്ട് സർക്കാരിന് സമർപ്പിക്കുകയുണ്ടായി. സർക്കാർ അത് സ്വീകരിക്കാതിരിക്കുകയും വിരുദ്ധമായ ഒരു നടപടി സ്വീകരിച്ച് റിപ്പോർട്ട് (എ ടി ആർ) സമർപ്പിക്കുകയും ചെയ്തു. സബ്രംഗ് കമ്യൂണിക്കേഷൻസ് റിപ്പോർട്ടിന്റെ പകർപ്പ് സംഘടിപ്പിക്കുകയും അത് മുഴുവനും മദോൺ കമ്മീഷൻ(1970) റിപ്പോർട്ടിലെ ഉദ്ധരണികളും കൂടെച്ചേർത്ത് രണ്ട് വാല്യങ്ങളായി പ്രസി

ഢീകരിച്ചു. ആദ്യ എഡിഷൻ 60 രൂപയ്ക്കും രണ്ടാമത്തെ എഡിഷൻ 90 രൂപയ്ക്കും അത് ഞങ്ങൾ വില്ക്കുകയുണ്ടായി. ബോംബെയിലെ ജനങ്ങൾ അത് വായിക്കണമെന്നത് ഞങ്ങളുടെ ലക്ഷ്യമായിരുന്നു. കോടതികൾക്ക് പുറത്ത് അത് എത്തിക്കുന്നതിനുവേണ്ടി ഏജന്റുകളെ ഏർപ്പെടുത്തിപ്പോലും ഞങ്ങൾ അതിനുപിന്നിൽ കഠിനാദ്ധ്വാനം ചെയ്തു.

2001 സെപ്തംബറിൽ മഹാരാഷ്ട്രയിലെ രണ്ട് വർഷം പ്രായമായ കോൺഗ്രസ് എൻ സി പി സർക്കാർ ശ്രീകൃഷ്ണകമ്മീഷൻ റിപ്പോർട്ട് നടപ്പിലാക്കുമെന്ന തിരഞ്ഞെടുപ്പ് വാഗ്ദാനത്തിൽനിന്നും പിറകോട്ട് പോയപ്പോൾ ഞങ്ങൾ മുംബൈ കെ സി കോളേജിൽ വച്ച് വളരെ ഫലപ്രദമായ രീതിയിൽ ഒരു പൊതുതെളിവെടുപ്പ് സംഘടിപ്പിക്കുകയുണ്ടായി. ആറു വർഷങ്ങൾക്ക് ശേഷം 2007-08 ൽ സർക്കാരിന്റെ അവകാശവാദം പൊളിക്കുന്ന രീതിയിൽ വിവരാവകാശ നിയമപ്രകാരം അപേക്ഷ നല്കി വിവരങ്ങൾ ശേഖരിക്കുകയുണ്ടായി. ജഡ്ജി കുറ്റക്കാരാണെന്ന് കണ്ടെത്തിയ 31 പൊലീസ് ഉദ്യോഗസ്ഥരിൽ എൺപത് ശതമാനവും ശിക്ഷാനടപടികളിൽനിന്നും രക്ഷപ്പെടുകയും അവർ പ്രൊമോട്ട് ചെയ്യപ്പെടുകയും ചെയ്തതായി വെളിപ്പെട്ടു.

ഇതിനിടയിൽ ഗുജറാത്തിന്റെ സൂചനകൾ വളരെ ആപല്ക്കരമായിരുന്നു. 2001 അവസാനം ഡൽഹിയിലേക്കുള്ള ഒരു യാത്രയിൽ രണ്ടു പ്രധാനപ്പെട്ട സന്ദർശനങ്ങൾ ഞാൻ നടത്തുകയുണ്ടായി-സുപ്രീംകോടതിയിൽ ഫാലി നരിമാനെയും ദേശീയ മനുഷ്യാവകാശ കമ്മീഷനെയും സന്ദർശിക്കുന്നതായിരുന്നു അത്. മുസ്ലീങ്ങളുടേയും ക്രിസ്ത്യാനികളുടേയും പ്രത്യേകം പ്രത്യേകമായ സെൻസസ് സർക്കാർ ആഭിമുഖ്യത്തിൽ നടത്തുന്നത് തെളിയിക്കുന്നതായ നിർദ്ദേശങ്ങളുടെയും രേഖകളുടെയും പകർപ്പുകൾ ഞാൻ കരുതിയിരുന്നു. ഭരണഘടനാ വിരുദ്ധമായ നിർല്ലജ്ജമായ നടപടിയായിരുന്നു അത്. ഓരോ പൊലീസ് സ്റ്റേഷനുകളിലും മിശ്രവിവാഹങ്ങൾ നിരീക്ഷിക്കുന്നതിനായി പ്രത്യേകസെല്ലുകൾ രൂപീകരിക്കുന്നതിന് ഉന്നത പൊലീസ് വൃത്തങ്ങളിൽനിന്നും നല്കിയ നിർദ്ദേശങ്ങളുടെ തെളിവുകൾ എന്റെ കൈവശം ഉണ്ടായിരുന്നു. ഇത് തികച്ചും നിയമവിരുദ്ധമായിരുന്നു. ഡസൻ കണക്കിന് വിദ്വേഷ പ്രേരിതമായ ലഘുലേഖകളും ഞാൻ കൊണ്ടുവന്നിരുന്നു. എന്റെ കൈയിലെ രേഖാസഞ്ചയത്തിന് 1500 ഓളം പേജുകളുണ്ടായിരുന്നു.

സുപ്രീംകോടതി ലൈബ്രറിയുടെ താഴെ കാത്തുനില്ക്കാൻ ഫാലി നരിമാൻ എന്നോട് പറഞ്ഞു. എന്റെ മുത്തച്ഛന്റെ സാന്നിദ്ധ്യം വലയം ചെയ്ത ഓർമ്മകളുമായി ഞാൻ അവിടെ നിന്നു. ഞാൻ അവിടെ കാത്തുനില്ക്കുന്ന അവസരത്തിൽ മുതിർന്ന ഒരു കോർട്ട് ഓഫീസർ അദ്ദേഹത്തെപ്പറ്റി എന്നോട് സംസാരിച്ചു. ഫാലി അങ്കിൾ എത്തിയപ്പോൾ ഞാൻ എന്റെ കൈയിലുള്ള രേഖകളെല്ലാം കാണിച്ചു. സുപ്രീംകോടതിയിൽ ഏതെങ്കിലും വിധത്തിലുള്ള പൊതുതാല്പര്യ ഇടപെടലുകൾ നടത്തുന്ന കാര്യം പരിഗണിക്കണമെന്ന് ഞാൻ പറഞ്ഞു. നിരീക്ഷണങ്ങൾ

തുടരാനും രേഖകൾ സംഘടിപ്പിക്കുവാനും അദ്ദേഹം ഉപദേശിച്ചു. എന്റെ കൈയിലുള്ളവ പൂർണ്ണമായും പര്യാപ്തമായിരുന്നില്ല. എനിക്ക് നിരാശയായി. ഗുജറാത്തിൽ ബി ജെ പി നേതൃത്വത്തിലുള്ള ആദ്യ എൻ ഡി എ സർക്കാരിന്റെ കാലത്ത് ക്രിസ്തുമതവിശ്വാസികൾക്കെതിരായ ആക്രമണങ്ങൾ വർദ്ധിച്ച സാഹചര്യത്തിൽ ഫാലി നരിമാൻ ഗുജറാത്തിന്റെ നിയമോപദേശകൻ എന്ന പദവി രാജിവച്ചിരുന്നു. അടുത്തതായി ഞാൻ പോയത് ഫരീദ് കോട്ട്ഹൗസിൽ സ്ഥിതിചെയ്തിരുന്ന ദേശീയമനുഷ്യാവകാശക്കമ്മീഷൻ ആഫീസിലേക്കായിരുന്നു. ജസ്റ്റിസ് വർമ്മ എന്നെ കാണാമെന്ന് സമ്മതിച്ചിരുന്നു. അദ്ദേഹം രേഖകൾ കണ്ടു. ഒരു സെറ്റ് പേപ്പറുകൾ ഞാൻ അദ്ദേഹത്തിനു നല്കി. എനിക്ക് പറയാനുള്ളത് അദ്ദേഹം ശ്രദ്ധാപൂർവ്വം കേൾക്കുകയും നല്കിയ രേഖകൾ കമ്മീഷൻ ഇടപെടലിന് അപൂർണ്ണമായതിനാൽ രേഖകളുടെ സമാഹരണം തുടരാൻ ആവശ്യപ്പെടുകയും ചെയ്തു.

2002 ലെ ഗുജറാത്ത് വംശഹത്യക്ക് അഞ്ച് വർഷം മുമ്പേ തന്നെ, സംസ്ഥാനത്ത് ഉരുണ്ടുകൂടിയിരുന്ന ഭീതിദമായ സൂചനകളെപ്പറ്റി പറയാൻ സാദ്ധ്യമായ സ്ഥലത്തെല്ലാം ഞാൻ പറഞ്ഞിരുന്നു. സഹപ്രവർത്തകരോടും അതുപോലെ മുതിർന്ന രാഷ്ട്രീയപ്രവർത്തകർ, ഉദ്യോഗസ്ഥമേധാവികൾ എന്നിവരോടും സംസ്ഥാനത്തെ സ്ഥിതിഗതികൾ സൂക്ഷ്മമായി വീക്ഷിക്കാൻ അപേക്ഷിച്ചു. സംസ്ഥാനത്ത് സംഭവിക്കാൻ പോകുന്ന ദുരന്തം ഏത് രൂപത്തിലും ഭാവത്തിലും ആവുമെന്ന് പ്രവചിക്ക വയ്യായിരുന്നെങ്കിലും അന്ന് നടന്നുവന്നിരുന്ന ആസൂത്രണവും തയ്യാറെടുപ്പുകളും ഒരിക്കലും തിരുത്താൻ കഴിയാത്ത ഘോരമായ ദുരന്തം സംഭവിക്കും എന്നത് വ്യക്തമാക്കിയിരുന്നു. 2002 ഫെബ്രുവരി 10 ന് ദളിത് വനിതകളുടെ പ്രശ്നങ്ങളിൻമേൽ ബാംഗ്ലൂരിൽ സംഘടിപ്പിച്ച ഒരു മീറ്റിങ്ങിൽ ഇക്കാര്യം ഞാൻ ആവർത്തിച്ച് വ്യക്തമാക്കിയിരുന്നു. ഞാൻ പറഞ്ഞതുകേട്ട് അഹമ്മദാബാദിൽ നിന്നുമുള്ള ഒരു സുഹൃത്ത് ഉൽക്കണ്ഠപ്പെടുകയുണ്ടായി.

*കമ്യൂണലിസം കോമ്പാറ്റി*ന്റെ 2003 ൽ ഇറങ്ങിയ പത്താംവാർഷികപ്പതിപ്പ് വളരെ സവിശേഷമായതും മികച്ച ലേഖനങ്ങളുടെ ഏറ്റവും നല്ല ശേഖരവുമായിരുന്നു. വളരെ അന്വർത്ഥമായ ഒരു സമാഹാരമായിരുന്നു അത്. ഇന്ത്യയിലെ മനുഷ്യാവകാശ പ്രസ്ഥാനത്തിന്റെ ഹൈദരാബാദിൽ നിന്നുള്ള അനിഷേദ്ധ്യ നേതാവായ കെ ബാലഗോപാൽ എഴുതിയ ലേഖനം, ഞങ്ങളുടെ മാസികയുടെ പ്രവർത്തനങ്ങളെ ഇപ്രകാരം ക്രോഡീകരിച്ചു.

> പ്രവചനം എന്നത് ആകർഷകമായ ഒരു പദപ്രയോഗമാണ്. എന്നാൽ മുൻകരുതലോടെയുള്ള തത്സമയവിവരണം എന്നതാണ് ഒരു മാഗസിനെ സംബന്ധിച്ചിടത്തോളം തീവ്രമായി ആശിക്കാവുന്നത്. എല്ലാവരും അങ്ങനെ ആഗ്രഹിക്കുന്നുവെങ്കിലും കുറച്ചു പേർക്കേ അത് സാധിതമാവുന്നുള്ളു.

ഗുജറാത്ത്, സംഭവിച്ചപ്പോൾ *കമ്യൂണലിസം കോമ്പാറ്റി*ന് അങ്ങനെയൊരു ചിന്തയ്ക്ക് സാഹചര്യമുണ്ടായിരുന്നോ എന്നത് മറ്റൊരുകാര്യം. ഇതുപോലെ സംഭവിച്ച മറ്റ് ഒരേയൊരുദാഹരണം എൺപതുകളിൽ കാശ്മീരിലെ ഭീകരത ഉയർന്നുവന്നതിനെ സംബന്ധിച്ചുള്ള ബൽരാജ്പൂരിയുടെ വിവരണങ്ങളും അതിന്റെ പരിസമാപ്തിയുമാണ്.

ഇന്ന് ഒരാൾക്ക് *കമ്യൂണലിസം കോമ്പാറ്റി*ന്റെ പഴയലക്കങ്ങളിലൂടെ കാര്യങ്ങൾ മനസ്സിലാക്കാം, സംഘപരിവാറിന്റെ ഗുജറാത്തിലെ അധികാരാധിപത്യത്തിലേക്കുള്ള പ്രയാണവും എന്തുതന്നെയായാലും ക്രൂരമായ കൊലപാതകങ്ങൾ നടത്തുന്നതിന് കൂടുതൽ സാധാരണക്കാരായ ആളുകളെ സംഘടിപ്പിക്കാൻ കഴിയുന്ന നിലയിലേക്ക് എങ്ങനെ എത്താൻ കഴിഞ്ഞു എന്നുള്ളതും ഇന്ന് വെളിവാക്കപ്പെട്ടിട്ടുണ്ട്. ഗോധ്ര അതിനുള്ള അവസരം നല്കിയിരുന്നില്ല എങ്കിൽ അവർ മറ്റൊരു കാരണം കണ്ടുപിടിച്ചേനെ.

മതനിരപേക്ഷത, ബഹുസ്വരത, സാമുദായിക സാഹോദര്യം - നമ്മൾ എന്തു പേരിട്ട് ഇവയെ വിളിച്ചാലും, അതിനെല്ലാം പ്രചാരണവും സംരക്ഷണവും മുന്നേറ്റവും നല്കുന്ന പ്രസിദ്ധീകരണങ്ങൾ നമുക്ക് എന്തായാലും ഉണ്ടാവണം. ആഗോളവല്ക്കരണത്തിനെതിരെയുള്ള പ്രക്ഷോഭങ്ങൾ തുടരുന്നുവെങ്കിലും ഇതാവണം ഇന്നത്തെ നമ്മുടെ കേന്ദ്രപ്രമേയം. കാര്യമാത്ര പ്രസക്തമായവ നിർവ്വഹിക്കുന്നതിനുള്ളതിനേക്കാൾ അപകടം പതിയിരിക്കുന്നത് മനസ്സിൽ നിറഞ്ഞിരിക്കുന്ന വൈകൃതത്തിലാണ്. ആഗോളവല്ക്കരണം അതിന്റെ നടപടികളിൽനിന്ന് പിന്മാറുകയില്ല എന്നത്, ശരിതന്നെ. എന്നിരുന്നാലും സംഘപരിവാർ ബഹിർഗ്ഗമിക്കുന്ന വിഷം അതിനേക്കാൾ പ്രഥമമായ പരിഗണന അർഹിക്കുന്നു.

തന്ത്രങ്ങൾക്ക് സാദ്ധ്യത ഏറെയുണ്ടെന്നാലും, ഇപ്പോൾ അത് മുന്നോട്ടുവയ്ക്കുന്നതിനുള്ള സന്ദർഭമല്ല. എന്നാലും ഈ മേഖല എന്തെല്ലാം ആവശ്യപ്പെടുന്നു എന്ന് പുനരാലോചിക്കേണ്ടതിന്റെയും അതിനനുസരിച്ചുള്ള ആസൂത്രിതനീക്കങ്ങൾ രൂപപ്പെടുത്തേണ്ടതിന്റെയും ആവശ്യമുണ്ട്. *കമ്യൂണലിസം കോമ്പാറ്റ്* ഹിന്ദുത്വത്തിനെതിരായി വിട്ടുവീഴ്ചയില്ലാത്ത നിലപാടുകളുടെ ഒരു കൂട്ടായ്മ പടുത്തുയർത്തിയിരിക്കുന്നു എന്നത് സ്പഷ്ടമാണ്. ഒരു ഹിന്ദുവിശ്വാസിക്ക് മതേതരവിഭാഗത്തിലുള്ളവർ ശത്രുക്കളാണ് എന്ന വിവക്ഷ ഉളവാക്കുന്ന രീതിയിലാണ് ഇപ്പോൾ കാര്യങ്ങൾ നിർവ്വഹിക്കപ്പെടുന്നത്. മുസ്ലീങ്ങൾക്കും ക്രിസ്ത്യാനികൾക്കും അതേ നിലപാട് തന്നെയാണ് ഉള്ളത്.

ഒരു വർഗ്ഗീയവിരുദ്ധനിലപാട് ഒരിക്കലും കൂടുതൽ നിരീശ്വരവാദികളെയോ അവിശ്വാസികളെയോ ഉണ്ടാക്കുന്നതിന് വേണ്ടിയല്ല. വിശ്വാസികളായിരിക്കുന്നവരുമായും, എന്നും വിശ്വാസികളുമായി

തുടരുന്നവരുമായ മനുഷ്യരുമായും അവരുടെ പേരിൽ വെറുപ്പും ആക്രമണവും പ്രയോഗിക്കുന്നതിനെതിരെയുള്ള ചർച്ചകൾക്കും സംവാദങ്ങൾക്കുമുള്ളപരിസരം സൃഷ്ടിക്കലാണത്.

മതത്തെ ആദർശവല്ക്കരിക്കുക, എല്ലാ മതങ്ങളുടേയും സാരാംശം ഒന്നാണെന്ന് ഉന്നതമായ പ്രഖ്യാപനങ്ങൾ നടത്തുക (ഇതൊരു ജനകീയ രീതിയാണെങ്കിലും സംശയാസ്പദമാണ്) എന്നിവയൊന്നും ചെയ്യേണ്ടതായ ആവശ്യമില്ല. അതുപോലെ മതപരവും സാമൂഹ്യവുമായ സിദ്ധാന്തങ്ങളിലേയും പാരമ്പര്യങ്ങളിലേയും വരട്ടുവാദങ്ങളെ അവഗണിക്കേണ്ടതുമില്ല. കാര്യങ്ങളെ ലഘൂകരിച്ച് കാണുന്നതിൽ അഭിരമിക്കാതെ ക്രമപ്രവൃദ്ധമായി വളർന്നുവന്ന വൈകൃതങ്ങൾക്കെതിരായി മതവിശ്വാസത്തിന്റെ ഗുണപരമായ തലങ്ങളോട് പ്രതികരിക്കുന്നതിനുള്ള സാധ്യതകൾ ഏറെയാണ്. ഒരു അരക്ഷിതാവസ്ഥയുടെ സ്ഥിതിവിശേഷത്തിന് മതപരമായ മൗലികത പരിഹാരം നല്കുന്നുവെന്ന, എളുപ്പമായി കൈകാര്യം ചെയ്യാൻ കഴിയാത്ത അവസ്ഥാവിശേഷമാണ് പലപ്പോഴും പ്രശ്നം. 'ഹൃദയമില്ലാത്ത ലോകത്തിന്റെ ഹൃദയത്തോടുള്ള ഉത്തരം തേടൽ' പോലെയുള്ള ഒന്നല്ല അത്. അരക്ഷിതാവസ്ഥ ശരിയാണ് എന്നതും മതവും അതിന്റെ വിസ്തൃത രൂപങ്ങളും അതിന്റെ വിശ്വാസികൾക്ക് ആശ്വാസം നല്കുന്നു എന്നതും ഒരു യാഥാർത്ഥ്യമാണ്. മിക്കപ്പോഴും അരക്ഷിതാവസ്ഥ ആശയപരമായും തത്ത്വചിന്താപരമായും പ്രശ്നമല്ലാത്തവയാണ്. അവിടെ മതം എത്രയും ബുദ്ധിമുട്ടിയാണ് ഒരു സുരക്ഷിതാവസ്ഥയ്ക്ക് ശ്രമിക്കുന്നത് എങ്കിലും അത് പലപ്പോഴും ആ സാഹചര്യത്തിൽ ഒഴിവാക്കാവുന്നത് പോലുമാണ്.

ജനാധിപത്യ അഭിനിവേശങ്ങൾ ഉയർന്നു വരുമ്പോൾ ഉണ്ടാകുന്ന അരക്ഷിതാവസ്ഥയുടെ തോന്നൽ, മതഭ്രാന്തിന്റേയും മതപരമായ യാഥാസ്ഥിതികത്വത്തിന്റേയും ഉത്ഭവവും വളർച്ചയുമായി ബന്ധപ്പെട്ട്, കൂടുതൽ പ്രസക്തമാണ്. സാമൂഹ്യനിയമങ്ങൾക്ക് മാറ്റമുണ്ടാകുമ്പോൾ അവ കൊണ്ടുവരുന്ന അസന്ദിഗ്ദ്ധാവസ്ഥ വിവിധ തട്ടുകളിൽ അരക്ഷിതാവസ്ഥ ജനപഥങ്ങളിൽ സൃഷ്ടിക്കുന്നു. ജനാധിപത്യ വിരുദ്ധമായ ഈ അരക്ഷിതാവസ്ഥയുടെ പേരിൽ ഹിന്ദുത്വ ശക്തികളും മറ്റു മൗലികശക്തികളും വളരെയധികം മുതലെടുപ്പ് നടത്തുന്നു. തൊഴിലില്ലായ്മ, പട്ടിണി, നഗരവല്ക്കരണം, കുറ്റകൃത്യങ്ങൾ തുടങ്ങിയ വളരെ യാഥാർത്ഥ്യമായ അരക്ഷിതാവസ്ഥയേക്കാളും കൂടുതൽ അവ ഉപയോഗപ്പെടുത്തുന്നു. ഒരാൾക്ക് ജോലി ലഭിക്കുന്നില്ലെങ്കിൽ, നിങ്ങൾ തൊഴിലില്ലായ്മക്കെതിരെയാണ് സമരം ചെയ്യേണ്ടത്. അല്ലാതെ മുസ്ലീങ്ങൾക്കെതിരെയല്ല എന്ന വാദം വിജയിക്കാത്തത് അതുകൊണ്ടാണ്.

ഇവിടേയും ഒരു ഒത്തുതീർപ്പ് സാദ്ധ്യമായി എന്ന് വരില്ല. സംഘ

പരിവാർ ശക്തികളുടെ വിജയിക്കപ്പെട്ട സ്വാധീനശക്തിക്കടിയിൽ നില്ക്കുമ്പോഴുള്ള അരക്ഷിതാവസ്ഥയെ മറികടക്കുന്നതിനായി നമ്മുടെ ജനാധിപത്യ പ്രക്രിയയെ വിപരീത ദിശയിൽ പരിവർത്തിപ്പിക്കുക എന്നത് അസാദ്ധ്യമാണ്. ആ വിജയത്തിന്റെ ഭാഗഭാക്കായവരെ പൂർണ്ണമായും തുച്ഛീകരിക്കുന്നത് അസാദ്ധ്യമാണെന്ന് മാത്രമല്ല, ഉന്നതകുലജാതർക്കും ഉയർന്ന ശ്രേണിയിൽ ഉള്ളവർക്കും താല്പര്യം ഉള്ളതും അതാണ് എന്ന് കാണാം. ഈ ധർമ്മസങ്കടം ഉൾക്കൊണ്ടതിന്റെ ഏറെ തെളിവുകൾ *കമ്യൂണലിസം കോംബാറ്റ്*, അതിനുവേണ്ടിയും സമൂഹത്തിന് വേണ്ടിയും എടുത്ത നിലപാടുകളിൽ വളരെ സ്പഷ്ടമായിക്കാണാം. അത് വളരെ തുറന്ന രീതിയിൽ പുറത്ത് കൊണ്ടുവരികയും അതിന് ഉത്തരം കണ്ടെത്തുന്നതിനുള്ള തന്ത്രങ്ങൾ ആവിഷ്കരിക്കുകയും വേണം. വരും ദിവസങ്ങളിൽ *കമ്യൂണലിസം കോംബാറ്റ്*, ഈ വിഷയങ്ങളിൽ സൈദ്ധാന്തികമായും രാഷ്ട്രീയമായും ഉള്ള സംവാദങ്ങളിൽ ഏർപ്പെടുമെന്ന് ഞാൻ പ്രത്യാശിക്കുന്നു. അതിന്റെ തുടർ പ്രവർത്തനങ്ങൾ മുന്നോട്ട് കൊണ്ടുപോകുന്നതിലെ വളരെ യുക്തമായ പന്ഥാവ് അത് തന്നെയായിരിക്കും.

കെ ബാലഗോപാലനെ നമുക്ക് വളരെ നേരത്തെ നഷ്ടപ്പെട്ടു, 57-ാം വയസ്സിൽ, 2009 ൽ അദ്ദേഹം നമ്മോട് വിടപറഞ്ഞു.

കുറിപ്പുകൾ

(1) Teesta Setalvad, "Blood Bathan Baisakhi: The Jallianwallah Bagh massacre, April 13, *Communalism Combat*, 12 April 2016.

(2) Police men speak out - subrang 3 Dec.2015 (https://sabrangindia.in/article/police men-speak out)

(3) sabrangindia.in/article/muslims and Vijay tendulkar

(4) Dr. Babasaheb Ambedkar Convened a meeting on 9 march 1924 at Bombay's Damodar Hall to launch a movement for the uplift of untouchables. At the meeting the participants considered the desirability of establishing a central institution for removing difficulties of the untouchables and placing their grevances before goverment. After much discussion and debate, it was resolved that an institution be established. It was founded on 20 July 1924 under the title Bahishkrit Hitakarini Sabha and was registered under Act XXI of 1860 Chimanlal Setalvad was its first President.

'ഹിന്ദു വികാരത്തെ കെട്ടഴിച്ചു വിടുക'

എന്റെ നെറ്റിയിൽ അലങ്കാരമായി അണിയാറുണ്ടായിരുന്ന വലിയ പൊട്ട് 1992-93 നും മുൻപേ ഞാൻ മായ്ച്ചുകളഞ്ഞിരുന്നു. ബാബറി മസ്ജിദ് തകർക്കലിന് ശേഷമുള്ള അതിക്രമങ്ങൾ ഒരു തരം വിരക്തി എന്റെ അബോധമനസ്സിൽ സൃഷ്ടിച്ചിരുന്നു. മൊഹല്ലയെ അടിസ്ഥാന മാക്കി ഞാൻ ചെയ്ത റിപ്പോർട്ടുകൾ ചില അക്രമങ്ങളെ മുഖാമുഖം അഭിമുഖീകരിക്കുന്നതിനുള്ള അവസരം ഉണ്ടാക്കി. ജാവേദിനാണ് പൊട്ട് ഒരു നഷ്ടമായിത്തോന്നിയത്. അത് മറ്റു രൂപങ്ങളിൽ കുറെയൊക്കെ എന്റെ റിപ്പോർട്ടുകളിൽ തിരിച്ചു വന്നെങ്കിലും പഴയ പടിയായില്ല. വിശ്വാ സത്തിന്റെ പേരിൽ നടന്നുകൊണ്ടിരുന്ന അനിഷ്ടകരമായ സംഭവങ്ങ ളിൽനിന്ന് സ്വയം അല്പം അകന്നുനില്ക്കാൻ അതിടയാക്കി. അതു വരെയും വസ്ത്രധാരണത്തിൽ ആകൃഷ്ടയായിരുന്നു, കടും ചുവപ്പും, ഇളം ചുവപ്പും നിറത്തിലുള്ള പൊട്ട് എന്റെ കാഴ്ചയുടെ ഒരു പ്രധാന ഇനമായിരുന്നു

2002 മാർച്ച് ആദ്യമാണ് ഞാൻ ഗുജറാത്തിൽ എത്തിച്ചേർന്നത്. പല ജില്ലകളിലും ദുരിതാശ്വാസ ക്യാമ്പുകളിലും സന്ദർശനം നടത്തി വിവശ യായാണ് അഹമ്മദാബാദിൽ എത്തിയത്. രാത്രി വളരെ വൈകിയാണ് സ്റ്റാറ്റ്യൂട്ടറി സ്ഥാപനങ്ങൾ, സുപ്രീംകോടതി, രാഷ്ട്രപതി, മനുഷ്യാവകാശ കമ്മീഷൻ തുടങ്ങിയവർക്കുള്ള ജാഗ്രതാ റിപ്പോർട്ടുകൾ ഞാൻ തയ്യാറാ ക്കുക. സംഭവങ്ങൾ വിവരിക്കുമ്പോൾ എനിക്കുണ്ടായിരുന്ന വികാരം നേരത്തേ ബോംബെയിലേതുപോലെ തന്നെയായിരുന്നു. "ബോംബെ 10 വർഷം മുമ്പ് മോശമായിരുന്നെങ്കിൽ ഗുജറാത്ത് അതിന്റെ ആയിരം മടങ്ങ് മോശമായിരുന്നു." ആദ്യത്തെ ആറുമാസത്തിൽ ഞാൻ അഞ്ചു പ്രാവശ്യം ശാരീരികമായി ആക്രമിക്കപ്പെട്ടു. രണ്ടുപ്രാവശ്യം ഞാൻ വാട കയ്ക്കെടുത്ത വാഹനത്തിലെ ഡ്രൈവർമാർ എന്റെ കൂടെ യാത്ര ചെയ്താലുള്ള ഭവിഷ്യത്തുകൾ പരിഗണിച്ച് രണ്ടുതവണ എന്നെ വഴി യിൽ ഇറക്കിവിടുകയുണ്ടായി. ഏതാനും ദിവസങ്ങൾക്കുള്ളിലെ റിപ്പോർട്ടി ങ്ങിനുശേഷം, രണ്ട് അനുഭവ പാഠങ്ങൾ കൊണ്ട് വളരെ അടിയുറച്ച

ഒരു പ്രതിബദ്ധത എന്നിൽ ഉടലെടുത്തു: 1992 -93 ലെ ബോംബെ ജീവിതവും ഇപ്പോൾ 2002 ലെ ഗുജറാത്ത് അനുഭവവും. ആസൂത്രിതമായ സംഘടിതാക്രമണങ്ങൾ, നമ്മുടെ ജനാധിപത്യ സ്ഥാപനങ്ങളിലും ഭരണസംവിധാനത്തിലുമുള്ള ഗുരുതരമായ പിശകുകളും പക്ഷപാതിത്വവും കാട്ടിത്തരുന്നുണ്ട്. ഇതിന്റെ കേവലമായ ഡോക്കുമെന്റേഷൻ കൊണ്ടു മാത്രം കാര്യമില്ല. ക്രിമിനൽ നീതിന്യായ സമ്പ്രദായത്തെ വിവിധ കോണുകളിൽ നിന്നും നിശിതമായി പരിശോധിക്കേണ്ടതുണ്ട്. വൻതോതിലുള്ള കലാപങ്ങളെ നീതിപൂർവ്വം കൈകാര്യം ചെയ്യാനാവുമോ? നമ്മുടെ കോടതികൾക്ക് ഈ സംവിധാനത്തിൽ വിശ്വാസം പുനസ്ഥാപിക്കുവാൻ കഴിയുമോ? ജനങ്ങൾക്ക് അവരുടെ അയൽപക്കങ്ങളിലും എന്തിനേറെ തങ്ങളുടെ സുഹൃത്തുക്കളിൽ പോലുമുള്ള വിശ്വാസവും പ്രത്യാശയും നഷ്ടപ്പെട്ടുകഴിഞ്ഞിരുന്നു.

രാത്രി സമയങ്ങളിൽ ജാവേദിനെ വിളിക്കുമ്പോൾ ഇതൊക്കെയാണ് പറയാനുണ്ടായിരുന്നത്. വൈകിയ സമയങ്ങളിലും ഞാൻ ഒറ്റയ്ക്കായിരുന്നതുകൊണ്ട് വീട്ടിൽ വലിയ ഭയപ്പാടായിരുന്നു. നമുക്ക് കോടതിയെ സമീപിക്കാമെന്നും കാര്യങ്ങൾ നേരെയാക്കാനും, നീതി നടപ്പാക്കാനും കഴിയുമോ എന്നും, നഷ്ടപരിഹാരം വാങ്ങിക്കാൻ കഴിയുമോ എന്ന് ആരായാം എന്നും സൂചിപ്പിച്ചതോർക്കുന്നു. ഇത് ഞങ്ങൾക്ക് മാത്രം നടപ്പിലാക്കാൻ കഴിയുന്നതല്ല എന്ന നല്ല ബോദ്ധ്യമുണ്ടായിരുന്നു. ഇത് പ്രാവർത്തികമാക്കാൻ, നിയമവ്യവസ്ഥ നടപ്പിലാക്കാൻ പ്രതിജ്ഞാബദ്ധതയുള്ള വളരെ ഊർജ്ജസ്വലരായ പൗരന്മാരുടെ ഒരു സംഘടന ആവശ്യമാണെന്ന് ഞങ്ങൾക്ക് അറിയാമായിരുന്നു. അങ്ങനെയാണ് സിറ്റിസൺ ഫോർ സോഷ്യൽ ജസ്റ്റിസ് (*Citizen for social Justice*) പിറന്നത്. ഏപ്രിൽ ആദ്യത്തിൽ നന്ദൻ മുളുസ്തേയുടെ വീട്ടിൽ വച്ചാണ് *ഇൻ ദി നെയിം ഓഫ് ഫെയ്ത്ത്* ന്റെ എഡിറ്റു ചെയ്യാത്ത ഒരു കോപ്പി പങ്കജ് ശങ്കർ ഞങ്ങൾക്ക് കാണിച്ചുതന്നത്. ബോധപൂർവ്വം കെട്ടഴിച്ചുവിട്ട കൊടും ക്രൂരതയെ കാട്ടിത്തരുന്ന ഒന്നായിരുന്നു ആ ചിത്രം. അന്ന് ആ ചിത്രം കാണാൻ മുറിയിൽ ഉണ്ടായിരുന്നത് ആലീഖ് പദംസി, സൈറസ് ഗസ്ഡർ, കാദ്രി സാബ്, നന്ദൻ മുളസ്തേ, ഷിരീഷ് പട്ടേൽ, അനിൽ ധാർക്കർ, ഗുലാം പേഷിമാം, ജാവേദ് ആനന്ദ് എന്നിവരായിരുന്നു. ഞങ്ങളുടെ ഈ കഠിനയാത്രയിൽ തൈസൂൺ ഖോരാക്കി വാലയും ഭാര്യ എഡിത്തും സഹയാത്രികരായി ചേർന്നു. ആ പ്രദർശനത്തിനിടെ കണ്ണീർ ഇടമുറിയാതെ ഒഴുകി. ഭരണഘടന വ്യവസ്ഥകൾ ലംഘിക്കപ്പെടുന്നതിന്റെ വ്യാപ്തി കണ്ട് അവിശ്വാസവും ദേഷ്യവും എല്ലാവർക്കും തോന്നി. ഞങ്ങൾ പ്രവർത്തിക്കാൻ തീരുമാനമെടുത്തു. ആ ദിവസം അവിടെ കൂടിയിരുന്നവർ തന്നെയായിരുന്നു ബാബറി മസ്ജിദ് പൊളിച്ചപ്പോൾ പൗരന്മാരെ സംഘടിപ്പിക്കുന്നതിൽ മുന്നിൽ നിന്നിരുന്നതും, അതുപോലെ

1992-93 ബോംബെ കൂട്ടക്കൊലക്കെതിരെയും മുന്നിൽ നിന്നവരും. രണ്ട് കലാപത്തിനും പിന്നിൽ ഉണ്ടായിരുന്ന സ്റ്റേറ്റിന്റെ പല തലങ്ങളിലെ പങ്ക് വളരെ സമാനമായ രീതിയിലുള്ളതുമായിരുന്നു.

നമ്മുടെ കോടതികൾ, രാഷ്ട്രീയക്കാർ, ഉദ്യോഗസ്ഥമേധാവികൾ, പൊലീസുകാർ തുടങ്ങിയവർ 1984 ലെ കൊലപാതകങ്ങളിലെ കുറ്റവാളികളെ ശിക്ഷിച്ചിരുന്നുവെങ്കിൽ 1992 സംഭവിക്കുമായിരുന്നില്ല. 1992-93 ലെ ബോംബെ കലാപങ്ങളെ അതിജീവിച്ചവർക്ക് കൃത്യമായ രീതിയിൽ നഷ്ടപരിഹാരവും നീതിയും ലഭ്യമാക്കിയിരുന്നെങ്കിൽ രാഷ്ട്രീയത്തിലും, ബ്യൂറോക്രസിയിലും, പൊലീസിലും ഉള്ളവർ 2002 ൽ അത്ര എളുപ്പത്തിൽ കലാപങ്ങളിൽ ഭാഗഭാക്കാവുമായിരുന്നില്ല. ശിക്ഷിക്കപ്പെടുകയില്ല എന്ന ഈ സർവ്വാംഗീണമായ സംസ്കാരമാണ് വിഭജനം മുതൽ ഇന്നുവരെയുള്ള അന്തമില്ലാത്ത കലാപങ്ങളിലെ കുറ്റവാളികൾക്ക് രക്ഷപ്പെടുവാൻ വഴിയൊരുക്കിയത്. ഇന്ത്യയുടെ ഭരണത്തിലും പൊലീസ് സേനയിലും അപൂർവ്വമായ വളരെ ചെറിയ ഒരു വിഭാഗത്തെ ഒഴിച്ചുനിർത്തിയാൽ ബാക്കി പലരും ഉത്തരവാദിത്വവും സുതാര്യതയും മറികടക്കുന്നതിന് യത്നിക്കുന്നവരാണ്. നീതിയുടെ പാതയിൽ ചരിക്കുന്നവർക്ക് സുരക്ഷയുടെ കവചമൊരുക്കുന്നതിന് പകരം അവരെ ലക്ഷ്യം വയ്ക്കുന്ന കാഴ്ചയാണ് കണ്ടുവരുന്നത്.[1]

സാഹിറ ഷെയ്ക്ക് 2004 ൽ മുംബൈയിൽ വച്ച് രണ്ടാമത്തെ പ്രാവശ്യവും തന്റെ മൊഴിമാറ്റിയതിനെത്തുടർന്ന് സിനിമാനിർമ്മാതാവ് പങ്കജ് ശങ്കറിന് തന്റെ പ്രമേയത്തിൽ വീണ്ടും അഴിച്ചുപണി നടത്തേണ്ടി വന്നു. 2002 ൽ അദ്ദേഹം ചിത്രീകരിച്ച ഭാഗങ്ങളിൽ ബെസ്റ്റ് ബേക്കറി കൂട്ടക്കൊലയ്ക്ക് തൊട്ടടുത്ത ദിവസങ്ങളിലെ സന്ദർഭങ്ങളായിരുന്നു ഉൾപ്പെടുത്തിയിരുന്നത് (മാർച്ച് 2). ആ കൂട്ടക്കൊലയ്ക്ക് ശേഷം സാഹിറയുടെ പ്രാഥമികമായ പ്രതികരണങ്ങൾ വളരെ വിശദമായി ചിത്രീകരിച്ചിരുന്നു. അതായത് ഒരു കുറ്റത്തെത്തുടർന്ന് നിയമം എന്താണോ ഒരു പ്രഥമ വിവര റിപ്പോർട്ടായി (എഫ് ഐ ആർ) പരിഗണിക്കുക എന്നതായിരുന്നു അത്. എന്നാൽ 2004 നവംബറിനുശേഷം സാഹിറയെ വിചാരണ ചെയ്തപ്പോൾ അവർ നിഷേധിച്ചതെന്താണോ, അതിന്റെ യഥാർത്ഥമായിരുന്നു ചിത്രീകരിച്ചിരുന്ന ഭാഗങ്ങൾ. ശിവസേനയുടെ മുൻപാർലമെന്റ് അംഗമായ ആലിഖ് ശിരോധ്കർ എത്രയും തരംതാണ പ്രതിരോധങ്ങൾ ഉയർത്തിയോ, അതിന് വഴങ്ങിക്കൊടുക്കുവാൻ ശങ്കർ തയ്യാറായില്ലെന്ന് മാത്രമല്ല, വിഷലിപ്തമായ ആക്രമണങ്ങൾക്ക് കീഴടങ്ങാനും തയ്യാറായില്ല. വിചാരണക്കോടതിയുടെ വിധിയുടെ പരമപ്രധാനമായ ഒരു ഭാഗം ഈ വീഡിയോയെ ആസ്പദമാക്കിയുള്ള തെളിവിനെപ്പറ്റി ആയിരുന്നു. കോടതിയിൽ വിചാരണ തുടങ്ങുന്നതിന് മുമ്പ് എന്നെയും എന്റെ കുടുംബത്തെയും ആക്ഷേപിച്ച് വളരെ സമയം അപഹരിച്ച ശിവസേനയുടെ വക്കീൽ ശിരോ

ധ്കറിനെ അതിൽ കുറ്റപ്പെടുത്തിയിരുന്നു. ശിരോധ്കർ തുടങ്ങിയവർക്ക് "സെതൽവാദ്" എന്നാൽ 1993 ൽ താക്കറെയെ കോടതിയിൽ കയറ്റിയതിന് പിന്നിലെ പേരായിരുന്നു. 2002 ലെ ഹീനമായ ഹിന്ദുത്വ ലക്ഷ്യങ്ങളെ ഉന്നം വയ്ക്കുന്ന മുൾമുനയായി സെതൻവാദിനെ ഒരിക്കൽക്കൂടി കാണുന്ന കാഴ്ചയായിരുന്നു അവരുടെ കണ്ണിൽ.[2]

ഞങ്ങളുടെ രാത്രികാല സൂചനകൾ രാഷ്ട്രപതി, ഇന്ത്യൻ ചീഫ് ജസ്റ്റിസ്, പ്രധാനമന്ത്രി, ദേശീയ മനുഷ്യാവകാശക്കമ്മീഷൻ തുടങ്ങി മറ്റു സ്റ്റാറ്റ്യൂട്ടറി സമിതികൾക്കെല്ലാം അയച്ചുകൊണ്ടിരുന്നു. ഇന്ത്യാരാജ്യത്ത് മുഴുവനുമുള്ള ആയിരക്കണക്കിന് പൗരന്മാർക്കും പത്രപ്രവർത്തകർക്കും ഞങ്ങൾ അത് എത്തിച്ചു. ആക്രമണങ്ങളുടെ ഭീകരതയെ സസൂക്ഷ്മം അവതരിപ്പിക്കുന്ന ഏറെ വിലപ്പെട്ട പ്രാഥമിക തെളിവുകളായിരുന്നു ഞങ്ങൾ നല്കിയ സൂചനകൾ. ഈ സൂചനയിൽ ചൂണ്ടിക്കാണിച്ച വിവരങ്ങൾ തുടർന്ന് നടക്കേണ്ടതായ നിയമനടപടികൾക്ക് സഹായകമായിട്ടുള്ളതായിരുന്നു. 2002 ലെ ഗുജറാത്ത് കൂട്ടക്കൊലയ്ക്ക് കാരണമായിക്കൂടി ഉയർന്ന അണിയറ നാടകങ്ങൾ താഴെപ്പറയുന്നവയായിരുന്നു:

* ദുഃഖകരമായ ഗോധ്ര കൂട്ടക്കൊലയുടെ ഇരകളുടെ പോസ്റ്റുമാർട്ടം തുറസ്സായ റെയിൽയാർഡിൽ വച്ച് ആദ്യം ആരോഗ്യമന്ത്രി ആയിരുന്ന അശോക് ഭട്ടിന്റേയും തുടർന്ന് മുഖ്യമന്ത്രിയായിരുന്ന നരേന്ദ്രമോദിയുടെയും സാന്നിദ്ധ്യത്തിലായിരുന്നു നടന്നത്. മിക്കവാറും അന്വേഷണങ്ങളിലും ഇതിനുള്ള തെളിവുകൾ വളരെ അസന്ദിഗ്ദ്ധമായിട്ടുള്ളതായിരുന്നു.
* ഇരകളുടെ ശവശരീരങ്ങൾ അഹമ്മദാബാദിൽ എത്തിച്ചത് ധാരാളം മോട്ടാർവാഹനങ്ങളുടെ അകമ്പടിയോടെ ഘോഷയാത്രയായിട്ടായിരുന്നു. സമചിത്തത കേട്ടുകേൾവിയിൽ പോലുമില്ലാത്ത സംഘടനയായ വി എച്ച് പിയുടെ ഗുജറാത്തിലെ സെക്രട്ടറിക്കാണ് അവ കൈമാറിയത്. സംസ്ഥാനത്തെ ഉയർന്ന രാഷ്ട്രീയ തലങ്ങളിൽ വച്ച് എടുത്ത തീരുമാനത്തിന്റെ അടിസ്ഥാനത്തിലാണ് ഇങ്ങനെ വി എച്ച് പിക്ക് കൈമാറുന്നതിനുള്ള തീരുമാനം കൈക്കൊണ്ടത്. ഈ തീരുമാനത്തിനെതിരെ അന്ന് അഹമ്മദാബാദ് പൊലീസ് കമ്മീഷണർ ആയിരുന്ന പി സി പാണ്ഡേപോലുംശക്തമായ എതിർപ്പ് രേഖപ്പെടുത്തിയിരുന്നു.[3] ഇത് 2002 ഫെബ്രുവരി 28 ന് പകൽവെളിച്ചത്തിൽ നടന്ന ശവഘോഷയാത്രയിൽ രോഷാകുലരായ ആർ എസ് എസ് പുരുഷന്മാരും വനിതകളും കൂട്ടമായി പങ്കുചേരുന്നതിന് കാരണമായി. ഗവൺമെന്റ് ഇതിന് അനുമതി നല്കി. പെട്ടെന്നുള്ള പ്രകോപനങ്ങൾക്ക് വഴിവെച്ചു.

* ഗോധ്ര സംഭവം നടന്നതിനെത്തുടർന്ന് വർഗ്ഗീയ കുറ്റവാളികളെ അറസ്റ്റുചെയ്ത് തടവിലാക്കുന്നതിൽ സംസ്ഥാനഭരണസംവിധാനം ഫലപ്രദമായി പ്രവർത്തിച്ചില്ല. കർഫ്യൂ പ്രഖ്യാപിക്കുന്നതിലും ആർമിയെ ഉപയോഗപ്പെടുത്തുന്നതിലും ഉണ്ടായ ബോധപൂർവ്വമായ വീഴ്ച സർക്കാരിന്റെ താല്പര്യങ്ങളെ പ്രതിഫലിപ്പിക്കുന്നതായിരുന്നു. പകരം വി എച്ച് പി ഫെബ്രുവരി 28 ന് പ്രഖ്യാപിച്ച ഗുജറാത്ത് ബന്ദിനും മാർച്ച് ഒന്നിന് പ്രഖ്യാപിച്ച ഭാരത്ബന്ദിനും വളരെ തുറന്ന രീതിയിലുള്ള സഹകരണം നല്കുകയായിരുന്നു സർക്കാർ ചെയ്തത്. ബി ജെ പി, വി എച്ച് പി, ബജ്രംഗ്ദൾ, ആർ എസ് എസ് എന്നിവ തമ്മിലുള്ള പൊക്കിൾക്കൊടി ബന്ധം പ്രകടമായിരുന്നു. അതിൽത്തന്നെ പരിവാറിന്റെ കേന്ദ്രസ്ഥാനത്ത് ആർ എസ് എസ് നിലകൊണ്ടു.[4]
* ആക്രമണം വ്യാപകവും സംഘടിതവുമായിരുന്നു. കെ പി എസ് ഗിൽ ചാർജെടുക്കുന്നതിനായി പ്രധാനമന്ത്രി വാജ്പേയി നിർദ്ദേശം കൊടുക്കുന്ന 2002 മെയ് വരെ അത് തീവ്രമായി നിലനിന്നു. ചീഫ് ഇലക്ഷൻ കമ്മീഷണർ സംസ്ഥാനത്ത് സന്ദർശനം നടത്തിയ ആഗസ്ത് 2 വരെ കാര്യങ്ങളൊന്നും വരുതിയിൽ വന്നില്ല.
* മുൻകൂട്ടി നിർണ്ണയിച്ച രീതിയിലായിരുന്നു സംഭവഗതികൾ. വിദൂരസ്ഥ ജില്ലകളിൽ പോലും സമാനരീതിയിലായിരുന്നു. പതിനായിരം മുതൽ പതിനയ്യായിരം വരെ അംഗങ്ങളുടെ വലിയ ആയുധസംഘങ്ങൾ മോട്ടോർ ബൈക്കുകളിൽ, നല്കപ്പെട്ട നിർദ്ദേശങ്ങൾ പാലിച്ചുകൊണ്ട് ജനവാസകേന്ദ്രങ്ങളിൽ ഭീകരത വിതച്ചു. അവർ, ഗ്യാസ് സിലിണ്ടറുകളും, വെളുത്ത കെമിക്കൽ പൗഡറുകളും ആയുധങ്ങളും വ്യാപകമായി ഉപയോഗിച്ചു.
* പകൽ വെളിച്ചത്തിലെ ആക്രമണങ്ങൾ മണിക്കൂറുകളോളം നീണ്ടുനില്ക്കുകയും ലിംഗാധിഷ്ഠിതമായ ആക്രമണങ്ങൾ അതിന്റെ ക്രൂരതകൊണ്ട് സമാനതകളില്ലാത്തതുമായിരുന്നു. രൺധിക് പൂർ, സഞ്ചേലി, എറാൽ, ഫത്തേപൂർ (പഞ്ച് മഹൽ), ഉത്തരഗുജറാത്തിൽ ദഹോദ്, വഡോദര, അഹമ്മദാബാദ് (നരോദ്പാട്യയും ഗുൽബർഗും) എന്നിവിടങ്ങളിൽ ഇത് വ്യക്തമായിരുന്നു. പെൺകുട്ടികളിലും, വനിതകളിലും അക്രമം അഴിച്ചുവിട്ട് ഒരു വിഭാഗത്തെ പൂർണ്ണമായും കീഴടക്കുന്ന ഈ പദ്ധതി മുൻകൂട്ടി നിശ്ചയിക്കപ്പെട്ട തന്ത്രങ്ങളുടെ ഭാഗമാണെന്ന് തീർച്ചയായിരുന്നു. വലിയ തോതിലുള്ള പരിശീലനം ലഭിച്ച പുരുഷന്മാരെ മുസ്ലീം വിരുദ്ധരായി സംഘടിപ്പിക്കുകയും അവരുടെ സ്ത്രീകളെ ലക്ഷ്യമാക്കുകയും ചെയ്യാതെ, ഈ ആക്രമണങ്ങൾ

സംഘടിപ്പിക്കുക എന്നത് അസാദ്ധ്യമായിരുന്നു. ട്രിബ്യൂണൽ ആധികാരികമായി വെളിപ്പെടുത്തിയ പരിശീലനകേന്ദ്രങ്ങളിൽ ഇതൊക്കെത്തന്നെയായിരുന്നു നടന്നുകൊണ്ടിരുന്നത്.[5]

* മുഖ്യധാരാ ദിനപത്രങ്ങളായ *സന്ദേശിലും* സംസ്ഥാനത്തിന്റെ ഭൂരിഭാഗം മേഖലകളിൽ പ്രചരിപ്പിച്ച ലഘുലേഖകളിലും വിദ്വേഷം നിറച്ച റിപ്പോർട്ടുകളാണുണ്ടായിരുന്നത്. ഇവയിൽ പലതും ആർ എസ് എസും, വി എച്ച് പിയും പരസ്യമായി തയ്യാറാക്കിയതും മറ്റു പലതും അജ്ഞാതനാമകവുമായിരുന്നു. ഇവ നിയമം ലംഘിക്കുന്നതിനുള്ള, സാമൂഹികബഹിഷ്കരണത്തിനുള്ള, മുസ്ലീങ്ങളെ ശാരീരികമായി ആക്രമിക്കുന്നതിനുള്ള പരസ്യമായ പ്രഖ്യാപനങ്ങളായിരുന്നു. മുതിർന്ന പൊലീസ് ഉദ്യോഗസ്ഥർ, സാക്കിയ ജാഫ്രികേസിൽ ഞങ്ങൾ കണ്ടെത്തിയ പോലെ, ഈ ലഘുലേഖകളുടെ കർത്താക്കളെ പ്രോസിക്യൂട്ട് ചെയ്യുന്നതിന് നടപടി സ്വീകരിക്കുന്നതിന് നിർദ്ദേശിച്ചു. എന്നാൽ വ്യക്തമായും സംസ്ഥാനത്തിന്റെ ഭരണത്തലവൻ, അതായത് ഗുജറാത്തിന്റെ ആഭ്യന്തരമന്ത്രിയും മുഖ്യമന്ത്രിയുമായ ശ്രീ. നരേന്ദ്രമോദി ആ നിർദ്ദേശത്തെ അവഗണിക്കുകയാണ് ചെയ്തത്, സ്റ്റേറ്റ് ഇന്റലിജൻസ് മേധാവിയായ ആർ ബി ശ്രീകുമാറും മറ്റൊരു മുതിർന്ന പൊലീസ് ഓഫീസറായ ഭവ്നഗർ, എസ് പി രാഹുൽ ശർമ്മ എന്നിവരും *സന്ദേശ്* ദിനപത്രത്തിനെതിരെയും വിശ്വഹിന്ദുപരിഷത്തിനെതിരെയും ന്യൂനപക്ഷങ്ങൾക്കെതിരെ അക്രമത്തിന് പ്രേരിപ്പിച്ചതിന് പ്രോസിക്യൂഷൻ നടപടികൾ സ്വീകരിക്കണമെന്ന് എഴുതി അറിയിച്ചിട്ടുപോലും.

* ക്രിമിനൽ നടപടികൾ ശരിയായ വിധത്തിൽ നടപ്പിലാക്കുന്നതിൽ നിന്നും ഒഴിഞ്ഞുമാറുന്നതിൽ സ്റ്റേറ്റിന്റെ പങ്ക് വ്യക്തമായിരുന്നു. എഫ് ഐ ആറുകൾ തട്ടിക്കൂട്ടിയെടുത്തതായിരുന്നു. പല ക്രിമിനൽ പരാതികൾ ഒരുമിച്ച് ചേർത്ത് തയ്യാറാക്കിയതിനാൽ എഫ് ഐ ആറിൽ കുറ്റത്തിന്റെ തീവ്രത പ്രതിഫലിച്ചില്ല. അതുപോലെ ശക്തരായ സ്വാധീനമുള്ള കുറ്റവാളികളുടെ പേര് അപ്രത്യക്ഷമാവുകപോലും ചെയ്തു. കുറ്റകൃത്യങ്ങളെപ്പറ്റി കൃത്യമായ വിവരം നല്കിയ ഇരകളായ പരാതിക്കാർക്ക് പകരം പൊലീസ് ഓഫീസർമാരുടെ പേരിലാണ് എഫ് ഐ ആറുകൾ ഫയൽ ചെയ്തത്. പൊലീസ് ഓഫീസർമാരുടെ പങ്കിനെപ്പറ്റി ബോധപൂർവ്വം തന്നെ അന്വേഷണം നടത്തിയില്ല. സ്റ്റേറ്റ് നിയമിച്ച പബ്ലിക് പ്രോസിക്യൂട്ടർമാരുടെ വിധേയത്വം ഭരണഘടനയോടായിരുന്നില്ല, മറിച്ച് ആർ എസ് എസിനോടായിരുന്നു.

* ദുരിതാശ്വാസക്യാമ്പിൽ തമ്പടിച്ച, കഷ്ടതയനുഭവിച്ചുകൊണ്ടി

രുന്ന ഇരകളോട് ഭരണകൂടം പ്രതികരിച്ച രീതി ഉത്തരവാദിത്വ രഹിതവും പരിഹാരനിർദ്ദേശങ്ങൾ ഉൾക്കൊള്ളാത്തതുമായിരുന്നു. അവർ അവരുടെ തന്നെ നാട്ടിലെ അഭയാർത്ഥികളായി. 2002 ൽ തിരഞ്ഞെടുപ്പ് പ്രചാരണത്തിന് ബേക്കാഹാരാജിയിൽ വന്ന മോദി പറഞ്ഞത്: "റിലീഫ് ക്യാമ്പുകൾ കുട്ടികളെ ഉണ്ടാക്കുന്ന ഫാക്ടറികളാണ്" എന്നാണ്. ഇത്തരം വാചാടോപങ്ങൾ ഗുജറാത്തിന്റെ മനസ്സാക്ഷിയെത്തന്നെ പിടിച്ചുകുലുക്കി. 2002 സെപ്തംബറിലെ ഏറ്റവും നിരാശാജനകമായ പ്രസംഗങ്ങൾ സ്റ്റാർ ടെലിവിഷൻ സംപ്രേഷണം ചെയ്തെങ്കിലും, അതിനുശേഷം മാധ്യമങ്ങൾ സ്വയംകൃതമായ മൗനത്തിലാഴുകയും പൊതുബോധത്തിൽ മറവി സംക്ഷേപിക്കുകയും ചെയ്തു. വിദേശത്തുനിന്നും ഉള്ള ദുരിതാശ്വാസക്യാമ്പിലേക്കുള്ള സഹായങ്ങൾ സർക്കാർ നിരോധിച്ചു.[6] എഡിറ്റേഴ്സ് ഗിൽഡ് ഓഫ് ഇന്ത്യ ഇക്കാര്യം ആധികാരികമായി പരസ്യപ്പെടുത്തി.

* മോദി സർക്കാരിന്റെ പദ്ധതികളുടെ വിജയത്തിന്റെ ഭാഗമായി അവർ കൈക്കൊണ്ട രണ്ടു തീരുമാനങ്ങൾ വളരെ നിർണ്ണായകമായിരുന്നു. അതിലൊന്ന് ഗോധ്ര സംഭവത്തിലെ ഇരയ്ക്കും ഗോധ്രയ്ക്ക് ശേഷം നടന്ന അക്രമങ്ങളിലെ ഇരകൾക്കും വിവേചനപൂർവ്വം നഷ്ടപരിഹാരത്തുക പ്രഖ്യാപിച്ചതാണ്. രണ്ടാമത്തേത്, സംശയാസ്പദമായ പശ്ചാത്തലമുള്ള റിട്ടയേഡ് ജഡ്ജി കെ ജി ഷായെ ഏകാംഗകമ്മീഷനായി നിയമിച്ചതാണ്. എന്നാൽ ദേശീയമായി വ്യത്യസ്തമേഖലകളിൽനിന്നും ഉണ്ടായ പൊതുനിർദ്ദേശങ്ങളുടെയും മുൻ ചീഫ് ജസ്റ്റിസും മനുഷ്യാവകാശ കമ്മീഷൻ ചെയർമാനുമായ ജെ എസ് വർമ്മയുടെയും നിർദ്ദേശങ്ങളുടെ ഫലമായി നിലപാട് മാറ്റേണ്ടതായി വന്നു. ജസ്റ്റിസ് ജി ടി നാനാവതിയെക്കൂടി കമ്മീഷനിൽ സീനിയർ ജഡ്ജായി ചേർക്കുകയും നഷ്ടപരിഹാരത്തുക സമാസമം ആക്കി മാറ്റുകയും ചെയ്തു.
* നിയമം സംരക്ഷിക്കാൻ ഉറച്ചുനിന്ന പൊലീസുദ്യോഗസ്ഥരെ വളരെ ശ്രദ്ധാപൂർവ്വവും ചിട്ടയോടെയും ലക്ഷ്യം വച്ചു. പോകെപ്പോകെ കുറ്റവാളികൾ രാഷ്ട്രീയമായി ശക്തിനേടി വളർന്നപ്പോൾ അടിയുറച്ചുനിന്ന പലരും നിശ്ശബ്ദരും അദൃശ്യരുമായി മാറി. നിയമത്തെ പാർശ്വവല്ക്കരിച്ചവരായി ഏറെ പേരുണ്ടായിരുന്നു-അവർ സമ്മാനിതരായി.[7]

ഗുജറാത്ത് 2002 എന്നത് കുറ്റവാളികൾ രക്ഷപ്പെടുന്നതിന്റെ ഏറ്റവും അസാധാരണവും സങ്കല്പിക്കാൻ പറ്റാത്തതുമായ ഒരു സാഹചര്യമാ

ണ്. അതുകൊണ്ട് കുറ്റവാളികൾ രക്ഷപ്പെടുന്ന ഈ സംസ്കാരത്തെ നിയമപരമായും പ്രതിരോധം തീർത്തുകൊണ്ടും നേരെയാക്കുക എന്ന തായിരുന്നു ഞങ്ങളുടെ ദൗത്യം. നേരത്തെ നടന്നിട്ടുള്ള കുറിക്കുകൊണ്ട കൂട്ടക്കൊലകളിലെല്ലാം തന്നെ ഈ സംസ്കാരം ദൃശ്യമായിരുന്നെങ്കിലും ഈ കേസിൽ അത് ഭീഷണവും വിപുലീകൃതവുമായ തോതിലായിരുന്നു.

സിറ്റിസൺ ഫോർ ജസ്റ്റിസ് ആന്റ് പീസി (സി ജെ പി) ന്റെ നേതൃത്വത്തിൽ കഴിഞ്ഞ പതിനഞ്ചോളം വർഷമായി നിയമ-നീതി വാഴ്ചയ്ക്ക് ഇപ്രകാരമുണ്ടായിട്ടുള്ള തകർച്ചകൾ അഭിമുഖീകരിക്കുകയായിരുന്നു ഞങ്ങൾ. നിയമനടപടികളിലൂടെയും വ്യവഹാരങ്ങളിലൂടെയും, നിയമപരമായ നിലപാടുകൾ ഉയർത്തിയും ആത്മവിശ്വാസം വർദ്ധിപ്പിച്ചും സംഘടനാവല്ക്കരിച്ചും നിയമവ്യവസ്ഥയ്ക്കാവശ്യമായ ആത്മവിശ്വാസം പുനഃസംഘടിപ്പിക്കുക എന്നതിന് സി ജെ പിയുടെ മെമ്മോറാണ്ടം ഓഫ് അസോസിയേഷൻ പ്രതിജ്ഞാബദ്ധമായിരുന്നു. ഇന്ന്, 68 നിയമനടപടികൾ, പരാതികൾ, ഇടപെടലുകൾ എന്നിവ മജിസ്ട്രേറ്റ് കോടതി മുതൽ സുപ്രീം കോടതി വരെ സി ജെ പിയുടെ നേതൃത്വത്തിൽ നടന്നുവരുന്നു.

ഞങ്ങളുടെ ആദ്യത്തെ പരാതി ഗുജറാത്ത് ഹൈക്കോടതിയിൽ ഫയൽ ചെയ്യപ്പെട്ടു. സംസ്ഥാനത്തുണ്ടായിരുന്ന ദുരിതാശ്വാസ ക്യാമ്പുകളുടെ നടത്തിപ്പിനായി സാമ്പത്തികസഹായം നല്കുന്നതിന് മോദി സർക്കാരിന്റെ ബാദ്ധ്യത ഉറപ്പാക്കുന്നതിന് വേണ്ടിയുള്ളതായിരുന്നു ആ പരാതി. ഗുജറാത്തിലെ ഭരണകൂടം ആവശ്യത്തിന് ആശ്വാസക്യാമ്പുകൾ തുറക്കാൻ വിസമ്മതിച്ചു എന്നത് ഏറ്റവും നാണക്കേടുണ്ടാക്കിയ സംഗതിയായിരുന്നു. വംശഹത്യക്ക് ശേഷം, വാജ്പേയിയുടെ നേതൃത്വത്തിലുള്ള ഒന്നാം എൻ ഡി എ ഗവൺമെന്റ് ആശ്വാസധനമായി 160 കോടി രൂപ നല്കി. അതിൽ 19 കോടി രൂപ ഒഴിച്ച് ബാക്കി തുക ഗുജറാത്തിലെ ഭക്ഷ്യ സിവിൽ സപ്ലൈസ് വകുപ്പ് മന്ത്രിയായിരുന്ന ഭരോത് തിരികെ നല്കുകയാണുണ്ടായത്. ആശ്വാസനടപടികൾക്കായി തുക ചെലവഴിക്കാൻ അദ്ദേഹം തയ്യാറായില്ല. ഭരോതിന്റെ നേതൃത്വത്തിൽ ഗുണ്ടാസംഘങ്ങളെ നയിക്കുകയും മുസ്ലീം സമുദായത്തിലെ അംഗങ്ങളിൽനിന്നും തുക തട്ടിപ്പറിച്ചെടുക്കുകയും ചെയ്തു എന്നതാണ് യഥാർത്ഥ വസ്തുത.[8]

2002 മാർച്ച്- ഏപ്രിൽ മാസങ്ങളിൽ കോടതികളിലെ അന്തരീക്ഷം ഭയപ്പെടുത്തുന്നതും ശത്രുതാപരവുമായിരുന്നു. ആർ എസ് എസ്, വി എച്ച് പി, ബജ്രംഗ്ദൾ എന്നിവയിൽനിന്നുള്ള സംഘപരിവാർ സംഘങ്ങളുടെ സാന്നിദ്ധ്യം അവിടെയുണ്ടായിരുന്നു. ഹൈക്കോടതികളിലേയും, സെഷൻസ് കോടതികളിലേയും നടപടിക്രമങ്ങളിൽ അവർ ആധിപത്യം ചെലുത്തും. മുംബൈയിൽ നിന്നുള്ള സീനിയർ കോൺസെൽ അസ്പി ചിനോയി ഹാജരാകുന്നതിൽ ഞങ്ങൾ ബദ്ധശ്രദ്ധരായിരുന്നു. അദ്ദേഹം വരുമെന്ന് ഉറപ്പുപറഞ്ഞിരുന്നെങ്കിലും അവസാന നിമിഷത്തിൽ തടസ്സം

നേരിട്ടു. കോടതി മുറികളിലെ ഈ ഭീകരാന്തരീക്ഷത്തെ പ്രതിരോധിക്കാനെങ്കിലും (പുറത്തുനിന്നുള്ള ഒരു കോൺസൽ എന്ന നിലയ്ക്ക്) അദ്ദേഹത്തെ ഹാജരാക്കുന്നതിന് ഞാൻ കിണഞ്ഞു പരിശ്രമിച്ചു. ഞാൻ അമിതമായി പ്രതികരിക്കുകയാണെന്ന് അദ്ദേഹം വിചാരിച്ചു. അപ്പോൾ ഞങ്ങളിൽ വിശ്വാസമർപ്പിക്കുന്ന ഒരു വക്കീലിനെ ഗുജറാത്തിൽനിന്നും ഏർപ്പാടാക്കിത്തരാൻ ഞാൻ അദ്ദേഹത്തോട് അപേക്ഷിച്ചു. കുറച്ച് മണിക്കൂറുകൾക്ക് ശേഷം അദ്ദേഹം എന്നെ തിരിച്ചുവിളിക്കുകയും താൻ സംസാരിച്ച ആരുംതന്നെ ഈ കേസിൽ ഹാജരാവാൻ തയ്യാറായില്ല എന്നറിയിച്ചതിനാൽ അദ്ദേഹം വരികയാണെന്നും അറിയിച്ചു. അടുത്ത ദിവസം അസ്പിക്ക് ബോദ്ധ്യപ്പെട്ട കാര്യത്തെ സംബന്ധിച്ച് അദ്ദേഹം ഇപ്പോഴും പറയും. ആശ്വാസക്യാമ്പുകളിൽ പാർത്തിരുന്ന അഭയാർത്ഥികൾക്ക് വെള്ളം, പാൽ, മസാല തുടങ്ങിയ അവശ്യസാധനങ്ങൾ ലഭ്യമാക്കണമെന്ന ചെറിയകാര്യത്തിന്, അദ്ദേഹത്തേപ്പോലെയുള്ള ഒരു സീനിയർ നിയമജ്ഞന് സംസ്ഥാനത്തിന്റെ ഉത്തരവാദിത്വം ഉറപ്പാക്കി അനുകൂലമായ ഉത്തരവ് നേടുന്നതിന്, അഞ്ചുമണിക്കൂറിലധികം വാദം നടത്തേണ്ടിവന്നു. ഞങ്ങളുടെ ആദ്യത്തെ വിജയമായിരുന്നു അത്. ഗുജറാത്തിൽ സി ജെ പിയുടെ നിയമസംബന്ധിയായ കാര്യങ്ങൾ കൈകാര്യം ചെയ്തിരുന്ന സുഹേൽ തിർമിസി അസ്പിയെ സഹായിച്ചു. സി ജെ പി യുമായും ഗുജറാത്ത് 2002 മായുമുള്ള സുഹേലിന്റെ ബന്ധം ഉന്നതമായ നീതിബോധമുള്ള ആ വക്കീലിനെ എന്നത്തേക്കുമായും മേൽവിലാസം ചെയ്യപ്പെടുന്നതിന് ഇടയാക്കുകയും ഈ സാഹസത്തിനൊന്നും പോയില്ലെങ്കിൽ സാധാരണഗതിയിൽ അദ്ദേഹത്തിന് ലഭിക്കേണ്ടിയിരുന്ന പ്രൊഫഷണലായ അംഗീകാരങ്ങൾ നിഷേധിക്കുന്ന അവസ്ഥയിലേക്കെത്തുകയും ചെയ്തു. അതായിരുന്നു ഞങ്ങളുടെ ടീമിലുണ്ടായിരുന്നവർക്ക്, പൂർണ്ണ സമ്മതത്തോടെ ഇക്കാര്യത്തിൽ നല്കേണ്ടതായിവന്ന വലിയ വില. വെറുപ്പിന്റെ കനലുകൾ അണയുന്നതിന് മുമ്പ് തന്നെ ഞാനും സുഹേലും കുറച്ച് നിയമവിദഗ്ദ്ധരും നിയമപരമായ തന്ത്രങ്ങൾ ആവിഷ്കരിക്കുന്നതിന്റെ ഭാഗമായി അഹമ്മദാബാദിലെ ഒരു ചെറിയ ഹോട്ടലിൽ ഒത്തുചേർന്നു. നീതിബോധത്തിന്റെ അടിത്തട്ടിൽ താൻ കണ്ട കാഴ്ചകൾ 2007 ൽ സുഹേൽ എന്നോട് പറഞ്ഞത് *കമ്യൂണലിസം കോമ്പാറ്റിൽ* ഞങ്ങൾ പ്രസിദ്ധം ചെയ്തിരുന്നു:

> സത്യത്തിൽ ഞാൻ വിചാരിച്ചത് സംഭവങ്ങളുടെ ആദ്യ പരമ്പരകൾക്കുശേഷം ഇതിനൊക്കെ കർട്ടൻ വീഴുമെന്നായിരുന്നു. എന്നാൽ സിറ്റിസൺ ഫോർ ജസ്റ്റിസ് ആന്റ് പീസ് (സി ജെ പി)തുടങ്ങിയ പ്രവർത്തകഗ്രൂപ്പുകൾ പ്രശ്നങ്ങളിൽ ഇടപെടുകയും അത് തുടർന്നുകൊണ്ടിരിക്കുകയും ചെയ്യുമ്പോൾ അതിൽ പങ്കുകൊള്ളുന്നതിൽ വലിയ സംതൃപ്തിയുണ്ടായിരുന്നു. അപ്രകാരമുള്ള

പ്രവർത്തനങ്ങൾ സാമൂഹ്യപ്രവർത്തകർ പലപ്പോഴും ഉയർച്ചതാഴ്ചകളോടെ ദീർഘകാലം മുന്നോട്ട് കൊണ്ടുപോയിട്ടുണ്ടെങ്കിലും ആ സമരം അവസാനമില്ലാതെ തുടർന്നുകൊണ്ടിരിക്കുകയാണ്.

ഞാൻ പ്രത്യേകം പറയാൻ ആഗ്രഹിക്കുന്നു, സംസ്ഥാനത്തുടനീളം എണ്ണമറ്റ ഇരകളുടേയും സാക്ഷികളുടേയും പ്രശ്നങ്ങൾ സി ജെ പി ഏറ്റെടുക്കുകയും ധാരാളം കേസുകളിൽ നിയമനടപടികൾ സ്വീകരിക്കുകയും ചെയ്തു. 2002 മാർച്ചിലാണ് സിറ്റിയിലും സംസ്ഥാനത്തിന്റെ പലഭാഗങ്ങളിലും ഉള്ള റിലീഫ് ക്യാമ്പുകൾക്ക് വേണ്ടി റിട്ട് പെറ്റീഷൻ ഫയൽ ചെയ്തുകൊണ്ട് നിയമനടപടികൾ ആദ്യമായി തുടങ്ങിവച്ചത്. അതിനെത്തുടർന്ന് കൂട്ടവംശഹത്യയിലെ ഇരകളുടെ പരാതികളുമായി ബന്ധപ്പെട്ട് ഡസൻ കണക്കിന് കേസുകളിൽ ഇടപെട്ടു. ആശ്വാസത്തുക കിട്ടുന്നതിനുള്ള കേസുകൾ, വിദ്വേഷം വമിക്കുന്ന പ്രസംഗങ്ങൾക്കെതിരെയുള്ള കേസുകൾ തുടങ്ങി ധാരാളം കേസുകൾ ഉണ്ടായിരുന്നു.

റിലീഫ് ക്യാമ്പുമായി ബന്ധപ്പെട്ട കേസ് 2002 ഏപ്രിലിൽ ആണ് കോടതിയിൽ വന്നത്. റിലീഫ് ക്യാമ്പുകളിലെ തങ്ങളുടേതായി എല്ലാം നഷ്ടമായ, ഹതഭാഗ്യരായ അഭയാർത്ഥികൾക്ക് പ്രാഥമികമായ അടിസ്ഥാനസൗകര്യങ്ങൾ സർക്കാർ ഏർപ്പെടുത്തുക എന്നതായിരുന്നു പരാതിയിലെ ഉദ്ദേശ്യം. എന്നാൽ ഇത് സർക്കാർ ചെവിക്കൊണ്ടില്ല (ഗുജറാത്തിലെ മിക്കവാറും എല്ലാ റിലീഫ് ക്യാമ്പുകളും പ്രവർത്തിച്ചിരുന്നത് മുസ്ലീം വിഭാഗത്തിൽ പെട്ട വ്യക്തികൾ സ്വകാര്യമായും ഗ്രൂപ്പായും നടത്തിവന്നിരുന്നവയായിരുന്നു. വംശഹത്യയോടനുബന്ധിച്ച് ഇരകൾക്കായി തുറന്ന ഒരു റിലീഫ് ക്യാമ്പുപോലും സംസ്ഥാന ഗവൺമെന്റിന്റെ കീഴിലുള്ളതായിരുന്നില്ല.)

സ്റ്റേറ്റിന്റെ പബ്ലിക് പ്രോസിക്യൂട്ടറോട് റിലീഫ് ക്യാമ്പിലെ ഓരോ നിവാസിക്കും വേണ്ടി ഒരു ദിവസം ചെലവഴിക്കുന്ന തുക വർദ്ധിപ്പിക്കുന്നത് സംബന്ധിച്ച് (ആറുരൂപയിൽനിന്നും എട്ടുരൂപയായി) സമ്മതം രേഖപ്പെടുത്തിക്കൊണ്ടുള്ള സ്വമേധയാ ഉള്ള ഒരു സ്റ്റേറ്റ്മെന്റ് സമർപ്പിക്കാൻ കോടതി വാക്കാൽ ആവശ്യപ്പെട്ടു, അതിനോടൊപ്പം ജലവിതരണം, ബാത്ത്റൂം സൗകര്യങ്ങൾ എന്നിവ മെച്ചപ്പെടുത്താനും. ആ സമയത്തെ കോടതി അന്തരീക്ഷം വളരെ പിരിമുറുക്കമുള്ള ഒന്നായിരുന്നു. കോടതിയിൽ ഹാജരായിരുന്ന മിക്കവാറും എല്ലാ വക്കീലന്മാരും പെറ്റീഷൻ കോടതി നിസ്സാരമായി പരിഗണിച്ച് തള്ളിക്കളയുമെന്ന് ആഗ്രഹിച്ചിരുന്നു. എന്നാൽ റിലീഫ് ക്യാമ്പിനെ പ്രതിനിധീകരിച്ച മുംബൈയിൽനിന്നുള്ള അസ്പിചിനോയും ഞാനും, ഇരകൾക്ക് രാജ്യത്തെ പൗരന്മാർ

എന്ന നിലയിൽ അർഹമായ എല്ലാ അടിസ്ഥാനസൗകര്യങ്ങളും നല്കുന്ന കാര്യത്തിൽ അനുകൂലതീരുമാനം എടുക്കണമെന്ന് സർക്കാരിനോട് കോടതി ആവശ്യപ്പെടുന്ന ലളിതമായ ഒരു ഉത്തരവിന് പകരം വളരെ ഉറച്ച ഉത്തരവുകളും നിർദ്ദേശങ്ങളും പുറപ്പെടുവിക്കുമെന്ന് വിചാരിച്ചു.

ഒരു ടീമെന്ന നിലയ്ക്ക് ഞങ്ങളിൽ എല്ലാവരിലും വലിയ സമ്മർദ്ദങ്ങളുണ്ടായിരുന്നു. സി ജെ പി സെക്രട്ടറി എന്ന നിലയിൽ കോടതിമുറിയിൽ ഞാൻ നില്ക്കുമ്പോൾ റിലീഫ്ക്യാമ്പ് മാനേജർമാർ അവിടെവരികയും വക്കീലന്മാരോടൊപ്പം ഭീഷണി സ്വരമുയർത്തുന്ന ജനങ്ങൾ അവിടെ കൂടുകയും ചെയ്തു. ഗുജറാത്ത് ഹൈക്കോടതിയിൽ വക്കീലന്മാർ സമർപ്പിക്കുന്ന സിക്ക് റിപ്പോർട്ട് മറ്റുപ്രശ്നങ്ങളൊന്നും കൂടാതെ സാധാരണ സ്വീകരിക്കപ്പെടുകയാണ് പതിവ്. അങ്ങനെയിരിക്കെ ഒരു ദിവസം ഒരു ഹിയറിങ് സമയത്ത് ഞാൻ വളരെ പരിക്ഷീണയായിരുന്നു. നിരന്തരമായ സമ്മർദ്ദങ്ങളും, ജോലിയുടെ തിരക്കും, ഉറക്കമില്ലായ്മയും കൊണ്ടായിരുന്നു ഇതെന്ന് ഞാൻ കരുതി. അതുകൊണ്ട് കേസ് കേൾക്കുന്ന ആ ദിവസം ഞാൻ എന്റെ ജൂനിയർ ആയ അനിൽ വർമ്മയെ കേസ് നീട്ടി വയ്ക്കുന്നതിലേക്കായി കോടതിയിലേക്ക് അയച്ചു. അപ്പോൾ കോടതി ദേഷ്യത്തോടെ പ്രതികരിക്കുകയും (സംസ്ഥാനത്തോട് കോടതി ഇതുവരെ കൈക്കൊണ്ടിരുന്ന സാഹോദര്യത്തിന്റെയും വിനയത്തിന്റെയും നിലപാടിൽനിന്ന് മാറി) എല്ലാ പരാതിക്കാരും വിഷയം പരിഗണിക്കുന്ന സമയത്ത് വ്യക്തിപരമായി തന്നെ ഹാജരാകണമെന്നാവശ്യപ്പെട്ട് കർശനമായ ഉത്തരവ് പുറപ്പെടുവിച്ചു. ഗുജറാത്തിന്റെ ഭൂരിഭാഗവും കത്തിക്കൊണ്ടിരിക്കുമ്പോൾ റിലീഫ് ക്യാമ്പുകളുടെ മാനേജർമാർ ഇരകൾക്ക് ഭക്ഷണം നല്കിയും കുടിവെള്ളവും താമസസൗകര്യവും നല്കിയും വലിയവിധത്തിലുള്ള സേവനങ്ങൾ നല്കിവരികയായിരുന്നു. പക്ഷേ, കോടതിയുടെ നിർദ്ദേശം അനുസരിച്ച് റിലീഫ്ക്യാമ്പ് മാനേജർമാരും അവരുടെ പ്രവർത്തനങ്ങൾ നിർത്തിവച്ച് കോടതിയിൽ വ്യക്തിപരമായി ഹാജരാകേണ്ട സാഹചര്യം ഉളവായി. അവസാനം കൂടുതൽ ബാത്ത്റൂം സൗകര്യങ്ങളും, കക്കൂസുകളും, മികച്ച ഭക്ഷണസൗകര്യങ്ങളും ഒരുക്കാൻ സ്റ്റേറ്റിന് നിർദ്ദേശം നല്കിക്കൊണ്ട് കോടതി ഉത്തരവായി.

റൂറൽ അഹമ്മദാബാദിൽ അബസാന എന്ന സ്ഥലത്ത് മുസ്ലീം വിഭാഗത്തിൽപ്പെട്ട ആറുപേർ കൊല്ലപ്പെട്ട സംഭവം അപ്പോൾ വളരെ പ്രമാദമായതും ശ്രദ്ധിക്കപ്പെട്ടതും ആയ ഒന്നായിരുന്നു. ഇതു സംബന്ധിച്ച കുറ്റം രജിസ്റ്റർ ചെയ്തിരുന്നത് ദൈത്രോജ് പൊലീസ്

സ്റ്റേഷനിലായിരുന്നു. കുറ്റവാളികളായ മൂന്നുപേർ ജാമ്യത്തിനായി ഹൈക്കോടതിയെ സമീപിച്ചു. രക്ഷപ്പെട്ട ഇരയായ പരാതിക്കാരന് വേണ്ടി ഞങ്ങൾ ഹാജരാവുകയും പരാതിക്കാരനുവേണ്ടി കുറ്റവാളികളുടെ ഓരോരുത്തരുടേയും പങ്ക് വിശദീകരിച്ചുകൊണ്ടുള്ള ഒരു അഫിഡവിറ്റ് ഫയൽ ചെയ്യുകയും ചെയ്തു. കുറ്റവാളികളിൽ ചിലർ മൂർച്ചയേറിയ ലോഹം കൊണ്ടുള്ള ഒരു ആയുധം കൊണ്ട് ഇരയിൽ മുറിവേല്പിക്കുകയും ആ മുറിവ് തലയോട്ടിയിൽ പിളർപ്പിന് കാരണമാവുകയും ചെയ്തു. മരിച്ച അയാളെ കുറ്റവാളിയായ ആൾ തീയിലേക്ക് എടുത്തെറിയുകയും ചെയ്തു. പോസ്റ്റ്മോർട്ടം റിപ്പോർട്ടിന്റെ 17-ാം കോളത്തിൽ തലയോട്ടിയിൽ വിള്ളൽ രേഖപ്പെടുത്തിയിരുന്നു. എങ്കിലും പോസ്റ്റ്മോർട്ടത്തിൽ മരണകാരണം തീപ്പൊള്ളൽ എന്ന് മാത്രം കാണിച്ചു.

ഞാൻ ഈ കുറ്റവാളികൾക്ക് ജാമ്യം കൊടുക്കുന്നതിനെ എതിർത്തു. എന്നാൽ പ്രതിഭാഗം അഭിഭാഷകൻ, തലയോട്ടിയിലെ വിള്ളൽ മരണകാരണമാണെന്ന് രേഖപ്പെടുത്തിയിട്ടില്ല എന്നകാര്യം ചൂണ്ടിക്കാണിച്ച് മരിച്ചയാളെ ഭീകരമായ രീതിയിൽ കൈയേറ്റം നടത്തിയ പ്രതികൾക്ക് ജാമ്യം നല്കണമെന്ന് വാദിച്ചു. പ്രതികൾക്ക് നാലാഴ്ചത്തേക്ക് ജാമ്യം അനുവദിച്ചു, ഇതിനെതിരെ ഞങ്ങൾക്ക് സുപ്രീംകോടതിയെ സമീപിക്കാൻ സഹായകമായ വിധത്തിൽ സ്റ്റേ അനുവദിക്കണമെന്ന് ഞാൻ ആവശ്യപ്പെട്ടു. അപ്പോൾ കോടതി പബ്ലിക് പ്രോസിക്യൂട്ടർക്ക് വിഷയം റഫർ ചെയ്യുകയും (ഈ നടപടി സംശയാസ്പദമായ ഒന്നാണ്.) പബ്ലിക് പ്രോസിക്യൂട്ടർ ഉത്തരവ് സ്റ്റേ ചെയ്യേണ്ടതില്ലെന്ന് കോടതിക്ക് നല്കിയ ഉപദേശത്തിന്റെ അടിസ്ഥാനത്തിൽ സ്റ്റേക്കുള്ള എന്റെ അപേക്ഷ നിരസിക്കപ്പെട്ടു. അപ്പോൾ, പ്രതിയുടെ മേൽ ഏതെങ്കിലും വിധത്തിലുള്ള നിബന്ധനകൾ ബാധകമാക്കേണ്ടതുണ്ടോ എന്ന് എന്നോടു ചോദിച്ചു. കേസിന്റെ വിചാരണ പൂർത്തിയാകുന്നതുവരെ പ്രതികൾ റൂറൽ അഹമ്മദാബാദിൽ പ്രവേശിക്കുന്നത് തടയണമെന്ന നിബന്ധന ഉത്തരവാകണമെന്ന് ഞാൻ ആവശ്യപ്പെട്ടു. കോടതി വീണ്ടും വിഷയം പബ്ലിക് പ്രോസിക്യൂട്ടർക്ക് റഫർ ചെയ്യുകയും എല്ലാ പ്രതികളും ഇമ്മാതിരിയുള്ള ക്ലേശം അനുഭവിക്കേണ്ടതില്ലാത്തതിനാൽ ഈ നിബന്ധനകൾ സ്വീകരിക്കേണ്ടതില്ല എന്ന ഉപദേശം അദ്ദേഹം നല്കുകയും ചെയ്തു. അന്തിമമായി എല്ലാ പ്രതികളും നാലുമാസം മുതൽ ആറുമാസം വരെ അബാസാനയ്ക്ക് പുറത്ത് കഴിയേണ്ടതുണ്ടെന്ന് കോടതി നിർദ്ദേശിച്ചു.

ഹൈക്കോടതി അതിന്റെ ഉത്തരവിൽ കേസിലെ പരാതിക്കാരി

യാണ് വ്യക്തമായ ഉത്തരവിന് ആവശ്യപ്പെടാതിരുന്നത് എന്ന് കൂടി രേഖപ്പെടുത്തുകയുണ്ടായി (ഈ ഉത്തരവിന്റെ പിറകിലെ ന്യായം സംബന്ധിച്ച് ദീർഘമായ ഒരു വിശദീകരണം തന്നെ നല്കിയിരുന്നു). എന്നാൽ, ജാമ്യം റദ്ദാക്കണമെന്നാവശ്യപ്പെട്ടുകൊണ്ടുള്ള പരാതിക്കാരുടെ ആവശ്യം സുപ്രീം കോടതി പരിഗണിച്ചപ്പോൾ, ഹൈക്കോടതി ഇക്കാര്യത്തിൽ യുക്തിസഹമായ, വിശദമായ ഒരു ഉത്തരവ് നല്കേണ്ടതായിരുന്നു എന്ന നിലപാട് സ്വീകരിക്കുകയുണ്ടായി. സുപ്രീം കോടതിയുടെ ഉത്തരവിനെത്തുടർന്ന് പരാതിക്കാർക്ക് നല്കിയ ജാമ്യം ഹൈക്കോടതി റദ്ദാക്കേണ്ടതായിരുന്നു. എന്നാൽ ഇക്കാര്യത്തിലുണ്ടായ ദീർഘമായ കാലതാമസം മൂലം ജാമ്യം റദ്ദാക്കുന്നതിന് സാധിച്ചില്ല. വിചാരണ നടന്നുവന്ന ഒരു വലിയ കാലയളവിൽ പ്രതികൾ വളരെ സ്വാതന്ത്ര്യത്തോടെ വിലസി. ഇക്കാലയളവിൽ കേസിന്റെ സാക്ഷികൾ ജാമ്യത്തിനു പുറത്തുണ്ടായിരുന്ന പ്രതികളാൽ സ്വാധീനിക്കപ്പെടുകയും അവർ എതിർപക്ഷം ചേരുകയും ചെയ്തു. വിചാരണയിലുണ്ടായ കാലതാമസം പ്രതികളുടെ സ്വാധീനവലയത്തിൽ സാക്ഷികൾ പെടുന്നതിന് കാരണമായി.

2002 ലെ സംഭവങ്ങളോടനുബന്ധിച്ച് മറ്റൊരു കേസ് കൂടി ആ വർഷം ഡിസംബർ 16 മുതൽ തീർപ്പുകല്പിക്കപ്പെടാതിരിക്കുകയായിരുന്നു. അബ്ദുൾ ഹക്കീം ഖാൻ എന്ന പരാതിക്കാരൻ *സന്ദേശ്* ദിനപത്രത്തിനെതിരെ, 2002 ഫെബ്രുവരി 28 നും മാർച്ച് 1 നും തെറ്റായതും പ്രകോപനപരമായതും ആയ റിപ്പോർട്ടുകൾ, പ്രസിദ്ധീകരിച്ചതിനെതിരെ ഐ പി സി 153 എ, 153 ബി എന്നീ വകുപ്പുകൾ ചേർത്ത് കേസുകൾ രജിസ്റ്റർ ചെയ്യണമെന്നാവശ്യപ്പെട്ട് അഹമ്മദാബാദ് സാറ്റലൈറ്റ് പൊലീസ്സ്റ്റേഷനിൽ പരാതി സമർപ്പിക്കുകയുണ്ടായി. പരാതിക്കാസ്പദമായ റിപ്പോർട്ട് അങ്ങേയറ്റം പ്രകോപനം നിറഞ്ഞതും ന്യൂസ്പേപ്പറിനെതിരെ പൊലീസ് നേരിട്ട് പരാതി രജിസ്റ്റർ ചെയ്യേണ്ടതുമായിരുന്നു. പൊലീസ് അതിനും തുനിയാതിരുന്നതുകൊണ്ട് സി ആർ പി സിയിലെ സെക്ഷൻ 200 പ്രകാരം സ്വകാര്യപരാതി ഫയൽ ചെയ്യുകയാണുണ്ടായത്. സംസ്ഥാന ഗവൺമെന്റിന്റെ അനുവാദം പ്രോസിക്യൂഷൻ നടപടികൾക്ക് ആവശ്യമാണ് എന്നതിനാൽ മജിസ്ട്രേറ്റ് സ്വകാര്യ അന്യായം നിരാകരിച്ചു. അപ്പോൾ പരാതിക്കാരൻ ആവശ്യമായ സമയം നല്കണമെന്നാവശ്യപ്പെട്ടുകൊണ്ട് സംസ്ഥാന സർക്കാരിനെ സമീപിച്ചു. പ്രതീക്ഷിച്ചതുപോലെ തന്നെ സർക്കാർ നിർദ്ദേശത്തിനുമേൽ അനുകൂല നടപടി സ്വീകരിക്കാതിരുന്നതിനാൽ പരാതിക്കാരൻ 2002 ഡിസംബർ 16 ന് ഗുജറാത്ത് ഹൈക്കോ

ടതിയിൽ പരാതി ഫയൽ ചെയ്യുന്നതിന് നിർബ്ബന്ധിക്കപ്പെട്ടു. കേസ് ഫയലിൽ സ്വീകരിക്കുകയും തുടർന്നുള്ള നടപടിക്ക് തീയതിയൊന്നും നിശ്ചയിക്കാതെ ഹിയറിങ്ങിനായി മാറ്റിവയ്ക്കുകയും ചെയ്തു. അഞ്ചുവർഷം കഴിഞ്ഞതിന് ശേഷവും യാതൊരു നടപടികളും സ്വീകരിക്കപ്പെട്ടില്ല. ഇന്നും അത് കോടതിയിൽ തീരുമാനമാകാതെ തുടരുകയും ഇനി എന്ന് ആ കേസ് പരിഗണിക്കും എന്നത് സംബന്ധിച്ച് എനിക്ക് യാതൊരു ഉറപ്പും ഇല്ല. ഇനി 2008 ലോ 2009 ലോ പരിഗണിച്ചാൽപ്പോലും അത് കുറ്റകൃത്യം നടന്ന് ആറോ ഏഴോ വർഷങ്ങൾക്ക് ശേഷമാവും. അന്നത്തെ വിചാരണയുടെ സ്ഥിതി എന്തായിരിക്കും? എന്തൊക്കെ പ്രതിബന്ധങ്ങൾ ഉണ്ടായാലും, ഞാൻ ബലമായി വിശ്വസിക്കുന്നു, നമ്മൾ പൂർണ്ണ സത്യസന്ധതയിലും വിശ്വാസത്തിലും പ്രവർത്തിക്കുകയാണെങ്കിൽ അത് വളരെ സംതൃപ്തികരമായ അനുഭവം സമ്മാനിക്കും. തുടർന്നു കൊണ്ടിരിക്കുന്ന എതിർപ്പുകൾ ഓരോന്നും ഭയപ്പെടുത്തുന്ന അനുഭവങ്ങളാവുന്നു. ഹൃദയം നുറുങ്ങുന്ന നിമിഷങ്ങൾ ഒരുപക്ഷേ, കൂടുതലായി ഉണ്ടായേക്കാം. ഒരിക്കൽ വളരെ ഗൗരവമുള്ള ഒരുകാര്യം പരിഗണിക്കുമ്പോൾ ഒരു ഗവൺമെന്റ് പ്ലീഡർ എന്നെ ഭീഷണിപ്പെടുത്താൻ ശ്രമിച്ചു. ഞാൻ ഇതുപോലെ തുടരുകയാണെങ്കിൽ പ്രോസിക്യൂട്ടർമാരോട് എന്നെ സാധാരണ കേസുകളിൽ ഉൾപ്പെടെ എല്ലാറ്റിലും എതിർക്കാൻ നിർദ്ദേശം നല്കുമെന്ന് പറഞ്ഞു. പക്ഷേ, ഞാൻ വഴങ്ങിക്കൊടുക്കാൻ തയ്യാറായില്ല. ഞാനെന്റെ ജോലി വളരെ സംതൃപ്തികരമായി നിർവ്വഹിച്ചു പോന്നു.

മുഖ്യമന്ത്രിക്കും മറ്റ് അറുപത്തിരണ്ട് പേർക്കും എതിരെ, ക്രിമിനൽ ഗൂഢാലോചന, കൂട്ടക്കൊല, നരഹത്യ, ഭീഷണി എന്നീ കുറ്റങ്ങൾ ചാർജ്ജ് ചെയ്ത് എഫ് ഐ ആർ രജിസ്റ്റർ ചെയ്യണമെന്നാവശ്യപ്പെട്ട് ഞങ്ങൾ ഇതിനിടെ പരാതി ഫയൽ ചെയ്തിരുന്നു. (പൊതുതാല്പര്യഹർജി ഫയൽ ചെയ്തത് സാക്കിയ ജാഫ്രിയും സി ജെ പി യും) ഉന്നതപൊലീസുദ്യോഗസ്ഥന്മാരും ബ്യൂറോക്രാറ്റുകളും ഉൾപ്പെടുന്ന ഈ നടപടികളിൽ എന്റെ പങ്ക് എന്താണെന്നും ഇത് കൂടുതൽ അപകടങ്ങളിലേക്ക് നയിക്കുമെന്നും പറഞ്ഞ് ചില വക്കീലന്മാർ എന്നെ ടെലിഫോണിൽ ബന്ധപ്പെട്ടിരുന്നു. പ്രബലരായ ശത്രുക്കളെ ഞാൻ ക്ഷണിച്ചുവരുത്തുകയാണെന്നും പറഞ്ഞു.

എന്നാൽ ഇതൊക്കെ സി ജെ പി തുടങ്ങിയ സംഘടനകൾ തുടങ്ങിവച്ച മഹത്തായ പ്രവർത്തനങ്ങളെ തടസ്സപ്പെടുത്താനുള്ള വിലകുറഞ്ഞ ഭീഷണികൾ മാത്രമായിരുന്നു.[9]

പതിനഞ്ചോളം വർഷത്തെ കോടതികളിലെ അനുഭവങ്ങൾ വിരസവും തളർച്ചയുളവാക്കുന്നവയും അതുപോലെ തന്നെ സന്തുഷ്ടമല്ലാത്തവിധം അസമാനതകൾ വെളിവാക്കുന്നതുമായിരുന്നു. നമ്മുടെ നിലവിലുള്ള സമ്പ്രദായത്തിൽ ഭരണഘടനാവിരുദ്ധമായ എക്സിക്യൂട്ടീവ് നടപടികളെ തിരുത്തിക്കുന്നതിന് യത്നിക്കുക എന്നത് വളരെ നിർണ്ണായകമാണ്. സി ജെ പിയുടെ അനുഭവത്തിൽ മുകളിൽ സുഹേൽ വിശദമായി ചൂണ്ടിക്കാണിച്ചതുപോലെ കോടതികളിൽ ഭരണകൂടത്തിനും സർക്കാരിനും അവരുടെ പ്രവർത്തനങ്ങൾ, സ്വഭാവം, വിവിധ നടപടികൾ എന്നിവയിൽ പ്രത്യേകാവകാശം കല്പിച്ചുനല്കിയിരിക്കുന്നു.

തെറ്റായ വിവരങ്ങളെ അടിസ്ഥാനപ്പെടുത്തി വിവിധ ഉദ്യോഗസ്ഥർ സർക്കാരിനുവേണ്ടി ഫയൽ ചെയ്ത സത്യവാങ്മൂലങ്ങൾ സംബന്ധിച്ച് വളരെ അപൂർവ്വമായി മാത്രമേ, ആ ആഫീസർമാരെയോ സംസ്ഥാനത്തെയോ കുറ്റപ്പെടുത്തിയുള്ളു. എന്നാൽ ഏതെങ്കിലും ഒരു വ്യക്തിയോ സാമൂഹ്യസംഘടനയോ, രക്ഷപ്പെട്ടയാളോ നടത്തുന്ന സമർപ്പണങ്ങളിൽ ഒരു ചെറിയ പിഴവ് സംഭവിച്ചാൽ അത് പർവ്വതീകരിക്കപ്പെട്ടു. ഇന്ത്യ യഥാർത്ഥത്തിൽ തിരഞ്ഞെടുപ്പു ജനാധിപത്യം അംഗീകരിച്ചിട്ടുണ്ടെങ്കിലും അത് വളരെ ഇടർച്ചയേറിയതും ആൾക്കൂട്ടത്തിന്റെ ഭൂരിപക്ഷ അധികാരത്തോട് ചേർന്നു നില്ക്കുന്ന ഒന്നുമാണ്. ഭരണഘടനാപരമായ ജനാധിപത്യത്തിൽ വിയോജിപ്പിന്റെ അവസാന വാക്ക് പോലും നിയമാനുസാരിയും ആദരവ് അർഹിക്കുന്നതുമാണ്. ശബ്ദമില്ലാത്തവരുടെയും പ്രാന്തവല്ക്കരിക്കപ്പെട്ടവരുടെയും അവകാശങ്ങൾ-ഔദ്യോഗിക രംഗത്തെ സാമുദായിക ജാതി വർഗ്ഗ പക്ഷഭേദങ്ങൾ-എന്നിവ ഗൗരവത്തോടെ കൈകാര്യം ചെയ്യണം എന്ന് മാത്രമല്ല ഭരണരംഗത്തുള്ളവരുടേയും അവരുടെ സാമ്പത്തിക സ്രോതസ്സുകളുടേയും സഹായത്തോടെയുള്ള ശക്തമായ ഇടപെടലിന് ശക്തമായ എതിർപ്പ് സൃഷ്ടിക്കുകയുംവേണം. ഭരണഘടനാധിഷ്ഠിതമായ ജുഡീഷ്യറി പോലുള്ള സ്ഥാപനങ്ങളിൽ പ്രത്യേകിച്ചും ഉയർന്ന ജുഡീഷ്യറിയിൽ (ഹയർ ജുഡീഷ്യറി)യും ഈ അസമാനത തിരുത്തേണ്ടതുണ്ട്, അല്ലെങ്കിൽ, സമ്പൂർണ്ണ അധികാരത്തിലേക്ക് കൂപ്പുകുത്തുക എന്നതായിരിക്കും ഫലം. എന്നാൽ ഇതല്ല സംഭവിക്കുന്നത്. അതുകൊണ്ട് ഭരണകൂടത്തിന്റെ അധികാരം പൂർണ്ണതയോടടുക്കുന്നു.

വംശഹത്യയുമായി ബന്ധപ്പെട്ട വിഷയങ്ങളായ ആശ്വാസക്യാമ്പുകൾ, നഷ്ടപരിഹാരം, കാണാതായവർ, ഉത്തരവാദിത്വം അതുപോലെ ക്രിമിനൽ വിചാരണകൾ തുടങ്ങി ഓരോ കാര്യത്തിലും നിയമപരമായി ഇടപെട്ടുകൊണ്ട് പ്രവർത്തിക്കാൻ ആണ് സി ജെ പി ഉദ്ദേശിച്ചത്. വിചാരണക്കോടതി മുതൽ സുപ്രീംകോടതിവരെ 68-ഓളം കേസുകളിൽ ഞങ്ങൾ കഠിനമായി പോരാടിക്കൊണ്ടിരുന്നു. നൂറ്റി അൻപതോളം ശിക്ഷാവിധികൾ നേടാൻ കഴിഞ്ഞു. (അതിൽ സ്പെഷ്യൽ സെഷൻസ് കോടതി

തലത്തിൽ 137 എണ്ണത്തിൽ ജീവപര്യന്തം ശിക്ഷാവിധികളായിരുന്നു. ഒക്ടോബർ 2016 ൽ സർദാർപുരകേസിൽ 14 പേരെ ഗുജറാത്ത് ഹൈക്കോടതി വെറുതെ വിട്ട സാഹചര്യത്തിൽ ജീവപര്യന്തം ശിക്ഷാവിധിയുടെ എണ്ണം 123 ആയി കുറയുകയുണ്ടായി.) എട്ടോളം ട്രയലുകൾ സ്വതന്ത്രമായി അന്വേഷിക്കണമെന്ന് ദേശീയ മനുഷ്യാവകാശ കമ്മീഷൻ നിർദ്ദേശിച്ചു.

സുപ്രീംകോടതിയിലും ഹൈക്കോടതികളിലും യഥാർത്ഥ ന്യായാധികാരം (Original Jurisdiction) ഉള്ളടങ്ങിയിരിക്കുന്നു. മൗലികാവകാശം ഉറപ്പാക്കുന്നതിനുള്ള കേസുകളിൽ ഈ കോടതികൾ അവരിൽ അന്തർലീനമായ അധികാരം (Inherent powers) പ്രയോഗിച്ചിട്ടുണ്ട്. അതിനും പുറമെ കോടതികളിൽ അനന്യമായ ന്യായാധികാരം ഉള്ളടങ്ങിയിട്ടുണ്ട്.-അതായത് സ്വമേധയായുള്ള ന്യായാധികാരം (Suomotu Jurisdiction) അത്, നിയമപരമായ ഇടപെടൽ ആവശ്യമുള്ള, തിരുത്തൽ ആവശ്യമായുള്ള തെറ്റുകൾ ബോദ്ധ്യപ്പെട്ടാൽ കോടതിക്ക് എത്രയും പെട്ടെന്ന് ഇടപെടാനുള്ള അവസരം നല്കുന്നു.

നിയമവ്യവഹാരരംഗത്ത് ഈ ശക്തമായ ശൈലി സ്വീകരിച്ച് കോടതികൾക്ക് ജനങ്ങളിൽ വിശ്വാസമർപ്പിക്കാവുന്നതും, അവരുടെ ആത്മവിശ്വാസം ഉയർത്തിക്കൊണ്ടുവരാവുന്നതുമാണ്. ലത്തീനിലുള്ള ശൈലിയാണ് സുഓമോട്ടു Suomotu. ഇതിനർത്ഥം 'സ്വതാല്പര്യത്തിലധിഷ്ഠിതമായി, എന്നാണ്. Suo Sponte എന്ന പ്രയോഗവുമായി ഇതിനെ സമീകരിക്കാം. വലിയ തോതിലുള്ള മൗലികാവകാശധ്വംസനമുണ്ടാവുമ്പോൾ ഉന്നതമായ ഗവൺമെന്റ് സ്ഥാപനങ്ങൾ അതിന്റെ മനസ്സാക്ഷി അനുസരിച്ച് സ്വമേധയാ പ്രവർത്തിക്കുന്നു. മറ്റൊരുപ്രധാനപ്പെട്ട പ്രയോഗം ഹേബിയസ് കോർപ്പസ് (Habeas Corpus) എന്നതാണ്. -അക്ഷരാർത്ഥത്തിൽ ഒരു വ്യക്തിയെ കോടതിയിൽ ഹാജരാക്കണം എന്ന റിട്ട് നടപടിയുമായി ബന്ധപ്പെട്ടതാണത്.

സുഓമോട്ടു (Suomotu)വനുസരിച്ച് കോടതിയിൽ ഒരു കത്ത് പരാതിയായി ലഭിക്കുമ്പോഴോ, അല്ലെങ്കിൽ ഒരു പത്രറിപ്പോർട്ട് ശ്രദ്ധയിൽപ്പെടുമ്പോഴോ, കോടതി നേരിട്ട്, സ്വമേധയാ നടപടി സ്വീകരിക്കുന്നു. സുഓമോട്ടു(Suomotu) അധികാരം സുപ്രീം കോടതി ഒരിക്കൽ ഉപയോഗപ്പെടുത്തിയിരുന്നു. സംബന്ധിച്ച് ഹിമാലയത്തെ വികൃതമാക്കുന്നതു ലഭിച്ച കത്തുകൾ പൊതുതാല്പര്യ ഹർജിയായി സുപ്രീംകോടതിയും ഹൈക്കോടതിയും പരിഗണിക്കുകയായിരുന്നു. നമ്മുടെ ജനസംഖ്യയിലെ ഒരു വലിയ വിഭാഗത്തിനെതിരായ കുറ്റകൃത്യങ്ങൾ ഇന്ത്യൻ റിപ്പബ്ലിക്കിനെ നടുക്കിയപ്പോൾ സുഓമോട്ടു (Suomotu) ന്യായാധികാരം ഉപയോഗപ്പെട്ടില്ല. ഞാനോർക്കുന്നു, വ്യാപകമായി റിപ്പോർട്ട് ചെയ്യപ്പെട്ട 1983 ലെ നെല്ലികൂട്ടക്കൊല, വ്യാപകമായി ശ്രദ്ധിക്കപ്പെട്ട (ആദ്യത്തെ രണ്ടുദി

വസന്തത്തെ തളർച്ചയ്ക്കും നിശ്ശബ്ദതയ്ക്കും ശേഷം) 1984 ലെ ഡൽഹി കലാപം, 1989 ലെ ഹാഷിംപുര-മീററ്റ് കൂട്ടക്കൊല (ഡൽഹിയിൽ യമുനാനദിക്ക് സമീപം വെടിയേറ്റ് മരിച്ചവരുടെ ശവശരീരങ്ങൾ യമുനാനദിക്കരയിൽ വന്നടിഞ്ഞത്), 1992-93 ലെ ബോംബെ കലാപം, പിന്നെ 2002 ലെ ഗുജറാത്ത് വംശഹത്യ എന്നിവ. അതുപോലെ സ്വമേധയാ ന്യായാധികാരം (Suomotu) തുടങ്ങിയവ ഹീനമായ ജാതീയ ആക്രമണങ്ങളിൽ ഉപയോഗിക്കപ്പെട്ടില്ല. വളരെ അപൂർവ്വമായി മാത്രം ഈ സുഓമോട്ടു (Suomotu) അധികാരം എന്തുകൊണ്ട്ണ്ടാണ് പ്രയോഗിക്കപ്പെടുന്നു എന്ന ദുഃഖകരമായ ചോദ്യം എന്നോട് ഉയർത്തിയത് രോഹിത് വെമുലയുടെ സഹോദരനായ രാജ വെമുലയാണ്. 2016 ജനുവരി 17 ന് നടന്ന ആദളിത് വിദ്യാർത്ഥിയുടെ മരണം സ്ഥാപനപരമായ നിർദ്ദയത്വവും പക്ഷപാതവും മൂലമായിരുന്നു. അത് മോദി ഭരണത്തിന്റെ നിഴലിലാണ് നടന്നത്. രോഹിത് വെമുലയുടെ കുടുംബവും സഹപാഠികളും വൈസ്ചാൻസലർ അപ്പാറാവുവും മോദിക്കെതിരായി ഒരു കേസ് ഹൈദരാബാദ് ഹൈക്കോടതിയിൽ ഫയൽ ചെയ്തിരുന്നു. അത് കോടതിയിൽ ഒരു തീരുമാനവുമാകാതെ കിടക്കുന്നു. രാജാവെമുല എന്നോട് ചോദിച്ചു. " കോടതിക്ക് സുഓമോട്ടു (Suomotu) അധികാരം ഉപയോഗിച്ച് ഇടപെട്ടുകൂടെ?" വളരെ പരിമിതമായി മാത്രം മനുഷ്യന്റെ സങ്കടത്തെ ഒപ്പുന്ന, നമ്മുടെ നിലനില്ക്കുന്ന സമ്പ്രദായത്തെപ്രതി എന്റെ തൊലിയുരിഞ്ഞുപോയി, മറുപടി പറയാൻ പറ്റിയില്ല.

2002 ലെ കലാപത്തോടനുബന്ധിച്ച് ഗുജറാത്ത് ഹൈക്കോടതി ഒരു കാര്യത്തിലും സുഓമോട്ടു (Suomotu) അടിസ്ഥാനത്തിൽ നടപടി സ്വീകരിച്ചില്ല. അതു പോകട്ടെ ഒരു റിട്ടയേർഡ് ജഡ്ജിയും ഹൈക്കോടതിയിലെ മറ്റൊരു സിറ്റിങ് ജഡ്ജിയും ശാരീരികമായി തന്നെ ആക്രമിക്കപ്പെട്ടു. മുസ്ലീം വിഭാഗങ്ങളുടെതന്നെ ഏരിയായിൽ പോയി ഞങ്ങൾ സ്വയം സുരക്ഷാനടപടികൾ സ്വീകരിക്കാൻ നിർബ്ബന്ധിതമായിരിക്കുന്നു എന്ന് ചീഫ് ജസ്റ്റിസിനുപോലും പറയേണ്ടിവന്നു, നിയമസമാധാന സംവിധാനത്തിൽ അദ്ദേഹത്തിന് വിശ്വാസമുണ്ടായില്ല. ആക്രമിക്കപ്പെട്ട ജഡ്ജിമാരിൽ ഒരാളായ ജസ്റ്റിസ് എ എൻ ദിവേച്ചയുടെ കത്ത് 2002 ലെ മനുഷ്യാവകാശ കമ്മീഷൻ റിപ്പോർട്ടിനോട് അനുബന്ധമായി ചേർത്തിട്ടുള്ള രേഖയാണ്. മറ്റൊരു ജഡ്ജി ജസ്റ്റിസ് എം എച്ച് കാദ്രി ആയിരുന്നു. 2002 ലെ സംഭവങ്ങൾ എത്രത്തോളം ആഴത്തിലുള്ളതാണെന്നുള്ള ലജ്ജിപ്പിക്കുന്ന ഓർമ്മക്കുറിപ്പായി അവശേഷിക്കുന്നു ഇത്. ജഡ്ജിക്കെതിരായ ആദ്യത്തെ ആക്രമണം ഗുജറാത്ത് ഹൈക്കോടതിയിൽനിന്നും ഏറെ അകലെയല്ലാതെയായിരുന്നു എന്ന് സാക്കിയ ജാഫ്രികേസിന്റെ അന്വേഷണ റിക്കാർഡുകൾ വെളിപ്പെടുത്തുന്നു. 2002 ഫെബ്രുവരി 28 ന് രാവിലെയായിരുന്നു സംഭവം. സിറ്റിങ് ജഡ്ജിമാർക്കോ, റിട്ടയേഡ് ജഡ്ജിമാർക്കോ

യാതൊരുവിധ സംരക്ഷണവും ഏർപ്പെടുത്തിയില്ല. രണ്ടുപേരും മുസ്ലീം സമുദായക്കാരായിരുന്നു എന്നത് വെളിവായിട്ടുണ്ട്.[10] സർക്കാരിനും ഭരണസംവിധാനത്തിനും മേൽ വളരെ ഗൗരവമേറിയ ഒരു ചോദ്യചിഹ്നമായി ഇത് അവശേഷിക്കുന്നു.

ഗുജറാത്തിലെ ഒരുക്കങ്ങളുടെ പരാജയം സംബന്ധിച്ച് നിരന്തരമായ സൂചനകൾ സുപ്രീംകോടതിക്ക് ലഭിച്ചു കൊണ്ടിരുന്നു. രണ്ട് പെറ്റീഷനുകൾ, ഒന്ന് മല്ലികാസാരാഭായിയുടേയും, രണ്ടാമത്തേത് സിറ്റിസൺ ഫോർ ജസ്റ്റിസ് ആന്റ് പീസി (സി ജെ പി) ന്റേതും 2002 മെയ് ഒന്ന്, രണ്ട് തീയതികളിൽ തന്നെ ഫയൽ ചെയ്യപ്പെട്ടു. എന്നാൽ 2003 ജൂലൈ-ആഗസ്ത് മാസത്തിൽ മാത്രമാണ് ആദ്യമായി ഒരു വിശദമായ ഉത്തരവ് ഈ കോടതിയിൽനിന്നും പുറത്ത് വന്നത്. അത് ബെസ്റ്റ് ബേക്കറി കേസിന്റെ വിചാരണവേളയിലായിരുന്നു. അതിലെ പ്രമുഖ സാക്ഷി സാഹിറ ഷേയ്ഖ് മുംബൈയിൽ വന്നു. അവർ ഞങ്ങളെ വന്നുകണ്ട് കേസ് പുനഃപരിശോധിക്കണമെന്ന് ആവശ്യപ്പെട്ടു. അവർ ദേശീയ മനുഷ്യാവകാശകമ്മീഷൻ മുമ്പാകെ ഹാജരായി. അതിന്റെ വിചാരണയും ബന്ധപ്പെട്ട സംഭവങ്ങളും നമ്മളെ പിടിച്ചുലച്ചു. സി ജെ പിയുടെ ട്രസ്റ്റിമാരിലൊരാൾ അന്ന് എന്നോട് ചോദിച്ചിരുന്നു, ഈ കോടതികളിൽ ജയിക്കും എന്ന ആത്മവിശ്വാസം ഉണ്ടോ എന്ന്. കേസ് ഗുജറാത്തിൽനിന്നും ട്രാൻസ്ഫർ ചെയ്തുകൊണ്ട് പുനർവിചാരണ നടത്താൻ ഉത്തരവ് ലഭ്യമാക്കാൻ കഴിയുമോ? ഞാൻ മറുപടി പറയാൻ വേണ്ടി ഗാഢമായി ആലോചിച്ചു. പിന്നീട് ഞാൻ സത്യസന്ധമായി മറുപടി പറഞ്ഞു. നിയമത്തിന്റെ ഈ വശം വളരെ അപൂർവ്വമായേ പ്രയോഗിച്ചിട്ടുള്ളു. ഒരിക്കൽ 1950 ൽ വർഗ്ഗീയ സംഘർഷം സംബന്ധിച്ചുള്ള കേസ് ഒരു ജില്ലയിൽനിന്നും മറ്റൊരു ജില്ലയിലേക്ക് മാറ്റിയിട്ടുണ്ട്. ഏതെങ്കിലും ഒരു കാരണത്താൽ നിയമത്തിന്റെ ഈ വശം പ്രയോഗിക്കുന്നെങ്കിൽ അത് ഈ കേസിന് വേണ്ടിയാവും എന്നും ഞാൻ കൂട്ടിച്ചേർത്തു. ഞാൻ മുന്നോട്ട് പോകാൻ തീരുമാനിച്ചു. 2004 ഏപ്രിൽ 14 ന് അഹമ്മദാബാദിലെ പ്രശാന്തിൽ വച്ച് ഞാൻ അദ്ധ്യാപകർ കൂടി ഉൾപ്പെടുന്ന സാമൂഹ്യപ്രവർത്തകർക്കുള്ള ഒരു വർക്ക്ഷോപ്പിൽ പങ്കെടുത്തുകൊണ്ടിരുന്നപ്പോൾ ഞങ്ങൾക്കും വക്കീലന്മാരിൽനിന്നും ഉള്ള ടെലിഫോൺ കോൾ ലഭിച്ചു. കാര്യങ്ങൾക്ക് അയവ് വന്നിരിക്കുന്നു. സാധാരണഗതിയിൽ അല്പഭാഷിയും യാഥാസ്ഥിതികയുമായ അപർണ്ണ ഭട്ട് ഹർഷോന്മാദത്തിലായിരുന്നു. കേസ് ബോംബെയിലേക്ക് ട്രാൻസ്ഫർ ചെയ്യുകയും പുനർവിചാരണ ഉത്തരവാകുകയും ചെയ്തിരിക്കുന്നു. സീനിയർ കോൺസലായ കപിൽ സിബലും ഫോണിൽ വിളിച്ച് എന്നെ അഭിനന്ദിച്ചു. എവിടെയും സന്തോഷത്തിന്റെ പരിസരം ഉടലെടുത്തു. ഞങ്ങളുടെ സംഘം പിരിഞ്ഞതിന് ശേഷം, നിമിഷങ്ങൾക്കകം ഗുൽബർഗ വിചാര

ണയിലുൾപ്പെട്ട രണ്ട് ആർ എസ് എസ്-വി എച്ച് പിക്കാർ അതുൽ വൈദ്യയും ഭരത് തെല്ലിയും- മോട്ടോർ സൈക്കിളിൽ നേരിട്ട് എന്നെ ഭീഷണിപ്പെടുത്താൻ വന്നു. ശാരീരികമായ ഭീഷണി നിലനില്ക്കുന്ന സാഹചര്യത്തെക്കുറിച്ച് ഗൗരവപൂർവ്വം ഞങ്ങൾ ബോധവാന്മാരായി. ഫാദർ ഫെഡറിക് പ്രകാശ് ഈ ഭീഷണിക്കെതിരെ ഒരു എഫ് ഐ ആർ ഫയൽ ചെയ്തു.[11]

ഞങ്ങൾ ചെയ്ത ഏറ്റവും പ്രധാനപ്പെട്ട ഒരു നടപടി, കൂട്ടായ തീരുമാനത്തിലൂടെ, വി ആർ കൃഷ്ണയ്യരുടെ നേതൃത്വത്തിൽ ഒരു കൺസേൺഡ് സിറ്റിസൺ ട്രിബ്യൂണൽ (സി സി ടി) സ്ഥാപിച്ചതായിരുന്നു. അതിൽ ജസ്റ്റിസ് പി ബി സാവന്ത്, ജസ്റ്റിസ് ഹോസ്ബറ്റ് സുരേഷ്, കെ ജി കണ്ണാബിരാമൻ, അരുണാറോയ്, തനികാ സർക്കാർ, ഘനശ്യാം ഷാ, കെ ജി സുബ്രഹ്മണ്യൻ എന്നിവർ അംഗങ്ങളായി. ട്രിബ്യൂണലിന്റെ ഉദ്ദേശ്യം എന്നത്, കൃത്യമായും, അതുപോലെ എത്രയും വേഗത്തിലും രക്ഷപ്പെട്ടവരുടെ തെളിവുകൾ, കുറ്റവാളികൾ, ഉദ്യോഗസ്ഥർ എന്നിവരുടേത് ഡോക്യുമെന്റ് ചെയ്തുകൊണ്ട് നിഗമനങ്ങളിലും ശുപാർശകളിലും എത്തിച്ചേരുക എന്നതായിരുന്നു. ഇത്തരം കമ്മീഷനുകൾ വിശദമായ വിസ്താരങ്ങളും നിയമനടപടികളുടെ മാനദണ്ഡങ്ങളും പ്രാവർത്തികമാക്കാറില്ലെങ്കിലും അതിന്റെ വിലമതിക്കാനാവാത്ത പ്രാധാന്യം കിടക്കുന്നത് ഇടപെടലിന്റെ ജാഗ്രതയിലും തെളിവുകളുടേയും സാക്ഷികളുടേയും അതീവസൂക്ഷ്മതയോടെയുള്ള രേഖപ്പെടുത്തലുകളിലുമായിരുന്നു. കാലതാമസങ്ങളിലേക്ക് വലിച്ചിഴയ്ക്കപ്പെടുന്ന നമ്മുടെ ക്രിമിനൽ നീതിന്യായ വ്യവസ്ഥയിൻമേൽ ഒരു കണ്ണാടിയായി ഇത്തരം ട്രിബ്യൂണലുകൾക്ക് മാറാൻ കഴിയുന്നു. സാമ്പത്തികശക്തിയുള്ളവർക്കും അധികാരമുള്ളവർക്കും അനുകൂലമായ നിയമവ്യവസ്ഥയാണ് നമുക്ക് കാണാൻ കഴിയുന്നത്. തുടർന്നുപോയ ആക്രമണങ്ങൾ CCT നിശ്ചയിച്ച രണ്ട് ഹിയറിങ്ങുകൾക്ക് കാലതാമസം വരുത്തി. “എഴുപത്തിരണ്ട് മണിക്കൂറിനുള്ളിൽ കലാപം നിയന്ത്രിച്ചു” എന്ന കെട്ടുകഥ തുറന്നു കാണിക്കപ്പെട്ടു. ആഴത്തിലുള്ള മാധ്യമ റിപ്പോർട്ടുകൾ കേസിന്റെ വൈപുല്യം തുറന്നുകാട്ടി.

മെയ് ഒന്നിന് ഞങ്ങൾ തുടങ്ങാൻ തീരുമാനിച്ചു. അവസാനനിമിഷങ്ങളിലും ഹിയറിങ് നീട്ടിവക്കും വിധം ചില്ലറ തടസ്സങ്ങളുണ്ടായി. ഞങ്ങളുടെ സുഹൃത്തും നടനുമായ-ഫാറൂക്ക് ഷെയ്ക്ക് എല്ലാക്കാര്യങ്ങളിലും പ്രേരണ നല്കി. അങ്ങനെ മെയ് ഒന്നുമുതൽ 18 വരെ പതിനെണ്ണായിരത്തോളം തെളിവുകൾ (രേഖപ്പെടുത്തിയതും വാചാതെളിവുകളും) ശേഖരിച്ചു. സംസ്ഥാനത്തുടനീളമുള്ള ഔദ്യോഗികമായ സാക്ഷികളെയും ഇരകളെയും പരിശോധിച്ചു. ശത്രുപക്ഷത്തുള്ള സർക്കാർ ഞങ്ങളുടെ ഓരോ നടപടികളും സൂക്ഷ്മമായി നിരീക്ഷിച്ചുകൊണ്ടിരിക്കെ അത് വളരെ വെല്ലു

വിളി നിറഞ്ഞതായിരുന്നു. ജഡ്ജിമാരുടെ യാത്രയ്ക്കായി ഞങ്ങൾ വാടകയ്ക്കെടുത്ത വാഹനങ്ങൾ അഹമ്മദാബാദിൽ രണ്ടുപ്രാവശ്യം ആക്രമിക്കപ്പെട്ടു. ട്രിബ്യൂണലിനു മുന്നിൽ തെളിവുകൾ സാക്ഷ്യപ്പെടുത്തിയവരുടെ മേലുള്ള നിരീക്ഷണം മറ്റൊരു രീതിയിലുള്ള ഭീഷണി ആയിരുന്നു. എന്നിരുന്നാലും ട്രിബ്യൂണലിന്റെ മൂന്ന് വോള്യം റിപ്പോർട്ട് (Crime against Humanity: An enquiry into the carr age in Gujarat) സംസ്ഥാനത്തിന്റെ പരിരക്ഷയോടുകൂടി, നിന്ദ്യവും ഹീനവുമായ വിധത്തിൽ കലാപം ആസൂത്രണം ചെയ്യപ്പെട്ടതിന്റെ ഗഹനവും വിശ്വസനീയവുമായ രേഖയായിരുന്നു. സംസ്ഥാനത്തിന്റെ പങ്കി നെപ്പറ്റി പ്രതിപാദിക്കുന്ന അദ്ധ്യായത്തിന്റെ തുടക്കത്തിൽ ഇപ്രകാരം പറയുന്നു.

1) ഗോധ്രാനന്തര ഗുജറാത്ത് കലാപം സംസ്ഥാനത്തിന്റെ മുഖ്യമന്ത്രിയുടെയും സർക്കാരിന്റെയും മുൻകൈയിൽ സംഘടിതമായി നടത്തിയ അക്രമമായിരുന്നു. സർക്കാരിന്റെയും ഉദ്യോഗസ്ഥരുടെയും വിവിധ നടപടികളിൽനിന്നും സ്ഥാപനത്തിന്റെ കലാപത്തിലുള്ള പങ്ക് വളരെ വ്യക്തമാണ്.

1.1) അന്വേഷണ ഏജൻസികളിൽ ആരുംതന്നെ ഗോധ്രസംഭവം മുൻകൂട്ടിയുള്ള ആസൂത്രണത്തിന്റെ ഭാഗമാണെന്ന് വിലയിരുത്താതിരുന്ന സാഹചര്യത്തിൽ മുഖ്യമന്ത്രിയാണ് അത്തരമൊരു പ്രഖ്യാപനം നടത്തിയത്. ശ്രീ. മോദിയുടെ ക്യാബിനറ്റ്, പ്രത്യേകിച്ചും ആഭ്യന്തരമന്ത്രിയായ ശ്രീ ഗോവർദ്ധൻ ഡാഫിയ ഗോധ്ര സംഭവത്തിന്റെ പിറകിൽ പാകിസ്ഥാന്റെ കൈകൾ ഉണ്ടെന്നാണ് വളരെ ശക്തമായി ആവർത്തിച്ചുകൊണ്ടിരുന്നത്. നിലനിന്നിരുന്ന സാഹചര്യങ്ങളുടെ വൈകാരികതയുടേയും സമൂഹത്തിൽ മുറ്റി നിന്നിരുന്ന വിദ്വേഷത്തിന്റെ പശ്ചാത്തലത്തിലും ഇത്തരത്തിലുള്ള പ്രസ്താവനകൾ വളരെ ഉത്തരവാദിത്വരഹിതമായിരുന്നു. വളരെ ചുരുക്കം ക്രിമിനലുകളുടെ നടപടിയുടെ ഫലമായി ഉണ്ടായ സംഭവത്തിന്മേൽ കുറ്റാരോപണങ്ങൾ നിർണ്ണയിച്ചുകൊണ്ടുള്ള സാഹചര്യം ഉടലെടുക്കുകയും ഗോധ്രയിലെ ഗഞ്ചി മുസ്ലീം വിഭാഗം പൂർണ്ണമായും സംഭവത്തിൽ ബ്രാന്റ് ചെയ്യപ്പെടുകയും ചെയ്തു. ഇത് പിന്നീടുണ്ടായ ആസൂത്രിതമായ കൂട്ടക്കൊലയ്ക്കും, കവർച്ചയ്ക്കും, കൊള്ളയ്ക്കും, മുസ്ലീങ്ങളുടെ സാംസ്കാരികമായ നിഷ്കാസനത്തിനും ന്യായീകരണം തേടുന്നതിന് വേണ്ടിയാണെന്നുള്ള തോന്നലുണ്ടാക്കി.

1.2) ഗോധ്രയിലെ കത്തിക്കരിഞ്ഞ, തിരിച്ചറിയാൻ പോലും പറ്റാത്ത മൃതശരീരങ്ങൾ മോട്ടോർ വാഹനങ്ങളുടെ അകമ്പടിയോടെ അഹമ്മദാബാദിലേക്ക് കൊണ്ടുവരുന്നതിന് തീരുമാനം കൈകൊണ്ടത് മുഖ്യമന്ത്രിയാണ്. മോട്ടോർ വാഹനവൃന്ദം അഹമ്മദാബാദിലേക്ക് പുറപ്പെട്ടപ്പോൾത്തന്നെ അദ്ദേഹത്തിന്റെ പാർട്ടിയുടേയും സംഘടനകളുടേയും മുതിർന്ന നേതാക്കന്മാർ തിരിച്ചടിക്ക് പ്രേരണ നല്കുന്ന രൂപത്തിൽ ഉച്ച

ത്തിൽ മുദ്രാവാക്യങ്ങൾ മുഴക്കി. ഇതിനൊക്കെ അംഗീകാരം നല്കുന്ന മുഖ്യമന്ത്രിയുടെ സമീപനവും ഒരിക്കലും ഒരു കുടിലമായ ഗൂഢാലോചനയുടെ ഭാഗമാണെന്ന് തെളിയിക്കപ്പെടാത്ത സംഭവത്തെ അത് അങ്ങനെയാണെന്ന് പ്രചരിപ്പിക്കുന്നതിനായി ഔദ്യോഗിക സംവിധാനത്തെ ഉപയോഗിച്ചതും തീർത്തും അപലപനീയമായിരുന്നു. ഇപ്രകാരം ഗോധ്രസംഭവത്തിനുശേഷം ഗുജറാത്തിന്റെ ഇതരഭാഗങ്ങളിൽ അക്രമം വ്യാപകമായതിന് പ്രധാന ഉത്തരവാദി മുഖ്യമന്ത്രിയായിരുന്നു.[12]

1.3) സംഭവവുമായി ബന്ധപ്പെട്ട എല്ലാവരെയും തന്നെ വളരെ കർശനമായി നിരീക്ഷണവിധേയമാക്കി. പല പൊലീസ് ഉദ്യോഗസ്ഥന്മാരെയും ജില്ലാകലക്ടർമാരെയും ട്രിബ്യൂണൽ നേരിൽ കാണുകയുണ്ടായി. വി എച്ച് പിയും ആർ എസ് എസും ട്രീബ്യൂണലിന് മുമ്പാകെ ഹാജരാവുകയും ഗോധ്രസംഭവത്തെയും തുടർന്നുള്ള സംഭവങ്ങളെയും സംബന്ധിച്ച രേഖകളും വീഡിയോകളും സമർപ്പിച്ചു. എന്നാൽ ട്രിബ്യൂണലിന്റെ മുൻപിലെ ഏറ്റവും പ്രധാനപ്പെട്ട ഒരു സംഗതി, 2002 മെയ് 13 ന്, സംസ്ഥാന റവന്യൂമന്ത്രിയായ ഹരേൺ പാണ്ഡ്യ സമർപ്പിച്ച വെളിപ്പെടുത്തലുകൾ ആയിരുന്നു. അദ്ദേഹം നല്കിയ തെളിവുകൾ സ്ഫോടനാത്മകവും ട്രിബ്യൂണലിന്റെ മൂന്ന് വോള്യം റിപ്പോർട്ടുകൾ കുറച്ചുമാസങ്ങൾക്ക് ശേഷം പുറത്തുവന്നപ്പോൾ, അത് പരസ്യമാവുകയും ചെയ്തു. ട്രിബ്യൂണലിന്റെ റിപ്പോർട്ടിൽ അദ്ദേഹത്തിന്റെ താല്പര്യപ്രകാരം പാണ്ഡെയുടെ ഐഡിന്റിറ്റി വെളുപ്പെടുത്തിയിരുന്നില്ല. ഇടക്കാല കണ്ടെത്തലുകൾ ഗുജറാത്ത് സർക്കാരിന് കൈമാറിയശേഷം (എന്നിട്ടും യാതൊരുവിധ പ്രതികരണവും ലഭിച്ചിരുന്നില്ല.). അന്തിമമായ മൂന്നു വാള്യം റിപ്പോർട്ട് അഹമ്മദാബാദിലും ഡൽഹിയിലുമായി റിലീസ് ചെയ്യുകയായിരുന്നു. ഇത് 2002 നവംബർ മാസത്തിലായിരുന്നു. അതിൽ സംസ്ഥാനത്തിന്റെ പങ്കിനെപ്പറ്റി പ്രതിപാദിക്കുന്നിടത്ത് ട്രിബ്യൂണൽ വളരെ നിർണ്ണായകമായ തെളിവുകൾ വിശദീകരിച്ച് പറഞ്ഞിരുന്നു.

1.4) ശ്രീ. മോദി, തന്റെ പ്രധാന പങ്കോടെ, ക്യാബിനറ്റിലെ മറ്റ് മൂന്ന് സഹപ്രവർത്തകരോടൊന്നിച്ച്, മുതിർന്ന പൊലീസ് ഉദ്യോഗസ്ഥരോട് 'ഹിന്ദുക്കളുടെ ഭാഗത്തുനിന്നും പ്രതികരണം പ്രതീക്ഷിക്കുന്നുണ്ടെന്നും അത് അടിച്ചമർത്തുകയോ നിയന്ത്രിക്കുകയോ ചെയ്യേണ്ടതില്ല എന്നും നിർദ്ദേശം നല്കുകയുണ്ടായി.[13]

റിപ്പോർട്ട് റിലീസ് ചെയ്യുന്നതിന് തൊട്ടുമുൻപ് ട്രിബ്യൂണൽ മെമ്പർമാരിലൊരാളായ ഹോസ്ബെറ്റ് സുരേഷുമായി ഒരു അഭിമുഖം *ഔട്ട്ലുക്ക്* മാസിക നടത്തുകയും, 2002 ഫെബ്രുവരി 27 ന് മുഖ്യമന്ത്രിയുടെ വീട്ടിൽ വച്ച് ഒരു മീറ്റിങ് നടന്നതു സംബന്ധിച്ച് തെളിവുകൾ ക്യാബിനറ്റിലെ ഒരു മന്ത്രി നല്കിയിരുന്നതായും വെളിപ്പെടുത്തപ്പെടുകയും ചെയ്തിരുന്നു. ആ മീറ്റിങ്ങിൽ, ഭരണതലത്തിലെ ഉന്നതന്മാരായി

രുന്നവരോട് ഹിന്ദുക്കളുടെ ഭാഗത്തു നിന്നുണ്ടാവുന്ന തിരിച്ചടി തടയേണ്ടതില്ലെന്നും, അവരുടെ നൈരാശ്യത്തിന്റെ പ്രകടനമാണെന്നും നരേന്ദ്രമോദി പറയുകയുണ്ടായി. എന്നാൽ 2013 മാർച്ച് 26 ന് ഹരേൺ പാണ്ഡ്യ വധിക്കപ്പെടുകയും അദ്ദേഹം നേരിട്ട് നല്കിയ തെളിവ് ചരിത്രരേഖയായി അവശേഷിക്കപ്പെടുകയും ചെയ്തു.[14] സ്റ്റേറ്റ് ഇന്റലിജൻസ് ബ്യൂറോ ചീഫും അഡീഷണൽ ഡി ജി പിയുമായിരുന്ന ആർ ബി ശ്രീകുമാറിന്റെ 2002 ഏപ്രിലിനും സെപ്തംബറിനും ഇടയിലെ റിക്കാർഡുകൾ, മന്ത്രി ട്രിബ്യൂണലിന് മുൻപാകെ ഹാജരായത് അറിഞ്ഞതിന് ശേഷം, മുഖ്യമന്ത്രി എപ്രകാരമായിരുന്നു ഹരേൺ പാണ്ഡ്യയുടെ ഫോൺ പകർത്തിയിരുന്നത് എന്നത് സംബന്ധിച്ച വിവരങ്ങൾ ഉൾക്കൊള്ളുന്നുണ്ട്.

2002 ൽ എന്റെ മകന് ആറ് വയസ്സ് പ്രായവും മകൾക്ക് പതിനൊന്ന് വയസ്സ് പ്രായവും ആയിരുന്നു. ആദ്യത്തെ ആറുമാസം വളരെ നാളുകളോളം ഞാൻ അകലെയായിരുന്നു. വിഷമം പിടിച്ച ഈ മാസങ്ങളിൽ അപൂർവ്വമായേ എനിക്കവരെ കാണാൻ കഴിഞ്ഞിരുന്നുള്ളു. ആ വർഷം മെയ്മാസത്തിൽ ദു:സ്വപ്നങ്ങൾ, ആഴ്ചകളോളം തെരുവുകളും ശവപ്പറമ്പുകളും, ഹൈവേകളുമൊക്കെയായി എന്റെ മനസ്സാക്ഷിയെ പിൻതുടർന്നുകൊണ്ടിരുന്നു. ആ വർഷം ഇത്തരം ദുരന്തങ്ങളുടെ നരകത്തിൽ നിന്നും ചെറിയ ആശ്വാസം ലഭിക്കുന്നതിന്റെ ഭാഗമായി ഞങ്ങൾ കുടുംബമായി ഹിമാചലിലെ സാംഗ്ളാ താഴ്വരയിൽ പത്ത് ദിവസത്തോളം ചെലവഴിക്കുകയുണ്ടായി. നനുത്തതും ശാന്തവുമായ ഹിന്ദുരീതികളാണ് ഞാൻ അവിടെ കണ്ടത്. രക്ഷം, ചിത്ക്കുൾ എന്നിവിടങ്ങളിലെ നടത്തങ്ങൾ ആത്മാവിനെ ഉദ്ദീപിപ്പിക്കുന്നതായിരുന്നു. അകലെയായിരുന്ന ആ കുറച്ച് ദിവസങ്ങൾ മനസ്സിനെ ആശ്വസിപ്പിക്കുന്നതും മുറിവുകളെ ഉണക്കുന്നതിന് പര്യാപ്തവുമായിരുന്നു.

ഏഴുവർഷത്തിന് ശേഷം 2009 ൽ ജസ്റ്റിസ് പി ബി സാവന്തും, സുരേഷും, സ്പെഷ്യൽ ഇൻവെസ്റ്റിഗേഷൻ ടീമിലെ (എസ് ഐ ടി) എ കെ മൽഹോത്ര മുൻപാകെ മൊഴിനല്കുകയുണ്ടായി. ഹരേൺ പാണ്ഡ്യയുടെ വെളിപ്പെടുത്തലുകൾ അവർ ആവർത്തിക്കുകയുണ്ടായി. മനുഷ്യാവകാശ നിയമസംഹിതയുടെ ചരിത്രത്തിൽ ഒരിക്കൽ പോലും മുൻ ജഡ്ജിമാർ ഇത്രയും ഉത്സാഹത്തോടെ നടന്നുകൊണ്ടിരിക്കുന്ന അന്വേഷണത്തിന്റെ ഭാഗമാവാൻ താല്പര്യം കാണിച്ചിട്ടില്ല.. സാക്കിയ ജാഫ്രി കേസിന്റെ അന്വേഷണത്തിന്റെ ഭാഗമായിട്ടായിരുന്നു അവർ വെളിപ്പെടുത്തലുകൾ നടത്തിയത്. നിയമവിരുദ്ധമായി നല്കിയ നിർദ്ദേശങ്ങളെപ്പറ്റി അറിവുണ്ടായിരുന്ന മറ്റ് മൂന്ന് ഓഫീസർമാരെക്കൂടി പരിശോധനയ്ക്ക് വിധേയമാക്കണമെന്ന് അവരുടെ സ്റ്റേറ്റ്മെന്റിൽ നിർദ്ദേശിച്ചു. ഇത്രയും നിർണ്ണായകമായ തെളിവിനെ പക്ഷേ, എസ് ഐ ടി അസാധുവാക്കുകയാണുണ്ടായത്. ഞെട്ടിക്കും വിധം നിരുത്തരവാദപരമായ അന്വേഷണ

ത്തെയാണ് സി ജെ പിയുടെ സഹായത്തോടെ ഗുജറാത്ത് ഹൈക്കോട തിയിൽ സാക്കിയ ജാഫ്രി ചോദ്യം ചെയ്തത്.

സി ജെ പിയുടെ ആദ്യത്തെ, ഏറ്റവും നിർണ്ണായകമായ സംഭാവന ട്രിബ്യൂണലിന് മുഴുവൻ സഹായവും നല്കി റിപ്പോർട്ട് പ്രസിദ്ധീകരി ക്കുന്നതിലായിരുന്നു.

2003 ഒക്ടോബറിലെ ഒരു ദസറ ദിനത്തിൽ ഗോധ്ര കൂട്ടക്കൊല യിൽനിന്നും രക്ഷപ്പെട്ട അഞ്ചുകുടുംബങ്ങൾ സി ജെ പിയിൽ വന്നു. ആർ എസ് എസും, വി എച്ച് പിയും അവരുടെ നഷ്ടങ്ങളും വിഷമത കളും ഉപയോഗപ്പെടുത്തിക്കൊണ്ടിരിക്കുന്നതിനെപ്പറ്റി അവർ പറഞ്ഞു. ഗോധ്ര അന്വേഷണവും ക്രിമിനൽ വിചാരണക്കേസും ട്രാൻസ്ഫർ ചെയ്യ ണമെന്നാവശ്യപ്പെട്ട് ഗോധ്ര തീവണ്ടി തീവെപ്പു കേസിൽ രക്ഷപ്പെട്ട വർക്കായി ശരിയായ നിലപാട് സ്വീകരിച്ചുകൊണ്ട് ഒരു അഫിഡവിറ്റ് ഞങ്ങൾ സുപ്രീംകോടതിയിൽ ഫയൽ ചെയ്യുകയുണ്ടായി. 2011 ൽ വിചാ രണക്കോടതി പതിനൊന്നുപേർക്ക് വധശിക്ഷ വിധിച്ചപ്പോൾ തീവെപ്പിൽ ഭാര്യ കൊല്ലപ്പെട്ട ഭാർത്ഭായി പഞ്ചൽ എന്നയാൾ, ഇവർക്ക് വധശിക്ഷ നല്കുന്നതല്ല ഞങ്ങളുടെ പ്രധാന ആവശ്യമെന്നും, എന്നാൽ ഈ പ്രതി കാരത്തിന്റെ ആവർത്തനങ്ങൾ അവസാനിപ്പിക്കുന്നതാണ് അടിയന്തര മായി വേണ്ടതെന്നും മാധ്യമങ്ങളോട് പറയുകയുണ്ടായി.

വേദനകളുടെ ഈ ലോകത്തുനിന്നും ആശ്വാസം നല്കിയത് ചില സൗഹൃദങ്ങളായിരുന്നു. ആദ്യം വി പി ഹൗസിലും പിന്നീട് ഫിറോസ് ഷാറോഡിലും പ്രവർത്തിച്ചിരുന്ന സഹ്മതിന്റെ ചെറിയ ആഫീസ് 2002 മുതലുള്ള ഞങ്ങളുടെ ഈ തീക്ഷ്ണമായ യാത്രയിൽ മാനസികമായും ശാരീരികമായും സഹായം നല്കുന്ന ഒരു കേന്ദ്രമായിരുന്നു. അന്നുമുതൽ തന്നെ, മധുവിന്റെയും രാജന്റെയും വീടുകൾ ഡൽഹിയിൽ യഥാർത്ഥ ത്തിലുള്ള തുണയായിരുന്നു. പ്രതിസന്ധികളോ, ആഘോഷങ്ങളോ ആവ ട്ടെ, മനുഷ്യന് വിശ്രാന്തി നല്കുന്നതും ഉൽക്കണ്ഠയിലും ഉദ്വേഗങ്ങളിലും ആശ്വാസം നല്ക്കുന്നതുമായിരുന്നു അവിടം. റാം റഹിമാനും അദ്ദേഹ ത്തിന്റെ ക്യാമറയും ഒപ്പം കൂടി. ശില്പകലാപ്രവർത്തനങ്ങൾ കാണിച്ചു തരുന്നതിനും പ്രയാസമേറിയ കാര്യങ്ങളിൽനിന്നും എന്നെ വഴിതിരിച്ചു തരുന്നതിലും അദ്ദേഹം ബദ്ധശ്രദ്ധനായിരുന്നു.

കടുത്ത നിയമയുദ്ധങ്ങൾ ദിനംപ്രതി ചെലുത്തുന്ന സമ്മർദ്ദങ്ങൾ എന്നെ ക്ഷീണിപ്പിച്ചു. നിലവിലുള്ള ഭരണസംവിധാനത്തിന് കീഴിൽ നട മാടിയിരുന്ന വർഗ്ഗീയതയുടെ ദുർഗ്ഗന്ധത്തിന് ഔദ്യോഗികമായ അംഗീ കാരം ലഭിച്ചുവരുന്നതായി തോന്നി. ഇന്ത്യൻ ഭരണഘടനയുടെ റിട്ട് അതിനെ ധീരമായി ചെറുക്കുന്നതിന് വേണ്ടി നിലകൊള്ളുന്നു.

2002 ലെ അവലക്ഷണം പിടിച്ച ഗുജറാത്ത് അതിക്രമങ്ങൾ എന്നെ വളരെ അഗാധമായി സ്വാധീനിച്ചു. നീണ്ടുനിന്ന ന്യൂനപക്ഷ വിരുദ്ധ വംശ

ഹത്യ, വ്യാപകമായ കൊല, വനിതകൾക്കും പെൺകുട്ടികൾക്കും എതിരെ മാരകമായ ലൈംഗീകാതിക്രമങ്ങൾ, വീടുകളുടേയും സ്വത്തുക്കളുടേയും നാശവും പിടിച്ചെടുക്കലും, സാംസ്കാരികവും മതപരവുമായ സ്ഥലങ്ങൾ ഹീനമായ ആവശ്യങ്ങൾക്കായി ഉപയോഗിക്കൽ എന്നിങ്ങനെയുള്ള അതിക്രമത്തിൽ പങ്കെടുത്ത യുവാക്കൾക്ക് പരിശീലനം നല്കുകയും കൃത്യമായി സംഘടിപ്പിച്ച് മുൻകൂട്ടിയുള്ള ആസൂത്രണം ഏർപ്പാടാക്കുകയും ജനാധിപത്യവിരുദ്ധമായ മാർഗ്ഗങ്ങളിലൂടെ ചെയ്തിരുന്നു. സംഘടനകളിലെ വ്യക്തികൾ അധികാരസ്ഥാനങ്ങളിൽ നുഴഞ്ഞ് കയറി. 2002 ന് മുൻപ് തന്നെ ഇത്തരം കാര്യങ്ങളാണ് ഞങ്ങൾ *കമ്യൂണലിസം കോംബാറ്റിലൂ*ടെ പുറത്തുകൊണ്ടുവന്നിരുന്നത്.

അയോദ്ധ്യയിൽനിന്നും മടങ്ങി വന്നിരുന്ന കർസേവകർ ഉൾപ്പെടെ 59 യാത്രക്കാരുടെ, 2002 ഫെബ്രുവരി 27 ലെ സബർമതി എക്സ്പ്രസ് ട്രെയിനിലുണ്ടായ തീവെപ്പിലൂടെയുള്ള മരണം വളരെ ആസൂത്രിതമായ വംശഹത്യക്കാണ് വഴിതെളിച്ചത്. തുടർന്നുണ്ടായ അക്രമസംഭവങ്ങൾ സംസ്ഥാന പൊലീസിന് നിയന്ത്രിക്കാൻ കഴിഞ്ഞില്ല. സംസ്ഥാനത്തിന്റെ ഔദ്യോഗികമായ അറിയിപ്പുപ്രകാരം, 963 പേർ കൊല്ലപ്പെടുകയും (704 മുസ്ലീങ്ങളും 259 ഹിന്ദുക്കളും) ആയിരക്കണക്കിന് ആളുകൾക്ക് പരിക്കേല്ക്കുകയും 687 കോടി രൂപയുടെ നാശനഷ്ടം സ്വത്തുക്കൾ നശിപ്പിക്കുന്നതിലൂടെയും മറ്റും ഉണ്ടാവുകയും ചെയ്തു. ഈ കണക്ക് വളരെ കുറഞ്ഞതാണ്. കോടതികളിലും മറ്റും ഫയൽ ചെയ്ത ചാർജ്ജ് ഷീറ്റുകളിൽനിന്നും മറ്റും വളരെ വിശ്വസനീയമായ രീതിയിൽ ഞങ്ങൾ തയ്യാറാക്കിയ കണക്ക് പ്രകാരം ഗോധ്രാനന്തര അതിക്രമങ്ങളിലെ മരണനിരക്ക് 1926 ആണ്. ഇതിൽ ഇനിയും കണ്ടുപിടിക്കാൻ കഴിയാത്ത 228 പേരുടെ കണക്ക് ഉൾപ്പെടുത്തിയിട്ടില്ല. നാശനഷ്ടങ്ങളുടെ കണക്ക് മൊത്തം 3500 കോടിയോളം വരുമെന്ന് ഞങ്ങൾ വിശ്വസിക്കുന്നു. ഒരു പക്ഷേ, ഇതിലധികവും.

വീടുകൾ നശിപ്പിച്ചത് സംബന്ധിച്ച് ചീഫ് സെക്രട്ടറി സുബ്ബറാവു മുഖേന ദേശീയ മനുഷ്യാവകാശക്കമ്മീഷനിൽ ധാരാളം സ്റ്റേറ്റ്മെന്റുകൾ ഗുജറാത്ത് സ്റ്റേറ്റ് ഫയൽ ചെയ്തിരുന്നു. നഗരപ്രദേശങ്ങളിൽ 18037 വീടുകളും (2002 ജൂൺ വരെ 13222 എണ്ണം) ഗ്രാമപ്രദേശങ്ങളിൽ 11204 വീടുകളും (2002 ജൂൺ വരെ 10025 എണ്ണം) നശിപ്പിക്കപ്പെട്ടു. ഇത്തരം അതിക്രമങ്ങളും നാശങ്ങളും 284 പൊലീസ് സ്റ്റേഷൻ (464 സ്റ്റേഷനുകളാണ് സംസ്ഥാനത്തുള്ളത്) പരിധിയിൽ വരുന്ന 993 വില്ലേജുകളിലും 151 നഗരങ്ങളിലും ആയി 182 ൽ 153 അസംബ്ലി നിയോജകമണ്ഡലങ്ങളിൽ വ്യാപിച്ചുകിടക്കുന്നു എന്നത് അതിന്റെ വ്യാപ്തിക്കുള്ള തെളിവാണ്. (2002 ആഗസ്തിൽ സംസ്ഥാന ഇന്റലിജൻസ് വിഭാഗം ചീഫ് ഇലക്ഷൻ കമ്മീഷന് നല്കിയത് പ്രകാരമുള്ള കണക്കാണിത്.) ദശാബ്ദമായി നടന്നുവരുന്ന

സാക്കിയ ജാഫ്രി കേസിനുവേണ്ടി ഞങ്ങൾ സംഘടിപ്പിച്ച ഔദ്യോഗിക രേഖകൾ, സംസ്ഥാന ആഭ്യന്തരവകുപ്പ് എത്രമാത്രം മനഃപൂർവമാണ്. കേന്ദ്ര ആഭ്യന്തരവിഭാഗത്തിന് (അന്ന് എൽ കെ അദ്വാനിയുടെ കീഴിൽ) ഗുജറാത്തിലെ അതിക്രമങ്ങളുടെ വ്യാപനത്തെപ്പറ്റി തെറ്റായ വിവരങ്ങൾ നല്കിയത് എന്നതിന് തെളിവാണ്.

ഇന്ത്യ ഈയിടെ സാക്ഷ്യം വഹിച്ച മറ്റുപല ന്യൂനപക്ഷ വിരുദ്ധ വംശഹത്യകളിൽനിന്നും വ്യത്യസ്തമായി ഇവിടെ കണ്ടത് പ്രധാനമായും മുസ്ലീം വിഭാഗത്തിൽപ്പെട്ടവരുടെ വിശുദ്ധ ദേവാലയങ്ങളുടെ തകർക്കൽ, ചരിത്രസ്മാരകങ്ങളുടെ നാശനം, കച്ചവടസ്ഥാപനങ്ങൾ, സാമൂഹ്യ-സാംസ്കാരികവും സാമ്പത്തികവുമായ സ്ഥാപനങ്ങളുടെ നശിപ്പിക്കൽ എന്നിവയാണ് (ഏകദേശം മുന്നൂറ് ദർഗ്ഗകളും പള്ളികളും തകർക്കപ്പെട്ടു). കെട്ടിടങ്ങൾ സംരക്ഷിക്കുന്നതിൽ ഉണ്ടായ വീഴ്ചയിൽ ഹൈക്കോടതി സംസ്ഥാനസർക്കാരിനെ വിമർശിച്ചിരുന്നു. വിഷയം ഇപ്പോൾ സുപ്രീം കോടതിയുടെ പരിഗണനയിലാണ്. സംസ്ഥാനസർക്കാരിന്റെ പരാജയത്തിന്റെ ഫലമായി ചരിത്രസ്മാരകങ്ങൾക്കുണ്ടായ നാശത്തെത്തുടർന്ന് അവ പുനർ നിർമ്മിക്കുന്നത് സംബന്ധിച്ചുള്ള, അഹന്താപൂർണ്ണമായ അശ്രദ്ധയിൽ സുപ്രീംകോടതി അതിന്റെ നീരസം രേഖപ്പെടുത്തുകയുണ്ടായി.[15]

വംശഹത്യക്ക് മുന്നോടിയായി വെറുപ്പിന്റേതായ പ്രസ്താവനകൾ ഊമലഘുലേഖകളിലൂടെയും ദൃശ്യ ശ്രവ്യമാധ്യമങ്ങളിലൂടെയും വ്യാപകമായി വിതരണം ചെയ്തുകഴിഞ്ഞിരുന്നു. ഇതുമൂലം സമീപദേശങ്ങളെല്ലാം വെറുപ്പിന്റെ ഇടങ്ങളായി മാറിക്കഴിഞ്ഞിരുന്നു. വ്യവസ്ഥാപിത ദിനപത്രങ്ങളും അവരുടെ കോളങ്ങൾ ഇത്തരം പ്രചരണങ്ങൾക്കായി (Propaganda) ഉപയോഗിച്ചു. ഇന്നുവരെ, ഇത്തരം പ്രസിദ്ധീകരണങ്ങൾക്കെതിരായി ഒരുവിധ നടപടിയും ഗുജറാത്ത് സർക്കാർ കൈക്കൊണ്ടിട്ടില്ല. സ്റ്റേറ്റ് ഇന്റലിജൻസ് ബ്യൂറോ (എസ് ഐ ബി) റിപ്പോർട്ടുകളിലും, എന്തിനേറെ, സീനിയർ പൊലീസ് ഉദ്യോഗസ്ഥരായ രാഹുൽ ശർമ്മ (ഭാവ് നഗർ എസ് പിയും 2002 ൽ ക്രൈംബ്രാഞ്ച് ഡി സി പിയുമായിരുന്നു) യുടേയും ഡി ഡി ടുടേജ (2002 ൽ വഡോദര പൊലീസ് കമ്മീഷ്ണർ) യുടെയും റിപ്പോർട്ടുകളിൽ ഇത്തരം പ്രകോപനപരമായ പ്രസ്താവനകൾ നടത്തുന്ന പത്രങ്ങൾക്കെതിരെ പ്രോസിക്യൂഷൻ നടപടികൾ സ്വീകരിക്കണമെന്ന് ശുപാർശ ചെയ്തിരുന്നു. എന്നാൽ മുഖ്യധാരാ മാധ്യമങ്ങളുടെ സ്പർദ്ധയുടെ പ്രചാരണങ്ങൾ ശിക്ഷിക്കപ്പെടാതെ പോവുകയാണുണ്ടായത്.

വംശഹത്യാ കൊലപാതകങ്ങൾക്കിപ്പുറം പതിനഞ്ച് വർഷങ്ങൾ പിന്നിട്ടതിന് ശേഷവും സർക്കാർ ഉദ്യോഗസ്ഥരും, മറ്റുള്ളവരും കോടതികൾ മുൻപാകെ നല്കിയ രേഖാപരമായതും, സാഹചര്യപരവുമായ അസ

ന്ദിഗ്ദ്ധമായ തെളിവുകൾ വച്ചു നോക്കുമ്പോൾ അവ ന്യൂനപക്ഷത്തിനെതിരായ കലാപങ്ങളിലേക്ക് വെളിച്ചം വീശുന്നവയായി കാണാൻ കഴിയും. ഗുജറാത്ത് ഹൈക്കോടതിയിൽ ഇപ്പോൾ പരിഗണനയിലിരിക്കുന്ന സാക്കിയ ജാഫ്രി കേസിൽ മുസ്ലീങ്ങൾക്ക് എതിരെയുണ്ടായ ആക്രമണങ്ങളും തുടർന്നുണ്ടായ ഭീകരതകളും സംസ്ഥാനത്തെ രാഷ്ട്രീയ ഉന്നതങ്ങളിൽ വച്ച് നടന്ന ഗൂഢാലോചനയുടെ ഫലമായിട്ടാണെന്നുള്ള കാര്യം വിശദമായി പരിഗണിക്കപ്പെട്ടുവരികയാണ്.

2002 ഫെബ്രുവരി 28 ന് അഹമ്മദാബാദ് നഗരത്തിലെ ഗുൽബർഗ് സൊസൈറ്റി സംഭവത്തിൽ പാർലമെന്റംഗമായിരുന്ന അഹ്സാൻ ജാഫ്രി ആൾക്കൂട്ടത്താൽ ഭീകരമാംവിധം വധിക്കപ്പെടുകയുണ്ടായി. നാലുവർഷത്തിന് ശേഷം 2006 ജൂൺ 8 ന് അദ്ദേഹത്തിന്റെ വിധവ സാക്കിയ അഹ്സാൻ ജാഫ്രി ഭർത്താവിന്റെ വധവുമായി ബന്ധപ്പെട്ട് എഫ് ഐ ആർ രജിസ്റ്റർ ചെയ്യണമെന്നാവശ്യപ്പെട്ട് അന്നത്തെ ഗുജറാത്ത് ഡി ജി പി പി സി പാണ്ഡേയ്ക്ക് ഒരു പരാതി സമർപ്പിക്കുകയുണ്ടായി. മുഖ്യമന്ത്രി നരേന്ദ്രമോദിയും (ഒന്നാംപ്രതി) ക്യാബിനറ്റ് മന്ത്രിമാരും മറ്റു ഐ എ എസ്, ഐ പി എസ് ഉദ്യോഗസ്ഥർ ഉൾപ്പെടെ 62 പേർക്കെതിരെയും ക്രിമിനൽ നടപടിച്ചട്ടങ്ങളുടെ 154-ാം വകുപ്പുപ്രകാരം ആണ്പരാതി ഫയൽ ചെയ്തത്. 119 പേജ് വരുന്ന പരാതിയിൽ തെളിവുകളായി 2000 പേജുകൾ അനുബന്ധമായി ചേർത്തിരുന്നു. ഉന്നതതലങ്ങളിലെ പങ്ക് വെളിവാക്കപ്പെടുന്നതും സേവനത്തിലിരുന്ന പൊലീസ് ഉദ്യോഗസ്ഥർ സമർപ്പിച്ചിരുന്നതുമായ അഫിഡവിറ്റുകളായിരുന്നു അവ. ഗുജറാത്ത് മുൻ ഡി ജി പി (2002 ൽ അഡീഷണൽ ഡി ജി പി) ആർ ബി ശ്രീകുമാർ സമർപ്പിച്ചിരുന്ന അഫിഡവിറ്റുകളും അനുബന്ധ രേഖകളും, അതുപോലെ ഐ പി എസ് ആഫീസർ രാഹുൽ ശർമ്മ (ഭവ്നഗർ എസ് പിയും പിന്നീട് അഹമ്മദാബാദ് ക്രൈംബ്രാഞ്ച് ഡി സി പിയും) സമർപ്പിച്ച അഫിഡവിറ്റുകളും ഫോൺകോൾ രേഖകളുടെ സിഡികളും ഈ കേസിലെ തെളിവുകളുടെ പ്രധാന ഉറവിടങ്ങളായിരുന്നു. സുപ്രീം കോടതി നിയമിച്ച സ്പെഷ്യൽ ഇൻവെസ്റ്റിഗേഷൻ ടീം (എസ് ഐ ടി) മുമ്പാകെ, അന്നത്തെ സ്റ്റേറ്റ് ഇന്റലിജൻസ് വിഭാഗത്തിലെ ഉദ്യോഗസ്ഥരെ മുഴുവൻ പരിശോധിക്കണമെന്നാവശ്യപ്പെട്ട് ഞാൻ ഒരു സഹപരാതിക്കാരിയായി അപേക്ഷ നല്കിയിരുന്നു. 2002 ഫെബ്രുവരി 27 ന് നടന്ന മീറ്റിങ്ങിനെപ്പറ്റി അന്വേഷണം നടന്നിരുന്നു. എന്റെ സ്റ്റേറ്റ്മെന്റിൽ (എസ് ഐ ടി) അന്വേഷണത്തിന് വിധേയമാക്കേണ്ട ഇന്റലിജൻസ് ഉദ്യോഗസ്ഥരുടെ ഒരു ലിസ്റ്റ് തന്നെ നല്കുകയുണ്ടായി. ഗുജറാത്തിൽ കൊണ്ടുവന്ന ആർമി ആഫീസർമാർ, രാജ്യത്തിന്റെ മുൻ ചീഫ് ജസ്റ്റിസ് ആയിരുന്ന, ദേശീയ മനുഷ്യാവകാശകമ്മീഷന്റെ അദ്ധ്യക്ഷൻ ജസ്റ്റിസ് വർമ്മ, ചീഫ് ഇലക്ഷൻ കമ്മീഷണർ ജെയിംസ് ലിങ്ഡോ, കെ പി എസ് ഗിൽ എന്നിവരെ

ക്കൂടി അന്വേഷണത്തിന്റെ ഭാഗമാക്കണമെന്ന് ഞാൻ അപേക്ഷിക്കുകയുണ്ടായി. എന്നാൽ ഇതൊന്നും തന്നെ (എസ് ഐ ടി) ചെവിക്കൊള്ളുകയുണ്ടായില്ല.

വ്യക്തമായ തെളിവുകളോടു കൂടിയുള്ള ശക്തമായ(Cognisable offence) കുറ്റകൃത്യങ്ങൾ ഉണ്ടായിട്ടും പത്തുമാസങ്ങൾക്ക് ശേഷവും എഫ് ഐ ആർ രജിസ്റ്റർ ചെയ്യുന്നതിൽ പരാജയപ്പെട്ട സാഹചര്യത്തിൽ സാക്കിയ ജാഫ്രിയും സി ജെ പിയും ഗുജറാത്ത് ഹൈക്കോടതിയിൽ ഒരു ക്രിമിനൽ ആപ്ലിക്കേഷൻ ഫയൽ ചെയ്തു. ഒരു സർക്കാർ ഉദ്യോഗസ്ഥൻ തന്റെ ഉത്തരവാദിത്വം ശരിയായ വിധം നിർവ്വഹിക്കണമെന്ന് ഉത്തരവിടുന്നതിനുവേണ്ടിയുള്ള Writ of mandamas ആയാണ് ഞങ്ങൾ ആപ്ലിക്കേഷൻ ഫയൽ ചെയ്തത്. ഡി ജി പി എഫ് ഐ ആർ രജിസ്റ്റർ ചെയ്യണമെന്നും കേസ് സി ബി ഐ യിലേക്ക് മാറ്റണം എന്നതുമായിരുന്നു ഞങ്ങളുടെ ആവശ്യം. ഹൈക്കോടതി ഞങ്ങളുടെ അപേക്ഷ നിരാകരിച്ചപ്പോൾ ഞങ്ങൾ സുപ്രീം കോടതിയെ സമീപിച്ചു. 2008 മാർച്ച് 3 ന് സുപ്രീം കോടതി നോട്ടീസ് അയയ്ക്കുകയും പിന്നീട് 2009 ഏപ്രിൽ 27 ന് ഇതിനോടകം നിയമിക്കപ്പെട്ടുകഴിഞ്ഞിരുന്ന എസ് ഐ ടിയോട് പരാതി അന്വേഷിക്കുന്നതിന് ഉത്തരവാകുകയും ചെയിതു.[16] ഒരു വർഷത്തിന് ശേഷം എസ് ഐ ടി അതിന്റെ റിപ്പോർട്ട് സമർപ്പിക്കുകയും പരാതിയിലെ ആരോപണങ്ങളിൽ പലതും സത്യമാണെങ്കിലും അവയൊന്നും പ്രോസിക്യൂഷന് പര്യാപ്തമല്ലെന്ന അഭിപ്രായം രേഖപ്പെടുത്തുകയും ചെയ്തു. ഈ കേസിൽ അമിക്കസ്ക്യൂറിയായിരുന്ന രാജുരാമചന്ദ്രൻ എന്നാൽ വ്യത്യസ്ത അഭിപ്രായം രേഖപ്പെടുത്തി. 2001 ജൂലൈ 25 ലെ തന്റെ വളരെ ഉദ്വോഗജനകമായ നിഗമനം രേഖപ്പെടുത്തുകയും നരേന്ദ്ര മോദിയെ പ്രോസിക്യൂട്ട് ചെയ്യുന്നതിനുള്ള വേണ്ടത്ര വസ്തുതകൾ നിലനില്ക്കുന്നുണ്ടെന്ന് അഭിപ്രായപ്പെടുകയും ചെയ്തു.

സുപ്രീം കോടതി ഞങ്ങളോട് ക്രിമിനൽ നീതിന്യായ സംവിധാനത്തിന്റെ ഏറ്റവും താഴത്തെ തട്ടിലേക്ക് പോകുവാൻ നിർദ്ദേശം നല്കി. റിട്ട് പെറ്റീഷനിൽ ഞങ്ങളുടെ ഹർജി, സ്പെഷ്യൽ ലീവ് പെറ്റീഷനിൽ സുപ്രീം കോടതിയിൽ ആവശ്യപ്പെട്ടതുപോലെ, പരാതിയിൽ ലിസ്റ്റ് ചെയ്യപ്പെട്ടിട്ടുള്ളവർക്കെതിരെ എഫ് ഐ ആർ രജിസ്റ്റർ ചെയ്യണമെന്ന ലളിതമായ ആവശ്യമായിരുന്നു. ഇതിനോടകം സുപ്രീംകോടതിയുടെ മേൽനോട്ടത്തിൽ അന്വേഷണം നടത്തിയ എസ് ഐ ടി, പിന്നെ അമിക്കസ്ക്യൂറിയുടെ റിപ്പോർട്ട് എന്നിവയുടെയൊക്കെ ഫലമായി, 2006 ജൂൺ 8 ന്റെ ക്രിമിനൽ കംപ്ലയിന്റിൽ ഒരു എഫ് ഐ ആർ രജിസ്റ്റർ ചെയ്യുക എന്നതിൽ നിന്നൊക്കെ വളരെ മുന്നോട്ട് പോയിരുന്നു. എന്നിരുന്നാലും സാക്കിയ ജാഫ്രിയും സി ജെ പിയും ആദ്യമായി ഫയൽ ചെയ്ത സ്പെഷ്യൽ ലീവ് പെറ്റീഷനിൽ സുപ്രീംകോടതി 2011 സെപ്തംബർ 11

ന് അന്തിമവിധി പുറപ്പെടുവിച്ചതിന് ശേഷവും തുടർന്ന അവ്യക്തത, പരാതിയിലെ കുറ്റാരോപിതർക്ക് എസ് ഐ ടിയുടെ സഹായത്തോടുകൂടി, നടപടിക്രമങ്ങളിൽ വിള്ളലുകൾ വീഴ്ത്താൻ സഹായകമായി. ഞങ്ങൾക്ക് അന്വേഷണത്തിന്റെ പേപ്പറുകളുടെ പകർപ്പ് ലഭിക്കുന്നതിന് എസ് ഐ ടി അവരുടെ അന്വേഷണം പൂർത്തീകരിക്കണമെന്ന ഒരു നിബന്ധന, അഹമ്മദാബാദിലെ മജിസ്ട്രേറ്റ് കോടതി റൂളിങ് നല്കി. 2011 സെപ്തംബർ മുതൽ 2012 സെപ്തംബർ വരെ സാക്കിയ ജാഫ്രിക്കും സി ജെ പിയ്ക്കും ഒരു വിധത്തിലുള്ള ഹിയറിങ്ങുകൾക്കും അവസരം നല്കിയില്ല. രേഖകൾ തങ്ങളുടെ അധീനതയിൽനിന്നും കൈമാറുന്നതിന് സുപ്രീം കോർട്ട് ഉത്തരവ് ചൂണ്ടിക്കാട്ടി തടസ്സം നിന്നു. എസ് ഐ ടി അതിന്റെ ഉത്തരവാദിത്വം നിർവ്വഹിക്കണമെന്ന് ആവശ്യപ്പെട്ട് മൂന്ന് പ്രാവശ്യം ഞങ്ങൾ സുപ്രീം കോടതിയെ സമീപിച്ചു, അവസാനം 2012 മെയ്മാസത്തിനും 2013 ഫെബ്രുവരിക്കും ഇടയിൽ 23000 ഓളം പേജ് വരുന്ന 64 ബോക്സ് രേഖാതെളിവുകൾ ഞങ്ങൾക്ക് കൈമാറി.

സുപ്രീംകോടതി അവരുടെ mandamas റിട്ട് അധികാരം മടക്കി തീർപ്പാക്കിയതുകൊണ്ട് സ്പെഷ്യൽ ലീവ് അവകാശങ്ങൾക്ക് വേണ്ടി ഞങ്ങൾക്ക് പുതുതായി നടപടികൾ സ്വീകരിക്കേണ്ടിവന്നു. ഞങ്ങൾക്ക് എതിർപരാതി ഫയൽ ചെയ്യുന്നതിന് സുപ്രീം കോടതി വെറും മൂന്നു മാസം മാത്രമാണ് നല്കിയത്. ഞങ്ങൾ അപ്രകാരം ചെയ്യുകയും ശുഷ്കാന്തിയോടും അർപ്പണബോധത്തോടുകൂടിയും പ്രതിബദ്ധതയോടെയും കേസ് വാദിച്ചു. 2013 ഡിസംബർ 26 ലെ ഉത്തരവ് പ്രകാരം മജിസ്ട്രേറ്റ് കോടതി ഞങ്ങളുടെ ആവശ്യം നിരാകരിച്ചു. എട്ട് ദിവസങ്ങൾക്ക് ശേഷം എനിക്കും തൻവീർ ജാഫ്രി, ഫിറോസ് ഗുൽസാർ പത്താൻ, സലീം സാന്ധി, ജാവേദ് ആനന്ദ്, എന്നിവർക്കുമെതിരെ എഫ് ഐ ആർ ഫയൽ ചെയ്തുകൊണ്ട് അഹമ്മദാബാദ് പൊലീസ് (മോദിയുടെ ഏറ്റവും വിശ്വസ്ത ഗണത്തിൽപ്പെട്ട ശിവാനന്ദ് ഝായുടെ നേതൃത്വത്തിലുള്ള) ഞങ്ങളെ അറസ്റ്റ് ചെയ്യുന്നതിനും അപ്പീൽ സമർപ്പിക്കുന്നതിൽനിന്നും ഞങ്ങളെ തടയുന്നതിനും ഒരു വൃഥാ ശ്രമം നടത്തി. ബാഹ്യമായ സമ്മർദ്ദങ്ങൾ ഉണ്ടായിട്ട് കൂടിയും- എങ്ങനെ ഭരണകൂടത്തിന്റെ അധികാരം ദുരുപയോഗം ചെയ്യുന്നു എന്നത് സംബന്ധിച്ച പുതിയ തെളിവുകൾ 2014 മാർച്ച് 15 ന് ഞങ്ങൾ അപ്പീൽ ഫയൽ ചെയ്തു.

സ്വാതന്ത്ര്യാനന്തര ഇന്ത്യയുടെ ചരിത്രത്തിൽ ഇതാദ്യമായാണ് വ്യാപകമായ കുറ്റകൃത്യങ്ങൾ നടമാടിക്കൊണ്ടിരിക്കെ, അധികാരസ്ഥാനത്തും ഉത്തരവാദിത്വപ്പെട്ട സ്ഥാനത്തും ഇരിക്കുന്നവരുടെ അപരാധം ചൂണ്ടിക്കാണിച്ച് നിയമനടപടികൾ സ്വീകരിക്കാൻ നിർബ്ബന്ധിതമാകുന്നത്. ഇത്തരം തെളിവുകൾ ഉപയോഗിച്ച്, യുക്തിപൂർണ്ണമായ തീരുമാനങ്ങളിൽ എത്തിച്ചേരുന്നതിന് ഇന്ത്യൻ സമ്പ്രദായത്തിന് നിശ്ചയദാർഢ്യം ഇല്ല

എങ്കിൽ, കാലം അതിന് മറുപടി പറയേണ്ടി വരും എന്ന് മാത്രമേ പറയാനുള്ളു. 2014 ന് ശേഷമുള്ള രാഷ്ട്രീയസംഭവവികാസങ്ങളുടെ പശ്ചാത്തലത്തിൽ ഒഴിവാക്കാൻ സാധിക്കാത്തതായുള്ള കാലതാമസമാണ് ഇന്നത്തെ രീതി.

ആർ കെ രാഘവന്റെ നേതൃത്വത്തിലുള്ള എസ് ഐ ടി ഇന്ന് വളരെ അവകാശാധികാരങ്ങളോടുകൂടിയ സ്ഥാനം അലങ്കരിക്കുന്നു. 2008 മെയ് മുതൽ ചെയർപേഴ്സണും ആഫീസർമാരും ഓരോ മാസവും വളരെ ആകർഷകമായ തുക പ്രതിഫലമായി കൈപ്പറ്റുന്നു. ഇത് നികുതിദായകന്റെ പോക്കറ്റിൽനിന്നും ഗുജറാത്ത് സംസ്ഥാനത്തിന്റെ ഖജനാവിൽ എത്തിച്ചേരുന്ന പണമാണ്. തന്നിൽ അർപ്പിതമായ ഉത്തരവാദിത്വത്തോട് നീതി പുലർത്താതെ വളരെ മന്ദഗതിയിലുള്ളതും മടിച്ചുനില്ക്കുന്നതുമായ മേല്നോട്ടമാണ് എസ് ഐ ടിയിൽ രാഘവൻ ചെയ്യുന്നതെന്ന ആരോപണം നിലനില്ക്കുന്നു. എത്രയും ഭാരിച്ച ഉത്തരവാദിത്വം തന്നിൽ അർപ്പിതമായിട്ടും രണ്ടുമാസത്തിൽ വളരെ കുറച്ചുദിവസങ്ങൾ മാത്രമാണ് ഗുജറാത്തിൽ ചെലവിടുന്നത്. ഈ പ്രക്രിയയിൽ ഒരു ക്രമീകരണം പോലും ഉണ്ടായിട്ടില്ല എന്നത് വിരുദ്ധമായ താല്പര്യങ്ങൾ സംബന്ധിച്ച ഗൗരവമായ ചോദ്യങ്ങൾ ഉയർത്തുന്നുണ്ട്. വിവരാവകാശനിയമപ്രകാരം ഉന്നയിക്കപ്പെട്ട ചോദ്യങ്ങൾക്ക് മറുപടിയായി, രാഘവന് 1.5 ലക്ഷംരൂപയും എ കെ മൽഹോത്രയ്ക്ക് 1 ലക്ഷം രൂപയും ടീമിലെ മറ്റംഗങ്ങൾക്ക് അത്ര തന്നെ തുകയും പ്രതിമാസം നല്കിവരുന്നുണ്ടെന്ന് അറിയിപ്പ് ലഭിച്ചിട്ടുണ്ട്. 2012 ഫെബ്രുവരി മുതൽ സാക്കിയ ജാഫ്രി കേസിന്റെ തീർപ്പാക്കൽ റിപ്പോർട്ട് ഫയൽ ചെയ്തത്, ഇത്തരം ഉയർന്ന പ്രതിഫലം പറ്റുന്ന ആഫീസർമാർക്ക് പകരം ഗുജറാത്തിലെ മറ്റൊരു ഉദ്യോഗസ്ഥനായ ഹിമാൻശു ശുക്ലയാണ്.

ആദ്യമായി എസ് ഐ ടി നിയോഗിക്കപ്പെട്ടത് 2008 മാർച്ചിലാണ്. 2009 മെയ് ഒന്നിലെ സുപ്രീംകോടതി ഉത്തരവ് പ്രകാരം എല്ലാവിധ പ്രോസിക്യൂഷൻ നടപടികളും എസ് ഐ ടിയിൽ നിക്ഷിപ്തമായിരുന്നു. സുപ്രീംകോടതി ഉത്തരവ് പ്രകാരം എല്ലാവിധ അധികാരങ്ങളും ഒരു വ്യക്തിയിൽ മാത്രം നിക്ഷിപ്തമാവുന്നതിന് ഇത് ഇടയാക്കുകയില്ലേ, എന്നും സംവിധാനം കൃത്രിമത്വത്തിലേക്ക് വഴുതുകയില്ലേ എന്നും ഗൗരവമായി ചിന്തിക്കുന്ന നിരീക്ഷകർ എന്നോട് ചോദ്യം ഉന്നയിച്ചിരുന്നു. വർഷങ്ങളും മാസങ്ങളും നീങ്ങിയപ്പോൾ എസ് ഐ ടിയുടെ ഒട്ടും താല്പര്യമില്ലാത്ത അന്വേഷണത്തെ ചൂണ്ടിക്കാണിച്ചും, അതിന്റെ ശത്രുതാപരമായ സമീപനത്തെ ചോദ്യം ചെയ്തും ഞങ്ങൾക്ക് സുപ്രീംകോടതിയെ സമീപിക്കേണ്ടി വന്നു. അന്ന് ഈ കാര്യങ്ങൾ നിരീക്ഷിച്ചവരുടെ അഭിപ്രായങ്ങൾ പ്രവചനാത്മകത്വ ഭാവമുള്ളതായി. ഞങ്ങളുടെ ഹർജി (ഡി എൻ പഥക് കേസിൽ) അന്വേഷണം സി ബി ഐക്ക് കൈമാറണമെന്നും

ആ അന്വേഷണം കോടതിയുടെ മേല്നോട്ടത്തിൽ ആയിരിക്കണമെന്നുമായിരുന്നു. അതിന് പകരം എസ് ഐ ടിയെ നിയമിക്കുകയാണുണ്ടായത്. അന്വേഷണത്തിന്റെ റിപ്പോർട്ട് സമർപ്പിക്കപ്പെട്ടപ്പോൾ രക്ഷപ്പെട്ട ഇരകളുടെ പരാതിക്കാരായ ഞങ്ങൾക്ക് അതിന്റെ പകർപ്പ് അനുവദിക്കുകയുണ്ടായില്ല. എന്നാൽ പക്ഷപാതം നിറഞ്ഞ കുറ്റകൃത്യങ്ങളിൽ സംസ്ഥാനത്തിന്റെ പങ്കാളിത്തം ഉറപ്പാക്കിയ സംസ്ഥാനത്തിന് അന്വേഷണറിപ്പോർട്ടിന്റെ മുഴുവൻ പകർപ്പുകളും ലഭ്യമാക്കുകയും ചെയ്തു. അതോടൊപ്പം എസ് ഐ ടി ഒരിക്കലും ലോക്കൽ പൊലീസിന്റെയും അവരുടെ സംവിധാനങ്ങളുടെ ഇടയിൽനിന്നും അകന്നുനിന്നിരുന്നില്ല. എന്നാൽ സാക്കിയ ജാഫ്രിയോടും കലാപത്തിൽ രക്ഷപ്പെട്ട ഇരകളോടും ശത്രുതാപരമായ സമീപനമാണ് എസ് ഐ ടി എപ്പോഴും സ്വീകരിച്ചിരുന്നത്. അതുകൊണ്ട് തന്റെ പരാതി നിരാകരിച്ചതിനെ ചോദ്യം ചെയ്തുകൊണ്ട് ഒരു അപ്പീൽ സാക്കിയ ജാഫ്രി ഗുജറാത്ത് ഹൈക്കോടതിയിൽ ഫയൽചെയ്തു. ആ നടപടിയെ സി ജെ പി പിന്താങ്ങുകയും ചെയ്തു. എസ് ഐ ടി നിയമിച്ച സുപ്രീംകോടതിയിലെ വക്കീലന്മാർക്ക് ഗുജറാത്ത് ഹൈക്കോടതിയിലെ ഓരോ ഹിയറിങ്ങിനും 9 ലക്ഷം രൂപ നല്കുമായിരുന്നു. ഇത് ഓരോ കോൺഫറൻസിനും ജൂനിയർ ടീമിന് നല്കിവരുന്ന 1.5 ലക്ഷം രൂപയ്ക്കും പുറമെയായിരുന്നു. കണിശമായും എസ് ഐ ടി എന്നത് ഗുജറാത്ത് സംസ്ഥാനത്തിന്റെ കൈയിലെ ഒരു ആയുധമാവുകയും പ്രതിരോധം ആവശ്യമില്ലാത്തവർക്ക് പ്രതിരോധം നല്കുന്ന നിലപാട് സ്വീകരിക്കുകയും ചെയ്തു.

2006 ജൂൺ 8 ന് സാക്കിയ ജാഫ്രി ഡി ജി പിക്ക് സമർപ്പിച്ച പരാതിയിൽ ഗോധ്രസംഭവത്തെ ഹിന്ദു ജനവിഭാഗത്തിൽ പക വിതയ്ക്കുന്നതിനായി ഉപയോഗപ്പെട്ടതെങ്ങനെയെന്ന് വിശദമാക്കിയിരുന്നു. ഹിന്ദുവിഭാഗത്തിനിടയിൽ വിദ്വേഷം വളർത്തുന്നതിനും വലിയതോതിലുള്ള ആക്രമണങ്ങൾക്ക് ഉപയോഗിച്ചുകൊണ്ട് അതിൽനിന്നും രാഷ്ട്രീയനേട്ടം ഉണ്ടാക്കുന്നതും പ്രസ്തുത പരാതിയിൽ വ്യക്തമാക്കിയിരുന്നു.

ഗോധ്രസംഭവത്തിന് ശേഷമുള്ള തെളിവുകളുടെയും സാഹചര്യങ്ങളുടെയും വിശദാംശങ്ങൾ, ഗുജറാത്ത് മുഖ്യമന്ത്രിയായിരുന്ന നരേന്ദ്രമോദിയും കാബിനറ്റ് കൂട്ടാളികളും ബഹുധ്രുവമായി ആളുകളെ സംഘടിപ്പിച്ചും മുസ്ലീം വിരുദ്ധ ജനക്കൂട്ടങ്ങളെ സൃഷ്ടിച്ചും മുസ്ലിം ന്യൂനപക്ഷങ്ങൾക്കെതിരെ ആക്രമണങ്ങൾ ആവിഷ്കരിച്ച് നടപ്പാക്കിയതിന്റെ കൃത്യമായ തെളിവുകളായിരുന്നു. പരാതിയിൽ സൂചിപ്പിച്ചതുപോലെ, തുടർന്ന്, എഫ് ഐ ആറിൽ പേര് ചേർത്തിട്ടുള്ള ഉദ്യോഗസ്ഥർ, സംസ്ഥാനത്തെ രാഷ്ട്രീയ നേതൃത്വവുമായി ഗൂഢാലോചന നടത്തി അസംഖ്യം കുറ്റകൃത്യങ്ങൾ നടപ്പിലാക്കുകയാണ് ചെയ്തത്.

വംശഹത്യക്കിരയായവരോട് പശ്ചാത്താപലേശമെന്യേയുള്ള സമീപനം എന്ന ഗുജറാത്ത് സംസ്ഥാനത്തിനെതിരെയുള്ള ഗുരുതരമായ

ആരോപണം ഏറ്റവും അപലപനീയമായിരുന്നു. കോടതികളിലും മനുഷ്യാവകാശ കമ്മീഷനിലും സംസ്ഥാനഭരണ നേതൃത്വം സമർപ്പിച്ച സത്യവാങ്മൂലങ്ങൾക്ക് കടകവിരുദ്ധമായിരുന്നു ആക്രമണത്തിനിരയായവർക്ക് പുനരധിവാസം നല്കുന്നതിലും മറ്റും യഥാർത്ഥത്തിൽ സംസ്ഥാനം സ്വീകരിച്ച സമീപനം. വീട് തയ്യാറാക്കുന്നതിനായി നല്കിയ ധനസഹായം സംബന്ധിച്ച് ആക്രമണത്തിൽനിന്നും രക്ഷപ്പെട്ടവർ നല്കിയ അവകാശവാദങ്ങളും, സംസ്ഥാനം ഇക്കാര്യത്തിൽ സ്ഥാപിക്കാൻ ശ്രമിച്ച അസത്യങ്ങളും തമ്മിൽ വളരെ ഗൗരവമായ അന്തരമുണ്ടായിരുന്നു. എന്നാൽ കലാപത്തിനു മുൻപത്തെ തങ്ങളുടെ താമസസ്ഥലങ്ങളിലേക്ക് മടങ്ങി വരുന്നതിനുള്ള നിബന്ധനയായി അക്രമികളുമായി ക്രമേണ ക്രമേണ സൗഹൃദപരമാവേണ്ടി വരും എന്നതായിരുന്നു സത്യം. 2002 ലെ ഹീനമായ സംഭവങ്ങളിൽ ഒന്ന്, സുപ്രീംകോടതി ജുഡീഷ്യൽ വിചാരണ സ്റ്റേ ചെയ്ത കേസുകളിൽ രക്ഷപ്പെട്ട ഇരകൾക്ക് അവരുടെ വില്ലേജുകളിലേക്ക് മടങ്ങിവരുവാൻപോലും സാദ്ധ്യമായിരുന്നില്ല എന്നതായിരുന്നു. *കമ്യൂണലിസം കോംബാറ്റ്* അവതരിപ്പിച്ച ചിത്രങ്ങളിൽ പലരുടേയും അവസ്ഥ, അവരുടെ നശിപ്പിക്കപ്പെട്ട വീടുകൾക്ക് യാതൊരുവിധ മാറ്റങ്ങളും വരാതിരിക്കുകയും തങ്ങൾ ദുരന്തത്തെ നേരിട്ട 2002 ലെ അതേ ദിവസത്തെ അവസ്ഥയിൽ തന്നെ നിലനില്ക്കുന്നതുമായിരുന്നു. അശ്രദ്ധമായി കാര്യങ്ങൾ നിർവ്വഹിച്ച ഭരണസംവിധാനത്തിൽ അവർക്ക് ജീവിക്കാൻ വീടുണ്ടായില്ല എന്നതിന് പുറമെ അവരുടെ വേദനകൾ അധികരിക്കുകയും മുറിവുകൾ വലിയ വ്രണങ്ങളായിത്തീരുകയും ചെയ്തു. ഗുൽബർഗ്ഗ് സൊസൈറ്റിയിലേയും നരോദ്യപാട്യയിലേയും കലാപങ്ങളിൽനിന്നും രക്ഷപ്പെട്ട ഇരകൾക്ക്, മറ്റു വിഭാഗത്തിൽ പെട്ടവർക്ക് തങ്ങളുടെ താമസസ്ഥലം വില്ക്കുന്നതിനുപോലും സാദ്ധ്യമല്ലാത്ത നിയമരഹിതമായ അവസ്ഥ നിലനിന്നിരുന്നു. സംസ്ഥാനവും അതിന്റെ മറ്റു ഏജൻസികളും, വിവിധ മതവിഭാഗങ്ങൾ തമ്മിൽ ചേരിതിരിഞ്ഞ് ജീവിക്കുന്നതിനുള്ള നിലപാടൊരുക്കുന്നതിന് തുനിയുകയാണോ എന്ന് തോന്നി.

2007, ഒക്ടോബർ അവസാനം 'ആജ്തക്' തെഹൽകയുടെ 'ഓപ്പറേഷൻ കളങ്ക്' സംപ്രേഷണം ചെയ്തു. വർഷങ്ങളുടെ പരിചയത്താൽ അടുത്ത സുഹൃത്തായി മാറിയ ജേർണലിസ്റ്റ് ആഷിഷ് ഖേത്തൻ ആണ്, അനിതരസാധാരണമായ ധൈര്യം ആവശ്യമുള്ളതും മാറ്റങ്ങൾക്ക് പ്രേരകവുമായ ഈ പരിപാടിക്ക് രൂപം നല്കിയത്. ആയുധധാരികളായ ജനക്കൂട്ടങ്ങളുടെ ആക്രോശങ്ങളുടെ ടേപ്പുകളും ഗോധ്രയ്ക്ക് പകരം വീട്ടുന്നതിന് ആർ എസ് എസ്-വി എച്ച് പി കാഡറുകൾക്ക് മോദി നിർദ്ദേശം നല്കുന്നതും പൊലീസുകാർക്ക് അക്രമങ്ങളിലുള്ള പങ്ക് വെളിപ്പെടുത്തുന്ന സംഭാഷണങ്ങൾ ഉൾക്കൊള്ളുന്ന ടേപ്പുകളും, ആർ എസ് എസ്

ബാന്ധവമുള്ള പബ്ലിക് പ്രോസിക്യൂട്ടർമാരെ നിയമിക്കുന്നത് സംബന്ധിച്ചുള്ള വിവരങ്ങളും അതിൽ കാണിച്ചിരുന്നു. ഈ പരിപാടി കഴിഞ്ഞ് അടുത്തുതന്നെ ഞങ്ങൾ (സാക്കിയ ജാഫ്രിയും സി ജെ പി യും) ഞങ്ങളുടെ പരാതി കേൾക്കണമെന്ന് ആവശ്യപ്പെട്ട് ഗുജറാത്ത് ഹൈക്കോടതിയെ സമീപിച്ചു. ഓപ്പറേഷൻ കളങ്ക്, നല്കിയ അസന്ദിഗ്ദ്ധമായ തെളിവുകൾ പരിഗണിക്കണമെന്ന് കോടതിയോട് ആവശ്യപ്പെട്ടു. അവ നിയതമായ രീതിയിലല്ലാതെ (extra judicial) സമാഹരിക്കപ്പെട്ട കുറ്റസമ്മതങ്ങളായിരുന്നു. ഇതുവരെ ഞങ്ങൾ രക്ഷപ്പെട്ട ഇരകളിലൂടെയും വിവിധ രേഖകളിലൂടെയും വംശഹത്യയുടെ ഓരോവശങ്ങളെ സംബന്ധിച്ചും അവതരിപ്പിച്ച അവകാശവാദങ്ങൾ ഇപ്പോൾ കുറ്റവാളികളുടെ തന്നെ കുറ്റസമ്മതത്താൽ പിന്താങ്ങപ്പെടുകയായിരുന്നു. എന്നാൽ, ഹൈക്കോടതി നവംബർ 12 ന് വളരെ അപ്രതീക്ഷിതമായി ഞങ്ങളുടെ അപേക്ഷ ഒരു കാരണവും കാണിക്കാതെ തള്ളി.

ഞാൻ ഉടനെതന്നെ, പത്തോളം വലിയ വിചാരണകളിലെ അന്വേഷണങ്ങൾ ട്രാൻസ്ഫർ ചെയ്യണമെന്ന ഹർജി പരിഗണനയിലിരിക്കുന്ന സുപ്രീംകോടതിയെ സമീപിച്ചു. യുക്തമായ സമയത്ത് സുപ്രീംകോടതിയെ സമീപിക്കാനാണ് സുപ്രീംകോടതി ഞങ്ങളോട് ആവശ്യപ്പെട്ടത്. ദേശീയ മനുഷ്യാവകാശ കമ്മീഷൻ 2008 മാർച്ചിൽ ഏകപക്ഷീയമായ ഒരു നടപടിയിലൂടെ ഒരിക്കൽക്കൂടി 2002 ലെ കുറ്റകൃത്യങ്ങളെ സംബന്ധിച്ച് ചരിത്രം സൃഷ്ടിച്ചു. മനുഷ്യാവകാശസംരക്ഷണ നിയമത്തിലേക്ക് വെളിച്ചം വീശിക്കൊണ്ട് ജസ്റ്റിസ് രാജേന്ദ്രബാബു ഒരു ഫുൾ കമ്മീഷൻ ഉത്തരവിലൂടെ, ഓപ്പറേഷൻ കളങ്ക് ടേപ്പുകൾ സി ബി ഐ സാക്ഷ്യപ്പെടുത്തി നല്കണമെന്ന് നിർദ്ദേശിച്ചു. എന്നാൽ ഗുജറാത്ത് സർക്കാർ ഇതിനെ എതിർത്തു. മനുഷ്യാവകാശ കമ്മീഷൻ ഉറച്ചുനിന്നു. അടുത്ത പത്തുമാസത്തിനുള്ളിൽ സി ബി ഐ ടേപ്പുകൾ പരിശോധിച്ച് അവ വിശ്വസനീയമാണെന്ന് സാക്ഷ്യപ്പെടുത്തി. വംശഹത്യ സംബന്ധിച്ച ഏറ്റവും നിർണ്ണായകമായ തെളിവുകൾ ചരിത്രത്തിലേക്ക് സൂക്ഷിച്ച് വയ്ക്കപ്പെടുകയായിരുന്നു.

പങ്കജ് ശങ്കറിനെപ്പോലെ ആഷിഷും എസ് ഐ റ്റി അന്വേഷണ ഉദ്യോഗസ്ഥർക്ക് മുമ്പാകെ സ്വയമേവ ഹാജരായി. ഗോധ്ര കേസിൽ, ഗുജറാത്ത് പൊലീസ് രൂപം കൊടുത്ത രീതിയിൽ അന്വേഷണം തുടർന്ന എസ് ഐ റ്റി അദ്ദേഹത്തോട് ശത്രുതാമനോഭാവമാണ് പുലർത്തിയത്. നരോദ്യാപാട്യ,ഗുൽബർഗ്, നരോദ ഗാം കേസുകളിൽ അദ്ദേഹം സ്റ്റേറ്റ്മെന്റ് നല്കുകയും അവ സാക്ഷീകരിക്കുകയും ചെയ്തു. സാക്കിയ ജാഫ്രികേസിലും അദ്ദേഹത്തിന്റെ സ്റ്റേറ്റ്മെന്റ് രേഖപ്പെടുത്തി. എന്നെപ്പോലെ തന്നെ ആഷിഷ് ഖേതനും, ഒരു അന്വേഷണം ഏറ്റെടുക്കുക എന്നത് ഒരു വൈകാരികത സൃഷ്ടിക്കുക എന്നതോ, തലക്കെട്ടുകളിൽ നിറഞ്ഞുനില്ക്കുക എന്നതോ ആയിരുന്നില്ല, മറിച്ച് സംവിധാനത്തെ അഭി

മുഖീകരിച്ച് കഠിനമായ പരിശോധനകൾ നടത്തി നീതി ഉറപ്പാക്കുക എന്നതായിരുന്നു.

2012 ആഗസ്ത് 29 ന് നരോദപാട്യ കേസിൽ ജഡ്ജി ജ്യോത്സന യാഗ്നിക് തയ്യാറാക്കിയ 2000 പേജ് വരുന്ന ഉത്തരവിൽ ആഷീഷ് ഖേതന്റെ ശ്രമങ്ങളെ പ്രകീർത്തിക്കുകയുണ്ടായി. അതിന്റെ രണ്ടാമത്തെ അദ്ധ്യായത്തിൽ ഖേതന്റെ ഓപ്പറേഷൻ കളങ്കിനേയും അഭിപ്രായങ്ങളെയും അതിന്റെ മുഴുവൻ മൂല്യത്തിലും തെളിവിലും പരിഗണിച്ചിട്ടുണ്ട്. ഈ വിധി ഒരു ഉന്നതമായ ഗൂഢാലോചന പുറത്ത് കൊണ്ടുവരികയും മോദി ഗവൺമെന്റിലെ ഒരു മന്ത്രിയായിരുന്ന മായ കോഡ്നാനിയെ കുറ്റക്കാരിയായികണ്ടെത്തുകയും ചെയ്തു.

മൊത്തത്തിൽ, രക്ഷപ്പെട്ടവർക്ക് വേണ്ടി സി ജെ പി അചഞ്ചലമായി നിയമസഹായം നല്കിയ ക്രിമിനൽ കേസുകളിൽ ഗുൽബർഗ് ട്രയലുകളിൽ 11 പേർക്ക് കൂടി ശിക്ഷ വിധിച്ചപ്പോൾ ആകെ 137 കുറ്റവാളികൾക്ക് ജീവപര്യന്തം ശിക്ഷ നല്കപ്പെടുകയുണ്ടായി. ഒരു തത്ത്വം എന്ന നിലയ്ക്ക് ഞങ്ങൾ മരണശിക്ഷയ്ക്ക് വേണ്ടി ഒരിക്കലും വാദിക്കുകയുണ്ടായില്ല. ഇപ്രകാരമുള്ള വിജയം സാദ്ധ്യമായത് വിചാരണകൾ നിരീക്ഷിച്ചുകൊണ്ടും ആക്രമണങ്ങളിൽനിന്നും രക്ഷപ്പെട്ട 570 ഓളം സാക്ഷികൾക്കും, ഞാൻ കൂടി ഉൾപ്പെടുന്നവർക്കും സുരക്ഷ ഏർപ്പെടുത്തിക്കൊണ്ടും, അന്വേഷണങ്ങൾക്ക് ഒരു പരിധിവരെ ഉത്തരവാദിത്വം ഉറപ്പാക്കിക്കൊണ്ടുള്ള സുപ്രീംകോടതിയുടെ നിരന്തരമായ തീർപ്പുകളെക്കൊണ്ടും ഉത്തരവുകളെക്കൊണ്ടും ആയിരുന്നു.

2008 ന് ശേഷം എസ് ഐ ടി നിയോഗിക്കപ്പെട്ടപ്പോൾ പ്രവർത്തനങ്ങളുടെ ശ്രദ്ധ സുപ്രീംകോടതിയുടെ പരിധിയിൽനിന്നും എസ് ഐ ടി അന്വേഷണം നടത്തുന്ന ഗുജറാത്തിലേക്ക് മാറ്റി പ്രതിഷ്ഠിക്കപ്പെട്ടു. 2009 ൽ സുപ്രീം കോടതിയുടെ നിരീക്ഷണത്തിന് വിധേയമായി പ്രത്യേക കോടതികൾ സ്ഥാപിക്കപ്പെട്ടു. സി ജെ പിയുടെ നിയമകാര്യ സമിതിയിൽ യൂസഫ്ഭായി ഷേക്ക്, എസ് എം മൊഹ്റാസാബ്, സലീം ഷെയ്ക്ക്, സാദിക് ഷെയ്ക്ക്, അസ്ലം ബേഗ്, രാജൂമുഹമ്മദ് ഷെയ്ക്ക്, സലിം മൻസൂരി, അൽത്താഫ് ജിർദ്ദാൻ, ഇർഷാദ് മൻസൂകരി, നസീർ ഷെയ്ക്ക് എന്നിവരെക്കൂടി ഉൾപ്പെടുത്തിയപ്പോൾ ഹൈക്കോടതിയിലും സുപ്രീം കോടതിയിലുമുള്ള ഞങ്ങളുടെ സുഹൃത്തുക്കളുടെ പ്രതിജ്ഞാബദ്ധവും ആത്മാർത്ഥവുമായ പ്രയത്നത്താൽ വിചാരണ സമയത്തെല്ലാം വളരെ മൂല്യവത്തായ നിയമസഹായമാണ് ലഭിച്ചത്. കൽപേഷ് ശാസ്ത്രിയും ഈ പ്രയത്നത്തിന്റെ ഭാഗമായി.

2009 ൽ ഈ കേസുകളിൽ ചാർജ് ഷീറ്റുകൾ സമർപ്പിക്കപ്പെട്ടപ്പോൾ എസ് ഐ ടിയുടെ അന്വേഷണത്തിന്റെ പൊള്ളത്തരം വ്യക്തമാക്കപ്പെട്ടു. പല പ്രത്യേക വിചാരണകളിലും ക്രിമിനൽ പ്രൊസീഡ്യുർ കോഡിന്റെ

(CrPc) 173(8)സെക്ഷൻപ്രകാരം പുനർ അന്വേഷണത്തിന് കോടതികളിൽ അപേക്ഷ സമർപ്പിക്കുവാൻ ഞങ്ങൾ നിർബ്ബന്ധിതരായി. മനഃപൂർവ്വം, ചാർജ് ഷീറ്റിനോടൊപ്പം രേഖാമൂലമുള്ള തെളിവുകൾ സമർപ്പിക്കപ്പെട്ടില്ല. 2009 ഡിസംബറിൽ ടീമിനെ പുനസംഘടിപ്പിക്കാനാവശ്യപ്പെട്ട് ഞങ്ങൾ സുപ്രീം കോടതിയെ സമീപിച്ചു. സുപ്രീം കോടതിയുടെ സൂക്ഷ്മമായ നിരീക്ഷണത്തിലാണ് അന്വേഷണം എന്നതുകൊണ്ട് കലാപം അതിജീവിച്ചവർ തങ്ങളുടെ അടിയുറച്ച വിശ്വാസത്തിൽനിന്നും വ്യതിചലിക്കാൻ തയ്യാറാവാതിരിക്കുകയും, എസ് ഐ ടിയും അതിജീവിച്ചവരും തമ്മിലുള്ള ബന്ധം വളരെ ലോലവും ശത്രുതാപരവുമായ സാഹചര്യത്തിലായിരുന്നു അത്. എസ് ഐ ടി പുനഃസംഘടിപ്പിക്കാൻ കോടതിയോട് ഞങ്ങൾ ആവശ്യപ്പെടുകയും അന്വേഷണം ശരിയായ ദിശയിൽ ആവണമെന്ന് ഉറപ്പാക്കാൻ ആവശ്യപ്പെടുകയും ചെയ്തു. അന്വേഷണത്തിന്റെ വിവിധ വശങ്ങളെപ്പറ്റി പല സന്ദർഭങ്ങളിലും രാഘവനോടും അദ്ദേഹത്തിന്റെ ആഫീസർമാരോടും സുപ്രീംകോടതി സ്ഥിതിഗതികൾ ആരായുകയുണ്ടായി. ഗുൽബർഗ് വിചാരണയിലെ പബ്ലിക് പ്രോസിക്യൂട്ടർ ആർ കെ ഷാ, എസ് ഐ ടിയെപ്പറ്റിയും ഗുൽബർഗ് വിചാരണയുടെ നടത്തിപ്പ് രീതിയെപ്പറ്റിയും ഉള്ള നിശിതമായ നിരീക്ഷണങ്ങൾ ഉള്ള ഒരു കത്തിലേക്ക് ശ്രദ്ധ ക്ഷണിച്ചപ്പോഴായിരുന്നു അതിലൊരു സന്ദർഭം. 2010 ഫെബ്രുവരിയിലായിരുന്നു അത്. ആ സന്ദർഭത്തിൽ ഷാ രാജിവയ്ക്കുകയുണ്ടായി. അന്തിമമായി പൊലീസ് ആഫീസർമാരായ ശിവാനന്ദ്ഝായോടും ഗീതാ ജോഹ്‌രിയോടും അന്വേഷണത്തിൽനിന്ന് മാറിനില്ക്കാൻ നിർദ്ദേശിക്കപ്പെട്ടു. ഞങ്ങൾക്ക് ഭാഗീകമായ വിജയം ഉണ്ടായെങ്കിലും അന്വേഷണത്തിലെ ക്രമക്കേടുകൾക്ക് കൃത്യമായൊരു പരിഹാരമുണ്ടായില്ല. സി ജെ പിയെയും അതിജീവിക്കപ്പെട്ടവരെയും പ്രതിനിധികരിച്ച് ഞാൻ സൂക്ഷ്മമായ അന്വേഷണം ഉറപ്പാക്കണമെന്ന് ആവശ്യപ്പെട്ടു. ഇത്തരം നീക്കങ്ങൾ ഈ ആഫീസർമാരിൽനിന്നും ഭരണാധികാരികളിൽനിന്നും നിതാന്തമായ ശത്രുത എനിക്കെതിരെ ഉണ്ടാവുന്നതിന് കാരണമായി. ഈ ശത്രുതയാണ് എനിക്കെതിരെ ബാലിശമായതും കള്ളവുമായ കേസുകൾ ഫയൽ ചെയ്യുന്നതിന് കാരണമായതെന്ന് ഞാൻ വിശ്വസിക്കുന്നു. സാക്ഷികളുടെയും ഞങ്ങളോടൊപ്പമുള്ള വക്കീലന്മാരുടേയും സുരക്ഷ സംബന്ധിച്ച് മനുഷ്യാവകാശ ഹൈക്കമ്മീഷണർക്ക് സമർപ്പിച്ച ഒരു കത്ത് മനഃപൂർവ്വം അമിക്കസ്ക്യൂറി, ഹരീഷ് സാൽവെ സുപ്രീംകോടതിയിൽ ദുർവ്യാഖ്യാനിച്ചത് ഇതിനോടനുബന്ധിച്ച വളരെ ദുഃഖകരമായ ഒരു സംഭവമായിരുന്നു. എസ് ഐ ടി ചീഫ് ആയ ശ്രീ. രാഘവൻ തന്നെയാണ് സാൽവെയെ ഇതിന് പ്രേരിപ്പിച്ചത്. ചില നിരീക്ഷണങ്ങൾ കോടതിയെക്കൊണ്ട് നടത്തിക്കുന്നതിന് ഇത് നിർബ്ബന്ധിതമാക്കി. ഞങ്ങളുടെ കോൺസൽ കാമിനി ജയ്സ്വാൾ മേൽപ്പറഞ്ഞ കത്തിടപാട് സംബന്ധിച്ച്, ആവർത്തിച്ച് നല്കിയ വിശദീ

കരണങ്ങൾ അവഗണിക്കപ്പെടുകയാണുണ്ടായത്. ഇതു സംബന്ധിച്ച വിശദീകരണങ്ങൾ അടുത്ത അദ്ധ്യായത്തിൽ ചേർത്തിട്ടുണ്ട്.

ഞങ്ങൾക്കും "നിരാന്തിലുള്ള" മറ്റുള്ളവർക്കും 2009 നും 2010 നും ഇടയിലുള്ള കാലഘട്ടം വ്യക്തിപരമായും വളരെയധികം പ്രയാസങ്ങൾ നിറഞ്ഞതായിരുന്നു. ഞങ്ങളുടെ പ്രിയപ്പെട്ട അതുലിന് കരളിന് ക്യാൻസർ ബാധിച്ച് 2010 ജൂലൈ 22 ന് ഞങ്ങളെ വിട്ടുപിരിഞ്ഞു. ഞാൻ ബന്ധപ്പെട്ടു പ്രവർത്തിക്കുന്ന കാര്യങ്ങളിൽ വളരെ ദത്തശ്രദ്ധനായിരുന്നു അദ്ദേഹം. ഓരോ പ്രാവശ്യവും കോടതിയുടെ ഹിയറിങ്ങിന്റെ വേളയിൽ അദ്ദേഹത്തിന്റെ കൈപ്പടയിൽ മനോഹരമായി എഴുതിയ ഒരു കുറിപ്പ് എനിക്ക് കിട്ടുകയും അതിനെത്തുടർന്ന് ഞാൻ മുംബൈ വിടുകയും ചെയ്തിരുന്നു. 2010 ഏപ്രിൽ-മെയ് മുതൽ അദ്ദേഹം ദുർബ്ബലനായി കണ്ടു. 2010 മെയിൽ ആയിരുന്നു അദ്ദേഹത്തിൽനിന്നും അവസാനത്തെ കുറിപ്പും ലഭിക്കുന്നത്. അദ്ദേഹം ക്ഷമ ഉപദേശിച്ചു. "കോടതി തന്നെ നിയമിച്ച എസ് ഐ റ്റിക്ക് പറ്റിയ തെറ്റ് നീ ചൂണ്ടിക്കാട്ടിയിട്ടുണ്ട്. തിരുത്തേണ്ട ഒരു തെറ്റായി ഇതു മനസ്സിലാക്കുന്നതിനും സ്ഥാപനങ്ങൾക്ക് ഇത് സ്വീകരിക്കുന്നതിനും സമയവും ക്ഷമയും ആവശ്യമുണ്ട്. അതിന് സമയം എടുക്കും." ശ്രദ്ധാർഹമായ അദ്ദേഹത്തിന്റെ പ്രിയതരമായ വാക്കുകളും ബുദ്ധിയും എനിക്ക് നഷ്ടപ്പെട്ടെങ്കിലും കോടതിയിലെ ചില സഹപ്രവർത്തകർ ഉൾപ്പെടെയുള്ളവർ എനിക്കെതിരെ ഉയർത്തിയ ദുഷ്ടതകളും, ദുർന്നയങ്ങളും അദ്ദേഹത്തിന് കാണേണ്ടിവന്നില്ലല്ലോ എന്ന എന്റെ മറ്റൊരുഭാഗത്തുള്ള സന്തോഷവും നിലനില്ക്കുന്നു. അതുലിന്റെ വാക്കുകൾ പ്രവചനാത്മകങ്ങളായിരുന്നു.

അതുലിന്റെ വിടവാങ്ങലിന് ദിവസങ്ങൾക്കുള്ളിൽ എനിക്ക് വീണ്ടും തിരക്കുകളിലേക്ക് മടങ്ങേണ്ടി വന്നു. ആക്രമണങ്ങളിൽനിന്ന് രക്ഷപ്പെട്ട സ്ത്രീസമൂഹത്തിനുവേണ്ടി കൺവെൻഷൻ ഓൺ ദി എലിമിനേഷൻ അറ്റ് ആൾ ഫോംസ് ഓഫ് ഡിസ്ക്രിമിനേഷൻ ഓഫ് വിമണി (CEDAW) ൽ ഇന്ത്യ സ്വീകരിച്ച, നിലപാടിന് അനുസൃതമായി യുണൈറ്റഡ് നേഷൻസിന് സമർപ്പിക്കുന്നതിനുവേണ്ടി ഒരു റിപ്പോർട്ട് പ്രസിദ്ധീകരിക്കുന്നതിന് ഞങ്ങൾ നിർബ്ബന്ധിതരായി.[17] 2010 ആഗസ്ത് മദ്ധ്യത്തിൽ സുഹൃത്തു കൂടിയായിരുന്ന എന്റെ അച്ഛന്റെ വിയോഗത്തിന് രണ്ടാഴ്ചയ്ക്ക് ശേഷം സി ജെ പി പുറത്തുകൊണ്ടുവന്ന ഫോൺകോൾ രേഖകളുടേയും സ്റ്റേറ്റ് ഇൻഫർമേഷൻ ബ്യൂറോയിലെ രേഖകളുടേയും അടിസ്ഥാനത്തിൽ വംശഹത്യക്കും സർക്കാരിനും ഇടയിലെ ശക്തമായ ബാന്ധവം വിശദീകരിച്ചുകൊണ്ടുള്ള ഒരു നിവേദനം ഞാൻ ഷാ-നാനാവതി-മേത്ത കമ്മീഷന്റെ മുൻപിൽ സമർപ്പിക്കുകയുണ്ടായി.[18]

2010 ന് ശേഷമാണ് (കൃത്യമായി സെപ്തംബറിനു ശേഷം) വ്യക്തിപരമായും നിയമപരമായും എനിക്കെതിരെയുള്ള ആക്രമണങ്ങൾ ഇരട്ടിച്ചത്. സാക്കിയ ജാഫ്രി കേസിൽ ഞാൻ സ്വീകരിച്ച ഉറച്ച നിലപാടിന്റെ

ഫലമായിരുന്നു ഇത്. 2010 ൽ, അതായത് വംശഹത്യക്ക് ഏഴുവർഷങ്ങൾക്ക് ശേഷം, ഒരു അപ്രതീക്ഷിത ആശ്വാസമായി ആണ് നിനച്ചിരിക്കാതെ ഒരു ഫെയ്സ്ബുക്ക് പോസ്റ്റ് എന്റെ പേജിൽ എനിക്ക് ലഭിച്ചത്. ഗുജറാത്തിലെ ഒരു മുൻ ജഡ്ജിയായിരുന്ന ഹിമാൻഷു ത്രിവേദി ഇപ്രകാരം തുറന്നെഴുതി:

> തീസ്ത സെതൽവാദ്, നമിക്കുന്നു. ഇവ്വിധകാര്യങ്ങളിൽ താങ്കളുടെ ധൈര്യത്തേയും തുറന്ന നിലപാടുകളേയും ഞാൻ എപ്പോഴും പ്രകീർത്തിച്ചിട്ടുണ്ട്. ഞാൻ ഇന്ന് ദു:ഖിതയാണ് (ഞാൻ ഗുജറാത്ത് ജുഡീഷ്യറിയിൽനിന്നും പുറത്ത് പോന്നയാളാണ്. അഹമ്മദാബാദ് സിറ്റി സെഷൻസ് കോടതിയിൽ ജില്ല കേഡർ ജഡ്ജായിരുന്നു ഞാൻ. ബാബു ബജറംഗിക്കും മായാ കോഡ്നാനിക്കും എതിരെ വിധി നല്കിയതിന്റെ ഫലമായി ജീവിതത്തിന് തന്നെ ഭീഷണി നേരിട്ടുകൊണ്ടിരിക്കുന്ന ധൈര്യവതിയായ ജഡ്ജി ജ്യോത്സ്നയാഗ്നിക്കിന്റെ സഹപ്രവർത്തകയും) എന്തുകൊണ്ടെന്നാൽ ഗുജറാത്ത് ഭരണകൂടം ഞങ്ങൾ നീതിന്യായപാലകരോടും ജുഡീഷ്യറിയോടും ആവശ്യപ്പെടുന്നു, ന്യൂനപക്ഷങ്ങൾക്ക് എതിരായ നിലപാട് കൈക്കൊള്ളാൻ. (എന്നാൽ ഇത് എഴുതപ്പെട്ട എന്തെങ്കിലും ഉത്തരവായിട്ടില്ല, മറിച്ച് ഉച്ചസ്വരത്തിലുള്ള വളരെ സൂക്ഷ്മമായിട്ടുള്ള സന്ദേശങ്ങളായിട്ടാണ്). ഭരണഘടന സാക്ഷിയാക്കി സത്യപ്രതിജ്ഞ ചെയ്ത എനിക്ക് അതിന് സാദ്ധ്യമല്ല.)

വളരെ ഗൗരവമേറിയ ക്രിമിനൽ ഗൂഢാലോചന ഉൾക്കൊള്ളുന്ന കേസുകൾ അന്വേഷിക്കുന്ന പശ്ചാത്തലത്തിൽ, എസ് ഐ ടിക്കും, എന്തിനേറെ ഹൈക്കോടതിക്ക് പോലും ഇത്തരം സന്ദേശങ്ങൾ തെളിവുകളായി മാറേണ്ടതാണ്. എന്തുപറയട്ടെ, 'ഓപ്പറേഷൻ കളങ്കി'നെപ്പോലെ അതും പൊതുസമൂഹത്തിൽ ഓർമ്മയുടെ അഗാധതയിലേക്ക് പുറംതള്ളപ്പെട്ടു. തുടർന്ന് എനിക്കയച്ച ഒരു ഇ-മെയിലിൽ ത്രിവേദി വെളിപ്പെടുത്തിയത് ഇതാണ്. "ഈ മനുഷ്യരെ" അതായത് മുസ്ലീം വിഭാഗത്തെ ഒരു പാഠം പഠിപ്പിക്കുന്നതിനായി തീരുമാനം കൈക്കൊള്ളണമെന്നാവശ്യപ്പെട്ട് ധാരാളം വ്യക്തികൾ ജുഡീഷ്യറിയിലെ അംഗങ്ങൾക്ക് നിർദ്ദേശം നല്കിയിരുന്നു.[19]

നീതി അതിന്റെ ഔന്നത്യത്തിൽ ആയിരിക്കുമ്പോൾ ആന്തരികമായി ഒറ്റപ്പെട്ടുപോയ മനുഷ്യരെ സഹായിക്കുന്നതിനായി ഉള്ള നയങ്ങൾ രൂപകല്പന ചെയ്യപ്പെടുന്നു. ആക്രമണങ്ങളുടെ ഫലമായി അവരവരുടെ വീടുകളിൽനിന്നും കുടിയിറക്കപ്പെട്ട മനുഷ്യരുടെ അവസ്ഥ ഒരു തുടർക്കഥയാണ്. അവർ ഇന്നും പുറത്താണ്. സിറ്റിസൺസ് നഗർ, ഏകതാനഗർ എന്നീ സ്ഥിരമായ കേന്ദ്രങ്ങളിലെ അവസ്ഥ സംസ്ഥാന ഭരണകൂടവും സമൂഹവും ഇത്തരം പാർശ്വവൽകൃത ജനസമൂഹത്തോട് സ്വീകരിക്കുന്ന ക്രൂരമായ സമീപനത്തിനുള്ള ഉത്തമദൃഷ്ടാന്തമാണ്. സമൂഹത്തിലെ

വിവിധ വിഭാഗങ്ങൾ ഭൂമി വിട്ടുനല്കിയിരുന്നാലും ആക്രമണങ്ങളിൽനിന്നും രക്ഷപ്പെട്ടവർക്ക് വിട്ടുനല്കിയ സ്വത്തുക്കളിൽ ഉടമസ്ഥാവകാശം നല്കുന്നതിന് വിമുഖരാണ്. ഇത് അവരിൽ അരക്ഷിതാവസ്ഥയും മറ്റു പ്രശ്നങ്ങളും ഉയർത്തുന്നു.

അതോടൊപ്പം പുനരധിവാസവും അതുസംബന്ധിച്ച യാഥാർത്ഥ്യവും എന്തെന്നാൽ, സർദാർപുര കൂട്ടക്കൊലയുടെ നേർസാക്ഷികൾക്കും അതിജീവിച്ചവർക്കും അവരുടെ വില്ലേജിൽത്തന്നെയുള്ള ഷെയ്ക്ക് മൊഹല്ലയിലേക്ക് തിരിച്ചുവരാൻ സാധിച്ചില്ല എന്നതാണ്. അവർ സമീപ ജില്ലയായ സാത്നഗറിൽ ഇപ്പോഴും അഭയാർത്ഥികളായി കഴിയുകയാണ്, ഗുൽ ബർഗ് കൂട്ടക്കൊലയിൽനിന്നു രക്ഷപ്പെട്ടവർക്ക് അവരുടെ ഇടത്തരം ഹൗസിങ് കോളനിയിലേക്ക് തിരികെ പ്രവേശിക്കാൻ കഴിഞ്ഞിട്ടില്ല. ഓഡ് കൂട്ടക്കൊലയിൽനിന്നും അതിജീവിച്ചവർക്കും അവരുടെ വില്ലേജിലേക്ക് തിരിച്ചുവരാൻ കഴിഞ്ഞില്ല. വംശഹത്യക്ക് പതിനഞ്ച് വർഷങ്ങൾക്ക് ശേഷവും നരോദ ഗാവ്, പാട്യ എന്നിവിടങ്ങളിൽ നിന്നും ഉള്ള രക്ഷപ്പെട്ട വളരെ ചുരുക്കം ഇരകൾക്ക് മാത്രമേ അവരവരുടെ പ്രദേശത്തേക്ക് മടങ്ങിയെത്താൻ സാധിച്ചിട്ടുള്ളൂ.

2002 ലെ ഗുജറാത്ത് കൂട്ടക്കൊലയുടെ നേരിട്ടുള്ള ഫലമായി ചുരുങ്ങിയത് 1,68000 ആളുകൾ പലയിടങ്ങളിലായി ചിതറിപ്പോയിട്ടുണ്ട്. വളരെ നിർണ്ണായകമായ ഒരു വിഭാഗം ഒന്നുകിൽ സംസ്ഥാനം വിട്ടുപോവുകയോ, മുസ്ലീങ്ങൾ പാർക്കുന്ന മേഖലകളിൽ സംസ്ഥാനത്തുടനീളം വാടക സൗകര്യങ്ങൾ ഒരുക്കുകയോ ആണുണ്ടായത്. ഏകദേശം 8000 ത്തോളം കുടുംബങ്ങൾ ഇന്ന് ഗുജറാത്തിലെ നാലു ജില്ലകളിൽ പരന്നുകിടക്കുന്ന വിവിധ ആശ്വാസക്യാമ്പുകളിൽ കഴിയുകയാണ്. സ്വന്തം വീടുകളിലേക്ക് മടങ്ങുന്നതിന് ഭയപ്പെട്ട ഇവർ അഞ്ചിലേറെ വർഷങ്ങളായി ഇവിടെ താമസിച്ചുവരുന്നതുകൊണ്ട് അവിടത്തെ സ്ഥിരതാമസക്കാരായി മാറിയതായി കണക്കാക്കുന്നു. പി യു സി എല്ലിന്റെ റൈറ്റ് ടു ഫുഡ് (Right to food) പെറ്റീഷൻ സുപ്രീം കോടതി കേട്ട്, 2007 ൽ കോടതി കമ്മീഷണർ എൻ സി സക്സേന റിപ്പോർട്ട് സമർപ്പിച്ചപ്പോൾ ഗുജറാത്ത് അഭയാർത്ഥികളുടെ ദയനീയ ജീവിതസാഹചര്യങ്ങളെക്കുറിച്ച് പ്രത്യേകം പരാമർശിക്കുകയുണ്ടായി.

ഇരകൾക്ക് ആശ്വാസധനം കൈമാറുന്നതിലെ ഗുജറാത്ത് ഗവൺമെന്റിന്റെ ഗർവ്വോടുകൂടിയ സമീപനത്തെ ചോദ്യം ചെയ്തുകൊണ്ട് സി ജെ പിയും *കമ്യൂണലിസം കോംബാറ്റും* ചേർന്ന് ഒരു പെറ്റീഷൻ ഫയൽ ചെയ്യുകയുണ്ടായി. ഇന്ത്യയുടെ ന്യൂനപക്ഷങ്ങൾക്കായുള്ള ദേശീയ കമ്മീഷൻ, വിവിധ വിഭാഗങ്ങളുടെ അപേക്ഷയുടെ ഫലമായി, 2006 ഒക്ടോബറിൽ ആദ്യമായി ആശ്വാസ ക്യാമ്പുകൾ സന്ദർശിക്കുകയുണ്ടായി. 2006-07 ൽ ഗുജറാത്ത് സംസ്ഥാനസർക്കാർ പ്രഖ്യാപിച്ച ആശ്വാസപാക്കേജിൽ ഒന്നാം യു പി എ ഗവൺമെന്റ് വർദ്ധനവ് വരു

ത്തുകയുണ്ടായി. ഞങ്ങൾ ആശ്വാസധനം സംബന്ധിച്ച വിശദമായ ഒരു സത്യവാങ്മൂലം ഗുജറാത്ത് ഹൈക്കോടതി മുൻപാകെ തയ്യാറാക്കി സമർപ്പിക്കുകയും സമാനമായ മെമ്മോറാണ്ടങ്ങൾ തയ്യാറാക്കി കേന്ദ്രസർക്കാരിനും ദേശീയ ന്യൂനപക്ഷ കമ്മീഷനും സമർപ്പിക്കുകയും ചെയ്തു. ഇതിന്റെയൊക്കെ അടിസ്ഥാനത്തിലാണ് മറ്റു നടപടികളെല്ലാം സ്വീകരിച്ചത്. എന്നിരുന്നാൽ പോലും ഇതൊക്കെ അപര്യാപ്തമായിരുന്നു എന്നതാണ് വാസ്തവം.

സ്വാതന്ത്ര്യാനന്തര ഇന്ത്യയിൽ ഏറ്റവും ഹീനമായ, സ്പോൺസർ ചെയ്യപ്പെട്ട മുസ്ലീങ്ങൾക്കെതിരായ കൂട്ടക്കൊല നടന്നതിന് ശേഷം പതിനഞ്ച് വർഷം അവസാനിക്കുമ്പോൾ വ്യാപകമായ ആക്രമണങ്ങൾക്കുള്ള സർക്കാരിന്റെ സഹായം, ഭരണഘടനയോടുള്ള ഉത്തരവാദിത്വം, പൗരാവകാശങ്ങൾ, ഇന്നും നിലനില്ക്കുന്ന ഭയവും ഭീഷണിയും എന്നീ വിഷയങ്ങൾ സജീവമായി നിലനില്ക്കുന്നു.

വംശഹത്യയോടുള്ള ഇന്ത്യൻ ജനാധിപത്യത്തിന്റെ പ്രതികരണം സമ്മിശ്രമായ രീതിയിലുള്ളതാണ്. മീഡിയ, സ്വതന്ത്ര വ്യക്തി ഗ്രൂപ്പുകൾ, ദേശീയ മനുഷ്യാവകാശകമ്മീഷൻ, ചീഫ് ഇലക്ഷൻ കമ്മീഷൻ എന്നിവയിൽനിന്നുമുള്ള ഉറച്ച ശബ്ദങ്ങളും സുപ്രീംകോടതിയിൽനിന്നും പ്രാഥമികമായി നിലനിന്ന മന്ദഗതിയിലുള്ള പ്രതികരണവും ഒരു വിരോധാഭാസമായി തോന്നുന്നു. തുടർന്ന് 2004 മേയിൽ നടന്ന തിരഞ്ഞെടുപ്പിൽ ദേശീയ ജനാധിപത്യ സഖ്യ (എൻ ഡി എ) ത്തിനുണ്ടായ ദയനീയമായ പരാജയം ചെറിയ രീതിയിലുള്ള ആശ്വാസമായിരുന്നു. എൻ ഡിഎയിലെ മുഖ്യകക്ഷിയായ ബി ജെ പി മോദിയുടെ സംസ്ഥാനപ്രേരിതമായ വംശഹത്യയെ പരസ്യമായി സർവ്വാത്മനാ പിന്താങ്ങുമ്പോൾ, അതിലെ ഘടകകക്ഷികൾ രഹസ്യമായി അദ്ദേഹത്തിന് പിന്തുണനല്കി വരികയും, ഇപ്പോഴും അത് തുടരുകയും ചെയ്യുന്നു. 2004 ൽ തിരഞ്ഞെടുപ്പിന്റെ ഫലം പ്രഖ്യാപിക്കുന്നതിന് ഒരുമാസം മുൻപ് തിരഞ്ഞെടുപ്പ് ഫലത്തെതന്നെ സ്വാധീനിച്ചേക്കാവുന്ന രീതിയിൽ ബെസ്റ്റ് ബേക്കറി വിചാരണ സംസ്ഥാനത്തിന് പുറത്ത് മഹാരാഷ്ട്രയിലേക്ക് മാറ്റിക്കൊണ്ടും മോദിയുടെ ഗുജറാത്തിലെ ഭരണത്തെ രൂക്ഷമായി വിമർശിച്ചുകൊണ്ടും അപൂർവ്വവും എന്നാൽ അസന്ദിഗ്ദ്ധവുമായ ഒരു ഉത്തരവ് പുറപ്പെടുവിക്കുകയുണ്ടായി. ഭരണകൂടത്തിന്റെ ഭരണഘടനാവിരുദ്ധമായ നടപടികൾക്കെതിരായി കോടതിയുടെ ഭാഗത്തുനിന്നുമുള്ള പ്രശംസാർഹമായ തിരുത്തൽ ആണിത്. ബൽക്കീസ് ബാനു കേസും മുംബൈയിലേക്ക് മാറ്റി ഉത്തരവായിരുന്നു. രണ്ടു വിചാരണകളിലും ബെസ്റ്റ് ബേക്കറി കേസിലുണ്ടായ കോളിളക്കം നിലനില്ക്കെത്തന്നെ സുപ്രീംകോടതിയുടെ നിരീക്ഷണത്തോടുകൂടി ശിക്ഷാവിധികൾ പര്യവസാനിക്കുകയുണ്ടായി. ബൽക്കീസ് ബാനു കേസിൽ ദഹോദ് ജില്ലയിലെ രൺധിക്പൂരിലെ കൂട്ടബലാൽസംഗവും കൂട്ടക്കൊലപാതകവും പൂർണ്ണമായി അട്ടിമറിക്കാൻ കഴിഞ്ഞില്ല

ങ്കിലും മുതിർന്ന മെഡിക്കൽ ഉദ്യോഗസ്ഥരും പൊലീസും ചേർന്ന് തെളിവുകൾ നശിപ്പിക്കുന്നതിന് തുനിഞ്ഞിരുന്നു.

2002 ആഗസ്തിലെ മുഖ്യതിരഞ്ഞെടുപ്പ് കമ്മീഷന്റെ റിപ്പോർട്ടിൽ വലിയ രീതിയിലുള്ള ഭരണഘടനാലംഘനങ്ങൾ കാണുകയും സർക്കാരിന്റെ ഔദ്യോഗിക നിലപാടിൽ ക്രമക്കേടുകൾ കണ്ടെത്തുകയും, എന്നാൽ എ ഡി ജി പിയായിരുന്ന ഇന്റലിജൻസ് ചീഫ് ആർ ബി ശ്രീകുമാറിന്റെ ധീരമായ നിലപാടിനെ വിശ്വാസത്തിലെടുക്കുകയും ചെയ്തിരുന്നു. തിരഞ്ഞെടുപ്പ് 2002 ഡിസംബറിലേക്ക് നീട്ടി. പ്രതീകാത്മകമായ ഒരു മാറ്റിവയ്ക്കൽ മാത്രമായിരുന്നു ഇത്. (മോദി 2002 ജൂലൈയിൽ തന്നെ ബന്ധപ്പെട്ടവരെ വിളിക്കുകയും ചർച്ചചെയ്യുകയും ചെയ്തിരുന്നു.) കഷ്ടത അനുഭവിക്കുന്നവരും എന്നാൽ സ്ഥലം വിട്ടുപോയിരുന്നവരുമായ പലർക്കും ശരിയാംവണ്ണം തിരഞ്ഞെടുപ്പിൽ പങ്കെടുക്കാൻ കഴിയാതെ വന്നതിനാൽ തിരഞ്ഞെടുപ്പ് നീട്ടിവച്ചതുകൊണ്ട് പ്രത്യേകഫലമൊന്നും ഉണ്ടായില്ല. കഠിനമായ വിമർശനങ്ങളും പിന്നോട്ടടികളും ഉണ്ടായിരുന്നെങ്കിലും മോദി ഭരണവും ഭരണസംവിധാനവും അധികാരത്തിൽ ഒരവസരം കൂടി നേടി. വംശഹത്യക്ക് കുറച്ച് മാസങ്ങൾക്ക് ശേഷം 2002 ഡിസംബറിൽ, വംശഹത്യക്കും മുകളിൽ മോദി രണ്ടാമതും ഒരു ടേമിനായി തിരഞ്ഞെടുക്കപ്പെട്ടു. ഇന്നു നാം കാണുന്ന മോദിയേക്കാൾ വളരെ പരുക്കനായ മോദിയെയാണ് അന്ന് കാണുന്നത്. മോദി അന്ന് തന്റെ തിരഞ്ഞെടുപ്പ് പ്രചാരണം ആരംഭിക്കുന്നത് തന്റെ ജന്മദേശത്തുനിന്നും വളരെയകലെയല്ലാത്ത വടക്കൻ ഗുജറാത്തിലെ മെഹസാനയിലെ ബെച്ചാർജിയിൽനിന്നും ആയിരുന്നു. അവിടെ അദ്ദേഹം ചെയ്യുന്ന പ്രസംഗത്തിലെ കുറിക്കുകൊള്ളുന്ന വാചകം വെറുപ്പ് നിറച്ചുവച്ച ഒന്നായിരുന്നു. "ആശ്വാസക്യാമ്പുകൾ കുഞ്ഞുങ്ങളെ നിർമ്മിക്കുന്ന ഫാക്ടറികളായിരിക്കുന്നു.'' ഈ പ്രസംഗത്തിനെതിരായി ഇന്ത്യൻ പീനൽ കോഡിലെ 153a, 153b, 505 എന്നീ വകുപ്പുകൾ പ്രകാരം കേസ് രജിസ്റ്റർ ചെയ്യണമെന്നാവശ്യപ്പെട്ട് ഞങ്ങൾ കോടതിയെ സമീപിക്കുകയുണ്ടായി. എന്നാൽ ഞങ്ങളോട് താഴെത്തട്ടിലെ കോടതിയെ സമീപിക്കാൻ സുപ്രീം കോടതി നിർദ്ദേശിച്ചു. ഈ കേസിലും അതുപോലെ സാക്കിയ ജാഫ്രി കേസിലും നേരിട്ട് ഇടപെടാൻ സുപ്രീം കോടതി മടിക്കുകയാണുണ്ടായത്.

2002 ന് ശേഷം ഗുജറാത്ത് രണ്ട് തരം യാഥാർത്ഥ്യങ്ങളിലാണ് എന്ന് തോന്നി.

ഒന്നാമതായി, മതപരമായ തലത്തിൽ മുസ്ലീം ജനവിഭാഗം, ശാരീരികമായും വൈകാരികമായും, സാമ്പത്തികമായും സാംസ്കാരികമായും നാശോന്മുഖമാക്കപ്പെട്ടു എന്നത് വളരെ പരിതാപകരമായ അവസ്ഥയാണ്. ഇതിന്റെ പ്രത്യക്ഷമായ ഒരു ഉദാഹരണം ചൂണ്ടിക്കാണിക്കാമെങ്കിൽ 2002 മെയ്മാസത്തോടെ അഹമ്മദാബാദിലെ പഴയനഗരത്തിലെ മുസ്ലീം റെസ്റ്റോ

റന്റുകളെല്ലാം ആളൊഴിഞ്ഞ സ്ഥലങ്ങളായി മാറിയെന്നതാണ്. അസാമാന്യവൈശിഷ്ട്യമുള്ള വിഭവങ്ങളാലും ഊഷ്മളമായ ആതിഥ്യത്താൽ മുഖരിതമായതും അഭിമാനകരമായ സാംസ്കാരികതയും പൈതൃകവും നിറഞ്ഞുനിന്നതുമായ ഈ സ്ഥലങ്ങൾ കേവലം മൂന്നുമാസംകൊണ്ട് മടുപ്പിന്റെയും ഭയത്തിന്റെയും ഇടങ്ങളായി മാറി. ആരോഗ്യകരമായ സന്തോഷം നിറഞ്ഞ ഒരുവിധ അനുഭവങ്ങളും അവിടെ ഇല്ലാതായി. മ്ലേച്ഛമായ ഈ യാഥാർത്ഥ്യം, പലരേയും ലക്ഷ്യം വച്ച്, അടിച്ചമർത്താൻ തുനിയുന്ന ഭരണസംസ്കാരത്തിന്റെ തുടർക്കഥയായി മനസ്സിലാക്കാൻ കഴിഞ്ഞു. രാഷ്ട്രീയമായി എതിരഭിപ്രായമുള്ളവർ, കലാകാരന്മാർ, സ്ത്രീകൾ, ആദിവാസികൾ, ദളിതർ ഇവരെയെല്ലാം ഭരണകൂടം ലക്ഷ്യം വച്ചു.

രണ്ടാമതായി, സംസ്ഥാന ഗവൺമെന്റിന്റെ ഭാഗത്തുനിന്നും കേന്ദ്രസർക്കാരിന്റെ ഭാഗത്തുനിന്നും അതുപോലെ സ്റ്റേറ്റ് സെൻട്രൽ ബ്യൂറോക്രസിയുടെ ഒരു വിഭാഗത്തിൽനിന്നും ഒരു പ്രശ്നരഹിതമായ സാധാരണചിത്രം സൃഷ്ടിക്കുവാനുള്ള ശ്രമമുണ്ടായി. ദേശീയമായും അന്തർദ്ദേശീയമായും ആർഭാടപൂർണ്ണമായ ഒരു ചിത്രം വ്യവസായികൾക്കിടയിൽ അവതരിപ്പിക്കാൻ, പ്രത്യേകിച്ചും ഊർജ്ജസ്വലവും സാധാരണവുമായ ഒരു ഗുജറാത്തിന്റെ ചിത്രം അവതരിപ്പിക്കാൻ മോദി ഗുജറാത്തിലെ നികുതിദായകന്റെ പണത്തിൽ നിന്നും നിർലോഭം ചെലവഴിക്കുകയുണ്ടായി.

ദേശീയമായ വിമർശനങ്ങൾ കൊണ്ടും അന്തർദ്ദേശീയമായി നയതന്ത്ര ഏജൻസികളാൽ പുറപ്പെടുവിക്കപ്പെട്ട നിശ്ശബ്ദമായ ചില ഇടപെടലുകൾ വഴിയും യു എസ് എയിൽ വിസ നിഷേധിക്കപ്പെട്ട (2005 മാർച്ച്) ഇന്ത്യയുടെ ആദ്യ മുഖ്യമന്ത്രിയെന്ന അപമാനം കുറെയൊക്കെ മറികടക്കാൻ മോദി ശ്രമിക്കുകയുണ്ടായി. 2014 മെയ്മാസത്തിൽ പ്രധാനമന്ത്രിപദത്തിൽ എത്തുന്നതുവരെ പാശ്ചാത്യശക്തികളിലെ പല നയതന്ത്രജ്ഞരും മോദിയെ തുടർച്ചയായി ഒഴിവാക്കിയിരുന്നു എന്ന സത്യം സംസ്ഥാനത്തിന്റെ ഏതാണ്ടെല്ലാ മുക്കിലും മൂലയിലും അഹങ്കാരവും, ഉന്മാദവും ബാധിച്ച്, 2002 മുതൽ 2014 വരെ സ്വന്തം മുഖം മാത്രം പ്രദർശിപ്പിച്ച് ഓടി നടന്നിരുന്നയാളെ സംബന്ധിച്ചിടത്തോളം കയ്പേറിയ അനുഭവമായിരുന്നു. എന്തിനേറെ സ്കൂൾ കുട്ടികൾക്ക് വിതരണം ചെയ്യുന്ന സ്കൂൾ ബാഗിലും ബിസ്കറ്റ് പാക്കറ്റുകളിലും പോലും, തന്റെ സ്വത്വം ജനങ്ങളിലേക്ക് ആഴ്ത്തുന്നതിന്റെ ഭാഗമായി, ചിത്രങ്ങൾ ഒട്ടിച്ചുചേർക്കുമായിരുന്നു. ആ തന്ത്രം തന്നെയാണ് ഇന്ന് ദേശീയതലത്തിൽ പ്രധാനമന്ത്രി കസേര സ്വന്തമാക്കുന്നതിലും തുടർന്ന് വ്യക്തിഗതമായി ഉയർത്തുന്നതിനുള്ള പ്രചാരണം സംഘടിപ്പിക്കുന്നതിലും അധിക തോതിൽ പ്രവർത്തിക്കുന്നത്.

വലിയൊരളവിൽ മോദി വിജയിച്ചിരിക്കുന്നു. വ്യവസായികൾ 2007-2008 മുതൽ 'നരേന്ദ്രമോദിയുടെ ഉറച്ച രാഷ്ട്രീയ നേതൃത്വത്തിന്റെ' ഫലമായി 'ഇന്ത്യ തിളങ്ങുന്നു' എന്ന സ്വന്തം മുദ്രാവാക്യവുമായി രംഗ

ത്തിറങ്ങിയിരിക്കുകയാണ്. 1992-93 തുടക്കത്തിൽ മുംബൈ തെരുവുകളിൽനടന്ന വർഗ്ഗീയ കലാപത്തിലെ ഇരകളോടുള്ള സഹതാപത്തിന്റെ ഫലമായി കണ്ണീരൊലിപ്പിച്ചിരുന്ന ടാറ്റാ ഗ്രൂപ്പിന്റെ രത്തൻ ടാറ്റാ മുതലായവർക്ക്, ക്രിമിനൽ ഗൂഢാലോചനയ്ക്കും കൂട്ടക്കൊലയ്ക്കും പ്രതിയായ രാഷ്ട്രീയ നേതാവുമായി വേദി പങ്കിടാൻ ബുദ്ധിമുട്ടൊന്നും ഉണ്ടായില്ല. പടിഞ്ഞാറൻ ബംഗാളിൽനിന്നും പറിച്ചുമാറ്റപ്പെട്ട ടാറ്റായുടെ നാനോ പ്ലാന്റ് 2008 നവംബറിൽ ഗുജറാത്തിലെ സാനന്ദിലേക്ക് കൊണ്ടുവന്നു. കാർ നിർമ്മാണത്തിനാവശ്യമായ വസ്തുക്കൾ ഉല്പാദിപ്പിക്കപ്പെടുന്നതിനാൽ ഉത്തരാഖണ്ഡ് ഇതിനൊരു സ്വാഭാവികമായ സ്ഥലമായിരുന്നു. പക്ഷേ, ടാറ്റായുടെ പ്ലാന്റ് ഗുജറാത്തിന് നല്കുന്നതിനുള്ള നടപടി ഉടനടി എടുക്കുകയും അഹമ്മദാബാദിന് പുറത്തുള്ള സാനന്ദിലെ ഭൂമി ചുളുവിലയ്ക്ക് ഗുജറാത്ത് സർക്കാർ നികുതിദായകന്റെ ചെലവിൽ ഇന്ത്യൻ വ്യവസായ നായകന് നല്കാൻ നടപടി എടുക്കുകയും ചെയ്തു. ടാറ്റയുടെ മോദി ആലിംഗനത്തെത്തുടർന്ന്, അംബാനിയുടെ റിലയൻസ് ഗ്രൂപ്പും, ശശി റൂയയുടെ എസ്സാർഗ്രൂപ്പും കുമരമംഗലം ബിർലയുടെ ആദിത്യാ ബിർള ഗ്രൂപ്പും അത്ഭുതാതിരേകങ്ങളൊന്നുമില്ലാതെ തന്നെ, മോദിയുടെ കൈയിലെ രക്തക്കറ തുടച്ച് കളയുന്നതിനും അദ്ദേഹത്തിന് മാന്യത നേടിയെടുക്കുന്നതിനും വേണ്ടി കൈകോർക്കാൻ തയ്യാറായി. യു പി എ സർക്കാർ അധികാരമേറ്റ് താമസിയാതെ പരസ്യപ്പെടുത്തപ്പെട്ട "ഏറ്റവും നല്ല ഭരണം കാഴ്ചവച്ച സംസ്ഥാനം" എന്ന് ഗുജറാത്തിനെ വിശേഷിപ്പിച്ച രാജീവ്ഗാന്ധി ഫൗണ്ടേഷന്റെ കൊട്ടിഘോഷിക്കപ്പെട്ട റിപ്പോർട്ടും മോദിയുടെ തൊപ്പിയിലെ തൂവലായി വിലയിരുത്തപ്പെടുകയുണ്ടായി.

അതേ വർഷം 2008 മാർച്ചിലാണ്, മെയ് 2002 മുതൽ അന്വേഷണം സ്ഥലം മാറ്റപ്പെടണം എന്ന ഞങ്ങളുടെ അപേക്ഷ നിലനില്ക്കെത്തന്നെ സുപ്രീംകോടതി അന്തിമമായി എസ് ഐ ടിയെ നിയമിക്കുന്നത്. പ്രത്യേകമായി സമിതിയെ രൂപപ്പെടുത്തുമ്പോൾ തന്നെ, ഗവൺമെന്റ്, ഇരകളും സി ജെ പിയും ചേർന്നു നല്കിയ എസ് ഐ ടിയിലേക്ക് നിർദ്ദേശിച്ച പേരുകളെല്ലാം ഒഴിവാക്കുകയാണ് ചെയ്തത്. ഗുജറാത്ത് സംസ്ഥാനത്തിനുവേണ്ടി അവരുടെ അഭിഭാഷകനായ മുകുൾ റോത്തഗി, ഇന്ത്യയുടെ ഇന്നത്തെ അറ്റോർണി ജനറൽ, നല്കിയ പേരുകളെല്ലാംതന്നെ ഞങ്ങളോട് ചർച്ച നടത്താതെയുള്ളതായിരുന്നു. അമിക്കസ്ക്യൂറിയായിരുന്ന ഹരീഷ് സാൽവെ അത് അംഗീകരിക്കുകയും ചെയ്തു. എസ് ഐ ടിയുടെ തലപ്പത്ത് രാഘവനെ തെരഞ്ഞെടുക്കുമ്പോൾ അദ്ദേഹം ടാറ്റാ സെക്യൂരിറ്റീസ് ബോർഡിൽ ഒരു പ്രധാന സ്ഥാനം അലങ്കരിച്ചിരുന്നതും അത് ഇപ്പോഴും തുടർന്നുവരുന്നതും ആകുന്നു. വളരെ കൃത്യമായ, വിരുദ്ധമായ ഇത്തരം താല്പര്യങ്ങൾ ഗുജറാത്തിൽ പരക്കെ പറയപ്പെടുന്നതുപോലെ അന്വേഷണത്തെ വെള്ള പൂശുന്നതിന് മാത്രമേ സാധിച്ചു

ള്ളു. ഈ കേസുകളിൽ എത്രയും ശ്രമകരമായി ഇടപെട്ടിട്ടും നിർഭാഗ്യവശാൽ ഇത്രയും മാത്രമാണ് സംഭവിച്ചത്.

'സാമാന്യവല്ക്കരണവും' 'കരുത്തുറ്റ നേതൃത്വവും' എന്നത് ഇത്രയും വലിയ കൂട്ടക്കൊല നടത്തിയതിൽ മനസ്സാക്ഷിക്കുത്ത് പ്രകടമാക്കാത്തവിധം വഞ്ചനാപരമായ ഭരണത്തിന്റെ നാന്ദികുറിച്ചു. ഗ്രാമങ്ങളിലും നഗരങ്ങളിലും മഹല്ലുകളിലും അതിർത്തികൾ സൃഷ്ടിച്ച് രാഷ്ട്രീയനേട്ടം കൈവരിക്കുകയും ചെയ്തു. രക്ഷപ്പെട്ട ഇരകളേയും അതുപോലെ നീതിക്ക് വേണ്ടി നിലകൊണ്ട മനുഷ്യാവകാശസംരക്ഷകരേയും അറസ്റ്റുകൊണ്ടും മർദ്ദനംകൊണ്ടും ഭീഷണിപ്പെടുത്തുന്ന സംസ്ഥാനമായി. ചോദ്യം ചെയ്യാനാവാത്ത ഭരണവർഗ്ഗ അധികാരത്തിന്റെ പ്രഭവകേന്ദ്രമായി ഗുജറാത്ത് മാറി.

ഗുജറാത്തിലെ രാഷ്ട്രീയസംഭവവികാസങ്ങൾകൊണ്ട് ഇന്ത്യൻ രാഷ്ട്രീയ രംഗത്തിനുണ്ടായ ഒരു ആശ്വാസം 2002 ന് ശേഷം സംസ്ഥാന അസംബ്ലിയിലും, പാർലമെന്റിലും നടന്ന ഉത്സാഹമില്ലാത്ത ചർച്ചകളിൽ പ്രതിഫലിച്ചുകണ്ടു. വളരെയധികം പ്രശ്നങ്ങളിൽ സംസ്ഥാന നിയമസഭകളും പാർലമെന്റും നിർത്തിവയ്ക്കണമെന്നാവശ്യപ്പെട്ടിരുന്ന അംഗങ്ങളുടെ മുൻഗണന ഒരിക്കലും വംശഹത്യക്കോ തുടർന്നുള്ള സംഭവങ്ങൾക്കോ നല്കപ്പെട്ടിട്ടില്ല. അതിനുത്തരവാദി കോൺഗ്രസ് പാർട്ടി മാത്രമല്ല, മറിച്ച് യു പി എ സഖ്യത്തിലുള്ള മറ്റു കക്ഷികളും ഇടതുപക്ഷ പാർട്ടികളും, ഗുജറാത്ത് തെരുവുകളിൽ വർഗ്ഗീയകലാപം നടത്തിയവർക്ക് ശിക്ഷ നല്കുന്ന കാര്യം ഉയർത്തുന്നതിൽ വിമുഖത കാണിച്ചു. യോജിപ്പും, കൃത്യമായ സൂക്ഷ്മതയും പുലർത്തിയിരുന്നെങ്കിൽ കൂട്ടക്കൊലയെയും അതിന്റെ ബാക്കിപത്രത്തെയും പറ്റി മൂർച്ചയേറിയ പരിശോധനകൾ നിയമസഭയ്ക്കുള്ളിൽ സംഘടിപ്പിക്കാമായിരുന്നു.

മനുഷ്യാവകാശപ്രവർത്തകരെ സംബന്ധിച്ചിടത്തോളം കുറ്റകൃത്യങ്ങളെ സംബന്ധിച്ചുള്ള വിവരം ലഭിക്കുമ്പോൾ അതുമായി ബന്ധപ്പെട്ട മരണങ്ങൾ, എത്രപേർ കാണാതായി തുടങ്ങിയ വിവരങ്ങൾ രേഖപ്പെടുത്തുന്നത് വളരെ നിർണ്ണായകമായ കാര്യമായിരുന്നു. ഇന്ത്യൻ ജനാധിപത്യത്തിൽ ഇടപെട്ടു പ്രവർത്തിക്കുന്ന രാഷ്ട്രീയക്കാരും ഭരണമേഖലയും ഇത്തരം രേഖകൾ തയ്യാറാക്കുന്നത് സംബന്ധിച്ച് ശുഷ്കാന്തിയോടെ കാര്യക്ഷമമായ രീതികളൊന്നും തന്നെ വികസിപ്പിച്ചിട്ടില്ല. നാഷണൽ ക്രൈം റിക്കാർഡ് ബ്യൂറോ (എൻ സി ആർ ബി) സൂക്ഷിച്ചിട്ടുള്ള കണക്കുകൾതന്നെ പലപ്പോഴും കുറ്റമറ്റതല്ല, ഉദാഹരണത്തിന് ഗോധ്രാനന്തര ഗുജറാത്ത് കലാപത്തിൽ കൊല്ലപ്പെട്ടവരുടെ കണക്ക് എഫ് ഐ ആറുകളെയും ചാർജ് ഷീറ്റുകളേയും അടിസ്ഥാനപ്പെടുത്തി ഞങ്ങൾ തയ്യാറാക്കിയപ്പോൾ അത് 1926 ആയിരുന്നു. വംശഹത്യയുടെ ഏതാണ്ട് അടുത്ത ആഴ്ചകളിൽ ഞങ്ങൾ തയ്യാറാക്കിയ ഏകദേശകണക്കുകളു

മായി നല്ല താരതമ്യം ഉള്ള സംഖ്യയാണിത്. ഇത് സംസ്ഥാനം ഭരിച്ചിരുന്ന അതേ രാഷ്ട്രീയ കക്ഷി നേതൃത്വം നല്കുന്ന എൻ ഡി എ സർക്കാർ പാർലമെന്റിൽ സമർപ്പിച്ച കണക്കിനേക്കാൾ അധികരിച്ച എണ്ണമായിരുന്നു.[21] ഉത്തരവാദിത്വമുള്ള ജനപ്രതിനിധികൾക്ക് അത്തരം കണക്കുകൾ കൃത്യമാക്കുക എന്നത് പരമപ്രധാനമാവേണ്ടതായിരുന്നു. അപ്രകാരം ചെയ്യാൻ സാധിക്കാത്ത സാഹചര്യത്തിൽ, കുറ്റവാളിയായ ഒരു പാർട്ടിക്കോ ഗവൺമെന്റിനോ കൃത്യമല്ലാത്ത കണക്കുകളെ കണക്കിലെടുക്കാവുന്നതും അക്രമങ്ങളുടെ ആഘാതത്തെ കുറച്ച് കാണാനും കഴിയുമായിരുന്നു.

2004 മുതൽ 2014 വരെ ഡൽഹിയിൽ രാഷ്ട്രീയ അധികാരികളിൽ മാറ്റമുണ്ടായിരുന്നുവെങ്കിലും നീതിക്കുവേണ്ടിയുള്ള പോരാട്ടം ഊർജ്ജസ്വലമായി നടന്നുവന്നിരുന്ന കോടതികളിലെ കേന്ദ്രഗവൺമെന്റിന്റെ സമീപനം 2002 മുതല്ക്കുള്ള അഞ്ചുവർഷങ്ങളിലും പരസ്പരവിരുദ്ധവും അസാധാരണവുമായിരുന്നു. ഗുജറാത്ത് ഹൈക്കോടതിയിലോ, സുപ്രീംകോടതിയിലോ, നടന്നുവന്നിരുന്ന ഒരു കേസിൽ പോലും, കേവലം ഒരെണ്ണമൊഴികെ, ഗുജറാത്ത് വംശഹത്യയിലെ ഇരകളും, രക്ഷപ്പെട്ടവരുമായിരുന്നവർക്ക് നീതി ലഭിക്കുന്നതിനായി നടക്കുന്ന സമരത്തിന് സഹായകമായിരുന്നില്ല യു. പി എ ഗവൺമെന്റിന്റെ നിലപാടുകൾ. 2014 ൽ മോദി അധികാരം പിടിച്ചെടുത്തപ്പോൾ കാര്യങ്ങൾ വീണ്ടും താഴേക്ക് കൂപ്പുകുത്തി. നീതിക്കും പരിഹാരത്തിനും മുഖംതിരിഞ്ഞു നിന്നിരുന്ന ഒരു സർക്കാരിന് പകരം കുറ്റവാളികളെ നേരിട്ട് സംരക്ഷിക്കുന്ന സർക്കാർ എന്ന നിലയിലേക്ക് കാര്യങ്ങൾ വ്യത്യാസപ്പെട്ടു.

2002 മുതൽ സി ജെ പിയുടേയും രക്ഷപ്പെട്ട ഇരകളുടേയും അപേക്ഷ, അന്വേഷണവും വിചാരണയും, വർഗ്ഗീയമായ സാഹചര്യങ്ങളിൽ ഇളവ് ഉള്ള സ്ഥലങ്ങളിലേക്ക് മാറ്റണം എന്നതായിരുന്നു. ഇതിന് ഞങ്ങൾ അടിസ്ഥാനമാക്കിയത് ദേശീയമനുഷ്യാവകാശക്കമ്മീഷന്റെ ശുപാർശകളായിരുന്നു. ഞങ്ങളുടെ അപേക്ഷ സുപ്രീംകോടതിയിൽ തീർപ്പുകല്പിക്കാതെ കിടന്നു. 2002 മുതൽ ഞങ്ങളുടെ അഭിഭാഷകർ ഈ ആവശ്യം ഉയർത്തിക്കൊണ്ടുവരാൻ പണിപ്പെട്ടു. തുടക്കത്തിൽ അമിക്കസ്ക്യൂറി ഹാരിഷ് സാൽവെ ഇതിനെ പിന്താങ്ങി. പക്ഷേ, കേന്ദ്രസർക്കാർ ഇതിനോട് പ്രതികരിച്ചില്ല. പ്രധാന വംശഹത്യാ കേസുകളിൽ സുപ്രീംകോടതിയിൽ ആവർത്തിച്ചുള്ള വാദങ്ങൾ നടന്നുവരവെ ഗോധ്ര, ഗുൽബർഗ്, നരോദപാട്യ, നറോദ ഗവോൺ, ഓഡ്, സർദാർപുരക്കൂട്ടക്കൊലകൾ സി ബി ഐ മുഖേന പുനരന്വേഷണം വേണമെന്ന ഞങ്ങളുടെ ആവശ്യത്തോട് കേന്ദ്രഗവൺമെന്റ് താല്പര്യമെടുത്തില്ല. ഗുജറാത്ത് ഹൈക്കോടതിയിൽ, കൂട്ടമായി ശവങ്ങൾ സംസ്കരിക്കുന്നത് സംബന്ധിച്ചുള്ള കേസ് കേട്ടുകൊണ്ടിരിക്കുമ്പോൾ നിയമസഹായ വേദിയായ സി ജെ പിയെ

നിന്ദിക്കുന്നതിന് പോലും സി ബി ഐ അഭിഭാഷകൻ ശ്രമിക്കുകയുണ്ടായി. 2006 ൽ പുതിയതായി വന്ന ജഡ്ജിയുടെ മുന്നിൽ കേസ് പരിഗണിക്കുമ്പോഴാണിത്. നിലവിലുള്ള നടപടി ക്രമങ്ങളിൽനിന്നും പൂർണ്ണമായും വ്യതിചലിച്ചുകൊണ്ട് രക്ഷപ്പെട്ടവർ പുറത്തെടുത്ത എല്ലാ ശവശരീരങ്ങളുടേയും ഭാഗങ്ങൾ ഹൈദരാബാദ് ലബോറട്ടറിയിൽ സി ബി ഐ മേൽനോട്ടത്തിൽ പരിശോധനയ്ക്ക് അയയ്ക്കണമെന്ന് നിർദ്ദേശിച്ചപ്പോഴായിരുന്നു ഇത്. നീതിനിർവ്വഹണത്തിനായി, പ്രധാനപ്പെട്ടതും, നടപടി ക്രമങ്ങൾ സംബന്ധിച്ചുള്ളതുമായ വശങ്ങൾക്കെല്ലാംതന്നെ സമമായ പരിഗണനയും പ്രാധാന്യവും നല്കേണ്ടതുണ്ട്. ഗവൺമെന്റിന്റെ ഭാഗത്തുനിന്നും ഉള്ള വീഴ്ചകൾ നടപടിക്രമങ്ങൾ സംബന്ധിച്ചുള്ളതും ഒപ്പം യഥാർത്ഥത്തിലുള്ള നിയമം സംബന്ധിച്ചുള്ളതുമൊക്കെയാണ്. 2002 ലെ ഗുജറാത്ത് വംശഹത്യയിൽനിന്ന് രക്ഷപ്പെട്ട ഇരകൾക്ക് അവരുടെ പ്രശ്നങ്ങളുടെ ഏറ്റവും മുകളിൽ ഇത്തരം വീഴ്ചകളും നില്ക്കുന്നു.

കൂട്ട ശവസംസ്കാരം സംബന്ധിച്ച ചോദ്യം സി ജെ പി സുപ്രീം കോടതിയിൽ അവതരിപ്പിച്ചപ്പോൾ ഞങ്ങൾക്ക് പറ്റിയ വീഴ്ചകളെപ്പറ്റിയും മനസ്സിലാക്കി. രക്ഷപ്പെട്ടവരുടെ വാദം ഫോറൻസിക് അന്വേഷണത്തിൽ സത്യമാണെന്നും, അതുപോലെ അന്ത്യകർമ്മങ്ങൾ ശരിയാം വണ്ണം നടത്തിക്കൊണ്ടല്ല സംസ്കാരം നടത്തിയത് എന്നും കണ്ടെത്തിയെങ്കിലും തീരെ ദയയില്ലാത്ത വിധത്തിലാണ് ഇക്കാര്യത്തിൽ പരമോന്നത കോടതി പ്രതികരിച്ചത്. വളരെ ബുദ്ധിമുട്ടി അവസാനം, കൂട്ടക്കൊലയ്ക്ക് എട്ടുവർഷങ്ങൾക്ക് ശേഷം 2010 ആഗസ്തിൽ മാന്യതയോടുകൂടിയ ഒരു ശവസംസ്കാരം നടത്തുന്നതിനായി ഒരു ഇടക്കാല ഉത്തരവ് നേടിയെടുത്തു. അന്വേഷണം മാറ്റണമെന്ന ഞങ്ങളുടെ ആവശ്യം നിരാകരിക്കപ്പെട്ടു.

ഗോധ്രാ ട്രെയിൻ തീവെപ്പും അതിനുശേഷമുള്ള കലാപവും അന്വേഷിക്കുന്നതിനായി ഗുജറാത്ത് ഗവൺമെന്റ് നിയമിച്ച നാനാവതി–ഷാ കമ്മീഷന്റെ മുൻപാകെയുള്ള കോൺഗ്രസ് പാർട്ടിയുടെ നിലപാട് തികച്ചും പരസ്പരവിരുദ്ധമായിരുന്നു. ഭരണ വിഭാഗത്തിനനുകൂലമായ നിലപാടെടുത്ത മറ്റു രാഷ്ട്രീയ പാർട്ടികൾ ഇക്കാര്യങ്ങളിൽ ഇടപെടുകപോലുമുണ്ടായില്ല.

ഭരണഘടനാപരമായ നിലപാട് സ്വീകരിക്കുന്നതിൽ ഒന്നാം യു പി എ സർക്കാരിന്റെയും രണ്ടാം യു പി എ സർക്കാരിന്റെയും ഭാഗത്തുനിന്നും ഉണ്ടായ വൈമുഖ്യം ഗുജറാത്തിലെ മുൻ അഡീഷണൽ ഡി ജി പി ആയിരുന്ന ആർ ബി ശ്രീകുമാറിന്റെ, കേസിൽ സെൻട്രൽ അഡ്മിനിസ്ട്രേറ്റീവ് ട്രൈബ്യൂണലിൽ (സി എ ടി) നിരീക്ഷിക്കപ്പെട്ടതുപോലെ മറ്റെവിടെയും കർശനമായി പരിശോധിക്കപ്പെടുകയുണ്ടായില്ല. വളരെ ദീർഘമായ കാലത്തെ സ്തുത്യർഹമായ സേവനം ഉണ്ടായിരുന്നിട്ടുകൂടി തന്നെ ഡി ജി പി പദവിയിലേക്ക് പ്രമോട്ട് ചെയ്യാതിരുന്നതിനെ

ചോദ്യംചെയ്ത് ഇന്ത്യൻ പൊലീസ് സർവീസ് ആഫീസറായ അദ്ദേഹം സി എ ടിയിൽ പരാതി ഫയൽ ചെയ്തിരുന്നു. ശ്രീകുമാറിന്റെ നിയമ യുദ്ധം കേവലമായി സ്വന്തം കാര്യം സാധിക്കുന്നതിന് വേണ്ടിയുള്ള ഒന്നു മാത്രമായിരുന്നില്ല. മറിച്ച് താൻ സത്യപ്രതിജ്ഞ ചെയ്ത ഭരണഘടന യുടെ അന്തഃസത്തയിൽ വീഴ്ച വരുത്താൻ അശേഷം ആഗ്രഹിക്കാത്ത ഒരു ഐ പി എസ് ഉദ്യോഗസ്ഥന്റെ അപൂർവ്വവും തത്ത്വദീക്ഷാപരമായ നിലപാടായിരുന്നു. ഇതിന്റെ ഫലമായി അദ്ദേഹത്തെ ഒറ്റപ്പെടുത്തുകയും ദ്രോഹിക്കുകയും ചെയ്തു. ശ്രീകുമാർ കേന്ദ്രസർവ്വീസിലുള്ള ഉദ്യോഗ സ്ഥനായതിനാൽ കേന്ദ്രഗവൺമെന്റിന്റെ നടപടികൾ വ്യക്തതയുള്ളതാ വേണ്ടതാണ്. പ്രൊമോഷൻ തടയുന്നതിനുവേണ്ടി സംസ്ഥാനഗ വൺമെന്റ് സ്വീകരിച്ച നടപടികൾ നീതിരഹിതവും നിയമവിരുദ്ധവുമാ ണെന്ന് ആവർത്തിച്ചുകൊണ്ടുള്ള വിശദീകരണം നല്കുക മാത്രമേ കേന്ദ്ര ഗവൺമെന്റിന് ചെയ്യേണ്ടതുള്ളു. ശ്രീകുമാറിന്റെ പെറ്റീഷനെ അംഗീകരിക്കുന്നവയായിരുന്നു നിയമപരമായ എല്ലാ കീഴ്‌വഴക്കങ്ങളും. എന്നാൽ അങ്ങനെയായിരുന്നില്ല സംഭവിച്ചത്. യു പി എ നേതൃത്വത്തി ന്റെ മുകളിൽനിന്നും ഉള്ള ഇടപെടലുകൾ ഉണ്ടായിരുന്നിട്ടുകൂടി കേന്ദ്രമന്ത്രാലയത്തിലെ ബ്യൂറോക്രാറ്റുകളുടെ ഇടപെടലിന്റെ ഫലമായി അവസാന നിമിഷത്തിൽ ഗുജറാത്ത് സർക്കാരിന്റെ നിലനില്ക്കാത്ത നില പാടിനനുകൂലമായും സത്യസന്ധനായ ഐ പി എസ് ആഫീസർക്ക് പ്രതികൂലമായും ഉള്ള അഫിഡവിറ്റാണ് സമർപ്പിക്കപ്പെട്ടത്.

തന്റെ പദവിയുടെ മാന്യത ഉയർത്തിപ്പിടിച്ചുകൊണ്ട്, ഉദ്യോഗപര മായ പ്രലോഭനങ്ങൾ വകവയ്ക്കാതെ വിവിധങ്ങളായ രേഖകൾ ഉള്ള ടക്കം ചെയ്തുകൊണ്ട് നാനാവതി-ഷാ കമ്മീഷന്റെ മുൻപാകെ എ ഡി ജി പി ശ്രീകുമാർ ഫയൽ ചെയ്ത സത്യവാങ്മൂലങ്ങൾ ഇന്ന് പരസ്യമാ യിട്ടുള്ളതും ചരിത്രപരമായ വ്യവഹാരങ്ങളുടെ ഭാഗമായി നിലകൊള്ളു ന്നതുമാണ്. ഡി ജി പി പദവിയിലേക്ക് ഉയർത്തപ്പെടുന്നതിനുള്ള ഏറ്റവും ഉത്തമനായ ഉദ്യോഗസ്ഥനായിരുന്നിട്ടുകൂടി അദ്ദേഹത്തെ ആ പദവിയി ലേക്ക് പ്രമോട്ട് ചെയ്യാതെ ആ പദവിയിലെ ശമ്പളം നല്കുക മാത്രമാണ് ചെയ്തത്. അദ്ദേഹത്തിന്റെ വ്യക്തിഗതമായ രേഖകളിൽ മുഖ്യമന്ത്രിയും മറ്റു മുതിർന്ന ഉദ്യോഗസ്ഥരും നിയമവിരുദ്ധമായ ഉത്തരവുകൾ നല്കി യതായി സൂചിപ്പിച്ചിരുന്നു. ശ്രീകുമാർ ഈ നിർദ്ദേശങ്ങൾ പാലിക്കാൻ കൂട്ടാക്കിയിരുന്നില്ല. ഇത് രാഷ്ട്രീയ മേലാളന്മാരുടെ എതിർപ്പ് വിളിച്ചുവ രുത്തി. ശ്രീകുമാറിനെപ്പോലെ ആർജ്ജവവും ധാർമ്മികതയും ഉയർത്തി പ്പിടിച്ച ഉദ്യോഗസ്ഥനുമായി സഹവർത്തിക്കുന്നതിനും നിയമസഹായം നല്കാനും കഴിഞ്ഞതിൽ സി ജെ പി അഭിമാനം കൊള്ളുന്നു. അദ്ദേഹം റിട്ടയർ ചെയ്യുന്നതിന് തൊട്ട് മുൻപ് അദ്ദേഹത്തിന്റെ കേസ് ജയിക്കു കയും ഡി ജി പി ആയി ഔദ്യോഗികമായി റിട്ടയർ ചെയ്യുകയുംചെയ്തു.

തിരഞ്ഞെടുപ്പു സമയത്തെ ശബ്ദകോലാഹലങ്ങളിലല്ലാതെ ഇന്ത്യയിലെ മതേതരരാഷ്ട്രീയ പാർട്ടികളും രക്ഷപ്പെട്ട ഇരകളുടെ നീതിക്കായുള്ള സമരത്തെ തിരിച്ചറിയുന്നതിൽ പരസ്പരവിരുദ്ധവും വൈമനസ്യപൂർണ്ണമായതുമായ സമീപനമാണ് സ്വീകരിച്ചത്. ബെസ്റ്റ് ബേക്കറി പുനർവിചാരണ മുംബൈയിൽ ആരംഭിച്ച് ഒരുമാസം പിന്നിട്ടപ്പോൾ സാക്ഷി സഹീറാഷെയ്ക്ക് രണ്ടാം പ്രാവശ്യവും മൊഴി മാറ്റിയതിനുശേഷം (2004 നവംബർ 3) വഡോദരയിൽ മുനിസിപ്പൽ ഇലക്ഷൻ നടക്കുകയുണ്ടായി. ബി ജെ പി നിയമസഭാംഗമായ മധുശ്രീവാസ്തവയുടെ കസിൻ ആയ ചന്ദ്രകാന്ത് ശ്രീവാസ്തവയ്ക്ക് തിരഞ്ഞെടുപ്പിൽ ടിക്കറ്റ് നല്കിക്കൊണ്ട് കോൺഗ്രസ് അതിന്റെ വ്യക്തമായ ലക്ഷണം പ്രദർശിപ്പിക്കുകയുണ്ടായി. ബെസ്റ്റ് ബേക്കറി കേസിലെ നിയമയുദ്ധം വഴിതിരിച്ചുവിടുന്നതിൽ നിർണ്ണായകമായ പങ്കുവഹിച്ചവരായിരുന്നു ഈ സഹോദരന്മാർ.

ദേശീയതലത്തിലുള്ള സ്റ്റാറ്റ്യൂട്ടറി സ്ഥാപനങ്ങളായ ദേശീയ മനുഷ്യാവകാശ കമ്മീഷനും കേന്ദ്രതിരഞ്ഞെടുപ്പു കമ്മീഷനും ആണ്, പ്രാഥമികമായി, ന്യൂനപക്ഷവിഭാഗങ്ങൾക്കെതിരെ 2002 ൽ ഹീനമായ രീതിയിൽ ആക്രമണം സംഘടിപ്പിക്കുന്നതിൽ സംസ്ഥാന സർക്കാരിനും അതിന്റെ ഘടകങ്ങൾക്കുമുള്ള ഗൂഢാലോചനയെപ്പറ്റിയും ക്രിമിനൽ ആയ വീഴ്ചയെപ്പറ്റിയും ഗൗരവമായ വിമർശനങ്ങൾ ഉന്നയിച്ചത്. ക്രിമിനൽ നീതി സമ്പ്രദായത്തിന്റെ വിവിധ വിഭാഗങ്ങളിൽനിന്നും യുക്തമായ രീതിയിലുള്ള പ്രവർത്തനം ഇല്ലാതെ സംസ്ഥാന ഭരണക്രമത്തിന്റെ ഭാഗത്തുനിന്നും ഉള്ള മനഃപൂർവ്വമായ വീഴ്ചകളെയും തെറ്റുകളെയും ഈ സ്ഥാപനങ്ങൾ രൂക്ഷമായി വിമർശിച്ചു. അതുപോലെ ആക്രമണത്തിന് ഇരയായവരുടെ പരാതിക്ക് ആത്മാർത്ഥമായി പരിഹാരം നല്കാത്തതിനെയും ആക്രമണം നടന്ന സ്ഥലത്തുനിന്നും ഒഴിപ്പിക്കപ്പെട്ടവർക്ക് യുക്തമായ പുനരധിവാസം നല്കാത്തതിനേയും ഈ ഏജൻസികൾ വിമർശിച്ചു. 2002 മുതൽ ഇന്നുവരെ വംശീയകലാപത്തിൽനിന്നും ഉണ്ടായ പ്രശ്നങ്ങൾ നിരന്തരം പിന്തുടരുന്നതിൽ ഈ സ്ഥാപനങ്ങൾ വഹിച്ച പങ്കിനെ കുറച്ചുകാണുകയോ നിശ്ശബ്ദമാക്കുകയോ, ചെയ്തിട്ടുണ്ട്. എല്ലാറ്റിനുമുപരി നമുക്ക് വിജയകരമായ ഒരു തിരഞ്ഞെടുപ്പു ജനാധിപത്യമുണ്ടെന്ന് പറയാമെങ്കിലും ഇന്നും നമ്മളെ ഭരിക്കുന്നത് മേധാവിത്തമാണ്. യഥാർത്ഥ ജനാധിപത്യം എന്നത് ഭരണഘടനാമൂല്യങ്ങൾ, നീതിയേയും സമത്വത്തേയും ഭരണതലത്തിൽ, പുൽകുമ്പോഴാണ് ഉണ്ടാവുക. ഇന്ത്യ അതിൽനിന്നും ഏറെ അകലെയാണ്.

2002 ഏപ്രിൽ 26 ന്, രക്ഷപ്പെട്ട ഇരകളുമായി ഉണ്ടായ സമാഗമം അന്നത്തെ ഇന്ത്യൻ രാഷ്ട്രപതി കെ ആർ നാരായണനെ കണ്ണീരണിയിച്ചു. ഈ സമാഗമം സി ജെ പിയും, സഹ്മത്തും ചേർന്ന് ഡൽഹിയിൽ സംഘടിപ്പിച്ച ഇരകളുടെ സംഗമത്തിന് തൊട്ടുപിന്നാലെയായിരുന്നു. ഇരകൾ അവരുടെ പരിണതിയെപ്പറ്റിയും അവർ അഭിമുഖീകരിച്ച താരതമ്യ

മില്ലാത്ത ആഘാതത്തെപ്പറ്റിയും ആക്രമണങ്ങളെപ്പറ്റിയും വിശദീകരിച്ചപ്പോൾ മൂന്നു മുൻ പ്രധാനമന്ത്രിമാർ കൂടി അത് ഉൾക്കൊള്ളുകയുണ്ടായി. രാഷ്ട്രപതി ഭവനിൽ ഞങ്ങൾ പ്രസിഡന്റ് കെ ആർ നാരായണനെ കണ്ടതിന് ശേഷം അദ്ദേഹം ഗുജറാത്ത് സന്ദർശിക്കാമെന്ന് ഉറപ്പ് തന്നു. അടുത്തുതന്നെ ഒരു തീയതി നിശ്ചയിച്ചു. എന്നാൽ ആ സന്ദർശനം നടക്കുകയുണ്ടായില്ല. അടുത്ത പ്രസിഡന്റ് എ പി ജെ അബ്ദുൾ കലാം 2002 ആഗസ്ത് 11 ന് ഗുജറാത്ത് സന്ദർശിച്ചുവെങ്കിലും, സൂത്രശാലിയായ മോദി ആശ്വാസക്യാമ്പുകളിലെ ഇരകളുമായി നേരിട്ടുള്ള ഒരു സംഗമത്തിനുള്ള അവസരം തടയുകയാണുണ്ടായത്. ആ സന്ദർശനദിവസം ഞാൻ ആശ്വാസക്യാമ്പിൽ പ്രവേശിച്ചുകൂടായെന്ന് ഒരു ഉത്തരവ് കലക്ടർ പുറപ്പെടുവിക്കുകയുണ്ടായി. എന്നാൽ ഞങ്ങൾ ഈ ഉത്തരവിനെ തകർത്തു. രണ്ട് രാത്രികൾക്ക് മുമ്പ് തന്നെ ഞാൻ ക്യാമ്പിലേക്ക് ചെല്ലുന്നതിനും എന്റെ സാന്നിദ്ധ്യം ഉറപ്പാക്കുന്നതിനും ദുരിതാശ്വാസക്യാമ്പിലെ ഇരകൾ സൂത്രത്തിൽ നടപടി സ്വീകരിച്ചു. രക്ഷപ്പെട്ട ഇരകളായ സ്ത്രീകൾക്കൊപ്പം ബുർക്ക ധരിച്ചു നിന്നുകൊണ്ടാണ് *കമ്യൂണലിസം കോംബാറ്റി*ന്റെ തമിഴ്പതിപ്പ് പ്രസിഡന്റിന് ഞാൻ നല്കിയത്. (Genocide-മാർച്ച്-ഏപ്രിൽ 2002) മോദി അദ്ദേഹത്തിന് തൊട്ടരികിൽ നിന്നിരുന്നു.

വംശഹത്യക്ക് ഒരു വർഷത്തിന് ശേഷം 2003 ൽ ഓരോ വിചാരണയും വെറുതേവിടലിൽ അവസാനിച്ചപ്പോഴും സാക്ഷികൾ വ്യാപകമായി ഭയത്തിനും പ്രേരണയ്ക്കും വിധേയമാവുന്നു എന്ന വാർത്തകൾക്ക് ദേശീയ ശ്രദ്ധ ലഭിച്ചപ്പോഴും സുപ്രീംകോടതിയുടെ നിർദ്ദേശങ്ങൾ തുടരെത്തുടരെയുണ്ടായി. ബെസ്റ്റ് ബേക്കറി കേസിലെ സാക്ഷിയായ സഹീറാ ഷെയ്ക്കിന്റെ മുബൈയിലെ വൈകാരികമായ പത്രസമ്മേളനത്തിൽ സി ജെ പിയുടെ പിന്തുണ ആവശ്യപ്പെട്ടതിനുശേഷവും സാക്ഷികളിൽ പലവിധസമ്മർദ്ദങ്ങൾ പ്രയോഗിക്കപ്പെടുന്നുവെന്ന് വെളിപ്പെടുത്തിയതിനെത്തുടർന്നുമായിരുന്നു ഇത്. ദേശീയ മനുഷ്യാവകാശ കമ്മിഷൻ, ഷെയ്ക്ക്, ഇതിനു പുറമെ സി ജെ പി എന്നിവ പുനർ വിചാരണ ആവശ്യപ്പെട്ട് സ്പെഷ്യൽ ലീവ് പെറ്റീഷനുകൾ ഫയൽ ചെയ്യുകയുണ്ടായി. അവസാനം ഗുജറാത്തിൽ എന്താണ് നടക്കുന്നതെന്ന് സുപ്രീംകോടതി പറയുകയുണ്ടായി. മുൻ ചീഫ് ജസ്റ്റിസായ വി എൻ ഖാരെ പുറപ്പെടുവിച്ച നിരവധി ഉത്തരവുകളും നിർദ്ദേശങ്ങളും ബെസ്റ്റ് ബേക്കറി കേസ് ഗുജറാത്തിന് പുറത്തേക്ക് വിചാരണയ്ക്കായി മാറുന്നതിന് നിമിത്തമായി. 2004 ഏപ്രിൽ 12 ന് ജസ്റ്റിസുമാരായ ഡി രാജുവും അരിജിത്ത് പസായത്തും ബെസ്റ്റ് ബേക്കറി കേസിൽ പുറപ്പെടുവിച്ച ചരിത്രപരമായ വിധി മനുഷ്യാവകാശപ്രവർത്തകർ വളരെ സൂക്ഷ്മമായി പുറത്തുകൊണ്ടുവന്ന അവസ്ഥാവിശേഷങ്ങളുടെ സാധൂകരണമായി കണക്കാക്കാവുന്നതാണ്. വർഗ്ഗീയ സംഘട്ടനങ്ങളിൽ സംസ്ഥാനത്തിന്റെ പങ്കിനെപ്പറ്റിയും പബ്ലിക് പ്രോസിക്യൂട്ടർമാരെ നീതിനിർവ്വഹണത്തിൽനിന്നും തടയുന്ന

തിനുള്ള ശ്രമത്തെപ്പറ്റിയും ഇന്ത്യൻ കോടതികൾ ഇത്രയും മൂർച്ചയോടെയും തെളിമയോടെയും വിമർശിക്കുന്നത് വളരെ അപൂർവ്വമായ സംഭവമായിരുന്നു.

2002 നവംബർ ആദ്യം തന്നെ മുൻകൂട്ടി തയ്യാറാക്കിയ പദ്ധതികളോടെ നടപ്പാക്കിയ വിവിധ ആക്രമണങ്ങളിലെ 2 കേസുകളിൽ കുറ്റവാളികളെ വിചാരണകൂടാതെതന്നെ വെറുതെവിട്ട സംഭവങ്ങളുണ്ടായി. പഞ്ച്മഹൽ ജില്ലയിലെ പന്ധർവാഡവില്ലേജിൽ നാല്പതിലധികം ആളുകൾ കൊല്ലപ്പെട്ടിരുന്നു. സബർകന്ധ ജില്ലയിലെ കിഡിയാഡ് വില്ലേജിൽ രണ്ട് ടെമ്പോകളിൽ വില്ലേജിൽനിന്നും രക്ഷപ്പെടുകയായിരുന്ന 65 പേരെ ചുട്ടുകൊന്നിരുന്നു. 2002 ൽ തന്നെ അതിന്റെ ഒന്നാമത് റിപ്പോർട്ട് പുറത്തിറക്കിയ ദേശീയ മനുഷ്യാവകാശക്കമ്മീഷൻ തുടർന്ന് നീതി നടപ്പാക്കപ്പെടുന്നത് നിരീക്ഷിക്കുന്നതിൽ പരാജയമായിരുന്നു. 2002 ലെ റിപ്പോർട്ടിൽ കമ്മീഷന്റെ ശുപാർശകളോടൊപ്പം അക്രമങ്ങളിൽ, സംസ്ഥാനത്തിന്റെ പങ്കിനെപ്പറ്റി പ്രതിപാദിക്കുകയും സ്പെഷ്യൽ കോടതികളും നിക്ഷ്പക്ഷമായി നിയോഗിക്കപ്പെട്ട പബ്ലിക് പ്രോസിക്യൂട്ടർമാരും പ്രമാദമായ ക്രിമിനൽ വിചാരണകൾ നടത്തണമെന്ന് നിർദ്ദേശിക്കുകയും ചെയ്തിരുന്നു. ഇന്ത്യൻ സ്ഥാപനങ്ങളുടെ ഒരുപടി മുന്നോട്ടും പലപടി പിന്നോട്ടും എന്നതിനുദാഹരണമായിരുന്നു ഇത്.

ടെലിഫോൺ രേഖകൾ മുഖേനയും സേവനത്തിലുള്ള പൊലീസുദ്യോഗസ്ഥരുടെ രേഖപ്പെടുത്തപ്പെട്ട സ്റ്റേറ്റ്മെന്റുകളിലൂടെയും ഉന്നതങ്ങളിൽനിന്നുള്ള ഗൂഢാലോചനകളുടെ ചുരുൾ നിവർന്നു. സംസ്ഥാന സർക്കാർ ഒന്നാകെത്തന്നെ നിരന്തര കൂട്ടക്കൊലകൾക്ക് ആരോപണവിധേയമായി. ഭവ് നഗറിലെ മുൻ പൊലീസ് സൂപ്രണ്ടായിരുന്ന രാഹുൽ ശർമ്മ രാഷ്ട്രീയ നേതാക്കളും പൊലീസുദ്യോഗസ്ഥരും തമ്മിൽ 2002 ഫെബ്രുവരി 27 നും മാർച്ച് 5 നും ഇടയിൽ നടന്ന നിർണ്ണായകമായ ടെലിഫോൺ ചർച്ചകളുടെ രേഖകളും, സമർപ്പിക്കുകയുണ്ടായി. ഇത് അഹമ്മദാബാദിലും സംസ്ഥാനത്തുടനീളവും നടന്ന കൂട്ടക്കൊലകളിൽ പൊലീസിന്മേലുള്ള ഉന്നതരുടെ കടന്നുകയറ്റം പുറത്ത് കൊണ്ടുവരുന്നതായിരുന്നു. ഏറെ നിന്ദ്യമായ ഈ വെളിപ്പെടുത്തലുകളും, വംശഹത്യക്ക് പിറകിലെ ഗൂഢാലോചനയുടെ തെളിവുകളും ഉള്ളപ്പോഴും ഇന്ത്യൻ സ്ഥാപിത ജനാധിപത്യം മോദിക്കും കൂട്ടുപ്രതികൾക്കും അപവാദപ്രചാരണമെന്ന പേരിൽ താരതമ്യേന ഇളവ് നല്കുന്ന കാഴ്ചയാണ് കണ്ടത്. 2002 ൽ ആദ്യമായി ഉണ്ടായ സുപ്രീംകോടതിയുടെ ഇടപെടലിൽ പോലും വളരെ തണുത്ത സമീപനമായിരുന്നു ഉണ്ടായിരുന്നത് എന്നത് ശ്രദ്ധേയമാണ്. പ്രത്യേകമായ ആശ്വാസം ലഭ്യമാക്കണമെന്ന് ആവശ്യപ്പെട്ടുകൊണ്ട് ഏറെ നിർണ്ണായകങ്ങളായ മൂന്നു പെറ്റീഷനുകൾ 2002 ഏപ്രിൽ/മെയ് മാസങ്ങളിൽതന്നെ സുപ്രീംകോടതിയിൽ ഫയൽ, ചെയ്തിരുന്നു. സി ജെ പിയുടെ സഹായത്തോടെ സ്വതന്ത്രപൗരന്മാർ ഫയൽ ചെയ്ത

അതിൽ ഒരു പെറ്റീഷൻ (റിട്ട് പെറ്റീഷൻ (ക്രിമിനൽ) നം:37-52-2002, ദേവേന്ദ്രഭായ് പഥക്ക് & മറ്റുള്ളവർ VS സ്റ്റേറ്റ് ഓഫ് ഗുജറാത്ത്) ഇന്നും തീർപ്പാക്കിയിട്ടില്ല. പ്രസിദ്ധനർത്തകി മല്ലികസാരാഭായിയും പ്രമുഖ എഴുത്തുകാരി മഹാശ്വേതാ ദേവിയും നഷ്ടപരിഹാരത്തിനായി ഫയൽ ചെയ്ത രണ്ടുപരാതികളും 2002 ആഗസ്തിൽ ആശ്വാസക്യാമ്പുകൾ നിർത്തി എന്ന കാര്യം പറഞ്ഞ് കാലഹരണപ്പെട്ടതായി പ്രഖ്യാപിച്ചു. മോദിക്കും കൂട്ടാളികൾക്കുമെതിരെ എത്രയും തെളിവുകൾ ഉണ്ട് എന്നിരുന്നാലും നീതിക്കുവേണ്ടി പൊരുതുന്നവർക്കെതിരെ നിലപാട് എടുക്കുക എന്നതായിരുന്നു ഗുജറാത്ത് സർക്കാരിന്റെ സമീപനം.

ഗോധ്ര, ഗുൽബർഗ്, നരോദ ഗാവ്, പാട്യ, ഓഡ്, സർദാർപുര ഉൾപ്പെടെയുള്ള പ്രമാദമായ വംശഹത്യാ കേസുകളിൽ സി ബി ഐയുടെ സ്വതന്ത്രമായ പുനരന്വേഷണം വേണമെന്നുള്ള ദേശീയ മനുഷ്യാവകാശ കമ്മീഷന്റെ നിർദ്ദേശത്തെ ശക്തിപ്പെടുത്തുന്നതിന് പെറ്റീഷനുകൾ സഹായിച്ചു. അപവാദപ്രചരണവാദങ്ങൾക്ക് ശേഷം, വഡോദര അതിവേഗകോടതിയിൽ നടന്നുവന്നിരുന്ന ബെസ്റ്റ് ബേക്കറി കേസ്, അതിന്റെ നിർണ്ണായക സ്വഭാവത്താൽ, നിർണ്ണായകമായ വിചാരണ സംസ്ഥാനത്തിന് പുറത്തേക്ക് മാറ്റണമെന്ന് ദേശീയ മനുഷ്യാവകാശകമ്മീഷനും, സി ജെ പിയും വീണ്ടും ആവശ്യപ്പെട്ടു. രക്ഷപ്പെട്ട ഇരകളും മറ്റു സാക്ഷികളും സി ജെ പി മുഖാന്തരം സുപ്രീംകോടതിയിൽ സമർപ്പിച്ച സത്യവാങ്മൂലത്തിലെ ഉറപ്പുള്ള തെളിവുകളുടെ അടിസ്ഥാത്തിൽ 2003 നവംബർ 21 ലെ ഉത്തരവ് പ്രകാരം, നടന്നുവരുന്ന വിചാരണ സ്റ്റേ ചെയ്യുന്നതിന് നിർദ്ദേശിക്കപ്പെട്ടു. അതിനുശേഷം ഏകദേശം 2 ഡസനോളം ഹിയറിങ്ങുകൾ നടന്നു. ഒരിക്കൽ പോലും രക്ഷപ്പെട്ട ഇരകളോ, സി ജെ പിയോ അധികസമയം ചോദിക്കുകയുണ്ടായില്ല. കോടതി കേസ് തുടരെത്തുടരെ നീട്ടിവയ്ക്കുകയും അതിന്റെ ഫലമായി പ്രമാദമായ ഈ വിചാരണകൾ ദുർബ്ബലമാവുകയും ചെയ്തു. ഇതിനിടയിൽ സ്റ്റേറ്റിനെ എതിർക്കുന്ന, ഇരകളുടെ അവകാശവാദങ്ങളെപ്പറ്റിയുള്ള അഭിപ്രായത്തിനായി ഡൽഹി പരിധിക്കുള്ളിലുള്ള (2006) സെഷൻസ് ജഡ്ജിക്ക് (മേത്ത) ഈ കേസ് നല്കുകയുണ്ടായി. ഞങ്ങളുടെ നിയമവിഭാഗം കൂലങ്കഷമായി ഇടപെടുകയും മാസങ്ങൾക്കുള്ളിൽ അന്തിമ തീരുമാനത്തിൽ എത്താനുള്ള കളമൊരുക്കുകയും ചെയ്തു. അവസാനനിമിഷം അന്തിമതീരുമാനങ്ങളിലേക്ക് എത്തുകയല്ല തന്റെ ജോലിയെന്ന് അമിക്കസ്ക്യൂറി ജഡ്ജിയെ അറിയിക്കുകയും പരസ്പരാരോപണങ്ങൾ ലിസ്റ്റ് ചെയ്യുകമാത്രമാണ് ചെയ്യേണ്ടുന്നതെന്നും അറിയിച്ചു. ഞങ്ങൾ അമ്പരക്കുകയും അന്ധാളിക്കപ്പെടുകയും ചെയ്തു. ഒരു അന്തിമതീരുമാനം കൈക്കൊള്ളുന്നില്ലെങ്കിൽ ഇത്രയും പ്രവർത്തനങ്ങൾ ചെയ്തിട്ടെന്തുഫലം? ഇത്രയും കഠിനമായ പ്രവർത്തനങ്ങൾ 2003-2008 കാലഘട്ടത്തിൽ നടത്തിയതിന് ശേഷവും ഞങ്ങളുടെ നിയമ വിഭാഗം വീണ്ടും ഒരു വിചാരണയ്ക്കും തീരുമാന

ത്തിനും വേണ്ടി ആവർത്തിച്ച് ആവശ്യമുന്നയിച്ചു. ഞങ്ങളുടെ നിയമ സംഘത്തിന് പലപ്പോഴും വിഷലിപ്തമായ സീനിയർ കോൺസലിൽനിന്നും കഠിനമായ ശാസനകൾക്ക് വശംവദരാകേണ്ടിവന്നു. രക്ഷപ്പെട്ട ഇരകളും സാക്ഷികളുമായവർ, അവരുടെ ന്യായമായ ആവശ്യങ്ങൾക്കായി, കേസുകളും വിചാരണകളും ട്രാൻസ്ഫർ ചെയ്യുക എന്നിവയിൻ മേൽ സുപ്രീംകോടതി ഉത്തരവിനായി ഉൽക്കണ്ഠാപൂർവ്വം കാത്തിരുന്നു. ശരിക്കും പറഞ്ഞാൽ നീതി താമസിപ്പിക്കുക എന്നു പറഞ്ഞാൽ നീതി തടയുക എന്നുതന്നെയല്ലേ?

യഥാർത്ഥ സംഭവങ്ങൾ പക്ഷപാതരഹിതമായി റിപ്പോർട്ട് ചെയ്തിരുന്ന ജനകീയ മാധ്യമങ്ങൾ ഇന്ത്യയിലെ ജനാധിപത്യ സ്ഥാപനങ്ങളുടെ തകർച്ചയും വംശഹത്യയുടെ അനന്തരഫലങ്ങളും തമ്മിൽ കൂട്ടിയിണക്കിക്കാണിക്കുന്നതിൽ പരാജയപ്പെട്ടു. അതിൻഫലമായി ഗുജറാത്തിലെ വംശഹത്യക്കെതിരായ ചെറുത്തുനില്പുകളും, രാഷ്ട്രീയമായ അടിച്ചമർത്തലുകളും നിലനിന്നുപോന്ന രാഷ്ട്രീയ അടിയന്തരാവസ്ഥയും, കോടതികളിലെ നിയമയുദ്ധങ്ങൾ മാത്രമായി പുറംതള്ളപ്പെട്ടു. 2002 ൽ ദേശീയ മനുഷ്യാവകാശകമ്മീഷൻ ദൂരവ്യാപകമായ ശുപാർശകൾ ഉൾക്കൊള്ളുന്ന മാതൃകാപരമായ റിപ്പോർട്ട് പുറത്തിറക്കുകയുണ്ടായി. 2003 സെപ്തംബറിൽ ദേശീയ മനുഷ്യാവകാശ കമ്മീഷൻ ബേക്കറി കേസ് ട്രാൻസ്ഫർ ചെയ്യണമെന്ന ആവശ്യവുമായി സുപ്രീംകോടതിയെ സമീപിച്ചു. എന്നാൽ വർഷങ്ങൾ മുന്നോട്ട് പോയപ്പോൾ മനുഷ്യാവകാശ കമ്മീഷനിലെ ഉത്തരവാദിത്വപ്പെട്ടവർ മാറ്റപ്പെടുകയും നിർണ്ണായകമായ നിയമപ്രശ്നങ്ങൾ മുന്നോട്ടുക്കൊണ്ടുപോയവർക്ക് അതിലുള്ള താല്പര്യം നഷ്ടപ്പെടുകയും ചെയ്തു.

വംശഹത്യക്കു ശേഷം ഉണ്ടായ സംഭവങ്ങൾ, നീതിനടപ്പിലാക്കുന്നതിലുണ്ടായ കാലതാമസത്തെ മാത്രമല്ല, നീതിനടപ്പാക്കുന്നതിൽ ഇന്ത്യൻ നീതിന്യായ വ്യവസ്ഥയിൽ അധിഷ്ഠിതമായിരിക്കുന്ന വിവേചനത്തെക്കൂടി വെളിവാക്കുകയുണ്ടായി. ഗുജറാത്തിലെ കോടതികളിൽ നടന്നുവന്ന നടപടിക്രമങ്ങൾക്ക് പരമോന്നത കോടതിയിൽനിന്നും പലപ്പോഴും തിരിച്ചടികളുണ്ടായി. പക്ഷേ, ഇതൊക്കെത്തന്നെ വികലമായ ആ പ്രവർത്തന രീതികളെ തിരുത്തുന്നതിൽ പരാജയപ്പെടുകയാണുണ്ടായത്.

ഗോധ്രാനന്തര തേർവാഴ്ചയുടെ പ്രധാന ആസൂത്രകരും കുറ്റവാളികളും ഞൊടിയിടയിൽത്തന്നെ ഗുജറാത്തിലെ കോടതികളിൽനിന്നും പ്രത്യേകിച്ചും ഹൈക്കോടതിയിൽനിന്നും ജാമ്യം നേടി പുറത്തുവരികയുണ്ടായി. കൂട്ടബലാത്സംഗം, കൂട്ടക്കൊല, നിരന്തരമായ തീവെയ്പുകൾ തുടങ്ങിയ അതിക്രൂരമായ കുറ്റകൃത്യങ്ങൾ നിലനില്ക്കുമ്പോഴാണ് ഇത് സംഭവിച്ചതെന്നോർക്കണം. അതേസമയം ഗോധ്രാ ട്രെയിൻ തീവെപ്പു കേസിലെ 86 കുറ്റവാളികളും 2011 ൽ വിചാരണക്കോടതിയുടെ ഉത്തരവ് പുറപ്പെടുവിക്കുന്നത് വരെ ജാമ്യം ലഭിക്കാതെ ജയിലിൽ കഴിയുകയാ

ണുണ്ടായത്. അന്ന് കോടതി 31 പേരെ ശിക്ഷിക്കുകയും (11 പേർക്ക് മരണശിക്ഷ നല്കിക്കൊണ്ട്) 63 പേരെ വെറുതെ വിടുകയും ചെയ്തു.

ഗോധ്രാനന്തര ആക്രമണങ്ങളിലും വംശഹത്യയിലും ഉൾപ്പെട്ട് ദുരിതമനുഭവിക്കുന്നവരുടേതുപോലെ തന്നെ ഈ കുറ്റവാളികളുടെ കുടുംബങ്ങളും വളരെ ശോചനീയാവസ്ഥയിലുള്ളതായിരുന്നു. അതിൽപ്പെട്ട ഇഖ്ബാൽ മംദു എന്ന ഒരു കുട്ടി ഏതാണ്ട് പൂർണ്ണമായും അന്ധനായിരുന്നു. വെറുതെ വിടുന്നതുവരെ മുഴുവൻ കാലവും ജയിലിൽ കഴിഞ്ഞ മൗലാന ഉമർജി എന്നയാൾ ഒരു പുരോഹിതനും ഏവരും ബഹുമാനിക്കുന്ന ഒരു സാമൂഹ്യപ്രവർത്തകനും ആയിരുന്നു. സംഭവത്തിന് ഒരു വർഷത്തിന് ശേഷം പ്രിവൻഷൻ ഓഫ് ടെററിസം ആക്ട് (പോട്ട) പ്രകാരം തടവിലാക്കപ്പെട്ടയാളായിരുന്നു അദ്ദേഹം. സാമൂഹ്യസേവനത്തിന്റെ ദീർഘമായൊരു, ചരിത്രം തന്നെ ഉള്ള ആളായിരുന്നു ഉമർജി. ഭോപ്പാൽ ദുരന്തം നടന്ന കാലത്ത് അതിലെ ഇരകൾക്കായി അവിടത്തെ ജനങ്ങളിൽനിന്നും പണം ശേഖരിക്കുകയും അതുപോലെ 2002 ലെ വംശഹത്യയെത്തുടർന്ന് ഗോധ്ര റിലീഫ് ക്യാമ്പ് നടത്തുന്നതിൽ മുൻപന്തിയിൽ നില്ക്കുകയും ചെയ്ത ആളായിരുന്നു അദ്ദേഹം. പരമോന്നതകോടതിയും ഗോധ്രസംഭവത്തിൽ ഉൾപ്പെട്ടവരുടെ ജാമ്യാപേക്ഷയോട് അനുകൂലമായി പ്രതികരിച്ചില്ല. പക്ഷേ, അവസാനം 2011 ൽ ഉമർജിയെ വെറുതെവിടുകയും മാസങ്ങൾക്ക് ശേഷം, മുറിവേറ്റും തകർന്നും കഴിഞ്ഞ ആ മനുഷ്യൻ, മരിക്കുകയും ചെയ്തു. നീതിന്യായ വ്യവസ്ഥയുടെ വിവേചനസ്വഭാവം കൃത്യമായി ഇവിടെ മുഴച്ചുനില്ക്കുന്നു.

ഇതിൽനിന്നും വ്യത്യസ്തമായി, നരോദപാട്യ കൂട്ടക്കൊലയിലെ ഒന്നാം പ്രതിയായ ബാബുബജ്റംഗി (പാട്ടേൽ) എന്നയാൾ സംസ്ഥാനത്തെ രാഷ്ട്രീമേലാളന്മാരിൽനിന്നുള്ള സംരക്ഷണത്താൽ യാതൊരു തടസ്സവുമില്ലാതെ പുറത്ത് കറങ്ങി നടന്നു. അയാളുടെ നേതൃത്വത്തിൽ നിയമവിരുദ്ധമായി എട്ടോ പത്തോ വർഷമായി പ്രവർത്തിച്ചിരുന്ന നവചേതൻ ഗ്രൂപ്പ് എന്ന ഒരു സംഘം പട്ടേൽ വിഭാഗത്തിന് പുറത്തുനിന്നും വിവാഹം കഴിക്കാൻ ധൈര്യപ്പെട്ട് തയ്യാറായി നിന്ന ഡസനിലധികം പെൺകുട്ടികളെ തട്ടിക്കൊണ്ടുപോയിരുന്നു. 2012 ആഗസ്തിൽ ശിക്ഷിക്കപ്പെടുന്നതുവരെ ബജ്റംഗി നിയമത്തിന്റെ പിടിയിൽനിന്നും ദീർഘകാലം രക്ഷപ്പെട്ടു നിന്നു. 2007 ലെ *പർസാനിയ* സിനിമാ വിവാദത്തിൽ ബജ്റംഗിയുടെ രാഷ്ട്രീയ നിറം വളരെ വ്യക്തമായിരുന്നു. 2002 ഫെബ്രുവരി 28 ലെ ഗുൽബർഗ സൊസൈറ്റി ആക്രമണത്തിന് ശേഷം കാണാതായ അഷർ എന്ന് പേരുള്ള തങ്ങളുടെ മകനെ ആകാംക്ഷാപൂർവ്വം അന്വേഷിക്കുന്ന പാർസി കുടുംബത്തെപ്പറ്റിയുള്ള ഈ സിനിമയ്ക്ക്, 2007 ആദ്യം തന്നെ ഗുജറാത്ത് ഭരണകൂടം പ്രദർശന അനുവാദം നല്കിയില്ല. ഇപ്പോൾപ്പോലും സിനിമ നിരോധിച്ചുകൊണ്ടുള്ള സർക്കാർ ഉത്തരവ് നിലവിലില്ല. എന്നാൽ ഗുജറാത്ത് സർക്കാരിന് ആ രീതിയിലുള്ള നിയമപരമായ

നീതികളൊന്നും പരിപാലിക്കേണ്ട ആവശ്യമില്ല. മോദിയിൽനിന്നുള്ള ഒരൊറ്റ വാക്ക് മാത്രം മതി മൾട്ടിപ്ലക്സ് ഉടമകളെ ഭീഷണിയിൽ നിർത്താനും സിനിമയുടെ പ്രദർശനം നിരോധിക്കാനും. സിനിമയുടെ അംഗീകാരം സംബന്ധിച്ച് പരിശോധിച്ചതും അത് സംസ്ഥാനത്ത് പ്രദർശന യോഗ്യമല്ലെന്ന് വിധിച്ചതും ഈ ബജ്രംഗിയായിരുന്നു.

2005 ഡിസംബറിൽ കൂട്ടശവസംസ്കാര ആക്ഷേപം സംബന്ധിച്ച കൂടുതൽ കാര്യങ്ങൾ പുറത്തുവരികയും ഗുജറാത്ത് പൊലീസിന്റെയും ഭരണകൂടത്തിന്റെയും കാപട്യം വെളിവാക്കപ്പെടുകയും ചെയ്തു. പന്ധർവാഡ കൂട്ടക്കൊലയിൽ കൊല്ലപ്പെട്ട ഇരകളുടെ ശരീരാവശിഷ്ടങ്ങൾ ജീവിച്ചിരിക്കുന്ന ഇരകളുടെ ഉദ്യമത്താൽ പുറത്തെടുക്കപ്പെട്ടു. സി ബി ഐയുടെ മേല്നോട്ടത്തിൽ ഡി എൻ എ വിശകലനം നടത്തണമെന്ന ഗുജറാത്ത് ഹൈക്കോടതിയുടെ ഉത്തരവ് ഇതുമായി ബന്ധപ്പെട്ട് നടത്തിയ നിയമപരമായ ഇടപെടലുകളുടെ ഫലമായിരുന്നു. ഇത് അല്പം ആശ്വാസം നല്കുകയും ചെയ്തു. അവിടെനിന്നും എടുത്ത സാമ്പിളുകളിൽ എട്ടെണ്ണം രക്ഷപ്പെട്ട ബന്ധുക്കൾ നല്കിയ രക്തസാമ്പിളുകളുമായി ഒത്തുപോകുന്നതായി തെളിവു ലഭിച്ചിട്ടും അതേ കോടതിയിലെ മറ്റൊരു ജഡ്ജി, സി ബി ഐ നേതൃത്വത്തിലുള്ള ഒരു വിശദമായ അന്വേഷണം വേണമെന്ന ആവശ്യം പിന്നീട് നിരാകരിക്കുകയാണുണ്ടായത്. അപ്പോൾ രക്ഷപ്പെട്ട ഇരയായ അമീനാബെൽ റസൂലും സി ജെ പിയും ചേർന്ന് സുപ്രീം കോടതിയിൽ ഒരു അപ്പീൽ ഫയൽ ചെയ്തു. അവസാനം 2010 ൽ ധാരാളം ഹിയറിങ്ങുകൾക്ക് ശേഷം അന്വേഷണം ട്രാൻസ്ഫർ ചെയ്യണമെന്ന ആവശ്യം അന്തിമമായി നിരാകരിച്ചു. രക്ഷപ്പെട്ട ബന്ധുക്കൾക്ക് അവരുടെ പ്രിയപ്പെട്ടവരുടെ അന്തിമചടങ്ങുകൾക്ക് പോലും അവസരം നല്കിയില്ല എന്ന യാഥാർത്ഥ്യത്തിന് സുപ്രീംകോടതി സഹതാപപൂർവ്വമായി പ്രതികരിച്ചു. അന്തിമമായി ഇങ്ങനെ സംഭവിച്ചതുതന്നെ വിചാരണക്കോടതിയിലും, പൊലീസധികാരികളുടെ മുന്നിലും തുടർന്ന് 2010 ആഗസ്തിൽ സുപ്രീംകോടതി മുമ്പാകെയും അപേക്ഷകൾക്ക് പിന്നാലെ അപേക്ഷ സമർപ്പിക്കപ്പെട്ടതിന് ശേഷം മാത്രമായിരുന്നു. ഇത് ഞങ്ങളുടെ ഒരു പരാജയമായിരുന്നു. ഇതിനിടെ ഇരകളെയും മനുഷ്യാവകാശപ്രവർത്തകരെയും പ്രാദേശിക പൊലീസ് ലക്ഷ്യം വയ്ക്കുകയും അവർക്ക് മുൻകൂർ ജാമ്യത്തിന് അപേക്ഷ സമർപ്പിക്കേണ്ടി വരികയും ചെയ്തു. അഞ്ചു വർഷത്തിന് മുൻപ് ഫയൽ ചെയ്തകേസിൽ 2010 ഡിസംബറിൽ എന്നെയും പ്രതിചേർക്കുകയുണ്ടായി. അതിൽ സന്തോഷിച്ച പഞ്ച്മഹൽ പൊലീസ് ലൂനവാഡയിൽ വച്ച് 2011 ജൂലൈ 29 ന് എന്റെ അറസ്റ്റ് ഏതാണ്ട് ഉറപ്പിച്ചതാണ്. വളരെ ഉദ്വേഗജനകമായി, എനിക്കു അന്ന് തന്നെ പൊലീസ് സ്റ്റേഷനിൽ ഹാജരാകേണ്ട സാഹചര്യത്തിൽ സുപ്രീം കോടതി അന്വേഷണം സ്റ്റേ ചെയ്യുകയുണ്ടായി. പെറ്റീഷൻ സുപ്രീം കോട

തിയിൽ നിലവിലുള്ള സാഹചര്യത്തിലും തങ്ങളുടെ പ്രിയപ്പെട്ടവരുടെ ഭൗതീകാവശിഷ്ടങ്ങൾ ബന്ധുക്കൾക്ക് 2010 ആഗസ്തിൽ നല്കുകയും അവർക്ക് ശവസംസ്കാരച്ചടങ്ങുകൾ നടത്താൻ അവസരം കൈവരുകയും ചെയ്തു എന്നത് അഭിലഷണീയമായി.

2003 മുതൽ ഇന്ന് വരെ മോദി സർക്കാരും (ശേഷം ആനന്ദി ബെൻ പട്ടേലും വിജയ് രൂപാണിയും) ഗുജറാത്ത് ഭരണകൂടവും പൊലീസും കേസിലെ സാക്ഷികളെ എതിർഭാഗം ചേർക്കുന്നതിനും കേസുകൾ കുഴിച്ചുമൂടപ്പെടുന്നതിനും വേണ്ടി, ഭീഷണിപ്പെടുത്തുന്നതിനും സ്വാധീനിക്കുന്നതിനും ശ്രമം തുടർന്നുവരികയാണ്. 2003 നവംബറിൽ സഹീറാ ഷെയ്ക്കും കുടുംബവുമാണ് ഇതിന് ആദ്യം വഴിപ്പെട്ടത്. സഹീറാ ഷെയ്ക്കിന് കോടതിയിൽ കള്ളം പറഞ്ഞതിന് ഒരു വർഷം ശിക്ഷ അനുഭവിക്കേണ്ടി വന്നു. സഹീറാ ഷെയ്ക്കിനെയും കുടുബാംഗങ്ങളേയും സത്യത്തിൽനിന്ന് വ്യതിചലിപ്പിക്കുന്നതിൽ ഗുജറാത്തിലെ ഭരണാധികാരികളുടെ ഇടപെടലുകളെ തെളിവോടുകൂടി പുറത്തുകൊണ്ടുവരികയാണ് പരമോന്നതകോടതി ഈ ചരിത്രപ്രധാനമായ വിധിപ്രസ്താവത്തിലൂടെ ചെയ്തത്. സാക്ഷിയുടെയും അവരുടെ കുടുംബത്തിന്റെയും മേൽ സ്വാധീനം ചെലുത്താൻ ഇടനല്കിയ രാഷ്ട്രീയ വ്യക്തിത്വങ്ങൾക്കെതിരെ അന്വേഷണം നടത്തണമെന്ന് ആവശ്യപ്പെട്ട് സുപ്രീംകോടതിയിൽ നിരവധി പരാതികൾ സമർപ്പിച്ചെങ്കിലും കോടതി അതിൽ ഉത്തരവൊന്നും പുറപ്പെടുവിച്ചില്ല. ഗാന്ധിനഗർ ദേശീയപാതയിലുള്ള സിൽവർ ഓക്ക് ഗസ്റ്റ് ഹൗസിൽ സഹീറാ ഷെയ്ക്കിന്റെ പത്തുദിവസത്തെ നിഗൂഢമായ ഏകാന്തവാസം സംശയാസ്പദവും രഹസ്യവുമായി ഇന്നും നിലനില്ക്കുന്നു. ആ സമയത്ത് കമനീയമായ ഈ ക്ലബ്ഹൗസിൽനിന്നും മറ്റെല്ലാ സ്റ്റാഫിനെയും അവിടെനിന്നും മാറ്റി നിർത്തിയിട്ടും, സംസ്ഥാനസർക്കാരും ഭരണകൂടവും അവരെ അവിടെ സംസ്ഥാനത്തിന്റെ അതിഥിയായി പാർപ്പിച്ചിട്ടും പരമോന്നതകോടതി ഇത് സംബന്ധിച്ച നിഗൂഢത പരിഹരിക്കാതെ വിടുകയാണുണ്ടായത്. സഹീറാ ഷെയ്ക്ക് സത്യപ്രസ്താവനാ ലംഘനം നടത്തിയെന്നും അതിന് അവർക്ക് വില നല്കേണ്ടിവന്നെന്നും നമുക്കെല്ലാവർക്കും അറിയാം. മോദിയുടെ സർക്കാർ അതിന് സ്വീകരിച്ച മാർഗ്ഗങ്ങൾ എന്താണെന്നും ക്യാബിനറ്റ് അംഗങ്ങൾ, എം എൽ എമാർ, രാഷ്ട്രീയ നേതാക്കൾ, ഉദ്യോഗസ്ഥ പ്രമുഖർ, പൊലീസുകാർ, നിയമജ്ഞർ, മുസ്ലീം പുരോഹിതൻ തുടങ്ങിയവരുൾപ്പെടെയുള്ളവരുടെ പ്രതിഫലം സംബന്ധിച്ച ഇടപാടുകൾ എന്തെന്നും ഉള്ള കാര്യങ്ങളാണ് നമുക്കറിയാത്തത്.

ഭരണഘടനയെയും നിയമസംഹിതകളെയും അടിസ്ഥാനമാക്കി കുറ്റവാളികൾ ശിക്ഷിക്കപ്പെടുന്നതിനുള്ള വ്യവഹാര ഏജൻസിയായി സ്റ്റേറ്റ് പ്രവർത്തിക്കുമെന്ന് ഉറപ്പുവരുത്തുന്നതിനുള്ള പൊതുസംവാദം ഉണ്ടാവ

ണം. അത് ഉറപ്പുവരുത്തുന്നതിന് ചടുലതയാർന്നതും ധാർമ്മികതയിലൂന്നിയതുമായ, സാക്ഷികൾക്ക് സംരക്ഷണം നല്കുന്ന, സമയബന്ധിതമായ വിചാരണ ഉറപ്പുവരുത്തുന്ന സ്വതന്ത്രമായ പ്രോസിക്യൂഷൻ സംവിധാനം അത്യന്താപേക്ഷിതമാണ്. ജാതിസംബന്ധമായ, വർഗ്ഗീയ സ്വഭാവമുള്ള (ഖൈർലാൻജി കേസും സ്ഥാപനകൊലപാതകമായ രോഹിത് വെമുല കേസും കാണുക) കേസുകളിൽ സംവാദങ്ങൾ പലപ്പോഴും അപ്പോൾ നിലനില്ക്കുന്ന അപര്യാപ്തമായ വൈകാരികതകളിലേക്ക് ചുരുങ്ങിപ്പോകുന്നു. പലരും സ്ഥാപനങ്ങളുടെ ഉത്തരവാദിത്വശൂന്യതയെ കണ്ടില്ലെന്നു നടിക്കുന്നു.

അതിക്രൂരമായ കൊലപാതകങ്ങളുടെ നടപ്പാക്കലും, അതിന്റെ പിറകിലെ ഗൂഢാലോചനയും വെള്ളപൂശുന്നതിനായി എന്തെല്ലാം ശ്രമങ്ങൾ മോദി നടപ്പിലാക്കിയെങ്കിലും, അതിക്രമങ്ങൾ അരങ്ങേറിയ 2002 ലെ നിർണ്ണായകമായ കാലഘട്ടത്തിൽ സേവനത്തിലുണ്ടായിരുന്ന പൊലീസ് ആഫീസർമാർ നാനാവതി-ഷാ-മേത്ത-കമ്മീഷന് മുൻപാകെ സമർപ്പിച്ച രേഖകൾ മോദി സർക്കാരിനെയും ഭരണകൂടത്തിനെയും കുറ്റാരോപിതരാക്കുക തന്നെയുണ്ടായി. ഒരിക്കൽക്കൂടി താൻ മികച്ച നിലയിൽ വിജയിച്ച 2012 ലെ സംസ്ഥാന ഇലക്ഷന്റെ നടത്തിപ്പുവേളയിൽ നരേന്ദ്രമോദി മുൻകൈയെടുത്ത് നാനാവതി—ഷാ-മേത്താ കമ്മീഷൻ അതിന്റെ ഒന്നാമത് റിപ്പോർട്ട് പുറത്തിറക്കി. ഈ നടപടി കമ്മീഷൻ ഓഫ് എൻക്വയറി ആക്ട് '1952' ന്റെ തത്ത്വങ്ങൾക്ക് വിരുദ്ധമാകയാൽ ഞങ്ങൾ അതിനെ എതിർക്കുകയുണ്ടായി. ഈ റിപ്പോർട്ടിന്റെ അവസാനഭാഗത്ത് ഗോധ്രസംഭവം ഗൂഢാലോചനയുടെ ഫലമാണെന്ന് വ്യക്തമാക്കിയിട്ടുണ്ട്. 2014 ൽ സർക്കാരിന് സമർപ്പിക്കപ്പെട്ടെങ്കിലും ഇന്നേവരെ ഭരണഘടനാപരമായി നിയമസഭയിൽ സമർപ്പിക്കേണ്ട രണ്ടാംഭാഗം അപ്രകാരം സമർപ്പിക്കപ്പെട്ടിട്ടില്ല. അതിന്റെ കാരണം ഇന്നും ഒരു പ്രഹേളികയായി നിലനില്ക്കുന്നു.

ന്യൂനപക്ഷങ്ങൾക്കെതിരായ അക്രമങ്ങൾക്ക് അധഃസ്ഥിതവിഭാഗങ്ങളായ ദളിതുകളേയും പട്ടികവർഗ്ഗക്കാരേയും കരുതിക്കൂട്ടി 2002 ഗുജറാത്ത് വംശഹത്യയിൽ ഉപയോഗിക്കുകയും മിക്കവാറും സംഭവങ്ങളിൽ ഉന്നതശ്രേണിയിലുള്ള ബ്രാഹ്മണരും പട്ടേലുകളും കാഴ്ചക്കാരായി സംഭവങ്ങൾ നിരീക്ഷിക്കുകയും ആണ് ചെയ്തിട്ടുള്ളതെന്ന് കണ്ടെത്തിയിട്ടുണ്ട്. അറസ്റ്റ് ചെയ്യപ്പെട്ടവരിൽ (ഒപ്പം ജാമ്യം നിഷേധിക്കപ്പെട്ടവരിലും) ആരും തന്നെ ഇത് ആസൂത്രണം ചെയ്ത മേധാവികളോ, ചുക്കാൻ പിടിച്ചവരോ ആയിരുന്നില്ല. അവരൊക്കെ കൃത്യം നടപ്പിലാക്കാൻ മുന്നിൽനിന്ന കാലാൾപ്പടയാളികൾമാത്രമായിരുന്നു. കഴിഞ്ഞ കുറേ വർഷങ്ങളായി അഹമ്മദാബാദിൽ ഉദയംകൊണ്ട മുന്നൂറോളം ദളിതുകളുടെ മാത്രം കോളനികൾ വെളിവാക്കുന്നത്, ഹിന്ദുത്വയുടെ അത്യുക്തികളും ഹിന്ദുമന്ത്രണങ്ങളുടെ മുഖവും ഉണ്ടെങ്കിലും, അവിടെ നൂറ്റാണ്ടോളം പഴക്കമുള്ള

വിലക്കുകളും ജാതിവിവേചനവും നിലനില്ക്കുന്നു എന്നതാണ്.

ഇത്തരം കൂട്ടക്കൊലകളുടെ കാരണങ്ങളെപ്പറ്റിയുള്ള ഓർമ്മകൾ, നിയമയുദ്ധങ്ങൾ എന്നിവയെപ്പറ്റിയൊക്കെയുള്ള വർത്തമാനങ്ങൾ സജീവമാക്കി നിർത്തുക എന്നത് മുഖ്യധാരാമാധ്യമങ്ങളുടെ ഒരു കർമ്മമണ്ഡലമായിരുന്നു. 2006–2007 വരെ, ബെസ്റ്റ് ബേക്കറി, ബൾക്കീസ് ബാനു കേസുകളിലെ മനുഷ്യാവകാശകമ്മീഷന്റെയും സുപ്രീംകോടതിയുടെ സ്റ്റാറ്റ്യൂട്ടറി ആയ ഇടപെടലും ഉണ്ടായതുകൊണ്ട് കൂടി മാധ്യമങ്ങളിൽ വന്നിരുന്ന വിവരണങ്ങൾ വളരെ സൂക്ഷ്മവും ജീവസ്സുറ്റതും പെട്ടെന്ന് ശ്രദ്ധിക്കപ്പെടുന്നതുമായിരുന്നു. വംശഹത്യയുടെ അഞ്ചാം വർഷത്തിൽ *ദി ടൈംസ് ഓഫ് ഇന്ത്യ* (ഫെബ്രുവരി-മാർച്ച് 2007) യുടെ ഒന്നാമത്തെ പേജ് ഞാൻ ഓർക്കുകയാണ്. ഞങ്ങൾ നടത്തിയ ഇടപെടലുകളെപ്പറ്റിയുള്ള റിപ്പോർട്ടുകൾ അതിലൊന്നായിരുന്നു. സി ജെ പി കാണാതായവരെപ്പറ്റിയുള്ള വിവരങ്ങൾ പിന്തുടരുകയും നിയമപ്രകാരം കാണാതായി ഏഴുവർഷത്തിന് ശേഷം അത്തരക്കാർ മരിച്ചവരായി കണക്കാക്കുകയുമാണ് ചെയ്യുന്നത്.

മോദി ഒരിക്കൽക്കൂടി ജയിച്ച 2007 ഡിസംബറിലെ ഇലക്ഷന് ശേഷമാണ് മീഡിയ ക്രമേണ പൂർണ്ണമായും തിരിയാൻ തുടങ്ങിയത്. ആക്രമണങ്ങളുടെ സ്വാഭാവികവല്ക്കരണം അങ്ങനെ ആരംഭിച്ചു. അതു മറന്നേക്കുക എന്ന് എല്ലാ ശബ്ദവും ഒരുമിച്ച്, ഒരുപോലെ പറയപ്പെടുന്ന ഒരു രീതി. ഉയർന്ന തലത്തിലുള്ളവരുടെയും ശക്തിമാന്മാരുമായ വ്യവസായികളുടെയും ശബ്ദം പ്രതിഫലിപ്പിക്കുന്നവരായിരുന്നു മാധ്യമങ്ങൾ പലതും. പെട്ടെന്ന് ഈ ശബ്ദങ്ങളെല്ലാം 2009 ജനുവരിയിൽ ഗുജറാത്ത് വൈബ്രന്റ് സമ്മിറ്റ് നടന്നപ്പോഴാണ് എല്ലാ കോർപ്പറേറ്റ് മുഖ്യന്മാരും ഒരേ വേദിയിൽ വരുന്നതും ആ വേദിയിൽ വച്ച് നരേന്ദ്രമോദിയെ പ്രധാനമന്ത്രിയാവാൻ കഴിവുള്ള ഒരു വ്യക്തിത്വമായി ആദ്യം അവതരിപ്പിക്കുന്നതും. മിത്തലും അംബാനിയുമാണ് അദ്ദേഹത്തിന്റെ പേര് ആദ്യം പരാമർശിച്ചത്. അദാനി അന്ന് ഒരു അപ്രധാനി ആയിരുന്നു.

ഈ കോർപ്പറേറ്റ് ഗൂഢതന്ത്രങ്ങൾക്കിടയിലാണ്, അതായത് ആറു വർഷത്തെ ദീർഘവും വേദനാജനകവുമായ നടപടിക്രമങ്ങൾക്ക് ശേഷം 2008 മാർച്ചിൽ, പ്രധാനപ്പെട്ട വിചാരണകൾ ഗുജറാത്ത് പൊലീസിൽ നിന്നും മാറ്റി (അതും ദേശീയ മനുഷ്യാവകാശകമ്മീഷന്റെ ശുപാർശയിൽ) ഞങ്ങളുടെ ഹർജി കേൾക്കുന്നതും നിയമനടപടികൾ ആരംഭിക്കുന്നതും. പെറ്റീഷണർമാരായി നിന്നുകൊണ്ട് സി ജെ പി രക്ഷപ്പെട്ടവരെ പ്രതിനിധാനം ചെയ്തു. അമിക്കസ്ക്യൂറി ഹരീഷ് സാൽവെ ആയിരുന്നു. 2007 ഏപ്രിലിൽ എല്ലാ വിചാരണകൾക്കുമായി വളരെ ശക്തമായ ഒരു കുറിപ്പ് ഫയൽ ചെയ്തുകൊണ്ട് ഹരീഷ് സാൽവെ, രാഹുൽ ശർമ്മയും ആർ ബി ശ്രീകുമാറും അവരുടെ അഫിഡവിറ്റുകളിൽ പറയുന്ന ടെലിഫോൺ കോളുകളുടെ സി ഡി തെളിവായി പരിശോധിക്ക

ണമെന്ന് ആവശ്യപ്പെടുകയുണ്ടായി.

2003-2008 കാലയളവിൽ നടന്ന ഹിയറിങ്ങുകളിൽ വിവിധ വിഷയങ്ങളിൽ സുപ്രീം കോടതി വളരെ ഗൗരവമായ നിരീക്ഷണങ്ങൾ നടത്തിയിട്ടുണ്ട്. അവ സ്വതന്ത്രമായ പബ്ലിക് പ്രോസിക്യൂട്ടർമാരെ നിയമിക്കുന്നതിലുള്ള പരാജയം സംബന്ധിച്ചും സത്യവാങ്മൂലങ്ങളിൽ കളവുകൾ എഴുതിച്ചേർക്കുന്നത് സംബന്ധിച്ചുള്ളതും ആയിരുന്നു. കോടതിയിൽ ആറു വർഷമായി നടന്നുവന്ന തീക്ഷ്ണമായ നിയമയുദ്ധത്തിന് ശേഷം ഒരു പ്രത്യേക അന്വേഷണസംഘത്തെ (എസ് ഐ ടി) രൂപീകരിക്കാൻ തീരുമാനിച്ചു. ഇത് ഞങ്ങൾ സമർപ്പിച്ച അന്വേഷണങ്ങൾ ട്രാൻസ്ഫർ ചെയ്യണമെന്ന ആവശ്യത്തെ അടിസ്ഥാനമാക്കിയായിരുന്നു. ആശ്ചര്യകരമായി തോന്നിയത്. ഞാൻ നേരത്തെ സൂചിപ്പിച്ചത് പോലെ ഞങ്ങളെ നിരാശപ്പെടുത്തിക്കൊണ്ടും- എസ് ഐ ടി അംഗങ്ങളായി നിർദ്ദേശിക്കപ്പെട്ട പേരുകൾ രക്ഷപ്പെട്ട ഇരകളെ സംബന്ധിച്ചിടത്തോളം വിശ്വസ്തവും ആശ്രയിക്കാൻ സാധിക്കുന്നവയുമായിരുന്നില്ല എന്നതാണ്. പേരുകൾ നിർദ്ദേശിക്കുകയും അതേവേഗത്തിൽ യാതൊരു ചോദ്യം ചെയ്യലുമില്ലാതെ അമിക്കസ് ക്യൂറി സ്വീകരിക്കുകയും ചെയ്തു. മോദിയുടെ ഇപ്പോഴത്തെ ഭരണത്തിലെ അറ്റോർണി ജനറൽ ആണ് റോഹ്തഗി. 2002 ഗുജറാത്ത് കേസുകളിൽ നീതി തേടി വരുന്നവർക്കെതിരെ എപ്പോഴും നിലകൊണ്ടയാളായിരുന്നു അദ്ദേഹം. ഞങ്ങൾ ഞങ്ങളുടെ ശക്തമായ എതിർപ്പ് വാക്കാൽ രേഖപ്പെടുത്തി. അടുത്തദിവസം ഞങ്ങളുടെ തടസ്സവാദങ്ങൾ ഔദ്യോഗികമായി എഴുതിനല്കി. ഞങ്ങൾ രജനീഷ് റായ്, നീജ ഗോദ്രു, വിനോദ് മല്ല എന്നിവരുടെ പേരുകൾ നിർദ്ദേശിച്ചു. ഇവർ അവരുടെ ധാർമ്മിക നിലപാടുകൾ കൊണ്ട് പേരുകേട്ടവരായിരുന്നു. കോടതി ആർ കെ രാഘവന്റെ പേര് എസ് ഐ ടിയെ നയിക്കുന്നതിനായി നിർദ്ദേശിച്ചു. അദ്ദേഹം ടാറ്റാ ഗ്രൂപ്പിൽ ഡയറക്ടർ (സുരക്ഷ) ആയി പ്രവർത്തിച്ചുവരുന്നതും തുടർന്നുവരുന്നതുമായ ആളാണെന്ന് താമസിയാതെ ഞങ്ങൾ മനസ്സിലാക്കി. ഇത് യാദൃച്ഛികം മാത്രമാണോ?

തുടർന്നും സുപ്രീംകോടതി ഉൾപ്പെടെയുള്ള കോടതികൾ, പെറ്റീഷണർമാരെയും അവകാശസംരക്ഷണത്തിനായി നില്ക്കുന്ന വക്കീലന്മാരെയും രക്ഷപ്പെട്ട ഇരകളെയും/സാക്ഷികളെയും ശക്തമായ ഭരണകൂടത്തിന് നല്കുന്ന പരിഗണനയിൽനിന്നും വ്യത്യസ്തമായ തലത്തിൽ കാണുന്നതായി കണ്ടു. അഭിഭാഷകരും സാക്ഷികളും അവരുടെ തലത്തിൽ നിയമനടപടികൾ സ്വീകരിക്കുമ്പോൾ അവർക്ക് വളരെ പരിമിതമായ രീതിയിലുള്ള ഔദ്യോഗിക പരിഗണനയേ നല്കിയിരുന്നുള്ളു. എന്നുവച്ചാൽ അവരുടെ സമർപ്പണങ്ങൾ കോടതി കേൾക്കുന്നു എന്ന് മാത്രം. എന്നാൽ ഭരണകൂടത്തിന്റെ ഭാഗത്തിന് നല്കുന്നത്ര ഗൗരവത്തോടെ അത് പരിഗണിക്കപ്പെടുന്നില്ല. അവരുടെ ഇടപെടലുകൾ സൂക്ഷ്മമായി ഔദ്യോഗികശ്രേണിയിലേക്ക് പുറംതള്ളപ്പെടുകയാണ്

ചെയ്യുന്നത്. നിയമവാഴ്ചയിൽ നടപടിക്രമങ്ങൾ പ്രകാരമുള്ള സ്വാഭാവിക നീതി ധ്വംസിക്കപ്പെടുകയും ദൂരവ്യാപകമായ മാറ്റങ്ങൾക്ക് വിധേയമാകുകയും ചെയ്യുന്നു. കഴിഞ്ഞ പതിനഞ്ച് വർഷത്തിനുള്ളിൽ പല സമയങ്ങളിലും കോടതി അതിന്റെ സ്വതഃസിദ്ധമായ ഘടനയിൽനിന്നും വ്യതിചലിക്കപ്പെട്ടു. എന്നാൽ മാസങ്ങളും വർഷങ്ങളും കഴിഞ്ഞപ്പോൾ കോടതികൾ യഥാസ്ഥിതിയിലേക്ക് തിരികെയെത്തി. 2004 ആഗസ്ത് സെപ്തംബറിൽ ജാമ്യാപേക്ഷകളിൽ ഗുജറാത്ത് കോടതി കാണിക്കുന്ന വിവേചനം സംബന്ധിച്ച് ഞങ്ങൾ ഒരു സത്യവാങ്മൂലം ഫയൽ ചെയ്യുകയുണ്ടായി. ഗോധ്ര സംഭവത്തിൽ പ്രതികൾ ജയിലിൽ കഴിയുമ്പോൾ തന്നെ അതിക്രൂരമായി അരങ്ങേറിയ ഗോധ്രാനന്തര കൂട്ടക്കൊലയിൽ ഭാഗഭാക്കായ ഭൂരിപക്ഷം പ്രതികൾക്കും ഞൊടിയിടയിൽ ജാമ്യം നല്കിയ അവസ്ഥയായിരുന്നു. സുപ്രീംകോടതി ഇക്കാര്യത്തിൽ ഗുജറാത്ത് സർക്കാരിനെ ബന്ധിപ്പിക്കുകയും സർക്കാർ പ്രതികരണം വേഗം അറിയിക്കാൻ നിർദ്ദേശിക്കുകയും ചെയ്തു. അഫിഡവിറ്റിലൂടെ സർക്കാർ കള്ളം സമർപ്പിക്കുകയാണ് ചെയ്തത്. ആ ഘട്ടത്തിൽ ഹരീഷ് സാൽവെ കോപാകുലനായി സി ജെ പി യോട് ഗുജറാത്തി ഭാഷയിൽനിന്നും ഇംഗ്ലീഷ് ഭാഷയിലേക്ക് മൊഴിമാറ്റിയ നൂറുകണക്കിന് ജാമ്യ ഉത്തരവുകളുടെ പകർപ്പ് ഹാജരാക്കുവാൻ ആവശ്യപ്പെട്ടു. പകർപ്പ് എടുക്കുന്നതിനുള്ള ചെലവ് അദ്ദേഹം തന്നെയാണ് വഹിച്ചത്. അത് 2004 ൽ ആയിരുന്നു.

മോദിയുടെ 2007 ലെ രൂപമാറ്റം കൈവന്നത് കോർപ്പറേറ്റ് നേതൃത്വത്തിൽ നിന്ന് മാത്രമായിരുന്നില്ല. അദ്ദേഹത്തിന്റെ പ്രതിരൂപം പുനർനിർമ്മിക്കുന്നതിനായി ആപ്കോ വേൾഡ് വൈഡിനെ വാടകയ്ക്ക് എടുക്കുകയായിരുന്നു. ഈ സ്ഥാപനത്തിനുള്ള പ്രതിമാസ ഫീസ്തുക ഇന്ത്യയെ സംബന്ധിച്ചിടത്തോളം തീരെ ചെറുതല്ലാത്തതായ 25000 ഡോളർ ആയിരുന്നു എന്ന് 'ഔട്ട് ലുക്ക്' റിപ്പോർട്ട് ചെയ്തു. യു എസ് അടിസ്ഥാനമാക്കിയ പ്രസ്തുത സ്ഥാപന ലോബിക്ക് "നല്ല" ഒരു ട്രാക്ക് റിക്കോർഡ് ആണുണ്ടായിരുയിരുന്നത്. സിയോണിസ്റ്റ് ബന്ധത്തിന് പുറമെ നൈജീരിയൻ ഏകാധിപതിയുടെ പ്രതിരൂപം ഭംഗിയാക്കുന്നതിന് നിയോഗിക്കപ്പട്ട സ്ഥാപനമായിരുന്നു അത്.[23]

2008-2009 ന് ഇടയിൽ ഞങ്ങൾക്ക് എസ് ഐ ടി യുമായി ചേർന്ന് പ്രവർത്തിക്കുന്നത് വലിയ വെല്ലുവിളിയായി. തെളിവെടുപ്പുകൾ, സാക്ഷികളുടെ സാന്നിദ്ധ്യം ഉറപ്പിക്കൽ തുടങ്ങിയ വിഷയങ്ങളുണ്ടായിരുന്നു. പ്രാഥമികമായ കാര്യങ്ങൾ സുഗമമായി മുന്നോട്ടുപോവുകയും അന്വേഷണത്തിൽ നേരിയ പുരോഗതി കാണാൻ കഴിയുകയും ചെയ്തു. രക്ഷപ്പെട്ടവർ, ഇതിൽ പങ്കാളികളായ പ്രധാനികളുടെ പേരുകൾ ഉൾപ്പെടുത്തണമെന്നും അന്വേഷണത്തിന്റെ പരിധിയിൽ ടെലിഫോൺ കോൾ രേഖകളും ഉൾപ്പെടുത്തണമെന്നും ആവശ്യപ്പെട്ടു. അപ്പോൾ എസ് ഐ ടി പതറാൻ തുടങ്ങി. രാജീവ്ഗാന്ധി വധിക്കപ്പെടുമ്പോൾ ശ്രീ പെരുമ്പ

ത്തൂരിൽ എസ് പി ആയി ജോലി ചെയ്യുമ്പോഴും അതിനുശേഷം സി ബി ഐ ഡയറക്ടർ ആയിരിക്കുമ്പോഴും രാഘവന്റെ സേവനരേഖകൾ ഒരു അന്വേഷകൻ എന്ന നിലയിൽ മികവുറ്റതായിരുന്നില്ല. അദ്ദേഹം വളരെ കുറഞ്ഞ കഴിവുകളോടുകൂടിയ വ്യക്തിയാണെന്നും പ്രശസ്തമായ ന്യൂസ്പേപ്പറുകളിലൂടെയും മാസികകളിലൂടെയും പൊലിപ്പിച്ചെടുത്ത അദ്ദേഹത്തിന്റെ പ്രതിബിംബം ശരിയാംവിധമുള്ളതായിരുന്നില്ലെന്നും നടുക്കത്തോടെ ഞങ്ങൾ മനസ്സിലാക്കി.

നീതിക്കുവേണ്ടിയുള്ള സമരങ്ങളിൽനിന്നും പഠിക്കുന്ന ചില പാഠങ്ങൾ ഉണ്ട്. നിലനില്ക്കുന്ന രീതികളിൽ മാറ്റമൊന്നും വേണ്ട എന്ന് ശഠിക്കുന്ന ഒരു സമ്പ്രദായത്തിൽ, ഇടപെടലുകളെ ഒരു പരിധിവരെ മാത്രമെ അത് അംഗീകരിക്കാറുള്ളു, യാഥാർത്ഥ്യത്തിലൂന്നിയ ഉല്പതിഷ്ണു നിലപാട് നീതി നടപ്പാക്കുന്നതിൽ അത് സ്വീകരിക്കാറില്ല. ആദ്യകാലങ്ങളിൽ അക്രമങ്ങളിൽ നിന്നും രക്ഷപ്പെട്ടവരേയും കേസ് നല്കിയവരെയും ഈ നീതി സമ്പ്രദായം പ്രോത്സാഹിപ്പിച്ചിരുന്നുവെങ്കിലും നിലനിന്നു വന്നിരുന്ന ഒരു രീതിയെ തകർക്കാൻ അസാമാന്യ വൈഭവമുള്ള നീതിബോധം ആവശ്യമായിരുന്നു. രക്ഷപ്പെട്ടവരും കേസിൽ വാദികളായവരും ദശാബ്ദത്തോളം പണിയെടുത്തെങ്കിലും (ഞങ്ങൾ ഏകദേശം 15 വർഷം) നിസ്സാര കുറ്റവാളികൾക്കപ്പുറം ഞങ്ങൾ പോവുമ്പോൾ നിലനില്ക്കുന്ന സമ്പ്രദായം ഞങ്ങളെ തടയും, സംശയത്തോടെ വീക്ഷിക്കും. സി ജെ പിക്കും എനിക്കും വളരെ വിഷമതകൾ ഉണ്ടാക്കുന്ന വിധത്തിൽ പലകാര്യങ്ങളിലും മറുപടി പറയേണ്ടി വന്നിട്ടുണ്ട്. മറ്റൊരുതരത്തിൽ പറഞ്ഞാൽ ആദ്യമുണ്ടായ പല വിജയങ്ങളിലും (ശിക്ഷവിധിക്കലിൽ) ആഹ്ളാദിച്ചുകൊണ്ട് ഗൂഢാലോചനക്കാർക്ക് പിറകെ പോകാതെയിരുന്നിരുന്നുവെങ്കിൽ പ്രശ്നങ്ങൾ ഒന്നുമുണ്ടാവുമായിരുന്നില്ല. എന്നാൽ ഞങ്ങൾ അവിടെ നിർത്തിയില്ല. ബെസ്റ്റ് ബേക്കറി കേസിൽ കേസിന്റെ ട്രാൻസ്ഫർ ആവശ്യപ്പെട്ടുകൊണ്ടും പുനർവിചാരണ ആവശ്യപ്പെട്ടുകൊണ്ടും ഞങ്ങൾ തുടർനടപടികൾ സ്വീകരിച്ചുകൊണ്ടിരുന്നു. ഇന്ത്യൻഭരണഘടനയേയും നിയമവ്യവസ്ഥയേയും നോക്കുകുത്തിയാക്കിക്കൊണ്ട്, ഹാനികരമായ വർഗ്ഗീയാതിക്രമങ്ങളെ പൂർണ്ണമായ തോതിൽ അഴിച്ചുവിടുന്നതിന് ദുഷ്ടന്മാരെ അനുവദിക്കുന്നതും അവരെ കുറ്റവിമുക്തരാക്കുന്നതുമായ രീതിയെ ഞങ്ങൾക്ക് പ്രതിരോധിക്കണമായിരുന്നു. 2006 ൽ ഫയൽ ചെയ്ത പെറ്റീഷനോടെ തുടങ്ങുന്ന സാക്കിയ ജാഫ്രി കേസ് അതിലൊന്നായിരുന്നു. ഇത് നിലവിലുള്ള വ്യവസ്ഥ കൈകാര്യം ചെയ്യുന്നതിന് ബുദ്ധിമുട്ടുളവാക്കുന്നതായിരുന്നു. 2010 മുതൽ ഈ കേസിൽ ഞങ്ങൾ വീണ്ടും ഇടപെട്ടു തുടങ്ങിയതോടെ, എനിക്കെതിരെയുള്ള ആക്രമണങ്ങൾ ഇരട്ടിച്ചു.

ഗുജറാത്തിലെ നീതിയുടെ കഥകളെപ്പറ്റി പറയുമ്പോൾ മുഴച്ചുനില്ക്കുന്ന ചില കാര്യങ്ങൾ കൂടി ഊന്നിപ്പറയേണ്ടതുണ്ട്. മോദിയുടെ

നേതൃത്വത്തിലുള്ള സംസ്ഥാന സർക്കാരിനെ സുപ്രീംകോടതി പലപ്പോഴും കുടഞ്ഞിട്ടുണ്ട്, ആദ്യം 2003 ൽ, പിന്നീട് 2004 ൽ (ബെസ്റ്റ് ബേക്കറി ട്രാൻസ്ഫർ വിധി (യിൽ), 2009 ൽ, പക്ഷപാതികളായ പ്രോസിക്യൂട്ടറുമാരേ നിയമിക്കുന്നത് സംബന്ധിച്ച്[24] എന്നിട്ട് അത് പാഠം പഠിച്ചോ? കോടതിയുടെ കർശനമായ ഈ താക്കീതുകൊണ്ട് അതിന് നാണക്കേട് തോന്നിയോ? തോന്നുന്നില്ല. രാഷ്ട്രീയാധികാരത്തിന്റെ സ്വാധീനശക്തിയാൽ പുതിയ അട്ടിമറി തന്ത്രങ്ങൾക്ക് വഴിതേടുകയാണ് സർക്കാർ ചെയ്തത്. വ്യാപകമായ കൂട്ടക്കൊലകളിലെ കുറ്റവാളികൾക്ക് വേണ്ടി ഹാജരായവരെ മറ്റു കേസുകളിൽ വളരെ ഉയർന്ന ദിവസവേതനാടിസ്ഥാനത്തിൽ സ്പെഷ്യൽ പ്രോസിക്യൂട്ടർമാരായി നിയമിച്ചുകൊണ്ട് (പരോക്ഷമായിട്ടാണെങ്കിൽക്കൂടി) സ്റ്റേറ്റ്, പാരിതോഷികം നല്കുകയാണ് ചെയ്തത്. ഈ അട്ടിമറി പ്രവർത്തനങ്ങളുടെ നായകനായ മോദി കുറ്റവാളികൾക്ക് വേണ്ടി നിന്നവർക്ക് സമ്മാനം നല്കുന്നതിന് വഴിയൊരുക്കുകയാണ് ചെയ്തത്.[25] 2010-11 ൽ ഞങ്ങൾ ഇക്കാര്യം സുപ്രീംകോടതിയിൽ ആവർത്തിച്ച് ചൂണ്ടിക്കാണിക്കുകയുണ്ടായി.

ഞാൻ എന്താണ് അർത്ഥമാക്കുന്നത്? ഗോധ്രാനന്തര വംശഹത്യ വിചാരണ നടക്കുന്ന പ്രത്യേകകോടതികളിൽ (സുപ്രീം കോടതിയുടെ നിർദ്ദേശപ്രകാരം) കുറ്റവാളികൾക്ക് വേണ്ടി ഹാജരാവുന്ന അഭിഭാഷകർക്ക് ഒരേ സമയം ഉയർന്ന തുക ഫീസായി നല്കിക്കൊണ്ട് സംസ്ഥാനസർക്കാരിന്റെ മറ്റു ക്രിമിനൽ ട്രയലുകളിൽ പ്രത്യേക പദവികൾ നല്കപ്പെട്ടു. അങ്ങനെ ആനുകൂല്യങ്ങൾ നല്കപ്പെട്ടവരുടെ ഒരു ലിസ്റ്റ് ഞങ്ങൾ അഫിഡവിറ്റായി നല്കി. ഞങ്ങൾക്കെതിരായി തെറ്റായ വിവരങ്ങൾ ഉൾക്കൊള്ളിച്ച് പരാതി നല്കിയ സി ജെ പിയുടെ തന്നെ ഒരു മുൻ ഉദ്യോഗസ്ഥന് വേണ്ടി ഹാജരായ അതേ അഭിഭാഷകരും സംസ്ഥാനത്തിന്റെ പ്രോസിക്യൂട്ടർ പദവികളിൽ ഇപ്പോൾ വിരാജിക്കുന്നുണ്ട്. നീതി അട്ടിമറിക്കുന്നതിന് ഉപയോഗിച്ച ഏറ്റവും വിദഗ്ദ്ധമായ നടപടിയും അതുപോലെ കുറ്റവാളികൾ നടത്തിയ ആക്രമണങ്ങൾക്ക് സഹായവും സംരക്ഷണവും നല്കാൻ നികുതിദായകന്റെ പണം ഉപയോഗിച്ചതിനും ഉള്ള നടപടിയും ആയിരുന്നു ഈ ഗുജറാത്ത് മോഡൽ. രാഘവൻ ഇത് വളരെ ലളിതമായാണ് കണ്ടത്. ഇന്ന് ഈ തീയതി വരെ ജുഡീഷറിയുടെ ഭാഗത്തുനിന്നും ഒരു വിധ താക്കീതുകളുമുണ്ടായിട്ടില്ല. ഇന്ന് എസ് ഐ ടിയുടെയും അഭിഭാഷകരുടെയും ചെലവിനായി ഭീമൻതുക വ്യയം ചെയ്തുവരുന്നു. ഞങ്ങൾ മുന്നോട്ടുവച്ചിട്ടുള്ള സാക്കിയ ജാഫ്രി കേസിനായും ഗുജറാത്ത് സർക്കാരും നികുതിദായകരുടെ പണം ചെലവിടുന്നു.

കഴിഞ്ഞുപോയ കുറേ അന്വേഷണങ്ങളുടെ കഥയായി മാത്രം ഗുജറാത്തിനെ, വിശ്വസിക്കുന്നവർക്ക് കുറേ കാര്യങ്ങൾ മനസ്സിലാക്കാൻ കഴിഞ്ഞില്ല. 2002 ജൂൺ ഒന്നിന് വാജ്പേയി മോദിക്കയച്ച കത്തുൾപ്പെടെ

യുള്ള പല രേഖകളും നഷ്ടപ്പെട്ടിട്ടുണ്ട്. സംസ്ഥാനത്തെ വളരെ ദുർബ്ബലമായ സാമുദായിക സാഹചര്യങ്ങൾക്കൊപ്പം ലഹളബാധിതരുടെ താല്പര്യങ്ങൾ ശരിയാംവണ്ണം പരിശോധിക്കപ്പെടുന്നുണ്ടോ എന്നുള്ള സംശയവും പ്രധാനമന്ത്രി വാജ്‌പേയി പ്രകടിപ്പിച്ചിരുന്നു.[26] ഗോധ്രാ സംഭവത്തിനും ഗോധ്രാനന്തര ആക്രമണങ്ങൾക്കും മൂന്ന് മാസത്തിന് ശേഷമാണ് കത്ത് അയക്കപ്പെടുന്നത്.[27] രാജ്യധർമ്മത്തിനാണ് പ്രാധാന്യം നല്കേണ്ടത്; ജാതി, വിശ്വാസം, മതം എന്നിവയുടെ അടിസ്ഥാനത്തിൽ വിവേചനം കാണിക്കുകയല്ല വേണ്ടത് എന്ന് നിർദ്ദേശിച്ച വാജ്‌പേയിയുടെ മോദിയോടുള്ള ഉപദേശത്തിന് ശേഷം രണ്ട് മാസം കഴിഞ്ഞാണ് പ്രസ്തുത കത്ത് വരുന്നത്. വിവരാവകാശനിയമപ്രകാരം ലഭ്യമാക്കിയ കത്തിൽനിന്നും കാണാവുന്നത് സാധാരണയായി മുഖ്യമന്ത്രിമാരുമായി വിശദമായി കത്തുകളെഴുതാത്ത പ്രധാനമന്ത്രി, ഗുജറാത്തിലെ സ്ഥിതിഗതിയിൽ ഇടപെടേണ്ടതുണ്ടെന്ന് മനസ്സിലാക്കിയിരുന്നു എന്നാണ്, ആശ്വാസം നല്കുന്നതിനായി കാര്യമായി ഒന്നും ചെയ്തിട്ടില്ലെന്നും, താൽക്കാലികമായി തയ്യാറാക്കിയ ആശ്വാസക്യാമ്പുകളിലേക്ക് എല്ലാം വിട്ടെറിഞ്ഞ് പലായനം ചെയ്തവർക്ക് വാഗ്ദാനം ചെയ്ത സുരക്ഷ വേണ്ടയിടത്ത് എത്തിയില്ല എന്നും ഇതിൽ വാജ്‌പേയി ഉൽക്കണ്ഠാകുലനായിരുന്നു എന്നുമാണ്. ഇരകളുടെ കുടുംബങ്ങൾക്ക് നല്കേണ്ടതായ നഷ്ടപരിഹാരം തിട്ടപ്പെടുത്തിയതിൽ വ്യാപകമായ കുറവ് സംഭവിച്ചിട്ടുണ്ടെന്ന് വാജ്‌പേയി കത്തിലൂടെ മോദിയെ ധരിപ്പിക്കുന്നുണ്ട്. “പലവിധ കാരണങ്ങളാൽ നഷ്ടപരിഹാരത്തുക കണക്കാക്കിയപ്പോൾ, ബന്ധപ്പെട്ട വിഭാഗങ്ങൾക്ക് കുറഞ്ഞതുക രേഖപ്പെടുത്താനുള്ള സാദ്ധ്യതയുണ്ട്. നീതിയും സത്യസന്ധതയും സംരക്ഷിക്കുന്നതിന് തെരഞ്ഞെടുത്ത ഇടങ്ങളിൽ പരീക്ഷണാടിസ്ഥാനത്തിൽ പരിശോധന നടത്തേണ്ടതുണ്ട്. അത്തരം പരിശോധനകളിൽ നഷ്ടപരിഹാരം തിട്ടപ്പെടുത്തുന്നതിൽ കുറവ് തെളിയിക്കപ്പെട്ടാൽ, വ്യാപകമായി പരാതികൾ ഉണ്ടായ സ്ഥലങ്ങളിൽ സംസ്ഥാനസർക്കാർ നഷ്ടപരിഹാരം പുനഃപരിശോധന നടത്തണം.” അദ്ദേഹം എഴുതി. അദ്ദേഹം ഇത്രയും കൂടി മോദിക്ക് ഉറപ്പു നല്കുന്നുണ്ട്, എന്തെന്നാൽ അധികതുക ആവശ്യമായി വരുന്നുവെങ്കിൽ അതിന് കേന്ദ്രത്തിൽ നിന്നും ഫണ്ട് ലഭ്യമാക്കുന്നതാണ്. വാജ്‌പേയി തുടർന്ന് പറഞ്ഞു. “ഗണ്യമായ കേസുകളിൽ മരിച്ചവരുടെ ബന്ധുക്കൾക്ക് എക്സ്ഗ്രേഷ്യാ ആയി നല്കേണ്ട തുക മൃതശരീരങ്ങൾ തിരിച്ചറിയാൻ കഴിയാത്തതിനാൽ നല്കിയിട്ടില്ലെന്ന് എനിക്ക് അറിവ് ലഭിച്ചിട്ടുണ്ട്. അതുപോലെ കാണാതായവരെ സംബന്ധിച്ചുള്ള പരാതികളിൽ ഇനിയും തീർപ്പുകൽപ്പിച്ചിട്ടുമില്ല.” എക്സ്ഗ്രേഷ്യാ വിതരണം ചെയ്യുന്നതിലുണ്ടായ അനഭിലഷണീയമായ കാലതാമസം ഒരു വലിയ പ്രശ്നം തന്നെയാണെന്ന് അന്നത്തെ പ്രധാനമന്ത്രി പറഞ്ഞു. “ഡി എൻ എ സാമ്പിൾവഴി മൃതദേഹങ്ങൾ തിരിച്ചറിയുന്നത് വളരെ സമയമെടുക്കുന്ന പ്രക്രിയയാ

ണ്. അതിന്റെ ഫലമായി തുടർന്നും അസ്വീകാര്യമായ രീതിയിൽ താമസം ഉണ്ടാവും." വ്യാപകമായി ജനങ്ങളുടെ മനസ്സിൽ ഉണ്ടായേക്കാവുന്ന ഭീതിയെ സംബന്ധിച്ചും വാജ്പേയി മോദിക്ക് തുറന്നെഴുതി. അദ്ദേഹം പറഞ്ഞു: പ്രശ്നങ്ങൾ വളരെ മോശമായി ബാധിക്കപ്പെട്ടിട്ടുള്ള പ്രദേശങ്ങളിലെ നിവാസികൾക്ക് സ്വന്തം സ്ഥലങ്ങളിലേക്ക് വരുന്നതിനുള്ള വിമുഖത, സ്വാഭാവികമായും അവർ സുരക്ഷിതമായ സ്ഥലങ്ങൾ ആവശ്യപ്പെടാൻ വഴിയൊരുക്കും. ജനങ്ങളുടെ മനസ്സിൽ അവരുടെ സ്വന്തം സ്ഥലത്തേക്ക് മടങ്ങിവരുന്നതിനുതുകുന്നവിധം അവരുടെ ആത്മവിശ്വാസം ഊട്ടിയുറപ്പിക്കുക എന്നതാണ് മാതൃകാപരമായിട്ടുള്ളത്. പ്രത്യേകിച്ചും അഹമ്മദാബാദിലെ നരോദപാട്യ, പഞ്ച്മഹലിലെ ലൂനവാദ തുടങ്ങിയ ഭീകരമാംവിധം ബാധിക്കപ്പെട്ട മേഖലകളിൽ സജീവമായ സർക്കാർ സഹായത്തോടെ താമസത്തിന്റെ പുനർസ്ഥാപനം ഉറപ്പിക്കുക എന്നത് മാത്രമാണ് എന്തും ചെയ്യാൻ മടിയില്ലാത്തവരിൽനിന്നും അവർക്ക് സംരക്ഷണം നല്കാൻ ചെയ്യേണ്ടത് എന്നുവരെ പ്രധാനമന്ത്രി മുഖ്യമന്ത്രിയെ ഉപദേശിച്ചു. അദ്ദേഹം കൂട്ടിച്ചേർത്തു. "അത്തരക്കാരുടെ അനർഹമായ സ്വാധീനം ഇപ്പോഴത്തെ ദുഷ്കരമായ സാഹചര്യം കൂടുതൽ വഷളാക്കാനേ സഹായിക്കുകയുള്ളൂ." സർക്കാരിന്റെ നടപടികളിൽ തീർത്തും അസംതൃപ്തനായ, അതുപോലെ പോരായ്മകൾ സഗൗരവം പഠിച്ച ഒരു പ്രധാനമന്ത്രിയുടേതാണ് ഈ വാക്കുകൾ എന്നത് വളരെ വ്യക്തമായിരുന്നു. വാജ്പേയി വളരെ അടിത്തട്ടിൽ മാറ്റങ്ങൾ ആഗ്രഹിച്ചതുകൊണ്ട് സാധാരണ അദ്ദേഹത്തെപ്പോലുള്ളവർ ചെയ്യാത്തതുപോലെ, സംസ്ഥാനത്തിന്റെ നടപടികളിലേക്ക് ഇറങ്ങിച്ചെല്ലുകയും ആശ്വാസവും പുനരധിവാസവും നടപ്പിലാക്കുന്നതിന് വളരെ പ്രത്യക്ഷമായിത്തന്നെ ഉപദേശം നല്കുകയും ചെയ്തു. ഗുജറാത്ത് ലഹള വലിയതോതിൽ അദ്ദേഹത്തെ ആശങ്കപ്പെടുത്തുകയും 2002 ലെ സംഭവങ്ങളിൽ അദ്ദേഹത്തിന്റെ ഉൽക്കണ്ഠയ്ക്കുള്ള തെളിവായി ഈ കത്ത് മനസ്സിലാക്കപ്പെടുകയും ചെയ്തു. എന്തൊക്കെയായാലും ഇത് പൊതുസംവാദത്തിൽനിന്ന് മറച്ചുവയ്ക്കപ്പെട്ടു.

ഞാൻ സാക്കിയാ ജാഫ്രിക്കേസിനാവശ്യമായ തെളിവുകളെ ശക്തിപ്പെടുത്തുന്നതിനാവശ്യമായ വിവരങ്ങളുടെ ശേഖരണത്തിൽ മുഴുകി, ഗുജറാത്ത് ഓപ്പറേഷന്റെ ചാർജുണ്ടായിരുന്ന അന്നത്തെ പട്ടാളമേധാവി "ഓപ്പറേഷൻ അമൻ" എന്ന പേരിൽ മോദിയെ ശക്തമായി കുറ്റപ്പെടുത്തുന്ന ഒരു റിപ്പോർട്ട് സമർപ്പിച്ചിരുന്നു എന്ന് ഞാൻ (ഇപ്രാവശ്യം പത്രപ്രവർത്തക എന്ന നിലയിലും അന്വേഷക എന്ന നിലയിലും) മനസ്സിലാക്കി. അതേസമയം ചീഫ് ഇൻഫർമേഷൻ കമ്മീഷണറുമായി ബന്ധപ്പെട്ടും ചില കുഴമറിച്ചിലുകൾ ഉണ്ടായിരുന്നു. ഒരിക്കലും പിന്മാറുകയില്ല എന്ന ഒരു ഭാവം എനിക്ക് ഇതെല്ലാം ചേർന്ന് നല്കി. എന്റെ കുടുംബത്തിന് പോലും ഇത് കുറെ ബുദ്ധിമുട്ടുകളുണ്ടാക്കി.

ഈ നിയമയുദ്ധങ്ങളെല്ലാം ഞങ്ങൾക്ക് എന്ത് നേട്ടമാണ് ഉണ്ടാ

ക്കിയത്? മനുഷ്യാവകാശനിയമവ്യവസ്ഥയെ സംബന്ധിച്ചിടത്തോളം ഇര ശാസ്ത്രം (Victimology) എന്നത് ഇന്ത്യൻ നിയമവ്യവസ്ഥയുടെ ഒരു ഭാഗമായി മാറിയിരിക്കുന്നു. മനുഷ്യാവകാശസംരക്ഷണത്തിന് സമരം ചെയ്യുന്നവർക്കും (എന്നെപ്പോലെയുള്ളവർ), അഭിഭാഷകർക്കും (സി ജെ പി യും ടീമും) അതുപോലെ രക്ഷപ്പെട്ട 570 ദൃക്സാക്ഷികൾക്കും സംസ്ഥാന അർദ്ധസൈനീക വിഭാഗത്തിന്റെ സംരക്ഷണം 2004 ഏപ്രിൽ-മെയ് മുതൽ നല്കാൻ തയ്യാറായി എന്നത് തീർച്ചയായും ചരിത്രപരമാണ് എന്ന് പറയേണ്ടിയിരിക്കുന്നു. കൂടാതെ സി ആർ പി സി യുടെ സെക്ഷൻ 24(8) (2) ന് 2009 ൽ കൊണ്ടുവന്ന ഒരു ഭേദഗതി പ്രകാരം ഇരകളായ പരാതിക്കാർക്ക്, ക്രിമിനൽ വിചാരണകളിൽ പ്രോസിക്യൂട്ടർക്ക് സഹായം നല്കുന്നതിനുള്ള, നിയമപരമായ അവകാശം കൂടി നല്കപ്പെട്ടു. പലപ്പോഴും പ്രോസിക്യൂട്ടർമാർ അവരുടെ ഭരണഘടനാപരമായ ഉത്തരവാദിത്വത്തിൽനിന്ന് ഒഴിഞ്ഞുമാറുകയും അത് രക്ഷപ്പെട്ടവരുടെ ബാദ്ധ്യതയായി മാറുകയും ചെയ്യുമ്പോൾ ഈ ഭേദഗതി വളരെ നിർണ്ണായകമായിരുന്നു. ദൃക്സാക്ഷികൾക്ക് സംരക്ഷണം നല്കാനുള്ള നിർദ്ദേശത്തോടൊപ്പം (വിചാരണക്കോടതി മുതൽ പരമോന്നതകോടതിവരെ) രണ്ട് ഡസനോളം ഉത്തരവുകൾ പുറപ്പെടുവിച്ചുകൊണ്ട് ഇന്ത്യൻ മനുഷ്യാവകാശ നീതിന്യായ വ്യവസ്ഥയ്ക്ക് ഉന്നത മാർഗ്ഗങ്ങളുടേതായ കീഴ്വഴക്കമാണ് ഇത് നല്കിയത്.

തെളിവുകൾ ശേഖരിക്കുന്നതിലും അതിലെ ഭേദാഭേദങ്ങൾ ഒത്തുനോക്കുന്നതിലും മറ്റൊരുഭാഗത്ത് സാക്കിയ ജാഫ്രി കേസ് പുതിയ പാത വെട്ടിത്തുറക്കുകയായിരുന്നു. 23000 പേജുകളോളം വരുന്ന സ്റ്റേറ്റ് ഇന്റലിജൻസ് രേഖകൾ, പൊലീസ് കൺട്രോൾ റൂം, ഫയർ ബ്രിഗേഡ് എന്നിവയിൽനിന്നുള്ള രേഖകൾ എന്നിവ ഭരണപരമായ വീഴ്ചയ്ക്കും 2002 ലെ സംഭവങ്ങളിലെ ഗൂഢാലോചനകൾക്കും ഉള്ള വ്യക്തമായ തെളിവുകൾ നിരത്തുന്നവയായിരുന്നു.

നമ്മുടെ നിയമവ്യവസ്ഥ പലപ്പോഴും വിരുദ്ധസ്വഭാവം പുലർത്തുന്നവയാണ്. കുറ്റാരോപിതർക്ക് ധാരാളം അവകാശങ്ങൾ നല്കിയിരിക്കുന്നു. പ്രോസിക്യൂഷൻ ഭരണകൂടത്തിന്റെ കൈകളിലാണ്. പ്രതിഭാഗം അഭിഭാഷകർക്ക് ഉയർന്ന പ്രതിഫലം നല്കപ്പെടുമ്പോൾ പബ്ലിക് പ്രോസിക്യൂട്ടർമാർ മോശം പ്രതിഫലം ലഭിക്കുന്നവർ മാത്രമല്ല, ധാർമ്മികമായി ഉയർന്ന നിലവാരം പുലർത്താത്തവരും ഉത്തരവുകൾ സമ്പാദിക്കുന്നതിന് ആവശ്യമായ പ്രാപ്തിയില്ലാത്തവരുമായിരുന്നു. മുൻകൂട്ടി നിശ്ചയിക്കപ്പെട്ട ഒരു മത്സരമായി മാറുന്നതിന് പകരം ന്യായമായ കളിക്കുള്ള സ്ഥലമായി കോടതിമുറികൾ മാറണമെങ്കിൽ ഈ രീതിയിലുള്ള പരിഷ്കരണ നടപടികളും അവയുടെ നടപ്പിലാക്കലുകളും ആവശ്യമാണ്. ആ യാത്രയിൽ 2002 ലെ ആക്രമണങ്ങളിൽനിന്നും രക്ഷപ്പെട്ടവർക്ക് നീതി ലഭ്യമാക്കു

ന്നതിൽ സി ജെ പി കാഴ്ചവച്ച സംയോജിതമായ ശ്രമങ്ങൾ, സാധാരണഗതിയിൽ കണ്ടുവന്ന പോരായ്മകൾ പരിഹരിക്കുന്നതിൽ നിർണ്ണായക പങ്ക് വഹിച്ചു. അടുത്ത ശ്രമം സ്ഥാപനപരമായി വിപ്ലവകരമായ മാറ്റങ്ങൾ കൊണ്ടുവരുന്നതിനായിരിക്കും.

ബെസ്റ്റ് ബേക്കറി കേസിന്റെ പുനർവിചാരണ മുബൈയിൽ ദിനേന നടന്നുകൊണ്ടിരിക്കുമ്പോഴാണ് നിയമവ്യവസ്ഥയിൽ നിലനില്ക്കുന്ന നിരാശാജനകമായ, അടിസ്ഥാനപരമായ അനീതിയുടെ ആഴം എനിക്ക് മനസ്സിലായത്. എല്ലാ ദിവസങ്ങളിലുമെന്നോണം നടക്കുന്ന ഹിയറിങ്ങുകളിൽ ഞാൻ തന്നെ തയ്യാറാക്കിയ ധാരാളം കുറിപ്പുകളുമായാണ് പങ്കെടുത്തിരുന്നത്. പ്രതിഭാഗത്തിന് വേണ്ടി ഹാജരായത് അധിക് ശിരോദ്കർ ആയിരുന്നു. മിക്കവാറും ദിവസങ്ങളിൽ തുറന്ന കോടതിയിൽ എന്റെ പേരിനേയും കുടുംബത്തെയും അയാൾ അധിക്ഷേപിക്കുമായിരുന്നു. പ്രത്യേകമായ ആക്ഷേപങ്ങൾ ചൊരിഞ്ഞുകൊണ്ട് മസഗോൺ കോടതിയിലെ കോർട്ട് റൂമിൽ കൂടിയിരുന്ന അയാളുടെ അനുയായികളെ നോക്കി അവരുടെ കൈയടിയും അംഗീകാരവും സ്വീകരിക്കുകയായിരുന്നു പതിവ്. പൊതുശ്രദ്ധ പിടിച്ചുപറ്റാനും കോടതിയെ സ്വാധീനിക്കാനുമായി അയാൾ ഇത് ആവർത്തിച്ചു കൊണ്ടിരുന്നത് ഞാൻ അവിശ്വാസനീയതയോടെ നോക്കിനിന്നു. ഈ നടപടിക്രമങ്ങളിലൂടെയാണ് സ്വന്തം സുഹൃത്തുക്കളുടെ ഭൗതികമായ സാന്നിദ്ധ്യവും ഐക്യദാർഢ്യവും ആവശ്യമാണെന്നതിന്റെ പ്രാധാന്യം എനിക്ക് മനസ്സിലായത്. 2004 മുതൽ 2006 വരെ ഓരോ ദിവസവും ദൃഢചിത്തരായ ഫെമിനിസ്റ്റുകൾ, അഭിഭാഷകർ, ദളിതുകൾ, ന്യൂനപക്ഷപ്രവർത്തകർ എന്നിവർ ഞങ്ങൾ കോടതിയെ അഭിമുഖീകരിക്കുമ്പോൾ ഒരുമിക്കാറുണ്ടായിരുന്നു. യുവ അഭിഭാഷകയായ സരയൂ യാദവും ഞാനും തമ്മിലായിരുന്നു കൂടുതൽ ബന്ധം.

കഠിനമായ ആ വിചാരണ ഒരു കാര്യം വെളിവാക്കി. നാമങ്ങനെ അധികം പറയാത്തതും എന്നാൽ അവിതർക്കിതവുമായ ഒരു കാര്യമാണത്, ഒരു ന്യായാധിപന്റെ മനസ്സാന്നിദ്ധ്യവും സത്യസന്ധതയും. ഒരു ക്രിമിനൽ കേസ്സിന്റെ വിചാരണക്കിടയിൽ കോടതി മുമ്പാകെ ഒന്നിനു പുറമെ മറ്റൊന്നായി എത്തിക്കുന്ന സാക്ഷികളുടെ മനോനില തകർക്കുന്നതിന് പ്രതിഭാഗത്തിന്, സംവിധാനത്തിന്റെ മൗനാനുമതിയുണ്ട്. പലപ്പോഴും അത് വിരട്ടലും ഭീഷണിപ്പെടുത്തലും ആകാം. പുരുഷന്മാരോ സ്ത്രീകളോ കുഞ്ഞുങ്ങളോ ആകട്ടെ കൂട്ടിൽ നില്ക്കുമ്പോൾ വീണ്ടും കുരിശ്ശിലേറ്റപ്പെടുന്നതായും സ്തംഭിച്ചു പോകുന്നതായും ഭീഷണിപ്പെടുത്തുന്നതായും അനുഭവപ്പെടും. ഇവിടെ ന്യായാധിപന്മാർക്ക് പ്രധാന പങ്ക് വഹിക്കാനുണ്ട്.

ഒരു ന്യായാധിപൻ എന്ന് വച്ചാൽ നിയമം സംബന്ധിച്ച് വിജ്ഞാനമുള്ളയാളാണെന്ന് മാത്രമല്ല അർത്ഥമാക്കുന്നത്; നീതി നല്കപ്പെടു

ന്നുണ്ടോ എന്ന പരിശോധിക്കുകകൂടി വേണം. സംഘം ചേർന്നുള്ള വ്യാപകമായ കുറ്റകൃത്യങ്ങളിൽ, അതും ജാതിയുടെയും സമുദായത്തിന്റെയും അടിസ്ഥാനത്തിലുള്ളവയിൽ, അത് അനുകമ്പകൂടി ഉൾപ്പെടുന്ന കൂടുതൽ വിശാലതലത്തിലുള്ളതാണ്. 2002 ലെ കുറ്റകൃത്യങ്ങൾ അന്വേഷിക്കുന്നതിനായി രൂപീകരിച്ച പ്രത്യേകകോടതിയിലെ ന്യായാധിപന്മാർ ചുരുങ്ങിയത് രണ്ട് പ്രാവശ്യമെങ്കിലും, വളരെ ആകസ്മികമായി, സഹജമായ ധാരണയും അനുകമ്പയാൽ നയിക്കപ്പെട്ട നിയമ പരിജ്ഞാനവും പ്രദർശിപ്പിക്കുകയുണ്ടായി. അതിലൊന്ന്, പ്രമുഖസാക്ഷി രണ്ടാമതും കൂറുമാറിയതിനുശേഷം, ബെസ്റ്റ്ബേക്കറി കേസ് പുനർവിചാരണ നടക്കുമ്പോഴും, കോടതിക്കകത്തും പുറത്തും ഓരോ ദിവസവും നാടകീയ രംഗങ്ങൾ അരങ്ങേറിയപ്പോഴുമാണ്. ആദ്യമായി വിചാരണയിൽ പങ്കെടുക്കുന്ന പാവപ്പെട്ട ബേക്കറി തൊഴിലാളികൾക്ക് തെളിവ് നല്കുന്നതിന് ആവശ്യമായ ആത്മവിശ്വാസം പകർന്നു നല്കുന്നവിധം അക്ഷോഭ്യനായാണ് ജഡ്ജായ അഭയ് തിപ്സെ വിചാരണ നിയന്ത്രിച്ചിരുന്നത്. രണ്ടാമമത്തെ അവസരം, ബീഭൽസവും ഭയാനകവുമായ അക്രമസംഭവമായ നരോദപാട്യ വിചാരണയുടെ വിചാരണ സമയത്താണ്. ചാർജ്ഷീറ്റ് പ്രകാരം 96 പേർ മരിച്ചു എന്ന കണക്ക് അവതരിപ്പിച്ചപ്പോൾ ഞങ്ങൾ 124 പേർ എന്ന് അവകാശപ്പെട്ടു. വിചാരണസമയത്ത് നികൃഷ്ടമായ, ലിംഗാടിസ്ഥാനത്തിലുള്ള അക്രമങ്ങളുടെ വിവരണം വീണ്ടും സാദ്ധ്യമാവുന്നത് വളരെ അപൂർവ്വമാണ്. വിചാരണ മുന്നേറിയപ്പോൾ ഇതിനപ്പുറവും സംഭവിക്കുകയും 2012 ആഗസ്ത് 29 ന് വിധി പ്രസ്താവം ഉണ്ടാവുകയും ചെയ്തു. വിധി, സങ്കല്പിക്കാൻ പോലും കഴിയാത്ത ക്രൂരമായ കുറ്റകൃത്യങ്ങൾ അനുഭവിക്കുകയും കാണുകയും ചെയ്തവർക്ക്, ഭൂരിഭാഗവും സ്ത്രീകൾക്ക്, വളരെ വൈകാരികവും സംതൃപ്തികരവുമായിരുന്നു. വനിതാജഡ്ജിയായ ജ്യോത്സ്ന യാഗ്നിക്, നീതി ചെയ്താൽ മാത്രംപോരാ അത് ബോദ്ധ്യപ്പെടുത്തുക കൂടി വേണം എന്ന തത്ത്വത്തിന്റെ അടിസ്ഥാനത്തിൽ അന്തസ്സോടും വ്യക്തതയോടും കൂടി അവരുടെ സാക്ഷികളെയെല്ലാം സംരക്ഷിക്കുകയുണ്ടായി. 2000 ഓളം പേജ് വരുന്ന വിധിപ്രസ്താവം കാര്യമാത്ര പ്രസക്തമായ വാദങ്ങളുടെ പഠനംതന്നെയായിരുന്നു. കോടതി നടപടികളുടെ നടത്തിപ്പ്, നീതി പ്രക്രിയയിലൂടെ വീണ്ടെടുത്ത യഥാർത്ഥ ജീവിതത്തിന്റെ പുനരാവിഷ്ക്കാരം തന്നെയായിരുന്നു.

ഞാൻ ഈ പുസ്തകത്തിൽ സുഹേൽ തിർമിസിയെപ്പറ്റി പരാമർശിച്ചിട്ടുണ്ട്. മറ്റു ചില അഭിഭാഷകരെക്കൂടി സൂചിപ്പിച്ചില്ലെങ്കിൽ എന്റെ ഈ യാത്ര പൂർണ്ണമാവുകയില്ല. 2002 ലെ എല്ലാ നിയമപരമായ വെല്ലുവിളികളിലും വളരെ പ്രതിബദ്ധതയോടെ ഇടപെട്ട, ആത്മാർത്ഥതയുടെ ദൃഷ്ടാന്തമായ, സഹയാത്രികൻ മിഹിർദേശായി ആണ്. ഹൈക്കോടതിയോ, സുപ്രീംകോടതിയോ ആവട്ടെ, അതുപോലെ മജിസ്ട്രേറ്റ് കോടതിയോ വിചാരണക്കോടതിയോ ആവട്ടെ അദ്ദേഹം തന്റെ കർമ്മം അനന്യമായ

കഴിവോടും ദയാലുത്വത്തോടും കൂടിയാണ് നിർവ്വഹിച്ചത്. ഞങ്ങൾക്കെന്നപോലെ അദ്ദേഹത്തിനും ഗുജറാത്ത് 2002 അടിസ്ഥാനപരമായ തിരുത്തലുകളും പ്രതിരോധവും ആവശ്യമായ ഒന്നായിരുന്നു. 2003 ൽ ബെസ്റ്റ് ബേക്കറി കേസ് സുപ്രീംകോടതിയിൽ വാദിക്കുമ്പോഴാണ് ഞാൻ മിഹിർ മുഖേന അപർണ്ണാഭട്ടിനെ കാണുന്നത്. ഞങ്ങൾ ഇപ്പോൾ വളരെ അടുത്ത സുഹൃത്തുക്കളാണ്. ഞങ്ങൾ രണ്ടുപേരും സ്വഭാവത്തിൽ ചുണ്ണാമ്പും പാൽക്കട്ടിയും പോലെ വ്യത്യസ്തരാണെങ്കിലും വിശ്വാസങ്ങളുടെ കാര്യത്തിൽ അങ്ങനെയല്ല. ഇത്രയധികം അർത്ഥവത്തായ ഔദ്യോഗികബന്ധം വേറെയുണ്ടാവില്ല. ഞങ്ങൾ തമ്മിലുള്ള കാഴ്ചപ്പാടുകളിലെ വ്യത്യസ്തതകളാവാം ഇതിന് കാരണം. ഡൽഹിയിൽനിന്നുള്ള രമേഷ് പുഖ്റമ്പവും ഞങ്ങളുടെ സ്വന്തമായ കാമിനി ജയ്സ്വാളും സംശയലേശമെന്യേ, പ്രതിബദ്ധതയുള്ളവരും ആത്മസംയമനമുള്ളവരും ആണ്. രാംജത്മലാനിയുടെ അപ്രിയകരമായ ചില സമീപനങ്ങൾ കോടതിയിൽ നിലനില്ക്കുമ്പോൾ പോലും, പലപ്പോഴും അവർ ഉറച്ചുതന്നെ നിന്നു. നേരത്തെ കൂടെ നിന്ന എം എസ് ഗണേഷ് തുടങ്ങിയവരുടേതുപോലെ തത്ത്വാധിഷ്ഠിത നിലപാടോടെ സഞ്ജയ് പരീഖ് ചരിത്ര പ്രസിദ്ധമായ സാക്കിയ ജാഫ്രിക്കേസിന്റെ സഹകാരിയായി നിലകൊണ്ടു. സുപ്രീം കോടതിയിലെ തന്റെ സമ്പന്നമായ മനുഷ്യാവകാശ ഇടപെടലിന്റെ പിൻബലമുള്ള സഞ്ജയ്ജി ഞങ്ങളുടെ യുദ്ധത്തിന് അത്യപൂർവ്വമായ ഉൾക്കാഴ്ചയാണ് നല്കിയത്. ധാരാളം പേരെ അപ്രകാരം സ്മരിക്കാനുണ്ട് അവരിൽ ചിലർ നവ്റോജ് ശീർവായി, അസ്പി ചിനോയ്, കപിൽ സിബൽ എന്നിവരാണ്. ഇന്ത്യൻ റിപ്പബ്ലിക്കിന്റെ അടിസ്ഥാനപരമായ മൂല്യങ്ങളിലുള്ള കപിലിന്റെ, പ്രതിബദ്ധത വളരെ ആഴത്തിലുള്ളതാണ്. മറ്റുള്ളവരെ ഞാൻ ഇനിയൊരിക്കൽ ഓർത്തുകൊള്ളാം.

2002 ലെ ഗുജറാത്തുമായി ബന്ധപ്പെട്ട് എന്നെക്കുറിച്ച് പ്രതിപാദിക്കുന്നതിൽ എനിക്ക് താല്പര്യമില്ല. എന്നാൽ മുൻ ഇന്ത്യൻ ചീഫ് ജസ്റ്റിസായിരുന്ന ജെ എസ് വർമ്മ നടത്തിയ ഒരു പ്രഖ്യാപനം പരാമർശിക്കുന്നത് നല്ലതായിരിക്കുമെന്ന് എനിക്ക് തോന്നുന്നു. 2004 ൽ വിജിൽ ഇന്ത്യ പുരസ്കാരം എനിക്ക് സമ്മാനിക്കുമ്പോൾ അദ്ദേഹം എഴുതിത്തയ്യാറാക്കി നടത്തിയ പ്രഭാഷണത്തിലെ വാക്കുകളാണിത്.

> തീസ്ത സെതൽവാദ് എന്താണ് ചെയ്തത്? അവർ അവരുടെ മൗലികമായ കടമകൾ അതിന്റെ പൂർണ്ണതയിൽ നിർവ്വഹിച്ചു. നമ്മൾ ഓരോരുത്തരും അവരുടെ പാത പിന്തുടരുകയാണെങ്കിൽ അന്ന് ഗുജറാത്ത് സംഭവിക്കില്ല, നരകങ്ങളും അപ്രത്യക്ഷമാവും. അതുകൊണ്ട്, ഞാൻ വിജിൽ ഇന്ത്യ മൂവ്മെന്റിനെ അഭിനന്ദിക്കുന്നു. ഈ പുരസ്കാരം അവർക്ക് സമ്മാനിച്ചത് അവർ അതിന് കൃത്യമായും അർഹതപ്പെട്ടിരിക്കുന്നു എന്നതിനാലാണ്. ഞാൻ

നേരിട്ട് കണ്ട, അവരുടെ ഗുജറാത്തിലെ റോളിനെപ്പറ്റി എന്തെങ്കിലും പറഞ്ഞില്ലെങ്കിൽ അത് നീതിപൂർവ്വകമായിരിക്കില്ല എന്ന് ഞാൻ വിചാരിക്കുന്നു.

ഞാൻ ഷാ ആലം ക്യാമ്പ് സന്ദർശിച്ചപ്പോൾ എനിക്കവിടെ നില്ക്കാനോ, എല്ലാവരോടും സംസാരിക്കാനോ കഴിഞ്ഞില്ല, ശാരീരികമായി അവിടെ നിന്നുകൊണ്ട് പതിനായിരത്തോളം പേരോട് സംസാരിക്കുന്നത് അസാദ്ധ്യമായിരുന്നു. എന്റെ മനസ്സിലെ താല്പര്യം സർക്കാരുദ്യോഗസ്ഥർക്ക് മനസ്സിലായപ്പോൾ ഏറ്റവും കുറച്ചു ആൾക്കാരോട് ഞാൻ സംസാരിച്ചാൽ മതി എന്നതിനനുസരിച്ച് കാര്യങ്ങൾ നീക്കാനായിരുന്നു അവർക്ക് താല്പര്യം. എന്നാൽ തീസ്തയായിരുന്നു ഞാൻ കാണേണ്ട സ്ഥലങ്ങൾ കാണിച്ചുതരുന്നതിനും ഞാൻ സംസാരിക്കേണ്ടത് ആരോടാണെന്നൊക്കെ തീരുമാനിക്കുന്നതിനും സഹായിച്ചത്. ഞാൻ സംസാരിക്കാൻ ശ്രമിച്ചപ്പോഴൊക്കെ എന്റെ ചുറ്റും വളരെയധികം പേർ കൂടി നില്ക്കുകയും എന്റെ ശ്രമങ്ങളൊക്കെ പരാജയപ്പെടുകയുമായിരുന്നു.

ഞാൻ ഒരു കുട്ടിയുമായി സംസാരിക്കുന്ന ഒരു ചിത്രം നിങ്ങളിലേവരും കണ്ടിട്ടുണ്ടായിരിക്കും. മാധ്യമങ്ങളിൽ ആ ചിത്രം കാണുന്നതുവരെ ഞാൻ മനസ്സിലാക്കിയിരുന്നില്ല, തന്റെ കുടുംബം തന്നെ ഇല്ലാതാക്കപ്പെട്ട, കൂട്ടക്കൊലകൾക്കെല്ലാം ദൃക്സാക്ഷിയായ ഒരു കുട്ടിയായിരുന്നു ഇതെന്ന്. അവർ എന്നോട് പറഞ്ഞു "താങ്കൾ ഈ കുട്ടിയോട് സംസാരിക്കണം" ഈ കുട്ടി ഒരു ഭീകരവാദിയായി മാറിയില്ല എങ്കിൽ അത് ദൈവത്തിന്റെ കൃപ മാത്രമായിരിക്കും എന്നാണ്. ആ കുട്ടിയോട് സംസാരിച്ചതിന് ശേഷം എന്റെ മനസ്സിലുണ്ടായ വികാരം ആ കുട്ടി ഒരു ഭീകരനാവുന്നത് തടയുന്നതിന് സർക്കാരിൽ നിന്നോ, മറ്റു അധികാരികളിൽ നിന്നോ യാതൊരുവിധ സഹായവും ലഭിക്കുന്നില്ല. വംശഹത്യ നിങ്ങളുടെ കൺമുന്നിൽ കാണുമ്പോൾ, നിങ്ങളുടെ കുടുംബം മുഴുവൻ തുടച്ചുമാറ്റപ്പെടുമ്പോൾ അത് പലതിൽ ഒരു സംഭവം മാത്രമാണ്. ഞാൻ മോദിയോട് പറഞ്ഞ മുഴുവൻ കാര്യങ്ങളും, തീർച്ചയായും ഇവിടെ വെളിപ്പെടുത്താൻ കഴിയില്ല. പക്ഷേ, ഞാൻ പറഞ്ഞ ഒരു കാര്യമുണ്ട്. "ഇതിനെ എങ്ങനെ കാണണമെന്നെനിക്കറിയില്ല. നിങ്ങളൊക്കെ വിചാരിച്ചിട്ടും ഈ കുട്ടി ഒരു ഭീകരനായെങ്കിൽ, അത് താങ്കൾ കാരണമല്ല, അതിന് മറ്റുചില സ്രോതസ്സുകളുണ്ട്, അവനെ ശരിയായ വിധത്തിൽ നയിക്കാൻ.'

പിന്നീട് തീസ്ത എന്നെ സ്ത്രീകളുടെ ഒരു ഗ്രൂപ്പിനടുത്തേക്ക് കൂട്ടിക്കൊണ്ടുപോയി. ഞാൻ അവരുമായും സംസാരിച്ചു. എന്റെ ജീവി

തത്തിൽ ഇത്രയേറെ നാണം കെട്ടിട്ടുള്ള സന്ദർഭം ഉണ്ടായിട്ടില്ലെന്ന് പറയുവാൻ കഴിയും. അവർക്ക് സംഭവിച്ച കാര്യങ്ങൾ കേട്ടിട്ട് എനിക്കെന്റെ കണ്ണുകൾ ഉയർത്താൻ പോലും കഴിഞ്ഞില്ല. അവർക്ക് വേണ്ടി എനിക്ക് പറയാൻ കഴിഞ്ഞത് ഇത്രമാത്രമായിരുന്നു. “നിങ്ങൾക്കിതൊക്കെ സംഭവിച്ചതിൽ നിങ്ങൾ ഒരിക്കലും സ്വയം താഴ്ന്നവരായി കണക്കാക്കരുത്, ഞങ്ങളാണ് ലജ്ജിക്കേണ്ടവർ.

തീസ്തയുടെ കാർ ആക്രമിക്കപ്പെട്ടു. അവർക്ക് എത്രമാത്രം പ്രശ്നങ്ങൾ ഗോധ്രയിൽ അഭിമുഖീകരിക്കേണ്ടിവരുന്നുണ്ട് എന്ന് ഞാൻ മനസ്സിലാക്കി. ഞാൻ എന്റെ ആഫീസർമാരോട് അവരുടെ കാർ സുരക്ഷിതമാണെന്ന് ഉറപ്പുവരുത്തണമെന്ന് ആവശ്യപ്പെട്ടു.

ഞാൻ അടുത്തദിവസം നരേന്ദ്രമോദിയോട് പറഞ്ഞു. “എനിക്കിപ്പോൾ എന്താണ് സംഭവിച്ചത് എന്നതിനെപ്പറ്റി കൂടുതൽ തെളിവുകളൊന്നും ആവശ്യമില്ല, അതുപോലെ എന്തെല്ലാം സംഭവിച്ചുവെന്നും ഇനി എന്തെല്ലാം സംഭവിച്ചേക്കാം എന്നതിനെപ്പറ്റിയും എന്ത് തെളിവാണ് വേണ്ടത്? ഒന്നും സംഭവിച്ചില്ല എന്നാണ് താങ്കൾ പറയുന്നതെങ്കിൽ, അത് താങ്കളെ രക്ഷിക്കാൻ വേണ്ടി മാത്രമാണ്. ഈ ഭ്രാന്തമായ അവസ്ഥ മാറുന്നതിലേക്കായി എനിക്ക് എന്തെങ്കിലും സംഭവിച്ചെങ്കിൽ എന്ന് ഞാൻ ആഗ്രഹിക്കുന്നു” ഇപ്പോൾ ഈ ഭ്രാന്തമായ സാഹചര്യത്തിലും അവർ സംരക്ഷകരൊന്നും ഇല്ലാതെയാണ് യാത്രചെയ്യുന്നത്, ഭയപ്പാടില്ലാതെ. ഞാൻ ഗോധ്രയിൽ നിന്നും മടങ്ങി വന്നത് മുതൽ എന്റെ ആശങ്ക അവരുടെ സുരക്ഷയെപ്പറ്റിയായിരുന്നു. പക്ഷേ, അവർ ഊർജ്ജസ്വലമായി പ്രവർത്തിച്ചു. എനിക്ക് ചെയ്യാൻ കഴിയുമായിരുന്നത് അധികാരപരിധിക്കുള്ളിൽ നിന്നുകൊണ്ട്, അധികാരപരിധി അധികമായിരുന്നെങ്കിലും സ്വാനുഭവത്തിൽ നിന്നുകൊണ്ട് എന്തുചെയ്യാൻ കഴിയും എന്നതായിരുന്നു. പ്രാഥമികമായും ഒരാൾക്ക് മറ്റൊരാളോട് എന്തും തുറന്ന് പറയാൻ കഴിയുന്ന അവസ്ഥയുണ്ടാവണം. അവർ അതിനുവേണ്ടിയാണ് പ്രവർത്തിക്കുന്നതെങ്കിലും ഇനിയുമേറെ ചെയ്യാനുണ്ട്. ഏറ്റവും പ്രധാനമായിട്ടുള്ളത്, ഇനിയും അയോദ്ധ്യയും ഗുജറാത്തും ഉണ്ടാവരുത് എന്നതാണ്. അതിനായി നിങ്ങൾ പ്രതിജ്ഞാബദ്ധരാവുന്നുവെങ്കിൽ, ആ രീതിയിലുള്ള ഒരു പൊതുമനഃസാക്ഷി ഉണർത്താൻ ഈ പുരസ്കാരത്തിന് സാധിക്കട്ടെ. എനിക്കുറപ്പുണ്ട്, ഇവിടെ കൂടിയിട്ടുള്ള, ലക്ഷ്യപ്രാപ്തിക്ക് വേണ്ടി പ്രതിബദ്ധരായ അസംഖ്യം സ്ത്രീകളും പുരുഷന്മാരും, ഈ സന്ദേശം മറ്റുള്ളവരിലേക്കുകൂടി എത്തിക്കുമെന്ന്. അപ്പോഴാണ് ഇത് കൂടുതൽ ഫലപ്രദമാവുന്നത്.

നമുക്കിനിയുമേറെ തീസ്ത സെതൽവാദുമാർ ഉണ്ടാവണം. ലക്ഷ്യ പ്രാപ്തിക്കുവേണ്ടി പ്രതിബദ്ധരായ ഇനിയുമേറെ ആൾക്കാർ ഉണ്ടാവണം. അപ്പോൾ മാത്രമാണ് നമ്മുടെ സവിശേഷതയായ, നമ്മുടേതെന്ന് അറിയപ്പെടുന്ന, നാനാത്വത്തിൽ ഏകത്വവും മത നിരപേക്ഷകതയും പ്രാവർത്തികമാക്കാൻ നമുക്ക് സാധിക്കുന്നത്.

സി ജെ പി രൂപീകരിച്ചതു മുതൽ 2002 ലെ ഗുജറാത്ത് വംശഹത്യക്ക് പുറത്തുള്ള പലവിഷയങ്ങളിലും ഞങ്ങൾ ഇടപെട്ടുവന്നു. 2005 ലെ മുംബൈയ് പ്രളയം നഗരത്തെ തകർത്തു തരിപ്പണമാക്കിയപ്പോൾ ഞങ്ങൾ ഇടപെട്ടു. ചിപ്ളൂൺ, കല്യാൺ തുടങ്ങിയ വിദൂരപ്രദേശങ്ങളിൽ പോലും ആശ്വാസവും പുനരധിവാസവും ഏർപ്പാടാക്കുന്നതിനുള്ള പ്രവർത്തനങ്ങളിൽ പങ്കെടുക്കുന്നതിനായി ഞങ്ങളുടെ മറ്റു പ്രവർത്തനങ്ങൾ തൽക്കാലം നിർത്തിവച്ചു. 2006 ൽ മുംബൈയിൽ ട്രെയിനിൽ ബോംബുസ്ഫോടനം നടന്നപ്പോൾ, പിന്നീട് നവംബർ 26 ന് അഹമ്മദാബാദിൽ പൊട്ടിത്തെറി ഭീതി വിതച്ചപ്പോഴൊക്കെ സി ജെ പിയും അതിന്റെ ട്രസ്റ്റിമാരും മാസങ്ങളോളം പ്രവർത്തനങ്ങളിൽ ഏർപ്പെട്ടു. സി ജെ പി പണം സമാഹരിച്ച് വാങ്ങിയ രണ്ട് ആംബുലൻസ് നഗരത്തിൽ ഇന്നും പ്രവർത്തിച്ചുകൊണ്ടിരിക്കുന്നു. ആൾക്കൂട്ട അക്രമമാവട്ടെ, ബോംബ് ആക്രമണമാവട്ടെ, മനഃസാക്ഷിയുള്ള പൗരന്മാർ എന്ന നിലയ്ക്ക് ഞങ്ങൾ ഇടപെട്ടു.

2006 മാർച്ചിൽ രണ്ടാം ബെസ്റ്റ് ബേക്കറി കേസിന്റെ (2004 നവംബറിൽ രണ്ടാമതും സാഹിറാ ഷെയ്ക്ക് കൂറുമാറിയതിന് ശേഷം ഞാൻ ഫയൽ ചെയ്തത്) വിധി വരുന്നതിന്റെ തലേദിവസം ബനാറസ് വെറുപ്പിന്റെ ഇളക്കങ്ങൾക്ക് വേദിയായി. വാനരദൈവമായ ഹനുമാനെ ആരാധിക്കുന്നതിനുള്ള വിശേഷദിവസമായ ചൊവ്വാഴ്ച വൈകുന്നേരം സങ്കടമോചൻ അമ്പലത്തിൽ ബോംബ് സ്ഫോടനമുണ്ടായി. സങ്കടമോചൻ അമ്പലത്തിന്റെ പരികർമ്മി പൂജാരിയും ഹൈഡ്രോളിക് എഞ്ചിനീയറുമായ വീർഭദ്രമിശ്രയായിരുന്നു. ഭോപാൽ ദുരന്തത്തിൽ രക്ഷപ്പെട്ട ജനങ്ങളെ സഹായിക്കുന്നതിനായി മൗലാനാ ഉമർജി പ്രവർത്തിച്ചതുപോലെ മിശ്രയും പ്രവർത്തിച്ചു. വീർഭദ്രമിശ്ര വെറുപ്പിന്റെ അവതാരങ്ങളെ നേരിടുകതന്നെചെയ്തു.[28]

മിശ്ര മുഫ്തി ബാത്തിനുമായും ബനാറസ് ബിഷപ്പുമായും ബന്ധപ്പെട്ടു. ബജ്‌രംഗ്ദളിന്റെ വിനയ്കത്യാറിനും ബി ജെ പി നേതാക്കളായ എൽ കെ അദ്വാനി, മുരളീ മനോഹർ ജോഷി എന്നിവർക്ക് സങ്കട്മോചൻ ക്ഷേത്രത്തിലേക്ക് പ്രവേശനം അനുവദിച്ചില്ല. ഹൈന്ദവവിശ്വാസത്തിന്റെ കേന്ദ്രസ്ഥാനമായ കാശി നഗരത്തിലേക്ക് ഗോധ്രാ ഗുജറാത്തിന്റേതായ ഒരു സഞ്ചാരപഥം അനുവദിക്കാതെ സാഹോദര്യത്തിന്റേതായ കൃത്യമായ സന്ദേശം നല്കി. ഞാൻ മഹന്തിനേയും മുഫ്തിയേയും പറ്റി

എഴുതി. എന്റെ ലേഖനത്തിന്റെ തലക്കെട്ട് ഇപ്രകാരമായിരുന്നു. "ഭംഗിയുള്ള ഒരേ നാണയത്തിന്റെ രണ്ടു പുറങ്ങൾ." അത് ഇങ്ങനെ വായിക്കാം:

രണ്ട് മാസത്തിനിടെ, ജനുവരി 13 നും, മാർച്ച് 13 നും, നമുക്ക് ദാർശനികരായ രണ്ട് മതനേതാക്കളെ നഷ്ടമായി. ആദ്യത്തെ തീയതിയിൽ ഒരു ഞായറാഴ്ച സായാഹ്നത്തിൽ ഗോധ്രയിലെ മൗലാനാ ഉമർജി വിടപറഞ്ഞു. 2002 ൽ പഞ്ച്മഹൽ, ദഹോദ്, ഇതര ജില്ലകൾ എന്നിവിടങ്ങളിൽ നിന്നുമുള്ള അഭയാർത്ഥികളെ താമസിപ്പിച്ചുകൊണ്ടും അവർക്ക് സകല പിന്തുണനല്കിയും ഗോധ്ര റിലീഫ് ക്യാമ്പ് നടത്തിയിരുന്നയാൾ, ധൈര്യത്തിന്റെയും പ്രതിരോധത്തിന്റെയും സത്യസന്ധതയുടെയും ഒരു പ്രതീകമായിരുന്നു. അദ്ദേഹം മുസ്ലീം മതവിഭാഗത്തിന്റെ അപമാനവും അടിമത്തവും തന്റെ മുദ്രാവാക്യമായി മാറ്റിയ ഒരാളുടെ ഹീനമായ ലക്ഷ്യത്തിന് ഇരയായി മാറി.

2003-2011 ൽ രോഗാതുരനായി, പ്രതികാരേച്ഛുവായ സർക്കാരിന്റെ പ്രവർത്തനത്താൽ ഹൃദയം തകർന്ന്, യാതൊരു തെളിവുമില്ലാത്ത സാഹചര്യത്തിൽ തടവിൽ കിടക്കുകയായിരുന്നു അദ്ദേഹം. ഇതിനൊക്കെ ആധാരമായ കാരണം അദ്ദേഹം തന്റെ സമുദായത്തിലെ സ്ത്രീകൾക്കും, പെൺകുട്ടിക്കും, ആൺകുട്ടികൾക്കും പുരുഷന്മാർക്കും സഹായംചെയ്യുന്നതിനുള്ള ധൈര്യം പ്രകടിപ്പിച്ചു എന്നത് മാത്രമായിരുന്നു. അദ്ദേഹം സുപ്രീംകോടതിയെ സമീപിച്ചിട്ടുകൂടി അദ്ദേഹത്തിന് ജാമ്യം നല്കുകയുണ്ടായില്ല. എന്നാൽ അന്തിമമായി 2011 ൽ വിധി പുറപ്പെടുവിച്ചപ്പോൾ അദ്ദേഹത്തെ നിരുപാധികമായി വിട്ടയയ്ക്കുകയാണ് ഉണ്ടായത്. ഗോധ്രാ കൂട്ട തീവെപ്പുകേസിൽ ഉൾപ്പെട്ടവർക്കും (മുസ്ലീങ്ങൾ) അതുപോലെ ജാമ്യം നിഷേധിച്ചിരുന്നു. എന്നാൽ ഗോധ്രാനന്തരകൂട്ടവംശഹത്യാ കേസുകളിൽ ഉൾപ്പെട്ട 80 ശതമാനത്തോളംപേർക്കും ആറുമാസത്തിനും ഒരു വർഷത്തിനും ഇടയിൽ ജാമ്യം നല്കിയിരുന്നു വർഷങ്ങളോളം വിചാരണ നടക്കുമ്പോഴും കോട്നാനിയും ബജ്റംഗിയും ജാമ്യംപോലും എടുക്കാതെ വിഹരിച്ച് നടക്കുമ്പോൾ അവർക്കെതിരായി വിചാരണവേളയിൽ സധൈര്യം തെളിവുകൾ നിരത്തിയ സഹോദരിമാർക്ക് എന്റെ അഭിവാദ്യം.

രണ്ട് മാസത്തിന് ശേഷം കഴിഞ്ഞയാഴ്ച നമുക്ക് മറ്റൊരാളിനെക്കൂടി നഷ്ടപ്പെട്ടു. 2013 മാർച്ച് 13 ന് ബുധനാഴ്ച വൈകുന്നേരം സങ്കട്മോചൻ ക്ഷേത്രത്തിൽ സായാഹ്ന ആരതിക്കുള്ള ദീപം തെളിയിക്കുന്നതിന് തൊട്ട് മുൻപായി സന്ന്യാസിയും ശാസ്ത്രജ്ഞനുമായ ഡോ: വീർഭദ്രമിശ്ര അന്ത്യശ്വാസം വലിച്ചു. ബനാറ

സിലെ തുളസിഘട്ടിലെ ലളിതമായ ഗൃഹത്തിൽ താമസിച്ച അദ്ദേഹം ശ്വാസകോശസംബന്ധമായ അസുഖത്താലാണ് 75-ാം വയസ്സിൽ നമ്മെ വിട്ടുപോയത്. തൊഴിൽപരമായി ഹൈഡ്രോളിക് എഞ്ചിനീയർ ആയിരുന്ന, ബനാറസ് ഹിന്ദു സർവ്വകലാശാല യിൽനിന്നും ബിരുദാനന്തര ബിരുദം കരസ്ഥമാക്കിയ അദ്ദേഹം തന്റെ ജ്ഞാനവും ആത്മീയശക്തിയും എല്ലാമായ ഗംഗാമയിയെ അവളുടെ തനത് രൂപഭാവങ്ങളിലേക്ക് പുനർജ്ജനിപ്പിക്കുന്നതിനു വേണ്ടി വിനിയോഗിച്ചു.

അദ്ദേഹംതന്നെ സൂചിപ്പിച്ചതുപോലെ രണ്ട് മേഖലകളിലെ തന്റെ അറിവ് ഗംഗയെ ശുദ്ധിയാക്കി പുനർജ്ജനിപ്പിക്കുന്നതിന് സ്വയം അർപ്പിച്ചു. അദ്ദേഹത്തിന്റെ പ്രിയപ്പെട്ട ക്ഷേത്രവും നഗരവും ഇര ട്ടബോംബാക്രമണത്താൽ മുഖരിതമായപ്പോൾ, 2006 ൽ ഞങ്ങൾ തമ്മിലുണ്ടായ ഒരു സംഭാഷണത്തിൽ അദ്ദേഹം ഇങ്ങനെ പറ ഞ്ഞു. "പ്രതിജ്ഞാബദ്ധമായ ഹൃദയവും യുക്ത്യധിഷ്ഠിതമായ മാനസികപരിശീലനവും തമ്മിലുള്ള ചേർച്ച ഇന്ന് അത്യന്താപേ ക്ഷിതമാണ്." ശാസ്ത്രത്തിന്റെ വക്താക്കളായവർ ഇന്ന് സാവ കാശം അംഗീകരിച്ചു തുടങ്ങിയിട്ടുണ്ട്, ഭൗതികമാത്രമായ ഭൂലോ കത്തിനപ്പുറം ചിലതുകൂടിയുണ്ടെന്ന്. കഴിഞ്ഞ 25 വർഷമായി ഞാൻ പറഞ്ഞുകൊണ്ടിരിക്കുകയാണ്, ഗംഗയിലെ മത്സ്യങ്ങൾ മരി ച്ചുകൊണ്ടിരിക്കുകയാണെന്നും എത്രയും വേഗം അതിന്റെ കര യിലുള്ള മനുഷ്യർക്കും ആ ഗതിയാണ് വരിക എന്നും. ഗംഗയെ ഒരു പ്രതീകമാക്കിക്കൊണ്ട് ശുദ്ധജലതടാകങ്ങളുടെയെല്ലാം വിമ ലീകരണത്തിനായി ഞാൻ പ്രവർത്തിക്കുകയാണ്. ഗംഗാ ക്യാച്ച്മെന്റ് ഏരിയാ 40 കോടിയോളം ജനങ്ങൾക്ക് ജീവനത്തി നായി ഇടം നല്കുമ്പോൾ, ഗാർഹിക അഴുക്കുകളും വ്യവസാ യിക മാലിന്യങ്ങളും ഗംഗയുടെ മലിനീകരണത്തിന് 95 ശതമാ നവും ഇടയാക്കാം.

ഇക്കാര്യം ഉയർത്തിപ്പിടിക്കുന്നതിനുള്ള ഒരവസരവും അദ്ദേഹം പാഴാക്കിയില്ല.

ഭീതിജനകമായ ഈ അക്രമസംഭവങ്ങളുടെ അവസാനമാണ്, അദ്ദേഹത്തിന്റെ ഉദ്ധൃതമായ ദൃഢനിശ്ചയം എല്ലാ വിശ്വാസങ്ങളു ടേയും അടിസ്ഥാനശിലയായ സമാധാനം എന്ന മറ്റൊരു വെല്ലു വിളിയിലേക്ക് കടക്കുന്നത്. ഏഴുവർഷം മുമ്പ്, അതായത് 2006 മാർച്ച് 7 ന് ഹോളി ആഘോഷം ആരംഭിക്കുന്നതിന് ഒരാഴ്ച മുൻപാണ് ഗംഗയുടെ തീരത്തുള്ള ഈ ശുദ്ധ നഗരത്തെ ഇരട്ട ബോംബ് വിസ്ഫോടനം തകർത്തുകളഞ്ഞതും അതിന്റെ അനു രണനങ്ങൾ രാജ്യത്താകമാനം അലയടിക്കുകയും ചെയ്തത്. ആ

സ്ഫോടനത്തിൽ 23 പേർ കൊല്ലപ്പെടുകയും അതിൽ 21 പേരും സങ്കട്മോചൻ ക്ഷേത്രത്തിന്റെ പരിസരത്തുള്ള ദർശനത്തിന് എത്തിയവരുമായിരുന്നു. സങ്കട്മോചൻ ക്ഷേത്രത്തിൽ ഹനുമാനെ ഭഗവാനായി പ്രതിഷ്ഠിച്ചിട്ടുള്ളതും ചൊവ്വ, ശനി ദിവസങ്ങളിൽ പ്രത്യേക പൂജ ഏർപ്പെടുത്തിയിട്ടുള്ളതുമാണ്. മുൻകൂട്ടി തയ്യാറാക്കിയ ഈ ആക്രമണം അപ്പോൾ മരിച്ചവരേക്കാൾ കൂടുതൽ പേരെ ഉൾക്കൊള്ളാൻ കഴിയും വിധം ഏർപ്പാട് ചെയ്തതായിരുന്നു. അതായത് അങ്ങേഅറ്റത്തുള്ള പ്രകോപനം. പരിശുദ്ധ ഗംഗയുടെ തീരത്ത് സ്ഥിതിചെയ്യുന്ന കാശി ഭക്തർക്കുള്ള തീർത്ഥാടനകേന്ദ്രവും, ഹൈന്ദവവേദഗ്രന്ഥങ്ങൾക്കും മതപ്രതിപത്തിക്കും, ഹിന്ദുസ്ഥാനി സംഗീതത്തിനും കവിതയ്ക്കും പരമപ്രാധാന്യമുള്ള സ്ഥലവുമാണ്. ആഴത്തിലുള്ള ദുഃഖവും ന്യായമായും ഉണ്ടായേക്കാവുന്ന പ്രകോപനവും അക്രമങ്ങളുടെ ചുഴിയിലേക്ക് നയിച്ചേക്കാമായിരുന്നു.

അതിന് പകരം കാശിക്ക് ചുറ്റും സഹജമായി ചേർന്നുനിന്ന ആത്മീയതയുടേയും യോഗാത്മകതയുടേയും ഉല്ക്കർഷത്തിന്റെ ഫലമായി ദുരന്തത്തിന്റെ നാല്പത് മിനിറ്റുകൾക്ക് ശേഷം തന്നെ ഭഗവാൻ ഹനുമാൻ ദർശനം ഭക്തർ തുടരുകയും, അപ്പോഴും ദുരന്തസ്ഥലത്ത് നേരത്തെ ചിതറിയ രക്തത്തുള്ളികൾ പടർന്നുകിടക്കുകയും ചെയ്തിരുന്നു. അമ്പലത്തിലെ പരികർമ്മിയായ ഡോ: വീർഭദ്രമിശ്ര ഭക്തരെ വളരെ നയത്തോടെ കൈകാര്യം ചെയ്യുകയും ക്ഷേത്രത്തിന്റെ പരമ്പരയായുള്ള ഉൾക്കൊള്ളലിനും സഹിഷ്ണുതയ്ക്കും കോട്ടംതട്ടാതെ സംരക്ഷിക്കുകയും രാഷ്ട്രീയവും ഭക്തിയും കൂട്ടിക്കുഴച്ച് മേല്ക്കൈ നേടാനുള്ള ശ്രമത്തെ പൊളിക്കുകയും ചെയ്തു. നമ്മളിലെ നല്ലതിനെയും ചീത്തയേയും പുറത്തെടുക്കുന്നത് ആപത്തുകൾ ഉണ്ടാവുമ്പോഴാണ്. മഹന്തിന്റെ സമാധാനത്തിനും സ്വസ്ഥതയ്ക്കും വേണ്ടിയുള്ള ആഹ്വാനം ദേശീയമായിത്തന്നെ സംഭവത്തിന്റെ ഗതി തിരിച്ചുവിട്ടു. അടുത്തദിവസം പ്രഭാതത്തിൽ ഹിന്ദുക്കളും മുസ്ലീങ്ങളും സിഖുകളും ക്രിസ്ത്യാനികളും അക്രമ നടപടികൾക്കെതിരായി സമാധാനപരമായി പ്രകടനം നടത്തി. ബുർക്ക ധരിച്ച സ്ത്രീകളും കച്ചവടക്കാരും മുസ്ലീം മതപുരോഹിതരും ദുഃഖാചരണത്തിലും പ്രതിഷേധത്തിലും മാത്രമല്ല ക്ഷേത്രത്തിന്റെ പ്രാർത്ഥനകളിലും പങ്കെടുത്തു. പുറത്തുനിന്നുമുള്ള ഒരാൾ തുളസീഘട്ടിനെ ഒരു മുസ്ലീം താമസകേന്ദ്രമായി തെറ്റിദ്ധരിക്കും വിധമായിരുന്നു അത്.

ഇതേ വിധത്തിലുള്ള ഉൾക്കൊള്ളലും കാഴ്ചപ്പാടും വിചിന്തനവും തന്നെയാണ് മൗലാനാ ഉമർജിയും പിന്തുടർന്നത്. 2003 ൽ അദ്ദേ

ഹത്തെ വളരെ വഞ്ചനാപരമായും അനീതിപൂർവ്വമായും ജയിലിലടയ്ക്കുന്നതിന് മുമ്പും പിമ്പും ഞാൻ അദ്ദേഹത്തെ പലപ്രാവശ്യം കണ്ടതായി ഓർക്കുന്നു. പ്രമാദമായ ബൽക്കീസ് ബാനു കേസ് ഉൾപ്പെടെ 2002 ലെ ആസൂത്രിത അക്രമങ്ങളിൽ അകപ്പെട്ട് എല്ലാം നശിച്ച കുട്ടികൾ, സ്ത്രീകൾ, പുരുഷന്മാർ എന്നിവർക്ക് ധൈര്യം പകർന്നു നല്കുക മാത്രമല്ല അദ്ദേഹം ചെയ്തത്. ഏറ്റവും മോശമായി ബാധിച്ച പഞ്ച് മഹൽ, ദഹോദ് എന്നീ രണ്ട് അഹമ്മദാബാദിന് പുറമെയുള്ള നഗരങ്ങളിലെയും ബലാത്സംഗത്തിനിരയായവർ, അംഗവൈകല്യം സംഭവിച്ചവർ, വീട് നഷ്ടപ്പെട്ടവർ എന്നിവരുള്ള ഗോധ്ര റിലീഫ് ക്യാമ്പ് 2002 ൽ എട്ടുമാസത്തോളം അദ്ദേഹത്തിന്റെ മേല്നോട്ടത്തിലാണ് നടന്നത്. 1984 ൽ മാരകമായ മീഥൈൽ ഐസോസൈനേറ്റ് വിഷവാതകം ബഹിർഗ്ഗമിച്ച് ഭോപ്പാൽ ഗ്യാസ് ദുരന്തം ഉണ്ടായി 3000 ത്തോളം പേർ മരിച്ചപ്പോൾ തന്റെ സഹജീവികൾക്ക് വേണ്ടി ആശ്വാസപ്രവർത്തനങ്ങൾ അദ്ദേഹം സംഘടിപ്പിച്ചിരുന്നു. എന്നിട്ടുപോലും ഞാനും നിങ്ങളും, നമ്മൾ ഓരോരുത്തരും മാന്യമായ പരിഗണന അദ്ദേഹത്തിന് നല്കിയില്ല. എന്തിന് സുപ്രീംകോടതി പോലും അദ്ദേഹത്തിനെതിരെ യാതൊരു തെളിവുകളും അവശേഷിക്കാതിരിക്കെ, അദ്ദേഹത്തിനർഹമായ ജാമ്യം നല്കാൻ തയ്യാറായില്ല. അദ്ദേഹത്തിന്റെ സംസ്ഥാനം പണസ്വാധീനവും കോടതികളിലെ സ്വാധീനവും ഉപയോഗിച്ച് ഗോധ്രാ കുറ്റവാളികളെപ്പറ്റി- 2011 ൽ ഭൂരിഭാഗം പേരും അന്തിമമായി വെറുതെ വിടപ്പെട്ടുവെങ്കിലും-ഭീകരമായ ഒരു ചിത്രമെനഞ്ഞെടുക്കുകയും നിയമവും ഭരണഘടനയും പൗരന്മാർക്ക് നല്കുന്ന സ്വാതന്ത്ര്യം നിഷേധിക്കുകയും ചെയ്തു. ഉമർജി സാബ് തകർന്ന ഹൃദയത്തോടെയാണ് മരിച്ചത്. ജയിലിൽ അദ്ദേഹത്തെ കാണുവാൻ സന്ദർശകർ വരുമ്പോൾ നിശ്ശബ്ദമായി അദ്ദേഹം തേങ്ങുമായിരുന്നു. ഇതിനൊക്കെയൊരു മറുപുറം എന്നത് 2013 മാർച്ച് 13 ന് ആയിരങ്ങളുടെ ആദരവും സമർപ്പണവും മറ്റും അദ്ദേഹത്തിലെ നിരപരാധിത്വത്തെ അംഗീകരിച്ചു എന്നതാണ്.

ഈ ആഴ്ച നാം രണ്ടു ദീർഘവീക്ഷണമുള്ള വ്യക്തികളെ മതനിരപേക്ഷമായ കർമ്മമായ അനുകമ്പ, നീതി, സത്യം എന്നിവ മുറുകെപ്പിടിച്ച വിശ്വാസത്തിന്റെ ഗോപുരങ്ങളെ, സ്മരിക്കുമ്പോൾ ഭരണഘടനാനുസൃതമായ ഭരണത്തിന്റെയും സ്വാഭാവിക നീതിയുടേയും വിവേചനരാഹിത്യത്തിന്റെയും തത്ത്വങ്ങൾ തിരിച്ചുപിടിക്കുന്നതിനുള്ള ശ്രമങ്ങൾക്ക് ആക്കം കൂട്ടേണ്ടിയിരിക്കുന്നു. അതായിരിക്കട്ടെ അവർക്ക് നാം നല്കുന്ന അന്തിമപ്രണാമം

ആമേൻ

2006 ലെ ട്രെയിൻ സ്ഫോടനത്തിനുശേഷം മഹന്ത് വീർഭദ്രമിശ്രയെ സി ജെ പി മുംബൈയിലേക്ക് ക്ഷണിച്ചിരുന്നു. പഞ്ചാബിലെ മുഫ്ത്തിയോടൊപ്പം വെറുപ്പിന്റെ ആക്രമണങ്ങൾക്കെതിരെയും ആൾക്കൂട്ട ഭീകരതക്കെതിരെയും അവർ ശക്തമായ പ്രഖ്യാപനങ്ങൾ നടത്തുകയുണ്ടായി.[29] ഒരു പൗരനെന്നതിന്റെ യഥാർത്ഥ അർത്ഥം അതാണ്. പ്രവർത്തനോന്മുഖരായിരിക്കുക, ബോധവാന്മാരായിരിക്കുക, ഭരണഘടനയുടെ അർത്ഥവും വ്യാപ്തിയും ഉൾക്കൊണ്ട് പ്രവർത്തിക്കാൻ ഭരണകൂടത്തെ പ്രേരിപ്പിക്കുക.

കുറിപ്പുകൾ

(1) In the issue of *Communalism Combat* to Commemorate the fifth anniversary of the Gujarat genocide (July-August 2007), I recounted howmany of the powerful burean orats- complicit in constitutional actions under Narendra Modi-had been carefully and quietty rehabilitated in key ministries of the United progressive Alliance (U P A) Government. Those policemen who continue to be targeted such as Rahul Sharma and R B Sreekumar, are Those who refused to compromise on their stame vis-a-vis 2002. They are still being made to pay for raising the bar, testing the system with difficult and uncom fortable questions.

(2) Later amidst much fanfare and drama, Shrodhkar's counsel got some of these remarks explinged when the appeal in the Best Bakery case was heared in Mumbai in appeal in the High Court.

(3) After 2008 Pande rose to become DGP for Gujarat. He had been silenced by lucrative promotions first in service and then after retirement. Today he sits in board is of the Adani group earning lnerative enolument.

(4) Preparation for Violence; Role of BJP and Allied Organizations- RSS,VHP, BD, concerned Citizens Tribunal Report: Crime against Humanity, Gujarat 2002, and A G Noorani, The RSS and BJP: Division A of Labour, New Delhi: LeftWord Books 2000.

(5) One such Account of what transpired at these training camps, where hatred against one community was bartered through narratives, against the muslim community has been documented dctail in Concerned Citizen Tribunal Reports, Crime against Humanity, Gujarat 2002.

(6) Sanjay Barak TV *(Star News)* Tapes Prove Modi attacked Muslims, Asian Age 15, September 2002.

(7) Many of the IAS and IPS officers who complied with the States resolve to abdicate Constitutional and legal responsibility for Protecting fundamental rights of Citizens, were rewarded handsomely with lucrative postings by the Govt in power in the State, the very same Government

that stood indicted, nationally and internationally for the breakdown of the Constitutional machinery between February and May 2002 in the state of Gujarat.

(8) Dionne Buhsha: 'A relentless hate campaign' Frontline, Vol 19, issue 10,11-24 May 2002, "Patterns of Violence" Concerned Citizens Tribunal.

(9) M M Tirmizi, "The fight continues" Communalisam Combat no.124, July 2007.

(10) Justice Kadri died in 2014. Justice Divecha died on 2016.

(11) Media coverage was very postive at that time. In an editoral in The *Indian Express* ('justic Triumphs', 25 February 2006), the editoral wrote, 'For modern day Neros, a reminder from the court: you have to pay your fiddling. The verdict is a ringing endorsement of the role played by sections of the media, civil society, organizations and individuals, especially Teesta Setalvad of *Communalisam Combat* who, unfazed by vicious propaganda, stayed the course.' The editors of *The Telegraph* worte in their editorial ('just a start', 26 February 2006), 'Very few triumphs are absolutely unequivocal. it is understandable that right-thinking Indians would hail the Best Bakery convictions as a triumph of justice... Best Bakery is only just the beginning of a process of investigation, exposure and punishment that is likely to reveal truths which could undermine some of the fundamental premise of modern secular democracy.' M.J.Akbar, then editor of *The Asian Age* and now BJP leader, wrote in his paper ('peace of justice', 26 February 2006), 'The important, and vital, points that justice survived the malfeasance of the system; Prehaps that is the only point. The courts were assisted by the dedication and sheer, determined obstinacy of civil society leaders like Teesta Setalvad, who refused to be defeated by the acquittal of the accused by a court in Gujarat, and went to the Supreme Court.... Thank God for Teesta Setalvad and the Supreme Court. And thank God fopr a free media too. We will see if media has the tenacity of a Teesta Setalvad or not; Amartya Sen the Nobel prize, winner, told the media, 'I am delighted to get the news of the Brst Bakery verdict and the convictions, but also of course of the complete vindication of the admirable Teesta! I am so delighted.'

(12) Crime Against Humanity Vol.ii . An Inquiry into the Carnage in Gujarat Findings and Recommedations. Concerned Citizens Tribunal Gujarat, 2002 Mumbai: Citizens for peace and Justice 2002 P.75.

(13) Concerned Citizens Tribunal Gujarat 2002, Crime Against Humanity Vol.ll P.76.

(14) "A Midnight Meeting on feb 27 and a Murdered Minister" *Outlook* 12

November 2007.

(15) Teesta Setlevad : why visit Religio- cultural Sites Aboard, when we destroy them at Home" *The Citizen*, 13 novemer 2016.

(16) The SIT was appointed on 26th March 2008 to reinvestigate other major 2002 carnage cases. Apetition supported by CJP spurred on this appointment.

(17) Citzen for Justice and peace, Ahamadabad-Mumbai Report 2010. For the Committe for Elimination of Discrimination Against women (CEDAW), Surviors citizen for Justice and peace Report 2010, Ahmedabad, Mumbai. CJP,2010.

(18) There is more evidence through graphs and other materials that can be viewed at http:/www.cjponline.org/gujarat Trials/nanavatisub/ nanavathisubmission/htm.

(19) Allahabad judge quit after 2002 violence. "I was Saffocated Could Not Take it Anyinre. " The Citizen 4 Augst-2015 http;//www. the citizen in News Detail as Px Id 4637, Former Gujarat Judge says he quit over Govt's Anti-Muslim Bias Siasat 5 August 2015, http://www.siasat.com/ news/former gujarat judge says he quit over-goverments-antimuslim bias 806322/.

(20) Report of the National Human Rights Commission 2002, Concerned Citizens Tribunal, Crime Against Humanity Gujart-2002, 3 volumes:5 Human Rights watch, We Have No Orders to Save You. 2003, Human Rights watch, Condemning Injustice 2003, Report on International Religious Freedom 2003-2008, United Nations CEDA,W2004.

(21) One of the Scandalous discoveries in evidence in the course of Zakia Jafri case has been the fact that the Govt's Ministry of Home Affairs atleast on six occassions, through March and May 2002, upbraided their counterpart in Gujarat, ACS Home, Ashok Narayanan, on the fact that there were disorepancies in the figures of lives lost and damages, as also extent of violence between what the DGP (read public authorities) were sending and what Government (read IAS) was offering.

(22) Only twice in its 25 year history has the NHRC ever appro ached the Supreme court: Once in Punjab Mass Cremations case and second in Gujarat 2002

(23) 'Modi's image builders have dictators on client list; *Times of India* 18 Nov. 2007.

(24) Justice V N Khare, the then chief Justice of Gujarat heading a Three Judge Bench in Supreme Court, Put the Narendra modi Government in Gujarat in the dock and made scathing observations on the State Government and the way it was handling not cases. Justice Khare even advised the Government to follow 'raj dharma' or quit. In an interview

after his retirement chief Justice khare said, I found there was complete collussion between the accused and procecution in Gujarat, throwing rule of the law to the winds. The Supreme court had to step in to break the collusion to ensure protection to the victims and witnessess.

(25) NDTV expose, 29 march 2010.

(26) Diptosh Majundar, 'Atal Behari Vajpayee's 2002 letter returns to haunt Narendra Modi' *Times of India* 17 september 2011(http:// times of india times.com/India/Atal-Behari Vajpayees -2002- letter-returns to haunt Narendra Modi/article show 10011704.cms)

(27) No account of the journey would be complete without a thorough honest and to the bone deconstruction of the Godhra mass arson But given that Judgement in the appeal is due and has been pending for months that should wait for another Chronicle.

(28) http://sabrang.com/cc/archive/2006/march26/under html. https.// www.sabrangindia.in/ann/kashi-shows-us-way.

(29) http://cjponline.org/muftifatwa.htm.

അവരുടെ നോട്ടപ്പുള്ളി

രണ്ടായിരത്തി പതിനഞ്ച് ജൂലൈ 24 ന്, മുംബൈ സി ബി ഐ കോടതി മുൻപാകെ ഞാൻ ഹാജരാകേണ്ട ദിവസം എനിക്ക് ഒരു മുന്നറിയിപ്പ് ലഭിച്ചു. ആപൽ സാദ്ധ്യതകൾ ഞാൻ കൃത്യമായി മനസ്സിലാക്കി: ഭരണകൂടത്തിന്റെ ഊക്കും എന്നോടുള്ള വെറുപ്പും. ഞാൻ കുട്ടിലാക്കപ്പെടുന്നു. വെറുപ്പിന്റെ പ്രത്യയശാസ്ത്രത്താൽ നയിക്കപ്പെടുന്നവരുടെ കീഴിൽ തടവിലാക്കപ്പെട്ട് എനിക്ക് ജയിലിൽ പോകാം. സി ബി ഐയുടേയും കോടതികളുടേയും മനോഭാവം വച്ചുനോക്കുകയാണെങ്കിൽ മുൻകൂർ ജാമ്യം ലഭിക്കുകയെന്നത് ദുഷ്കരമായിരുന്നു.

കഴിഞ്ഞുപോയ പത്ത് ദിനങ്ങൾ ഉദ്വേഗജനകങ്ങളായിരുന്നു. ജൂലൈ 14,15 തീയതികളിൽ എന്റെ വീട്ടിലും ആപ്പീസിലും എനിക്ക് മാനഹാനിയുണ്ടാക്കുന്നതിന് വിചിത്രവും പ്രതികാരജനകവുമായ രീതിയിൽ സി ബി ഐ റെയ്ഡുകൾ നടത്തി. ഈ ഏജൻസി നേരിട്ട് പ്രധാനമന്ത്രിയുടെ ആഫീസിൻ കീഴിലാണ് പ്രവർത്തിക്കുന്നത്. എന്നെ ഉപദ്രവിക്കുന്നതിനും ഒരു കൈയേറ്റ ശ്രമത്തിലൂടെ എന്നെ നിശ്ശബ്ദയാക്കുന്നതിനുംവേണ്ടിയുള്ള ശ്രമമായിരുന്നു ഇതെല്ലാം. ഈ റെയ്ഡുകൾക്ക് ദേശീയതലത്തിലും അന്തർദ്ദേശീയതലത്തിലും മാധ്യമ ശ്രദ്ധ ലഭിക്കുകയുണ്ടായി. മാധ്യമങ്ങൾ റെയ്ഡുകൾക്ക് പിറകിലുള്ള ഉദ്ദേശ്യങ്ങളെപ്പറ്റി അത്ഭുതം രേഖപ്പെടുത്തി. സാക്കിയ ജാഫ്രി കേസിന്റെ ക്രിമിനൽ പുനപരിശോധന ആവശ്യവുമായി ബന്ധപ്പെട്ടാണോ ഇത്? അന്വേഷണ ഏജൻസിയായ എസ് ഐ റ്റിക്കെതിരെ തന്റെ എതിർപരാതി തള്ളിയതുമായി ബന്ധപ്പെട്ട് (26 ഡിസംബർ 2014) സാക്കിയ ജാഫ്രി അപ്പീൽ ഫയൽ ചെയ്തിരുന്നു. 2014 മാർച്ച് 15 ന് ഫയൽ ചെയ്ത ആ പരാതി ഗുജറാത്ത് ഹൈക്കോടതി ആഗസ്ത് 4, 5 തീയതികളിൽ കേൾക്കേണ്ടതായിരുന്നു.[1] ഹിയറിങ്ങിന് ആഴ്ചകൾക്ക് മുൻപായി ഭരണകൂടം എന്റെ മേൽ അവരുടെ പ്രതാപം കാണിക്കുവാൻ തുടങ്ങി. ഇതൊരു യാദൃച്ഛികതമാത്രമോ, അതോ നീതിക്കുവേണ്ടിയുള്ള നിരന്തരമായ അന്വേഷണത്തെ നിശ്ചലമാക്കുന്നതിനുള്ള സർക്കാരിന്റെ മനഃപൂർവ്വമായ നീക്കമോ?

എനിക്കെതിരെയുള്ള കുറ്റം എന്താണ്? കുറ്റാരോപണങ്ങൾ പ്രതികാര ദാഹത്തോടുകൂടിയുള്ളതാണ്. മുൻപ് ഗുജറാത്ത് പൊലീസിന്റെ ഒരു ക്രിമിനൽ കേസായിരുന്നു അത്. ഇപ്പോൾ സർക്കാർ പുറപ്പെടുവിച്ചിട്ടുള്ള ഫോറിൻ കോൺട്രിബ്യൂഷൻ റെഗുലേഷൻ ആക്ടി (FCRA)ന്റെ ലംഘനമാണ് കുറ്റാരോപണം. രണ്ട് കേസിലും ഞാനും ജാവേദും ആദ്യമായി സംസ്ഥാനഭരണത്തിന്റെ വിരട്ടൽ കെണിയിൽ പെട്ടു. 2004നുശേഷം എനിക്കെതിരെ ഫയൽ ചെയ്യപ്പെട്ട നാല് വ്യാജ ക്രിമിനൽ കേസുകളും എന്നെ മാത്രം ലക്ഷ്യമിട്ടുള്ളതായിരുന്നു. ആദ്യത്തെ കേസിൽ (2014 ജനുവരി-2015 ഏപ്രിൽ), 25000 പേജോളം വരുന്ന രേഖകൾ ഞങ്ങൾ അന്വേഷണ ഏജൻസിക്ക് കൈമാറുകയും രണ്ടാമതൊന്നുകൂടി കെട്ടിച്ചമയ്ക്കപ്പെട്ടപ്പോൾ ഞങ്ങളുടെ പൂർണ്ണമായ സഹകരണം വാഗ്ദാനം ചെയ്ത് സി ബി ഐക്ക് കത്തെഴുതുകയും (2015 ജൂൺ 30) ചെയ്തിരുന്നു. ഒന്നും തന്നെ ഒളിച്ചുവയ്ക്കേണ്ടതായില്ലായിരുന്നു. വ്യാപം അഴിമതിക്കേസിൽ സി ബി ഐ അന്വേഷണം നിഷേധിച്ച സർക്കാർ എന്നെ വിചാരണ ചെയ്യുന്നതിന് ഉത്സാഹം കാണിച്ചു.

ഇരയാക്കപ്പെടുന്നു എന്ന തോന്നൽ ഞാൻ ആരോടും പ്രദർശിപ്പിച്ച് നടക്കാറില്ല. അതെന്റെ സ്വഭാവമല്ല. എന്നാൽ അന്ന് രാവിലെ ഞാൻ കോടതിമുറിയിലേക്ക് പോവുമ്പോൾ എനിക്കെതിരെയുള്ള ഭരണകൂടത്തിന്റെ പ്രതികാരം വിഷലിപ്തമായതാണെന്ന് തോന്നി. ഏത് വിധേനയും എന്നെ തടവിലാക്കുന്നതിനുള്ള സർക്കാരിന്റെ ലക്ഷ്യമാണ് വെളിവായത്. ഈ മുന്നറിയിപ്പ് ഞാൻ ആരുമായും പങ്കുവച്ചില്ല. കോടതിമുറിയിൽ ഞങ്ങളുടെ സാന്നിദ്ധ്യം സി ബി ഐ ആവശ്യപ്പെട്ടു. മഹാരാഷ്ട്രാ കോടതികളിലെ ഒരു രീതിയാണത്. ഹിയറിങ് ഇടതടവില്ലാതെ നടന്നുകൊണ്ടിരുന്നു. മധ്യാഹ്നം സായാഹ്നത്തിന് വഴിമാറിക്കൊടുത്തു. ഞങ്ങളുടെ ജാമ്യാപേക്ഷ നിരാകരിച്ചുകൊണ്ട് അപ്പീലിന് കുറച്ച് സമയം മാത്രം നല്കി ഞങ്ങളെ തടങ്കലിൽ അയയ്ക്കാനാണ് ജഡ്ജിയുടെ ഉദ്ദേശ്യമെന്ന് എനിക്ക് മനസ്സിലായി.

ഞങ്ങളുടെ അഭിഭാഷകർ ഉടനെ പുറത്തിറങ്ങി ഹൈക്കോടതിയെ സമീപിച്ച് അടിയന്തരമായി ജാമ്യാപേക്ഷ സമർപ്പിക്കുന്നതിന് മുഴുവൻ തയ്യാറെടുപ്പും നടത്തിയിരുന്നു. പക്ഷേ, അന്നൊരു വെള്ളിയാഴ്ചയും ആ ദിവസം തീരുവാനുള്ള സമയവുമായിരുന്നു. അവസാനം ജഡ്ജി എന്റെ അപ്പീൽ നിഷേധിച്ചപ്പോൾ മുൻനടപടിക്രമങ്ങളൊക്കെ നിഷേധിച്ചുകൊണ്ട് ഞാൻ ബഞ്ചിന് മുന്നിലേക്ക് ചെല്ലുകയും കോടതിയെ അഭിസംബോധന ചെയ്യുകയും ചെയ്തു. “അങ്ങ് ഇപ്പോൾ എന്താണ് ചെയ്തിരിക്കുന്നതെന്ന് അങ്ങേക്കറിയാം എന്ന് ഞാൻ കരുതുന്നു. ഒരു ജുഡീഷ്യൽ തീരുമാനം എന്ന നിലയിൽ ഞാൻ അതിനെ ബഹുമാനിക്കുന്നു, പക്ഷേ, എനിക്കെതിരായ പ്രതികാര നടപടി എന്തെന്ന് പൂർണ്ണമായും അറിഞ്ഞിട്ടും ഈ നടപടി സ്വീകരിച്ചതിലൂടെ എന്നെയും എന്റെ കുടുംബത്തെയും അപകടകരമായ അവസ്ഥയിലാക്കിയിരിക്കുകയാണ്.”

അതിനെത്തുടർന്നുണ്ടായത് വളരെ ഉദ്വോഗജനകവും വിറങ്ങലിച്ച തുമായ നിമിഷങ്ങളായിരുന്നു. സജീവപ്രവർത്തകരായ പത്രക്കാർ, ഇട തുപക്ഷത്തുനിന്നുള്ളവർ, സി പി ഐ(എം) പ്രവർത്തകർ എന്നിവർ ഉൾപ്പെടുന്ന സുഹൃത്തുക്കളും സഖാക്കളും കോടതിയിൽ ഞങ്ങൾ ക്കൊപ്പം നിലകൊണ്ടു. അവർ ഉണ്ടാവുമെന്ന് എനിക്കറിയാമായിരുന്നു. എനിക്കവരിൽനിന്നും വിലമതിക്കാനാവാത്ത ശക്തിയാണ് ലഭിച്ചത്.

സി ബി ഐ കോടതിയുടെ ഉത്തരവിന് മേൽ സ്റ്റേ ലഭിക്കുന്നതിന് എത്രയും വേഗം ഹൈക്കോടതിയെ ഞങ്ങൾ സമീപിച്ചു. ടെലിവിഷൻ ക്യാമറകൾ നാടകീയമായി അവരുടെ ധർമ്മം നിർവ്വഹിച്ചു. മറച്ചുവച്ചു കൊണ്ടുള്ള ഒരു ഒളിഞ്ഞുനോട്ടത്തിന്റെ ആഹ്ളാദം അവർക്കുണ്ടായിരു ന്നു. ഫലത്തെപ്പറ്റി ആർക്കും ഒരു രൂപവുമില്ലായിരുന്നു. വളരെ മുറുക്ക മേറിയ മണിക്കൂറുകളായിരുന്നു അത്. അവസാനം ബോംബെ ഹൈക്കോ ടതി ആ ദിവസത്തെ ജോലി പൂർത്തിയാക്കുന്ന അവസാന നിമിഷത്തിൽ വിഷയം പരിഗണിച്ച ജഡ്ജി ഉത്തരവ് സ്റ്റേ ചെയ്തുകൊണ്ട് ഞങ്ങൾക്ക് സംരക്ഷണം തന്നു. അളവില്ലാത്ത ആശ്വാസമാണ് അത് ഞങ്ങൾക്ക് നല്കിയത്.

* * * * *

സർക്കാർ വളരെ ബോധപൂർവ്വം എന്നെ തകർക്കുവാനാണ് ശ്രമി ച്ചത്. 2004 ൽ ഞാൻ സാക്ഷിയെ തട്ടിക്കൊണ്ടുപോയി പരിശീലിപ്പിച്ചു എന്നായിരുന്നു ആരോപണം. സാഹിറാ ഷെയ്ഖിന്റെ ആരോപണമാണ് കുന്തമുനയായിത്തീർന്നത്. 2010-11 ആയപ്പോഴേക്കും കോടതികളിൽ വ്യാജ അഫിഡവിറ്റുകൾ നല്കി എന്നതിലേക്ക് മാറി കുറ്റാരോപണങ്ങൾ. 2014 ആയപ്പോഴേക്കും ഞാനും ജാവേദും ഉൾപ്പെട്ട സാമ്പത്തിക ക്രമ ക്കേടിലേക്ക് വഴിമാറി ആരോപണങ്ങൾ (രക്ഷപ്പെട്ട ഇരകളും ദൃക്സാ ക്ഷികളുമായ തൻവീർ ഭായ് ജാഫ്രി, ഫിറോസ് പഥാൻ, സലിംഗാന്ധി എന്നിവരെക്കൂടി ഉൾപ്പെടുത്തിയിരുന്നു.) 2016 ൽ ഞങ്ങൾ "ദേശീയ സുര ക്ഷ"യ്ക്ക് തന്നെ വെല്ലുവിളിയായി. ഫോർഡ് ഫൗണ്ടേഷനുമായി 2004-2009 കാലയളവിൽ എല്ലാവിധ നിയമോപദേശങ്ങൾക്കും ശേഷം ഏർപ്പെട്ട ഒരു കൺസൾട്ടൻസിയായിരുന്നു വ്യാജമായി നിർമ്മിച്ചെടുത്ത കാരണം. 2016 നും അഞ്ചുവർഷം മുൻപ് ഉണ്ടായതെന്ന് ആരോപിക്ക പ്പെട്ട കുറ്റങ്ങളിന്മേലാണ് മോദി ഭരണം ഞങ്ങളെ കുടുക്കാൻ നോക്കി യത് എന്നത് വിരോധാഭാസമാണ്. 2016 ജൂണിൽ ഒരു വാണിജ്യചാനലി നോട് (സീ ന്യൂസ്) നടത്തിയ വെളിപ്പെടുത്തലിൽ ഈ ഭരണകൂടവക്താ ക്കൾ, എത്ര വിലകുറഞ്ഞ നീക്കങ്ങളിലൂടെയാണെങ്കിലും ഞങ്ങളെ ഭയ പ്പെടുത്തുന്നതിന്, ഏത് മാർഗ്ഗവും സ്വീകരിക്കുമെന്ന് പറഞ്ഞിരുന്നു.

ഭീഷണിയുടേയും ആക്രമണങ്ങളുടേയും സാദ്ധ്യത തള്ളിക്കളയാ നാവുന്നതായിരുന്നില്ല. 2002 മാർച്ച് 22 ന് എന്റെ കാറിന് നേരെ ഗുജറാ ത്തിൽ വച്ച് കല്ലേറുണ്ടായി. ഗുൽബർഗ്ഗ്, നരോദാപാട്യ, ഗാം വിചാരണ

നടന്നുവന്നിരുന്ന പഴയ ഹൈക്കോടതി മന്ദിരപരിസരത്ത് വച്ച് 2010 സെപ്തംബറിൽ ഒരു കാർ എന്നെ പിന്തുടർന്ന് വന്ന് ഇടിക്കുവാൻ ശ്രമം നടത്തി. 2000 മദ്ധ്യത്തിൽ അതിശക്തരും ആരോപണവിധേയരുമായ, രാഷ്ട്രീയനേതാക്കളായ ബാബു ബജ്രംഗി പട്ടേൽ, മായാ കോട്നാനി (ബി ജെ പിയുടെ മുൻമന്ത്രിയും തിരഞ്ഞെടുക്കപ്പെട്ട എം എൽ എയും) എന്നിവരുടെ നേതൃത്വത്തിൽ ഹോളി ഉത്സവത്തിനിടെ എന്റെ കോലം കത്തിച്ചു. എനിക്കെതിരെ ജനങ്ങളിൽ അപകീർത്തികരമായ വികാരങ്ങൾ ആളിക്കത്തിക്കുന്നതിന് എന്തെല്ലാം ചെയ്യാമോ അതെല്ലാം അവർ ചെയ്തു.

അഹമ്മദാബാദിലെ കോടതിമുറികൾക്കുള്ളിൽ മുതിർന്ന ചില അഭിഭാഷകർ ഇപ്രകാരം ഭീഷണി മുഴക്കുന്നതിൽ മുഴുകിയിരുന്നു. “അവർ ഒരു ദിവസം ഈ രാജ്യം വിടുന്ന കാര്യം ഉറപ്പി”ക്കും, “ഇനിയൊരിക്കലും തിരികെ വരാത്ത വിധത്തിൽ” രണ്ടാം യു പി എ സർക്കാരിൽ വളരെ ഉയർന്ന പദവി കൈയാളിയിരുന്നയാളും അറിയപ്പെട്ട ആർ എസ് എസ് പിൻബലവുമുണ്ടായിരുന്ന സീനിയർ ഒരു അഭിഭാഷകനായിരുന്നു ഇപ്രകാരം ആക്രോശിച്ചത്. കേന്ദ്രത്തിൽ ഭരണമാറ്റം സംഭവിച്ചിട്ടും രാജ്യ തലസ്ഥാനത്ത് വളരെ വരുമാനവും സ്വാധീനമുള്ള പ്രാക്ടീസോടെ ഇന്നും അദ്ദേഹം വിരാജിക്കുന്നുണ്ട്. സോഷ്യൽ മീഡിയ എന്നെ നിന്ദിക്കുന്നതിനുള്ള ഉത്തരവാദിത്വം ഏറ്റെടുക്കുന്നതിന് വളരെ മുൻപ് തന്നെ, ശിവസേനയുടെ മുഖപത്രമായ *സാമ്ന* എന്നെ ചീത്ത വിളിക്കുന്നതിന് തുടക്കം കുറിച്ചിരുന്നു. ബെസ്റ്റ് ബേക്കറി കേസ് ഗുജറാത്തിൽനിന്നും മുംബൈയിലേക്ക് ട്രാൻസ്ഫർ ചെയ്തപ്പോൾ, തങ്ങളുടെ വൃത്തത്തിനുള്ളിൽനിന്നുകൊണ്ട് എല്ലാം നിർവ്വഹിക്കാം എന്ന് ശിവസേനക്കാർ കരുതി. അവയിൽ ചിലതൊക്കെ 1992-93 കാലഘട്ടത്തിലെ ദിവസങ്ങളെ ഓർമ്മിപ്പിക്കുന്നതാണ്. അന്ന് ഞങ്ങൾ ബോംബെ ആക്രമണങ്ങളിന്മേലുള്ള ജസ്റ്റിസ് ബി എൻ ശ്രീകൃഷ്ണാ റിപ്പോർട്ടിന്റെ അടിസ്ഥാനത്തിൽ ഉത്തരവാദിത്വം നിശ്ചയിക്കണമെന്ന് ആവശ്യപ്പെട്ടിരുന്നു. മറ്റെല്ലാ വലതുപക്ഷ വംസീയാധിപത്യവാദികളെയുമെന്ന പോലെ ശിവസേനയ്ക്കും അക്കാലം മറക്കാൻ കഴിയുമെന്ന് തോന്നുന്നില്ല.

ഗുജറാത്ത് വംശഹത്യക്ക് ശേഷമുള്ള നാളുകളിൽ വന്ന അധിക്ഷേപം ചൊരിഞ്ഞ ഒരു ടെലിഫോൺ കോൾ ഞാൻ ഓർക്കുന്നു. എന്റെ ഫോൺ മുഴങ്ങി. ഒരു ലാന്റ്ലൈനിൽ നിന്നാണ് വന്നത്. വിളിച്ചയാൾ ഞാനുമായി ഏകദേശം ഒരു 45 മിനിറ്റ് നേരം സംഭാഷണത്തിനായി ശ്രമിച്ചു. ഞാൻ എന്റെ ശാന്തത കൈവിട്ടില്ല. അതുതന്നെ നമ്മുടെ മാനസിക വിശാലതയുടെ ലക്ഷണമായിരുന്നു അയാൾ ടെലിഫോണിൽക്കൂടി വളരെ പ്രകോപനപരമായി ലൈംഗികച്ചുവയോടെയുള്ള വാക്കുകൾ, പറഞ്ഞുകൊണ്ടേയിരുന്നു. എന്റെ ആഫീസിലെ സഹപ്രവർത്തകർ അമ്പരക്കുകയും അന്ധാളിക്കുകയും അത്ഭുതപരതന്ത്രരാവുകയും ചെയ്തു. എന്തൊക്കെയായാലും ഞാൻ സ്വയം നിയന്ത്രിച്ചുകൊണ്ടിരുന്നു. അയാൾ

കൈയേറ്റസ്വഭാവമുള്ളയാളും നിയമം അനുസരിക്കുന്നവരെ ഭീഷണിപ്പെടുത്തി വരുതിയിൽ കൊണ്ടുവരുവാൻ നിയോഗിക്കപ്പെട്ടയാളുമായിരുന്നു. അവസാനം വളരെ സ്തോഭജനകമായി സംസാരിച്ച് അയാൾ തന്നെയാണ് ഫോൺ സംഭാഷണം പൊടുന്നനെ അവസാനിപ്പിച്ചത്. ഇതുപോലെ ഒരു കോൾ മാത്രമല്ല ഉണ്ടായിട്ടുള്ളത്. രാഷ്ട്രീയമായ മാറ്റത്തിന് ചുവടു പിടിച്ചുകൊണ്ട് കടലിൽനിന്നും തിരകൾ എന്നപോലെ അവ തുടരെത്തുടരെ വന്നുകൊണ്ടിരുന്നു.

2004 ഡിസംബറിൽ സാഹിറാ ഷെയ്ക്ക് ഉന്നയിച്ച ചില അന്വേഷണങ്ങളിൽ മറുപടി നല്കുന്നതിനായി ഞാൻ സുപ്രീം കോടതിയിലായിരുന്നു. എം സി സെതൽവാദിന്റെ അതിഗംഭീരമായ ഛായാചിത്രം തൂങ്ങിക്കിടക്കുന്ന ബാർ ലൈബ്രറി സന്ദർശിക്കുന്നത് എന്നെ സംബന്ധിച്ചിടത്തോളം വികാരോഷ്മളമായിരുന്നു. കോടതിയിൽനിന്നും ഉണ്ടായിട്ടുള്ള ഏകപക്ഷീയമായ വെറുപ്പിനെ അഭിമുഖീകരിക്കുന്നതിന് എനിക്ക് ദാദ നല്കുന്ന ധൈര്യം ആവശ്യമായിരുന്നു. ഞാൻ തുണയും സംരക്ഷണവും തിരഞ്ഞു. ഹിയറിങ് തുടങ്ങിയതിന് ശേഷം കോടതിയിൽ വച്ച് സീനിയർ അഭിഭാഷകനായ പി എൻ ലേഖി എന്നെ പുറത്ത് വിളിച്ച് വർഗ്ഗീയച്ചുവയോടുകൂടിയ ധാരാളം അധിക്ഷേപങ്ങൾ ചൊരിഞ്ഞു. അദ്ദേഹത്തിന്റെ മകൾ അഭിഭാഷകകൂടിയായ മീനാക്ഷി ലേഖി ഇന്ന് കുറച്ചുകൂടി വിശാലമായ തലത്തിൽ മീഡിയാതലത്തിലും പിന്നീട് സർക്കാർ തലത്തിലും അത് തുടർന്നുകൊണ്ടിരിക്കുന്നു. നിക്കാഹായി നടന്ന എന്റെ വിവാഹത്തെ സംബന്ധിച്ച് പലവിധ കഥകൾ പി എൻ ലേഖി അവതരിപ്പിച്ചു. (നിയമപരമായി അതൊരു കുറ്റമാവുമത്രേ!) അയാളുടെ വാക്കുകളിൽ ഞാൻ അമ്പരന്നുപോയി. അതുപോലെ എനിക്കുവേണ്ടി ഹാജരായ മുതിർന്ന മറ്റൊരഭിഭാഷകന്റെ വാക്കുകളിലും. അദ്ദേഹം എന്റെ അച്ഛന്റെ ഒരു ബന്ധുവായിരുന്നു. പി എൻ ലേഖി ഉയർത്തിയ വാദമുഖങ്ങളെ അദ്ദേഹത്തിന് തകർക്കാൻ കഴിയുമെന്നാണ് ഞാൻ പ്രതീക്ഷിച്ചത്. ഞാൻ ആലോചിച്ചത് എന്റെ ജനനം മുതലേ എന്നെ അറിയാവുന്ന ഒരാളാണല്ലോ അദ്ദേഹമെന്നാണ്. ഞാൻ വിവാഹം ചെയ്തത് സിവിൽ ചടങ്ങുകളോടെയാണ്. വിവാഹത്തിന് ശേഷം ജുഹുവിൽ നടന്ന സല്ക്കാരത്തിൽ അദ്ദേഹം പങ്കെടുക്കുകകൂടി ചെയ്തതാണ്. ലേഖി ഉയർത്തിയ ദുരാരോപണങ്ങളെ എന്തുകൊണ്ട് അദ്ദേഹം കൂടുതൽ ഉച്ചത്തിൽ ശക്തിയായി എതിർത്തില്ല? ഫാസിസ്റ്റ് പ്രവണതയുള്ളവർ (ആർ എസ് എസിനെപ്പോലെ) ചെയ്യുന്നത് ഇങ്ങിനെയൊക്കെയാണ് എന്ന് എന്റെ കഠിനമായ ജീവിതാനുഭവങ്ങൾ എന്നെ പഠിപ്പിച്ചു. നല്ല മനുഷ്യരെപ്പോലും നിശ്ശബ്ദരാക്കുന്നത് ഇങ്ങിനെയാണ്. എല്ലാവരെയും ഉൾക്കൊള്ളുന്ന, വിവേചനരഹിതമായ ഭരണം ഉറപ്പുതരുന്ന ഇന്ത്യൻ ഭരണഘടനയിൽ അധിഷ്ഠിതരായ ജനാധിപത്യ സ്ഥാപങ്ങളിലേക്ക് ഭൂരിപക്ഷാധിപത്യത്തിന്റെ മനോഭാവവുമായി അവർ ഗൂഢമായി അരിച്ചിറങ്ങുകയാണ്.

2004 ഡിസംബറിലെ ആ സുദിനത്തിൽ എന്റെ വാദമുഖങ്ങൾ വിജ

യിച്ചു. കോടതി എന്റെ അപേക്ഷ അനുവദിക്കുകയും സുപ്രീംകോടതി രജിസ്ട്രാർ ജനറലായ ബി എം ഗുപ്ത, ആരോപണങ്ങളിൻമേൽ സ്വതന്ത്രമായൊരു അന്വേഷണം നടത്താൻ നിർദ്ദേശിക്കുകയും ചെയ്തു. കണ്ണിൽ നനവോടുകൂടി ഞാൻ കോടതിയിൽനിന്നും പുറത്ത് കടന്നത് ഒരിക്കലോ, ആദ്യമോ അല്ല. വിഷജന്യമായതും വ്യക്തിപരമായി തേജോവധംചെയ്യുന്നതുമായിരുന്നു എനിക്കെതിരെ ഉന്നയിച്ച ആരോപണങ്ങൾ. സുപ്രീംകോടതിയുടെ ഔന്നത്യം വളരെ പ്രകടമായ ഈ വഞ്ചനയ്ക്കെതിരെ ഉറച്ച പ്രതിരോധം ഉയർത്തിയിരുന്നെങ്കിൽ എന്ന് ഞാൻ പ്രതീക്ഷിച്ചു. എന്നാൽ 2010 ന് ശേഷം, പലപ്പോഴും എനിക്കെതിരെ സംഘടിപ്പിച്ച ഈ ദുഷ്ടനീക്കങ്ങൾക്കെതിരെ നിയമമേഖലയിൽനിന്നും ഉള്ളവർ വളരെയധികം പ്രതിരോധങ്ങൾ സംഘടിപ്പിച്ചിട്ടുണ്ട്. എന്തുകൊണ്ടെന്നാൽ ഉത്തരവാദിത്വം ഉറപ്പാക്കുന്നതിനുള്ള ഞങ്ങളുടെ സമരം തീർത്തും നിയമാനുസൃതമായിരുന്നു. എനിക്കെതിരെ പ്രവർത്തിച്ചവർ ധാർമ്മികതയുടെയും സദാചാരത്തിന്റെയും സീമകൾ ലംഘിച്ചവരായിരുന്നു. അതിന്റെ മൂലകാരണം കുറ്റവാളികളും വഞ്ചകരും സുരക്ഷിതത്ത്വവിരുദ്ധമായ ഒരു ഭരണകൂടത്തിന്റെ വക്താക്കളായിട്ടായിരുന്നു കോടതിയിൽ എത്തിയിരുന്നത് എന്നതാണ്.

എനിക്കെതിരെയുള്ള ആക്രമണങ്ങൾ സുപ്രീംകോടതി ചീഫ് ജസ്റ്റിസിന്റെ ശ്രദ്ധയിൽ പെട്ടപ്പോൾ തീരെ മോശമായ നിലയിലുള്ള ഒരു പരാമർശം ഉണ്ടായി. 2008 ൽ മലയാളം വാരികയായ *മാതൃഭൂമിയിൽ* ഞാൻ എഴുതിയ ഒരു ലേഖനം പ്രസിദ്ധീകരിക്കപ്പെട്ടിരുന്നു. ആവർത്തിച്ച് ആവശ്യപ്പെട്ടിട്ടും ഗോധ്രാ തീവെയ്പ് കേസിൽ വിചാരണ നേരിട്ടുവന്നിരുന്ന മൂന്ന് പേരിൽ ഒരാൾക്ക് ജാമ്യം അനുവദിക്കപ്പെടാതിരുന്നതിനെ തുടർന്ന് രോഗം മൂർച്ചിച്ച് മരിക്കാനിടയായ സാഹചര്യത്തിലായിരുന്നു ഞാൻ ഈ ലേഖനം എഴുതിയത്. ചീഫ് ജസ്റ്റിസ് കെ ജി ബാലകൃഷ്ണൻ ഈ ലേഖനം വായിക്കുകയും അദ്ദേഹം ക്ഷുഭിതനാവുകയും ചെയ്തു. തുറന്ന കോടതിയിൽ ചീഫ് ജസ്റ്റിസ് എന്നെ വിമർശിച്ചു. ഇത് ഗോധ്രാ തീവയ്പുകേസിലെ വിചാരണ നടക്കുന്ന വേളയിൽ ആയിരുന്നു. പ്രതിഭാഗം അഭിഭാഷകർ അവരുടെ വാദം ആരംഭിക്കുന്നതിന് തൊട്ടുമുൻപ്, ഈ അഭിഭാഷകരിൽ ആരെങ്കിലും ഏതെങ്കിലും വിധത്തിൽ ഞാനുമായി ബന്ധപ്പെട്ടിട്ടുണ്ടോ എന്നാരാഞ്ഞു. ബഞ്ചിന് ഞാനുമായി ബന്ധപ്പെട്ട ഏതെങ്കിലും പരാതികൾ കേൾക്കാൻ താല്പര്യമില്ല എന്ന് അദ്ദേഹം പറഞ്ഞു. “ആരാണ് തീസ്ത സെതൽവാദ്? അവർ ഇവരുടെ വക്താവാണോ അതോ പരാതിക്കാരുടെയോ? ഒരു ലേഖനം പ്രസിദ്ധീകരിക്കപ്പെട്ടു വന്നിട്ടുണ്ട്. അവർ ആണ് ഗോധ്രാകേസിലെ പ്രതികളെ പ്രതിനിധീകരിക്കുന്നവരാണെങ്കിൽ ഞങ്ങൾക്ക് ഇവരെ കേൾക്കാൻ താല്പര്യമില്ല.” ഈ ചോദ്യങ്ങളെല്ലാം ഉന്നയിക്കപ്പെടുമ്പോൾ ബാറിലെ ബഹുമാന്യരായ അംഗങ്ങൾ നിശ്ശബ്ദരായി ഇരുന്നു. ലോക്സഭാ സ്പീക്കറായിരുന്ന

സോമനാഥ് ചാറ്റർജിയും മറ്റ് പലരും എന്നെ പ്രതിരോധിച്ചുകൊണ്ട് ചീഫ് ജസ്റ്റിസിന് എഴുതുകയുണ്ടായി.[2]

സുപ്രീംകോടതിയുടെ ചീഫ് ജസ്റ്റിസിനെ പ്രക്ഷുബ്ധനാക്കും വിധം എന്താണ് ഞാൻ എഴുതിയത്? ലേഖനത്തിന്റെ തുടക്കത്തിലെ ഖണ്ഡികകൾ ഇങ്ങനെയായിരുന്നു.

> 2008 ഫെബ്രുവരി-മാർച്ച് ആഗതമായിരിക്കുന്നു. സ്വതന്ത്ര ഇന്ത്യയിലെ ഏറ്റവും ഭീകരമായ വംശഹത്യ നടന്നതിന് ആറുവർഷങ്ങൾക്ക് ശേഷവും കുറ്റവാളികളും ഗൂഢാലോചനക്കാരും സർവ്വതന്ത്ര സ്വതന്ത്രരായി വിഹരിക്കുകയും ഇപ്പോൾ തിരഞ്ഞെടുപ്പിൽ രണ്ടാമതും അധികാരത്തിൽ വരികയും ചെയ്തിരിക്കുകയാണ്. 2002 ൽ തന്നെ മതപരമായും സാമ്പത്തികമായും രാഷ്ട്രീയത്തിൽ പ്രമാണിമാരായ ഈ കുറ്റവാളികൾക്ക് ഗുജറാത്തിലെ കോടതികളിൽ ജാമ്യം ലഭിച്ചിരുന്നു. (സി ജെ പി ഇക്കാര്യം തെളിയിച്ചുകൊണ്ട്, 600 ലധികം ജാമ്യ ഉത്തരവുകൾ പുറപ്പെടുവിച്ചിട്ടുണ്ടെന്നുള്ളതിന്റെ രേഖ സമർപ്പിച്ചിരുന്നു. *തെഹൽക്ക*യുടെ 'ഓപ്പറേഷൻ കളങ്ക്' ഇത് സംബന്ധിച്ച് മറ്റ് കൂടുതൽ തെളിവുകൾ പുറത്ത് കൊണ്ടുവന്നിട്ടുള്ളതുമാണ്) ഇതിന് കടകവിരുദ്ധമായി 6 വർഷത്തോളമായി, ഗോധ്രാതീവണ്ടി കൂട്ടക്കൊലയിൽ പെട്ട 84 പ്രതികൾ, അതായത് പൊലീസിനാൽ കൃത്രിമമായി ചമയ്ക്കപ്പെട്ട സാക്ഷികളാൽ തെളിവ് നല്കപ്പെട്ടവർ, സംഭവത്തിന് ശേഷം ഇപ്പോഴും ഗുജറാത്തിലെ ജയിലുകളിൽ കിടന്ന് നരകിക്കുന്നു. പൂർണ്ണമായും കാഴ്ചയില്ലാത്ത ഒരു ആൺകുട്ടികൂടി ഇവരിൽ ഉൾപ്പെടുന്നു.
>
> എന്നാൽ ഒരു യാഥാർത്ഥ്യം അവശേഷിക്കുന്നു. അവരിൽ മിക്കവാറും പേർ രോഗബാധിതരാണ്, ഒരാൾ അന്ധനാണ്, ഇവരുടെ കുടുംബം മഹാദാരിദ്ര്യത്തിലും അപമാനത്തിലും നാളുകൾ നീക്കുമ്പോൾ ഗോധ്രാനന്തര വംശഹത്യയിലെ പ്രതികളാക്കപ്പെട്ടവരും ആസൂത്രകരും സ്വതന്ത്രരായി വിഹരിക്കുന്നു എന്ന് മാത്രമല്ല ഗുജറാത്തിനെ എല്ലാ അർത്ഥത്തിലും അവർ ഭരിക്കുന്നു എന്നത് വളരെ ബുദ്ധിമുട്ടേറിയ ചോദ്യങ്ങൾ ഒരിക്കൽക്കൂടി ഉന്നയിക്കുന്നതിലേക്ക് നയിക്കുന്നു. നമ്മുടെ ഭരണഘടന സ്വീകരിച്ചിട്ടുള്ള തത്ത്വങ്ങൾക്ക് വിരുദ്ധമായി വിവേചനത്തിൽ അധിഷ്ഠിതമായ ഒരു സമ്പ്രദായം നമുക്ക് തുടരാൻ സാധിക്കുമോ? പ്രായോഗിക തലത്തിൽ ഇതിന്റെയൊക്കെ അർത്ഥമെന്താണ്, അന്തർദ്ദേശീയതലത്തിൽ സ്വരുക്കൂട്ടിവരുന്ന ബോംബുഭീഷണികൾപോലും നമ്മൾ അഭിമുഖീകരിച്ചുകൊണ്ടിരിക്കുന്ന സാഹചര്യത്തിൽ? ഇത്രയും വികലവും വിവേചനാധിഷ്ഠിതമായ ഒരു ക്രിമിനൽ നീതിസംഹിതയ്ക്ക് നമ്മുടെ രാജ്യത്തിലെ ഓരോ പൗരന്റേയും വിശ്വാസത്തെ

> വിജയിക്കാൻ കഴിയുമോ? പ്രത്യേകിച്ചും ആ സമ്പ്രദായത്തിന്റെ ഒരറ്റത്ത് മറ്റൊരു സമുദായം നിലനില്ക്കുന്ന സാഹചര്യത്തിൽ?
>
> നമ്മുടെ ക്രിമിനൽ നീതി സമ്പ്രദായമനുസരിച്ച് ജാമ്യം എന്നത് ഒരു കുറ്റാരോപിതനെ സംബന്ധിച്ചിടത്തോളം സ്വാഭാവികവും ലളിതവുമായ ഒരു കാര്യമാണ്. നിർദ്ദയവും ഭീകരവിരുദ്ധവുമായ നിയമങ്ങളിൽപ്പോലും ഇതുപോലെ തുടർച്ചയായി അഴികൾക്കുള്ളിൽ വ്യക്തികളെ ജാമ്യം നല്കാതെ പാർപ്പിക്കുന്നത് ചോദ്യം ചെയ്യുന്നതിനുള്ള വ്യവസ്ഥകളുണ്ട്. അങ്ങനെയൊരു സാഹചര്യത്തിൽ, വളർച്ചാനിരക്കിൽ മുന്നിൽ നില്ക്കുന്ന, വികസനത്തിളക്കത്തിൽ പ്രകാശിക്കുന്ന ഇന്ത്യൻ ജനാധിപത്യത്തിന് സ്ഥാപനവല്ക്കരിക്കപ്പെട്ട ഭീകരതയെയും വിവേചനത്തെയും അതിന്റെ ഇരുണ്ട വിള്ളലുകളെയും പറ്റി വിശദീകരിക്കാതിരിക്കുന്നതെങ്ങനെ?

2008 മാർച്ചിലെ *കമ്യൂണലിസം കോംബാറ്റിൽ* ഞങ്ങൾ ലേഖനവും ഒപ്പം വിവിധ വ്യക്തികളും സ്ഥാപനങ്ങളും ചീഫ് ജസ്റ്റിസിനും സുപ്രീം കോടതിക്കും മുൻപിൽ ഞങ്ങളെ ന്യായീകരിച്ചുകൊണ്ട് എഴുതിയ ഒരു തുറന്ന കത്തും പ്രസിദ്ധീകരിക്കുകയുണ്ടായി.

> മനുഷ്യാവകാശപ്രവർത്തക തീസ്ത സെതൽവാദിനെതിരെ 2008 ഫെബ്രുവരി 19 ന് തുറന്ന കോടതിയിൽ താങ്കൾ പ്രകടിപ്പിച്ച അഭിപ്രായത്തെ ഞങ്ങൾ വളരെയധികം ആശങ്കയോടെയാണ് കാണുന്നത്. തീസ്ത സെതൽവാദിന് പുറമെ, ഇതിൽ ഒപ്പിട്ടിരിക്കുന്ന ഞങ്ങൾ ഉൾപ്പെടെ രാജ്യത്തെ ആയിരക്കണക്കിനാളുകൾ, സുപ്രീം കോടതിയുടെ പരിഗണനയിലിരിക്കുന്ന ഗുജറാത്ത് വംശഹത്യയിലെ ഇരകളെ സംബന്ധിച്ച കേസുകൾ തീർപ്പാക്കുന്നതിനുള്ള അസാധാരണ കാലതാമസത്തിൽ ആശങ്കാകുലരാണ്. കോടതിയുടെ പരിഗണനയിലിരിക്കുന്ന കേസുകളിലെ കാലതാമസം സംബന്ധിച്ച് പാർലമെന്റിലും ദേശീയോദ്ഗ്രഥന സമിതി തുടങ്ങിയ പല വേദികളിലും ഉന്നയിക്കപ്പെട്ടതാണെന്ന് താങ്കൾ അറിഞ്ഞിരിക്കുമല്ലോ. ഈയൊരു ഘട്ടത്തിൽ ഇരകൾക്ക് വേണ്ടി കോടതിക്കകത്തും പുറത്തും അശ്രാന്തമായ പരിശ്രമങ്ങൾ നടത്തിയ ഒരിന്ത്യൻ പൗരയായ തീസ്ത സെതൽവാദിനെതിരെ വ്യക്തിപരമായ ക്ഷതമേല്പിച്ചുകൊണ്ട് ഒറ്റതിരിഞ്ഞു നടത്തിയ പൊതുവിമർശനം തെറ്റായ സന്ദേശം നല്കാനിടയുണ്ട്.
>
> സർ, ജനാധിപത്യത്തിൽ ജുഡീഷറിയുൾപ്പെടെ സ്റ്റേറ്റിന്റെ എല്ലാ ഘടകങ്ങളിലും അസാന്മാർഗ്ഗിക പ്രേരണയോടെയല്ലാത്ത എല്ലാ വിധത്തിലുള്ള വിമർശനങ്ങളോടും വിവേകത്തോടെയും ആരോഗ്യകരവുമായ സമീപനം പുലർത്തേണ്ടതുണ്ട്. പ്രതിജ്ഞാബദ്ധയായ ഒരു പ്രവർത്തകയെ കേൾക്കാൻ അവസരം നല്കാതെ

യുള്ള ഇത്തരം അഭിപ്രായ പ്രകടനങ്ങൾ രാജ്യത്തെ ഉന്നതമായ കോടതിക്ക് അനുയോജ്യമായതാണോ? ജുഡീഷ്യൽ ഉത്തരവാദിത്വവും അവബോധവും ഉയർന്ന തലത്തിൽ ഉറപ്പാക്കുന്നതിനുള്ള ഉത്തരവാദിത്വം ആത്യന്തികമായും നിക്ഷിപ്തമായിരിക്കുന്നത് ആദരണീയ ചീഫ് ജസ്റ്റിസിലാണ്. സുപ്രീം കോടതിയാണ് സമ്പൂർണ്ണ നിയന്ത്രണങ്ങൾക്കുള്ള സ്ഥാപനമെന്നതിനാൽ ജുഡീഷ്യൽ വ്യവസ്ഥയിൽ ജനങ്ങളുടെ വിശ്വാസം പ്രതിഫലിക്കുന്ന വിധത്തിലും അതിന് ഉറപ്പുനല്കിക്കൊണ്ടും താങ്കളുടെ ഇടപെടൽ ഉണ്ടാവുമെന്ന് ഞങ്ങൾ പ്രത്യാശിക്കുന്നു.

ഈ കത്തിൽ ഒപ്പിട്ടിരിക്കുന്നവർ ബൃന്ദാകാരാട്ട്, വൃന്ദാ ഗ്രോവർ, ഉർവ്വശി ബുട്ടാലിയ തുടങ്ങിയവരും അഖിലേന്ത്യാ ജനാധിപത്യമഹിളാ അസോസിയേഷൻ (എ ഐ ഡി ഡബ്ള്യു എ), ഇന്ത്യൻ ദേശീയ മഹിളാ ഫെഡറേഷൻ (എൻ എഫ് ഐ ഡബ്ള്യു), വൈ എം സി എ, ജോയിന്റ് വിമൻസ് ഫോറം, മുസ്ലിം വിമൻസ് ഫോറം എന്നീ സംഘടനകളുടെ നേതൃത്വത്തിൽ ഉള്ളവരുമായിരുന്നു.

2009 ഏപ്രിലിൽ ധനഞ്ജയ് മഹാപാത്ര എന്ന *ടൈംസ് ഓഫ് ഇന്ത്യാ* നിയമകാര്യ ലേഖകൻ പ്രതിപക്ഷത്തുള്ള ശക്തരായ ബി ജെ പി നേതാക്കന്മാരുടെ വാക്കുകളിൽ കുടുങ്ങി തെറ്റായ ഒരു റിപ്പോർട്ട് “Teesta and CJP connecting statements and tutoring witnesses" എന്ന പേരിൽ പ്രസിദ്ധീകരിക്കുകയുണ്ടായി. എന്നാൽ അടുത്ത കേസ് തീയതിയിൽ തന്നെ (ഏപ്രിൽ 2009) സുപ്രീംകോടതി ഇടപെടലിനാൽ, പത്രത്തിന് മാപ്പപേക്ഷിക്കേണ്ടി വരികയും ശ്രദ്ധിക്കത്തക്ക രീതിയിൽ വ്യക്തതയോടെ വിശദീകരണം നല്കേണ്ടി വരികയും ചെയ്തു. ഈ ഒരു ഉദാഹരണം ചൂണ്ടിക്കാണിക്കുന്നതിനുള്ള പ്രധാനകാരണം, ഉത്തരവാദിത്വപ്പെട്ട പ്രസിദ്ധീകരണങ്ങളായ മുഖ്യധാരാ മാധ്യമങ്ങൾ പോലും ബി ജെ പിയിലെ ശക്തരായ അധികാര കേന്ദ്രങ്ങൾക്ക് വശംവദരായി ഞങ്ങൾക്കെതിരെ കുപ്രചാരണങ്ങൾ അഴിച്ചുവിടുന്നത് എങ്ങനെയെന്ന് സൂചിപ്പിക്കാനാണ്.[3] എസ് ഐ റ്റി റിപ്പോർട്ടിന്റെ ചിലഭാഗങ്ങൾ പുറത്തു പോയതിൽ സുപ്രീംകോടതി ആശങ്ക പ്രകടിപ്പിച്ചിരുന്നു. രാജ്യസഭാംഗമായിരുന്ന അരുൺ ജെയ്റ്റ്ലിയും, ഇപ്പോൾ ഇന്ത്യയുടെ അറ്റോർണി ജനറലുമായ മുകുൾ രോഹ്തഗിയും മാധ്യമരംഗത്തെ ചില വിഭാഗങ്ങളുമായി ബന്ധപ്പെട്ടിരുന്നതെങ്ങനെയെന്ന് കോടതിയിലുണ്ടായിരുന്നവർക്ക് ബോദ്ധ്യപ്പെട്ടിരുന്നു.

എസ് ഐ റ്റി പുനഃസംഘടിപ്പിക്കണമെന്നാവശ്യപ്പെട്ട് 2009 ൽ ഞങ്ങളുടെ അപേക്ഷ സുപ്രീംകോടതിയിൽ സമർപ്പിക്കപ്പെട്ടതിനെത്തുടർന്ന് ഞങ്ങൾക്കെതിരെയുള്ള ആക്രമണങ്ങൾ ക്രൂരവും ലക്ഷ്യവേധിയുമായി. 2010 ആയപ്പോഴേക്കും പകയും അരക്ഷിതത്വവും തന്റെ മുഖമുദ്രയാക്കിയ ഒരു വ്യക്തിയാൽ നേതൃത്വം നല്കപ്പെടുന്ന, ഒരു വഷളൻ സ്റ്റേറ്റിന്റെ എല്ലാ ആയുധങ്ങളും ഞങ്ങൾക്കെതിരെ സംഘടിപ്പിക്കപ്പെട്ടു.

ഞങ്ങൾ നടത്തിവന്ന എല്ലാ സമരങ്ങളെയും കുരിശുയുദ്ധങ്ങളേയും അപകീർത്തിപ്പെടുത്തുന്നതിനായിരുന്നു ഈ ആക്രമങ്ങൾ. അതിൽ മാധ്യമങ്ങളും പങ്കുചേർന്നു. കാര്യങ്ങൾ ശരിയായ രീതിയിലല്ല അവർ കൈകാര്യം ചെയ്തത്. 2002 ലെ വംശഹത്യ മാധ്യമങ്ങൾ കൈകാര്യം ചെയ്ത രീതിയിൽനിന്ന് തന്നെ ഇക്കാര്യം വെളിവാക്കപ്പെട്ടിരുന്നു. എനിക്കെതിരെയുള്ള ആക്രമണങ്ങളിലെ ഒരു സഹകാരി കൂടിയായിരുന്നു മാധ്യമങ്ങളെന്ന് പറയുന്നതിൽ തെറ്റില്ല. മോദിയുടെ പുനസ്ഥാപനത്തിനായി കോർപ്പറേറ്റ് മേധാവികളുമായി ചേർന്ന് ഇവർ ഗുജറാത്ത് മോഡലിന്റെ അത്ഭുതങ്ങളെപ്പറ്റി പ്രചാരണം നടത്തുമ്പോൾ ഇക്കാര്യം കൂടുതൽ തെളിയിക്കപ്പെട്ടിരിക്കുകയാണ്.എനിക്കെതിരെയുള്ള ആക്രമണങ്ങളെപ്പറ്റി ചെറിയ റിപ്പോർട്ട് നല്കാൻ പോലും മാധ്യമങ്ങൾ തയ്യാറായില്ല. എന്നാൽ അവർ അതിൽ പങ്കുചേരുകകൂടി ചെയ്തു.[4] ഇക്കാലഘട്ടത്തിൽ സി ജെ പി പുറപ്പെടുവിച്ച ഒരു പത്രക്കുറിപ്പ് ഞാനിവിടെ പുനഃപ്രസിദ്ധീകരിക്കുന്നു.

> 2002 ലെ ഗുജറാത്ത് വംശഹത്യയിലെ ജീവിച്ചിരിക്കുന്ന ഇരകൾക്ക് നീതിയും സഹായവും ആവശ്യപ്പെട്ടുള്ള പ്രവർത്തനങ്ങൾക്കെതിരേയുള്ള പ്രധാന ശത്രുത വെളിപ്പെട്ടത്, സുപ്രീംകോടതിയിൽ സർക്കാരിനുവേണ്ടി ഹാജരായ അഭിഭാഷകർ ഉൾപ്പെടെയുള്ള പിണിയാളുകളെക്കൊണ്ട് നീതി സംരക്ഷിക്കുന്നതിനുവേണ്ടി, വർഷങ്ങളായി ഇരകൾക്ക് വേണ്ടി പ്രവർത്തിച്ച മനുഷ്യാവകാശ സംരക്ഷകരെയും, അങ്ങനെ ദൃക്സാക്ഷികളായി മൊഴിനല്കാൻ തയ്യാറായവരെ സഹായിച്ചവരെയും, മറ്റു സ്ഥാപനങ്ങളെയും അപകീർത്തിപ്പെടുത്തുന്നതിലായിരുന്നു. നീചമായ അപകീർത്തി ശ്രമങ്ങളുടെ ആവർത്തിച്ചുള്ള ഇരകളായിത്തീർന്നു ഞങ്ങൾ. 2002 –2003 ൽ ഈ സംഭവങ്ങളെപ്പറ്റി പ്രതികരിച്ചവരിൽ ചിലർ സംരക്ഷണത്തിനായി വരികയുണ്ടായി.
>
> 2002 ലെ ക്ലേശകരമായ കാലഘട്ടത്തിൽ തങ്ങൾ തന്നെ പ്രസിദ്ധീകരിച്ച റിപ്പോർട്ടുകളെ മന:പൂർവ്വം അവഗണിച്ചുകൊണ്ട് മുഖ്യധാരാ ദിനപത്രങ്ങളിൽ മിക്കവയും, അതുപോലെ ദേശീയ ടെലിവിഷൻ ചാനലുകളിലെ ഉന്മത്തരായ അവതാരകരും ഗുജറാത്ത് സംസ്ഥാനം നടത്തിയ അപകീർത്തി പ്രചാരണത്തിൽ ഭാഗഭാക്കായി പ്രവർത്തിച്ചു. ഭീകരകഥകൾ പ്രതിപാദിച്ചുകൊണ്ട് അവരുടെ ലേഖകർ തന്നെ നല്കിയിരുന്ന റിപ്പോർട്ടുകൾ സ്വന്തം ആർക്കൈവിൽ തിരയുന്നതിനോ, പിൻതിരിഞ്ഞുനോക്കുന്നതിനോ അവർ ഒരിക്കലും തയ്യാറായില്ല.
>
> നരോദപാട്യയിൽ കൊലചെയ്യപ്പെട്ട കൗസർബാനുവിന്റെ കേസ്, മാധ്യമ ഉത്തരവാദിത്വങ്ങളിൽനിന്ന് ഒഴിഞ്ഞുമാറുന്നതിനുള്ള കൃത്യമായ ഉദാഹരണമായി ചൂണ്ടിക്കാട്ടാവുന്നതാണ്. അവരുടെ

> ഗർഭപാത്രം കീറിമുറിച്ച് ഗർഭസ്ഥശിശുവിനെ (9 മാസം പ്രായം) വാളിൽ കോർത്തുകൊണ്ട്, അമ്മയേയും കുഞ്ഞിനേയും ജീവനോടെ തീയിൽ ചുട്ടെരിച്ചു കൊല്ലുന്നത് സംബന്ധിച്ച ദൃക്സാക്ഷി വിവരണം, ഗുണ്ടാസംഘം എത്രമാത്രം രക്തദാഹികളായിരുന്നുവെന്ന് കാണിക്കുന്നതായിരുന്നു, *സ്റ്റേറ്റ്സ്മാൻ, ദി ഡെക്കാൺ ഹെറാൾഡ്* എന്നീ പത്രങ്ങൾക്ക് പുറമെ *ടൈംസ് ഓഫ് ഇന്ത്യയും ഇന്ത്യൻ എക്സ്പ്രസും* ഈ സംഭവം വിശദമായി പ്രസിദ്ധീകരിച്ചിരുന്നു. അതിനും പുറമെ ദേശീയ വനിതാ കമ്മീഷൻ അദ്ധ്യക്ഷ സൈദ ഹമീദുൾപ്പെടെയുള്ള വനിതാസംഘങ്ങൾ, ഇതേപ്പറ്റി ദീർഘമായി എഴുതിയിട്ടുള്ളതുമാണ്. അഭിഭാഷകയായ ഫ്ലേവിയ ആഗ്നസ് ഉൾപ്പെടെയുള്ള മുംബൈയിൽനിന്നുള്ള വനിതാ നേതാക്കൾ, സ്ത്രീകളെ ഈ സംഭവത്തിന്മേലുള്ള സത്യവാങ്മൂലം നല്കാൻ സഹായിച്ചിട്ടുള്ളതും അങ്ങനെ കൗസർബാനുവിന്റെ കരളലിയിക്കുന്ന കഥ ഈ സംഭവങ്ങളിൽ പ്രധാനപ്പെട്ട ഒന്നായി മാറിയിട്ടുള്ളതുമാണ്.
>
> എന്നാൽ ഇന്ന്, അത്രയും ക്രൂരമായ ആക്രമണം നടന്നിട്ടില്ലെന്ന് പറഞ്ഞ് കത്തിക്കലിന് മുൻപ് പോസ്റ്റുമോർട്ടം നടത്തിയ ഡോക്ടർ, നിഷേധിക്കുമ്പോൾ 2002 ന് ശേഷം ഈ സംഭവത്തെപ്പറ്റി വിവരിച്ചിട്ടുള്ളവർ കൗസർബാനുവിന്റെ ശരിയായ കഥയിലേക്ക് തിരിച്ചു പോവേണ്ടതല്ലേ? എന്തുകൊണ്ടാണ് അവരെല്ലാം നിശ്ശബ്ദരാകുന്നത്?

2010 മേയിൽ ഗുജറാത്തിലെ ഒരു വാരിക എനിക്കെതിരെ വളരെ രൂക്ഷമായ രീതിയിൽ വിഷം വമിക്കുകയുണ്ടായി. സുപ്രീംകോടതിയിലെ മുതിർന്ന അഭിഭാഷകയായ കാമിനി ജയ്സ്വാൾ ഈ ലേഖനത്തിൽ പ്രകോപിതയാകുകയും ശക്തമായി പ്രതികരിക്കുകയും ചെയ്തു. അവരുടെ പ്രതികരണം "എപ്രകാരം ബുദ്ധിജീവികൾ ആത്മാവു വില്ക്കുന്നു" എന്നതായിരുന്നു. ആ ലേഖനത്തിൽ ഇപ്രകാരം പറയുന്നു.

> അത് സുപ്രീംകോടതിയുടെ ഒഴിവുദിനങ്ങളായിരുന്നു. മിക്കവാറും അഭിഭാഷകരും ജഡ്ജിമാരും ടൗണിന് പുറത്തോ അല്ലെങ്കിൽ വ്യക്തിപരമോ സാമൂഹ്യപരമോ ആയ ഉത്തരവാദിത്വങ്ങളിലായിരുന്നു. സുപ്രീംകോടതിയിൽ പ്രാക്ടീസ് ചെയ്യുന്ന അഭിഭാഷകൻ നേരിടേണ്ടിവരുന്ന സമ്മർദ്ദങ്ങൾ ഇന്ന് ഒരു സാധാരണ സംഭവമാണ്. കഴിഞ്ഞ ആഴ്ചയിൽ അങ്ങനെയുള്ള ഒരു ദിവസമായിരുന്നു ഗുജറാത്തിൽനിന്നും പരിചയമുള്ള വ്യക്തിയുടെ ഒരു കോൾ ലഭിച്ചത്. ഗുജറാത്ത് സംസ്ഥാനത്തിന് എന്റെ മനസ്സിൽ ഒരു പ്രത്യേക സ്ഥാനം ഉണ്ട്. എനിക്ക് അവിടെ ധാരാളം സുഹൃത്തുക്കൾ ഉണ്ട് എന്നതിന് പുറമെ നിയമത്തിൽ ഞാൻ പോസ്റ്റ് ഗ്രാജ്വേറ്റ് ബിരുദം

എടുത്തത് വഡോദരയിലെ എം എസ് യൂണിവേഴ്സിറ്റിയിൽനിന്നും ആയിരുന്നു.

ദിവ്യ ഭാസ്കർ എന്ന ഗുജറാത്തി ദിനപത്രത്തിന്റെ ഞായറാഴ്ചപ്പതിപ്പിൽ ഗുണവന്ത്ഷാ എന്നൊരാൾ എഴുതിയ ലേഖനത്തെപ്പറ്റി എന്റെ സുഹൃത്ത് അറിയിക്കുകയുണ്ടായി. എന്തു തന്നെയായാലും ആ വിളി ആ ഞായറാഴ്ചയുടെ ഗതിയെത്തന്നെ മാറ്റിമറിക്കുന്നതായിരുന്നു. ആ സംസ്ഥാനത്തെ ആദരണീയനായ സാഹിത്യകാരനും വളരെ സംയമനത്തോടെ, പക്ഷഭേദങ്ങളില്ലാതെ എഴുതുന്നയാളുമായിരുന്നതിനാൽ എന്നെ വിളിച്ചയാൾതന്നെ അല്പം ആശയക്കുഴപ്പത്തിലായിരുന്നു. അദ്ദേഹം ആ ലേഖനത്തിന്റെ ചില ഭാഗങ്ങൾ എന്നെ വായിച്ചുകേൾപ്പിച്ചതുകൊണ്ടും സുപ്രീംകോടതിയിൽ ഞാൻ ഹാജരാകുന്ന, എന്റെ കക്ഷിയായ തീസ്ത സെതൽവാദിനെ അതിൽ പരാമർശിക്കുന്നതുകൊണ്ടും പ്രതികരണമായി ഈ ലേഖനം എനിക്ക് എഴുതേണ്ടതായി വന്നു.

"സത്യസന്ധയായ ഒരു പ്രവർത്തക നുണപറയുമോ" എന്ന ശീർഷകത്തിലുള്ള ലേഖനത്തിൽ സെതൽവാദിന്റെ പിതാവ് അതുൽ സെതൽവാദിനെ പരാമർശിക്കുകയും അദ്ദേഹത്തെ തത്ത്വദീക്ഷയുള്ള ആളായി വാഴ്ത്തുകയും ചെയ്തിട്ടുണ്ട്. തുടർന്ന് ലേഖകന്റെ കാഴ്ചപ്പാടിൽ, ആത്മാർത്ഥമായി ഇടപെടുന്ന വ്യക്തി എന്ന വ്യാജേന നുണയായി കാര്യങ്ങൾ പറയുന്ന ഒരു വ്യക്തിയായിട്ടാണ് സെതൽവാദിനെ ചിത്രീകരിക്കാൻ ശ്രമിച്ചത്.

ഇതിനോടകം ഗുണവന്ത് പരാമർശിച്ചിട്ടുള്ള തീസ്തയുടെ പിതാവുകൂടി ഉൾപ്പെടുന്ന കുടുംബത്തിന്റെ ചരിത്രത്തെപ്പറ്റി ആദ്യം തന്നെ നാം അറിയേണ്ടതുണ്ട്. ബ്രിട്ടീഷ് വാഴ്ചക്കാലത്ത് ബോംബെ ഹൈക്കോടതിയിലെ പ്രഗത്ഭ അഭിഭാഷകനായിരുന്ന ചിമൻലാൻ സെതൽവാദിന്റെ ചെറുമകളാണ് അവർ എന്ന കാര്യം ഇന്ന് വളരെ കുറച്ച് പേർ മാത്രമെ ഓർക്കാനിടയുള്ളു. സർ സെതൽവാദിന്റെ മഹത്ത്വത്തെപ്പറ്റി പറയുകയാണെങ്കിൽ അവിഭക്ത പഞ്ചാബിൽ ജാലിയൻ വാലാബാഗ് കൂട്ടക്കൊലയ്ക്ക് ശേഷം പട്ടാളനിയമം നടപ്പിലാക്കിയപ്പോൾ ഉണ്ടായ അതിക്രമങ്ങളുടെ കാലത്ത് ലഹളകളുടെ കാരണങ്ങളെപ്പറ്റി അന്വേഷിക്കാൻ നിയുക്തമായ ഡിസോർഡർ എൻക്വയറി കമ്മിറ്റിയിലെ അംഗമായിരുന്നു അദ്ദേഹം.

ജാലിയൻ വാലാബാഗ് കൂട്ടക്കൊലയ്ക്കും തുടർന്ന് നടപ്പാക്കിയ പട്ടാളനിയമത്തിനും ആസ്പദമായ കണ്ടെത്തലുകൾക്ക് വിയോജനക്കുറിപ്പെഴുതാൻ ധൈര്യം കാട്ടിയതിന്റെ മുഴുവൻ കീർത്തിയും സർ സെതൽവാദിനും മറ്റൊരു ഇന്ത്യൻ അംഗവും ഗ്വാളിയോർ സ്റ്റേറ്റിലെ മെംബർ ഓഫ് അപ്പീലും ആയ സർദാർ സാഹിബ്

സാദാ സുൽത്താൻ അഹമ്മദ്ഖാൻ, ബാർ അറ്റ് ലോയ്ക്കുമായിരുന്നു.

സർ സെതൽവാദിന്റെ മകൻ, അതായത് തീസ്തയുടെ മുത്തച്ഛൻ സുപ്രീംകോടതിയിലെ മുതിർന്ന അഭിഭാഷകനും സ്വതന്ത്ര ഇന്ത്യയിലെ ആദ്യത്തെ അറ്റോർണി ജനറലുമായി നിയമിതനായി സേവനത്തിൽ നിന്നും വിരമിച്ചയാളാണ്. തത്ത്വദീക്ഷയുള്ള ഒരു പിതാവിന്റെ മകളായ തീസ്ത അതേ അളവിൽ മൂല്യങ്ങൾ പിന്തുടരുന്നില്ലായെന്ന് സ്ഥാപിക്കാനാണ് ഗുണവന്ത്ഷാ ഉദ്ദേശിക്കുന്നതെങ്കിൽ അദ്ദേഹത്തിന് സങ്കല്പിക്കാൻപോലും കഴിയാത്ത വിധത്തിലുള്ള, ഈ മഹതിയുടെ ആഴത്തിലുള്ളതും ചക്രവാളത്തിനപ്പുറം നില്ക്കുന്നതുമായ കുടുംബപരമായ മൂല്യങ്ങളെപ്പറ്റി മനസ്സിലാക്കാൻ ശ്രമിക്കേണ്ടതായിരുന്നു.

ജാവേദ് ആനന്ദുമായുള്ള തീസ്തയുടെ വിവാഹം ചൂണ്ടിക്കാണിച്ച് ലേഖകൻ തന്റെ വർഗ്ഗീയ നിറം കൃത്യമായി വെളിപ്പെടുത്തുന്നു. ആനന്ദ് എന്ന സർനെയിം കൊണ്ട് ഹിന്ദുവായി വായനക്കാർ തെറ്റിദ്ധരിച്ചാലോ എന്ന് ധരിച്ചുവശായി തീസ്തയുടെ പേരിനൊപ്പം ബീഗം, എന്ന് കൂട്ടിച്ചേർത്ത് തന്റെ ഉദ്ദേശ്യം കൃത്യമായി ലേഖകൻ വ്യക്തമാക്കുന്നുണ്ട്. വളരെ കൗശലത്തോടെ, ഇന്ത്യൻ എക്സ്പ്രസിൽ ജാവേദ് എഴുതിയ ലേഖനത്തിലേക്ക് (മാർച്ച് 16, 2010) ശ്രദ്ധ ക്ഷണിച്ചുകൊണ്ട് തീസ്തയെ മുസ്ലീം സമുദായത്തിലെ മുജാഹിദ് ആയി പരാമർശിക്കുകയും ചെയ്തിരിക്കുന്നു.

ഗുജറാത്തി സാഹിത്യമണ്ഡലത്തിൽ ഗുണവന്ത് ഷായെ ഒരു ആദരണീയ വ്യക്തിത്വമായി പരിഗണിക്കുന്നു. നല്ലതുപോലെ അംഗീകരിക്കപ്പെട്ടതും വായിക്കപ്പെട്ടതുമായ സ്വാധീനമുള്ള പലകൃതികളുടേയും കർത്താവാണ് അദ്ദേഹം. മനസ്സിലാക്കേണ്ടതായ ഒരു കാര്യമുണ്ട്, ബൗദ്ധികമായ സത്യസന്ധത എന്നത് മറ്റെന്തിനേക്കാളും പരമപ്രധാനമാണെന്നും അത് നാണയം കൊണ്ട് അളക്കാവുന്നതല്ല എന്നതാണത്. 1947 ന് ശേഷം ഇന്ത്യയിൽ നടന്ന ഏറ്റവും ഹീനമായ വർഗ്ഗീയ സംഘർഷത്തിലെ ഇരകൾക്കുവേണ്ടി തീസ്ത നിലകൊള്ളുന്നത് അവർ ഒരു മുസ്ലീമിനെ വിവാഹം ചെയ്തതുകൊണ്ടാണെന്ന് പ്രഖ്യാപിക്കുന്നതിന് വേണ്ടിയല്ല തന്റെ ലേഖനം എന്ന് പറഞ്ഞ് മേല്പറഞ്ഞ ഉദാഹരണത്തിന്റെ വെളിച്ചത്തിൽ ഗുണവന്ത് ഷായ്ക്ക് സത്യസന്ധമായി പറയാൻ കഴിയുമോ? മുസ്ലീംപേര് സ്വീകരിക്കുന്നതിനായി തീസ്ത തന്റെ പേരുമാറ്റുകയോ ഇസ്ലാം മതം സ്വീകരിക്കുകയോ ചെയ്തിട്ടില്ലെന്ന് അദ്ദേഹം മനസ്സിലാക്കുമോ?

ലേഖകന്റെ നെറികേട് ഒരുപക്ഷേ, മനഃപൂർവ്വമോ അല്ലാതെയോ ആകാം. മനഃപൂർവ്വമല്ലെന്ന് വിചാരിച്ചാൽ തന്നെയും വംശഹത്യാ

സമയത്ത് വാൾകൊണ്ട് വയർ പിളർന്ന് കുഞ്ഞിനെ പുറത്തെടുത്ത കൗസർബാനു കേസിനേയും അതിൽ എസ് ഐ റ്റി രേഖപ്പെടുത്തിയ തെളിവിനേയും ആസ്പദമാക്കി ഗുണവന്ത് ഷാ എങ്ങനെയാണ് തീസ്തയെ കള്ളിയെന്ന് വിളിക്കുന്നത്. എസ് ഐ റ്റിയിലെ രണ്ട് അഡീഷണൽ ഡി ജി പിമാരായ ശിവാനന്ദ് ഝാ, ഗീതാ ജോഹരി എന്നിവരോട് അതിൽനിന്നും മാറി നില്ക്കാൻ ഉത്തരവായിക്കൊണ്ട് സുപ്രീംകോടതി തന്നെ സംശയം പ്രകടിപ്പിച്ച എസ് ഐ റ്റിയെ പൂർണ്ണവിശ്വാസത്തിലെടുത്തതിന്റെ ഫലമായി ഗുണവന്ത് ഷാ തെറ്റിദ്ധാരണയിൽ ഒരു നിഗമനത്തിലെത്തിയതാണെന്നാണ് ഞാൻ കരുതുന്നത്. ഇപ്പോൾ സി ബി ഐ അന്വേഷണം നടത്തിക്കൊണ്ടിരിക്കുന്ന സൊഹ്റാബുദ്ദീൻ കേസിൽ തികഞ്ഞ പരാജയമായിരുന്നു രണ്ടാമത്തെയാളുടെ നടപടികൾ എന്ന് ഇതിനകം വ്യക്തമായിട്ടുണ്ട്. ഗുണവന്ത് ഷാ പൂർണ്ണമായും മറന്നുപോയ രണ്ടാമത്തെക്കാര്യം, കുറ്റവാളി തന്നെ ക്യാമറയ്ക്കു മുന്നിൽ കുറ്റസമ്മതം നടത്തിയ, 2007 അവസാനപാദത്തിലെ തെഹൽക്കയുടെ വെളിപ്പെടുത്തലാണ്.

ഞാൻ തീസ്തയെ ന്യായീകരിച്ച് കൂടുതൽ എഴുതുന്നില്ല, അവർക്ക് കൂടുതൽ സുരക്ഷ സ്വയംതന്നെ എടുക്കാവുന്നതാണ്. നിയമവ്യവസ്ഥയെ അനുസരിക്കുന്ന എല്ലാവരെയും ഒരുമിച്ചിരുന്നാലോചിക്കുന്നതിന് പ്രേരിപ്പിക്കുന്നതും ഗുജറാത്ത് സംസ്ഥാനത്ത് എന്തെല്ലാമാണ് സംഭവിക്കുന്നത് എന്ന കാര്യം ശ്രദ്ധയിൽ കൊണ്ടുവരുന്നതിനും വേണ്ടിയാണ് എന്റെ ഈ പ്രതികരണം. പൊതുബോധമുള്ള പൗരന്മാർക്കും, സിവിൽ സമൂഹത്തിന്റെ ഭാഗമായുള്ളവർക്കും, അവരുടെ ഈ രാജ്യത്തെ, അവരുടെ നിലനില്പിനെ ന്യായീകരിക്കാൻ കഴിയണമെങ്കിൽ, ഗൗരവതരമായ കുറ്റകൃത്യങ്ങളെ ഭരണാധികാരത്തിന്റെ ശക്തി ഉപയോഗിച്ച് തമസ്കരിക്കുന്നതിനുള്ള മനഃപൂർവ്വമായ ശ്രമത്തെ മുഖ്യമായും ജുഡീഷ്യൽ സംവിധാനങ്ങൾക്ക് പുറത്ത് ഉശിരോടെ തുറന്ന് കാട്ടേണ്ടതുണ്ട്. വിവിധ വർത്തമാനപ്പത്രങ്ങൾ റിപ്പോർട്ട് ചെയ്തതുപോലെ, സൊഹ്റാബുദ്ദീൻ കേസിലെ അന്വേഷണത്തോടനുബന്ധിച്ച് എന്തിനാണ് ചീഫ് സെക്രട്ടറി, ഹോം സെക്രട്ടറി, ഡി ജി പി എന്നിവരെ സി ബി ഐ ഡയറക്ടറെ കാണുന്നതിന് സംസ്ഥാനം അയച്ചത് എന്ന് ജനങ്ങൾ തന്നെ ചോദ്യം ഉന്നയിക്കേണ്ടതുണ്ട്. സുപ്രീം കോടതിയുടെ നിലപാടുകൾ നടപ്പിലാക്കുന്നത് ഗുജറാത്തിലെ പൊതുതാല്പര്യത്തിന് വിരുദ്ധമായിട്ടാണെന്ന്അവർക്ക് കേന്ദ്ര ഏജൻസിയുടെ തലവനോട് അറിയിക്കേണ്ടതുണ്ടായിരുന്നു.

ഇതൊക്കെ നേരത്തെ കേട്ടുകേഴ്വിയില്ലാത്തവിധം കീഴ്വഴക്കങ്ങൾക്ക് വിരുദ്ധമായ കാര്യങ്ങളാണ്. ഒരു മുൻ ഡി ജി പി നീതി

നിർവ്വഹണം തടസ്സപ്പെടുത്തിയതിന് ഇതിനകം തന്നെ പ്രതിക്കൂട്ടിലാണ്. ദീർഘമായ മൂന്ന് വർഷത്തെ പരിശോധനയ്ക്ക് ശേഷം സുപ്രീം കോടതി ഉത്തരവായ അന്വേഷണമാണിത്. സ്റ്റേറ്റ് തന്നെ ഗുജറാത്തിലേയും രാജസ്ഥാനിലേയുമായി പതിനാല് പൊലീസ് ഓഫീസർമാരെ അറസ്റ്റ് ചെയ്തിട്ടുണ്ട്, മറ്റൊരു പൊലീസ് ആഫീസറായ അഭയ്ചുഡാസ്മ, ഡി സി പി (ക്രൈം) യെകൂടി സി ബി ഐ അറസ്റ്റ് ചെയ്തപ്പോൾ, അത് ഗുജറാത്തിലെ ജനങ്ങളുടെ വികാരത്തിന് വിരുദ്ധമാണെന്ന വാദമുഖങ്ങൾ പെട്ടെന്ന് ഉയർത്തപ്പെട്ടു. ഭരണഘടനയുടെ അനുച്ഛേദം 166 പ്രകാരം തയ്യാറാക്കിയ റൂൾപ്രകാരമാണ് ഗുജറാത്ത് സംസ്ഥാനത്തിലെ സർക്കാർ നടപടികൾ നടക്കുന്നതെന്ന് ഉറപ്പാക്കുന്നതിനുള്ള ചുമതല സംസ്ഥാനത്തിന്റെ ഗവർണർക്കില്ലേ? അങ്ങനെയുള്ള സാഹചര്യത്തിൽ ഭരണപരവും ഭരണഘടനാപരവുമായ എന്ത് അനുശാസനത്തിന്റെ ബലത്തിലാണ് ചീഫ് സെക്രട്ടറി, ഹോം സെക്രട്ടറി, ഡി ജി പി എന്നിവർ സി ബി ഐ ഡയറക്ടറെ കാണുവാൻ ഡൽഹിക്ക് പോയത്?

* * *

2015 ആഗസത് 11 ന് ബോംബെ ഹൈക്കോടതി ഞങ്ങൾക്ക് മുൻകൂർ ജാമ്യം അനുവദിച്ചു. അഭിപ്രായ സ്വാതന്ത്ര്യം സംബന്ധിച്ച് കൃത്യമായ നിരീക്ഷണങ്ങളോടെ, കോടതി ഞങ്ങൾക്ക് വിശദമായ ഉത്തരവ് നല്കി. "ഒരു സർക്കാരിനെതിരെ ഉന്നയിക്കുന്ന വിമർശനം ഒരിക്കലും ഒരു രാജ്യത്തിനെതിരായ വിമർശനമായി കണക്കാക്കാൻ കഴിയില്ല." സബ്രംഗ് കമ്യൂണിക്കേഷന്റെ പ്രവർത്തനങ്ങളെ "ദേശീയ സുരക്ഷക്കെതിരായ ഭീഷണി"യാണെന്ന സി ബി ഐ അഭിഭാഷകന്റെ പാതിവെന്ത വാദങ്ങളോടുള്ള പ്രതികരണമായിരുന്നു അത്.

2002 ൽ അരങ്ങേറിയ പിഴവുകളും ചെയ്തികളും എല്ലാം കുഴിച്ചുമൂടുന്നതിന് ആവുന്ന പ്രവർത്തനങ്ങളെല്ലാം ഗുജറാത്ത് ഭരണസംവിധാനം ചെയ്യുകയുണ്ടായി. 2004-05 ൽ ബെസ്റ്റ് ബേക്കറി കേസിന്റെ വിചാരണ മുംബൈയിൽ നടക്കുമ്പോൾ ഇത് അതിന്റെ പാരമ്യത്തിലായി. 2008 ൽ എസ് ഐ റ്റി യെ നിയമിച്ച് അവർ പ്രവർത്തനം ആരംഭിച്ചപ്പോൾ മുതൽ ഇന്നുവരെ ഇത് മുൻപറഞ്ഞ പോലെ തുടർന്നു. അതൊരു ഇരുണ്ടകാലമായിരുന്നു. എനിക്ക് എന്നെത്തന്നെ സംരക്ഷിക്കേണ്ടി വരികയും അതേ സമയം അതിജീവിച്ചവരുടെ ആത്മവിശ്വാസത്തെ ഉയർത്തേണ്ടിയും വന്നു.

ആക്രമണങ്ങൾ അതിന്റെ ഉച്ചസ്ഥായിയിലായപ്പോൾ ദളിത്, ആദിവാസി ഗ്രൂപ്പുകളും ജനകീയ സംഘടനകളും എന്നെ നെഞ്ചേറ്റിയെന്ന് തന്നെ പറയാം. ഗുജറാത്ത് ഗവൺമെന്റ് അവരുടെ പക എനിക്കെതിരെ അഴിച്ചുവിട്ടപ്പോൾ മുംബൈ, കേരളം, ഛത്തീസ്ഘട്ട്, വാർദ്ധ എന്നിവിടങ്ങളിലെ കൂട്ടായ്മകൾ എനിക്ക് വേണ്ടി നിലകൊണ്ടു. ഈ ഐക്യ

ദാർഢ്യത്തിൽ ഞാൻ പുളകിതയായി. ഞാൻ സുഹൃത്തുക്കളോടും നേതാക്കളോടും ഇപ്രകാരം ചോദിച്ചു., നിങ്ങളുടെ ധാരണയുടെ അടിസ്ഥാനമെന്താണ്? ഇത്രയും പിന്തുണ നല്കുന്നതിന്റെ ആവശ്യമെന്താണ്? അവരുടെ കാഴ്ചപ്പാടിൽ, 2002 സംഭവങ്ങളിൽ നീതി ആവശ്യപ്പെട്ടുള്ള സമരത്തിന് ഇത്രയും പ്രാധാന്യം കൈവന്നതെങ്ങനെ?. അവരുടെ പ്രതികരണം ഏറെ അടിസ്ഥാനപരവും ഉറച്ചതുമായിരുന്നു. ഒരു ദുഷ്ടഭരണകൂടം ഇത്രയും ആപല്ക്കരമായ ആക്രമണം താങ്കൾക്കെതിരെ നടത്തിയിട്ടു രക്ഷപ്പെടുന്നുവെങ്കിൽ ഞങ്ങളുടെ പ്രതിരോധങ്ങളും കൂടി തകർപ്പെടുന്നു എന്നാണ് അതിനർത്ഥം. അത് വളരെ എളുപ്പത്തിൽ ഞങ്ങൾക്കെതിരെയും വരും. ആഴത്തിലുള്ള ഈ ജീവിതാനുഭവങ്ങൾ എന്റെ വളർച്ചയെ പരിപോഷിപ്പിക്കുകയും രാഷ്ട്രീയമായി കൂടുതൽ പക്വത നല്കുകയും ചെയ്തു.

നീതിക്കുവേണ്ടിയുള്ള സമരം ബഹുമുഖതലങ്ങളിലേക്ക് വികസിച്ചു. പ്രത്യാഘാതങ്ങളെ അവഗണിച്ചുകൊണ്ട് അധികാരകേന്ദ്രങ്ങളോട് സത്യം വെളിപ്പെടുത്തണം. മറ്റുള്ളവർ തളർന്നാൽപോലും പോരാട്ടം അതിശക്തമായിത്തുടരണം. സ്വയം പ്രതിരോധിച്ചുകൊണ്ട് തെളിവുകൾ സമർപ്പിച്ചും ശേഖരിച്ചും അശ്രാന്ത പരിശ്രമം തുടരേണ്ടതുണ്ട്. മുഴുവൻ പ്രക്രിയയും ശ്രമകരമാണ്. എന്നിൽ അർപ്പിതമായ ചുമതലകളെ സൂക്ഷ്മമായി പിന്തുടരേണ്ടതുണ്ട്. എന്റെ ഇ-മെയിൽ ട്രാക്ക് ചെയ്യപ്പെടുന്നുണ്ടെന്നും മൊബൈൽഫോൺ ടേപ് ചെയ്യപ്പെടുന്നുണ്ടെന്നും എനിക്ക് അറിയാമായിരുന്നു. ദൈനംദിനം നിരാശയിലേക്ക് കൂപ്പുകുത്തുന്ന ഒരു സർക്കാരിന്റെ പൊലീസും മറ്റ് ഏജൻസികളും എനിക്കെതിരെയുണ്ടായിരുന്നു. വളരെ ആസൂത്രിതമായി നടപ്പാക്കപ്പെടുന്ന അംഗച്ഛേദങ്ങളും, കൊലപാതകങ്ങളും, ബലാത്സംഗങ്ങളും ന്യായീകരിക്കുന്ന മതാധിഷ്ഠിത ദേശീയതയ്ക്ക് പിന്നിലൊളിച്ച അസുരനെതിരെ സമരം ചെയ്യുമ്പോൾ നമ്മൾ ആളും അർത്ഥവും ശേഖരിച്ചുകൊണ്ടുള്ള എല്ലാവിധ ആക്രമണങ്ങൾക്കും അഭിമുഖമായി നില്ക്കുകയാണ്. അത് നിങ്ങളെ ദുർബ്ബലരാക്കുകയും ഭീഷണിപ്പെടുത്തുകയും ചെയ്തേക്കാവുന്നതാണ്.

ഊർജ്ജസ്വലതയും ആന്തരികബലവുമാണ് എന്റെ ശക്തി. നിയമസഹായമേഖലയിലുള്ള പ്രവർത്തനമാവട്ടെ, നമ്മുടെ സ്കൂളുകളിലെ വിദ്യാഭ്യാസ പ്രവർത്തനമാവട്ടെ പത്രപ്രവർത്തനപരവും അക്കാദമികവുമായ എഴുത്തുകളാവട്ടെ, 2004 മുതൽ അത്തരം പ്രവർത്തനങ്ങളിലൊന്നും തന്നെ തളർന്നു പോകരുതെന്ന് ഞാൻ ദൃഢനിശ്ചയമെടുത്തിരുന്നു. അതുകൊണ്ട് തന്നെ മാനസികതലത്തിലും ശാരീരികതലത്തിലും അവയൊക്കെ പ്രബലമായി സ്വാധീനം ചെലുത്തുന്നവിധം പ്രവർത്തിച്ചിരുന്നു. എന്റെ കാലുകൾ മണ്ണിൽ പുതഞ്ഞുകിടക്കുകയായിരുന്നു. ഞാൻ മുന്നോട്ട് ചലിക്കുകയായിരുന്നു.

ഖോജു (KHOJ) മായുള്ള എന്റെ ബന്ധം-കുട്ടികളുമായി ചേർന്ന് പാഠ്യപദ്ധതി തയ്യാറാക്കുന്ന പദ്ധതി-എനിക്ക് വലിയ രീതിയിൽ

ഊർജ്ജവും ശക്തിയും പ്രദാനം ചെയ്യുന്ന ഒന്നായിരുന്നു.[5] ഞങ്ങൾ എന്തെല്ലാം ചെയ്തിട്ടുണ്ടോ അതിന്റെ ചാലകശക്തി സബ്രംഗ് കൂട്ടായ്മയും സി ജെ പിയും ഖോജും ആയിരുന്നു. 2014 മുതലുള്ള വർഷങ്ങൾ ഏറെ വെല്ലുവിളി നിറഞ്ഞതായിരുന്നുവെങ്കിലും, ഈ കൂട്ടായ്മകൾ-മുംബൈയിലും അഹമ്മദാബാദിലും ഉള്ളവ- അശേഷം ചാഞ്ചല്യമില്ലാതെ നമുക്കൊപ്പം ഉറച്ചുനിന്നു. അവരോടുള്ള കടപ്പാട്- സന്തോഷ്, ഇർഫാൻ, ആലീസ്, സുരേഖ, പ്രദീപ്, ദാദ, ശങ്കർ, റഫീക്ഭായ്-വാക്കുകൾക്കതീതമാണ്. അതുപോലെ എന്റെ കുടുംബത്തിലുള്ളവർ ഞങ്ങളുടെ യാത്രയിൽ സ്വച്ഛത നല്കി. അവർ ഗീത, ഹർഷിത്, അജി, എന്റെ മകൾ, സഹോദരി. ഇവരുടെയൊക്കെ സാമിപ്യത്താൽ ഒരിക്കലും ഒറ്റപ്പെടൽ അനുഭവപ്പെട്ടില്ല.

വിവരസാങ്കേതിക രംഗത്തുള്ള അടുത്ത സുഹൃത്തുക്കൾ 2012 മുതൽ നിലച്ചുപോയ *കമ്യൂണലിസം കോംബാറ്റ്* ഓൺലൈനായി പുനർജ്ജീവിപ്പിക്കാൻ എന്നെ പ്രേരിപ്പിച്ചുകൊണ്ടിരുന്നു. നമ്മുടെ സൈറ്റിനെ പരിപാലിക്കുകയും സംരക്ഷിക്കുകയും ചെയ്തുകൊണ്ടിരിക്കുന്ന വിദഗ്ദ്ധരുടെ വലിയതലത്തിലുള്ള സഹായത്തിന് ഞാൻ നന്ദി പറയുകയാണ്, പ്രത്യേകമായി പ്രബീർ പുർകായസ്ഥയുടെ സൂക്ഷ്മമായ പ്രവർത്തനത്തിന്. 2015 നവംബർ 26, ഭരണഘടനാദിനത്തിൽ സബ്രംഗ് ഇന്ത്യ ഡോട്ട് ഇൻ (Sabrang.in) സമാരംഭിക്കപ്പെട്ടു. അതിന്റെ വർദ്ധിച്ച തോതിലുള്ള വായനക്കാർ, അടിച്ചമർത്തലിനും ഭീഷണിപ്പെടുത്തലിനും എതിരെയുള്ള ചെറുത്തുനില്പിനെ സൂചിപ്പിക്കുന്നു. സ്വാതന്ത്ര്യത്തിനും, അന്വേഷണങ്ങൾക്കും ഉള്ള ജനങ്ങളുടെ നിക്ഷേപത്തിന്റെ സൂചനയാണിത്.

കഠിനമായ സമ്മർദ്ദങ്ങളുടെ ഫലമായി സുഹൃത്തുക്കൾ കൂടുതൽ അടുത്ത സുഹൃത്തുക്കളായി എന്നത് ഭാഗ്യമായി കരുതുന്നു. എന്റെ അഭിഭാഷകരായിരുന്ന അവരിൽ പലരും ഇന്ന് നിർണ്ണായക പദവികളിലിരിക്കുന്നതിനാൽ എനിക്ക് അവരുടെ എല്ലാവരുടേയും പേരുകൾ വെളിപ്പെടുത്താനാവില്ല. അവരുടെ കഥ കുറച്ചുകൂടി സമയം ലഭ്യമാകുന്ന സമയത്ത് പറയാൻ കഴിയുമെന്ന് കരുതുന്നു. എന്റെ അഭിഭാഷകർ അത്യാഹിതങ്ങൾ, ഉൽക്കണ്ഠകൾ, മുൻകരുതൽ നടപടികൾ, അധികാരികളെ അഭിസംബോധന ചെയ്യൽ തുടങ്ങി ഓരോ പ്രതിസന്ധികളിലും ഇടപെട്ട് ഒരു ദിവസവും മുടങ്ങാതെ 24 മണിക്കൂറും പ്രവർത്തിച്ചുവന്നു. അതീവ ശ്രദ്ധയോടെ, നിഷ്ഠയോടെ ഞങ്ങളുടെ നിയമസംഘം നടത്തിയ ഡോക്യുമെന്റേഷൻ ഞങ്ങളെ സുരക്ഷയുടെ വലയിൽ ചേർത്ത് നിർത്തി. സാധാരണ ഗതിയിൽ സ്വീകര്യമായതിനുമപ്പുറത്തുള്ളവയായിരുന്നു ഞാൻ അവരുടെ മുന്നിൽ ഉന്നയിച്ച ആവശ്യങ്ങൾ. ഓരോ ഘട്ടത്തിലും അവർ മുൻപന്തിയിൽ നിന്നു. അവർ ഇവരാണ്: അഹമ്മദാബാദിൽനിന്നുമുള്ള സുഹേൽ തിർമിസി, മിഹിർ ദേശായി, അസ്പി ചിനോയ്, നവ്റോസ് ശീർവായ് (മുംബൈ) അതുപോലെ ഡൽഹിയിൽ

അപർണ്ണാഭട്ട്, കാമിനി ജയ്സ്വാൾ, രമേഷ് പുഖ്റംഭം എന്നിവരും. സഞ്ജയ് പരീഖ്, കപിൽ സിബൽ എന്നിവരെ ഇവിടെ മറക്കുന്നില്ല. 2010 ൽ സാഹചര്യങ്ങൾ ഏറെ ചൂടുപിടിച്ചപ്പോൾ അപർണ്ണ ഒരു ഫേസ്ബുക്ക് പോസ്റ്റിൽ ഇപ്രകാരം എഴുതി: "എന്റെ ഒരു കുറിപ്പോടു കൂടി ഞാനിത് (മറ്റൊരാളുടെ പോസ്റ്റ്) ഷെയർ ചെയ്യുകയാണ്. പതിനാല് വർഷമായി ഞാൻ അവരെ (തീസ്ത) പ്രതിനിധീകരിക്കുന്നുണ്ടെങ്കിലും നിയമവിരുദ്ധമായ ഒരു കാര്യം ചെയ്യുന്നതിനോ, ന്യായീകരിക്കുന്നതിനോ എന്നോട് ആവശ്യപ്പെട്ടിട്ടില്ല. അർഹരായവരെ അവർ എപ്പോഴും സഹായിച്ചു. ആധികാരികമായ ഏത് സഹകരണങ്ങളെയും അവർ ബഹുമാനിക്കുകയും ഇരകളോടൊപ്പം സ്ഥൈര്യത്തോടെനിന്നു എന്നതിലും ഞങ്ങൾ അഭിമാനിക്കുന്നു, എന്റെ അഭിഭാഷക എന്ന നിലയിലുള്ള സംഭാവന എത്ര ചെറുതാണെങ്കിലും അവരുടെ അഭിഭാഷകയായിരുന്നു ഞാൻ എന്നതിൽ ഞാൻ അഭിമാനിക്കുന്നു." ഇത്തരം ആത്മാർത്ഥമായ പിന്തുണകളായിരുന്നു ഏറ്റവും സമ്പന്നമായി തോന്നിയത്. ഞങ്ങളുടെ നിയമ ഗ്രൂപ്പിന്റെ മഹാമനസ്കതയും താഴ്മയുമെല്ലാം ഇവ്വിധത്തിലുള്ളതായിരുന്നു. എപ്പോഴും പ്രചോദനാത്മകമായത്, ഐക്യദാർഢ്യം ഉൾച്ചേർന്നത്. ഞാനായിട്ട് അവരുടെ നിമിഷങ്ങളെ അല്പമെങ്കിലും വിരസമാക്കിയോ എന്ന് അവരിൽ ചിലരെങ്കിലും വിചാരിച്ചിരിക്കുമോ!

ഈ വർഷങ്ങളിലെല്ലാം, കുടുംബത്തിന്റെ പേരോ, പ്രസിദ്ധിയോ സൂചിപ്പിക്കേണ്ടതില്ലാത്ത, പ്രതിജ്ഞാബദ്ധവും സംശയലേശമെന്യേയുള്ളതുമായ ഒരു സംഘം ഞങ്ങളുടെ വിശ്വാസത്തിലും സമ്പൂർണ്ണതയിലും അടിയുറച്ചുനിന്നു. അതുതന്നെ വലിയൊരു വീണ്ടെടുപ്പായിരുന്നു. ജനതയുടെ മൂല്യവും ഉത്സാഹവും ഒരുമിച്ച് സമ്മേളിക്കുന്ന കഠിനമായ വെല്ലുവിളികളുടെ നാളുകളായിരുന്നു അത്. നിയമരംഗത്തുനിന്നുമുള്ള സ്ത്രീകളും പുരുഷന്മാരുമായ വിശിഷ്ട വ്യക്തികൾ ഞങ്ങളുടെ പിന്നിൽ ഉറച്ചുനിന്നു- എത്രയും വലിയ പ്രത്യാഘാതങ്ങൾ ഞങ്ങളെ ചുറ്റിയടിക്കുമ്പോഴും.

അഭിഭാഷകർക്ക് പുറമെ പല ഉദ്യോഗസ്ഥപ്രമുഖരും, രാഷ്ട്രീയനേതാക്കളും ഞങ്ങൾക്ക് നല്കിയ പിന്തുണ എന്നെ അത്ഭുതപ്പെടുത്തി. സാക്കിയ ജാഫ്രി കേസ് എസ് ഐ ടി അന്വേഷിക്കാൻ ആരംഭിച്ച കാലത്ത് ഗുജറാത്തിലെ മുൻമുഖ്യമന്ത്രിയും മോദിയുടെ ക്യാബിനറ്റിലെ രണ്ടാമനുമായിരുന്ന സുരേഷ് മേത്ത എന്നെ സമീപിച്ചു. അദ്ദേഹം ഭരണഘടനാപരമായി സത്യപ്രതിജ്ഞ ചെയ്ത വ്യക്തിയാണ്. രാഷ്ട്രീയത്തിലെ പല സംഗതികളിലും ഞങ്ങൾക്ക് ഭിന്നാഭിപ്രായങ്ങളുണ്ടായിരുന്നുവെങ്കിലും ഭരണഘടനാ ചട്ടക്കൂടിൽ അദ്ദേഹത്തിന് അതിയായ പ്രതിബദ്ധതയുണ്ടായിരുന്നു. ഒപ്പം എനിക്കെതിരായ ആക്രമണങ്ങളെ അദ്ദേഹം എതിർക്കുകയും ചെയ്തു. സ്വഭാവദാർഢ്യവും നർമ്മരസികത്വവും ഒരുപോലെ സമ്മേളിച്ച ഒരു അപൂർവ്വയിനം പൊലീസുദ്യോഗസ്ഥനായ ആർ ബി ശ്രീകുമാർ ഒരിക്കലും ചാഞ്ചാട്ടത്തിന് വശംവദനായില്ല. ഞങ്ങൾ ഗുജ

റാത്തിൽ തലങ്ങും വിലങ്ങും യാത്രകൾ ചെയ്യുകയും, വംശഹത്യാ ഇരകൾ താമസിക്കുന്ന ക്യാമ്പുകൾ സന്ദർശിക്കുകയും വിചാരണകളിൽ പങ്കുകൊള്ളുകയും ചെയ്തു.

കഴിഞ്ഞ മൂന്ന് ദശാബ്ദത്തിനിടയിൽ മൂന്നോ നാലോ പ്രാവശ്യം, എന്റെ കുടുംബസുഹൃത്തും ബാല്യകാലം മുതലുള്ള ചങ്ങാതിയുമായിരുന്ന ദിലീപ് ഡിസൂസ ഒരേ ചോദ്യം ആവർത്തിച്ച് ഉന്നയിക്കാറുണ്ട്, "നിങ്ങൾ എങ്ങനെയാണ് ഈ കോപത്തെയും വെറുപ്പിനെയും തുടർച്ചയായി നേരിടുന്നത്." എന്റെ അതുൽ തുറന്നടിച്ച് പറയുമായിരുന്നതുപോലെ[6] "നിനക്കത് നേരിടാൻ പറ്റില്ല; നീ അത് അവധാനതയോടെ നേരിടാൻ പഠിക്കുകയും അതിനൊപ്പം ജീവിക്കുകയുമാണ്." എന്റെ സഖാക്കളും സുഹൃത്തുക്കളുമായ ഇവരാണ് ഞങ്ങളുടെ പ്രവർത്തനങ്ങൾക്ക് ചുക്കാൻ പിടിക്കാൻ കഴിയുന്ന സംഘടനകൾക്ക് ബീജാവാപം നല്കിയത്. 1993 മുതൽ അത് തുടർന്ന് വരികയും ചെയ്യുന്നു. ഇതൊന്നുമില്ലായിരുന്നെങ്കിൽ, പകയുടെ നഖങ്ങൾ, ഞങ്ങളുടെ പ്രവർത്തനങ്ങളുടെ സ്വാധീനതകളെ ഞെരുക്കുകയും ഞങ്ങളുടെ നിലനില്പുതന്നെ ശ്യൂന്യമാക്കുകയും ചെയ്യുമായിരുന്നുവെന്ന് ഞാൻ എപ്പോഴും വിശ്വസിക്കുന്നു. അതെ, ഞാൻ വെറുപ്പുകളെ അഭിമുഖീകരിച്ച് ജീവിക്കാൻ പഠിച്ചിരിക്കുന്നു. പക്ഷേ, അത് എന്നെ നിർവ്വചിക്കുന്നില്ല.

നീതിക്കും ശാന്തതയ്ക്കും വേണ്ടിയുള്ള എന്റെ സമരത്തിനിടെ വന്നുപെട്ട സുഹൃത്തായിരുന്നു ശ്രീമതി രുഗ്മിണീ സെൻ. അവരുടെ പിന്തുണയിലും പരസ്പരധാരണയിലും ഒരിക്കലും പതർച്ചയുണ്ടായില്ല. ഊഷ്മളമായ ചങ്ങാത്തത്തിന് പുറമെ, ഇലക്ട്രോണിക് മീഡിയ, ഇന്റർനെറ്റ് എന്നിവയിലൂടെയുള്ള ഇടപെടലുകളുടെ ഫലമായി സഹകരിച്ച് പ്രവർത്തിക്കുന്നതിന്റെയും തൽഫലമായ വളർച്ചയുടേയും പുതിയ മേഖലകൾ ഞങ്ങൾ കണ്ടെത്തി. സംഘർഷഭരിതമായ നിലനില്പിന് കുറച്ചുകൂടി ആയാസം നല്കുന്നതിനും പുതിയരീതിയിലുള്ള പ്രതിരോധം കെട്ടിപ്പടുക്കുന്നതിനും ഊഷ്മളമായ ചങ്ങാത്തം വളർത്തിയെടുക്കുന്നതിനും, 2014 ന് ശേഷം, അവരുടെ സാന്നിദ്ധ്യം എനിക്ക് സഹായകമായി. മറ്റൊരാൾ മുനീസാ ഖാൻ ആണ്. ബനാറസിലുള്ള അവരുടെ വീട് എന്റെ വീട്ടിൽ നിന്നും കുറച്ച് അകലെയായിരുന്നു.

ഞങ്ങളുടെ പ്രവർത്തനങ്ങളോട് ആദരവും ഐക്യദാർഢ്യവും പുലർത്തുന്ന ഗ്രൂപ്പുകൾ, വ്യക്തികൾ, പ്രസ്ഥാനങ്ങൾ ഇവയെല്ലാം ഞങ്ങളെ ക്ഷണിക്കുകയും സംസാരിക്കാൻ ആവശ്യപ്പെടുകയും ചെയ്തിരുന്നു. ഒരുദിവസം ബനാറസിലായിരുന്നെങ്കിൽ മറ്റൊരു ദിവസം തിരുവനന്തപുരം, ഇനിയുമൊരു ദിവസം വാറങ്കൽ, അങ്ങനെ. എന്റെ യാത്രകളിൽ അംഗീകാരത്തിന്റേതായ ധാരാളം നേട്ടങ്ങൾ എനിക്ക് ലഭിക്കുമായിരുന്നു, അതിന് ടെലിവിഷന് നന്ദി പറയുന്നു. ഇപ്രകാരം ലഭിക്കുന്ന സ്വീകരണങ്ങളിൽ പലതും തുറന്ന മനസ്സോടെയുള്ളതും ഊഷ്മളവും ബഹുമാനം നിറഞ്ഞതും അമിതാവേശം ഉൾക്കൊള്ളുന്നവയുമായിരുന്നു. ദിലീപ്

ഉൾപ്പെടെയുള്ള സ്നേഹം നിറഞ്ഞമനസ്സുകളോട് എന്റെ ഉത്തരം ഇത്രമാത്രമായിരുന്നു. നിങ്ങളിലേക്കടിച്ചിറക്കപ്പെടുന്ന വെറുപ്പിന്റെ വിഷത്തോടും, ആസൂത്രിതമായി തയ്യാറാക്കപ്പെടുന്ന, രാഷ്ട്രീയമായി തൊടുത്തുവിടുന്ന വെറുപ്പിന്റേതായ ആക്ഷേപഹാസ്യത്തോടും നിലപാടുകൾ സ്വീകരിക്കുക. നിങ്ങൾ സ്വയം സ്നേഹത്തിന്റെയും ബഹുമാനത്തിന്റെയും തുരുത്തുകൾ തീർക്കുക അതുവഴി നിങ്ങളെ വിശ്വസിക്കുന്ന ദശലക്ഷക്കണക്കിന് ഇന്ത്യക്കാരുടെ മൂല്യങ്ങൾ സംരക്ഷിക്കുകയും ചെയ്യുക. അതിന് ദുരുപദിഷ്ടമായ ആക്ഷേപഹാസ്യങ്ങളേയും വഞ്ചനാപരമായ പകയേയും അകറ്റി നിർത്താൻ കഴിയുന്നുണ്ടോ? പറയാൻ അത്രതന്നെ എളുപ്പമല്ല. കാലത്തിന് മാത്രമേ അത് പറയാൻ കഴിയുകയുള്ളൂ എന്നും തോന്നുന്നു.

ചിലർ എന്റെ അവസാനം കാണാൻ തല്പരരായിരുന്നവരായിരുന്നു. യു കെ യിൽ താമസിക്കുന്നു എന്ന് അവകാശപ്പെട്ട് സ്തോഭജനകമാം വിധം ജാവേദിനെ ടെലിഫോണിൽ വിളിച്ച് സംസാരിച്ചിരുന്ന വയസ്സായ ഒരാളുണ്ടായിരുന്നു. അയാൾ പറയും "താങ്കളുടെ ഭാര്യയുടെ വിധി ജയിലിൽ മില്ലിൽ പൊടിക്കുവാനായിരിക്കും. ശ്രദ്ധയോടെയും സൂക്ഷിച്ചുമിരിക്കുക."

* * * * *

ഗുൽബർഗ്ഗ്കൂട്ടക്കൊലയുടെ വിധി 2016 ജൂൺ 2 ന് പുറത്തു വന്നു. അത് വളരെ നിരാശാജനകമായിരുന്നു. 2002 ൽ ഗുൽബർഗ്ഗ് സൊസൈറ്റിയിൽ 69 പേർ കൊലചെയ്യപ്പെടുകയും 31 പേരെ കാണാതാവുകയും ചെയ്തിരുന്നു. ഗുജറാത്ത് വംശഹത്യയിലെ ഏറ്റവും വലിയ രണ്ടാമത്തെ കൂട്ടക്കൊലയായിരുന്നു അത്. ഗുൽബർഗ്ഗ് കേസിലെ വിധി പുറത്തുവന്നപ്പോൾ ഇരകളുടെ കുടുംബത്തിൽ പെട്ട മിക്കവരും മാനസികമായി മുറിവേല്ക്കപ്പെടുകയും നിരാശരാവുകയും ചെയ്തു. അഹ്സാൻ ജാഫ്രിയുടെ മകനായ തൻവീർ ജാഫ്രി പറഞ്ഞു, "ഒറ്റ ഒരാളെക്കൊണ്ട് കത്തിച്ചുകളയാൻ തരത്തിലുള്ള ഒരു ചായക്കടയായിരുന്നില്ല ഗുൽബർഗ്ഗ് സൊസൈറ്റി. അത് വളരെ വലുതായിരുന്നു. അവിടെ 15-20 ബംഗ്ലാവുകളുണ്ടായിരുന്നു 400-500 ആളുകൾ താമസിച്ചുവന്നിരുന്ന പത്തോളം ഫ്ളാറ്റുകൾ ഉണ്ടായിരുന്നു. 24 പേർ മാത്രമുള്ള ഒരു സംഘത്തിന് കേവലം പന്ത്രണ്ട് മണിക്കൂർ കൊണ്ട് ഇത്രയും ഭീകരമായി ഇത്രയധികം ആളുകളെ കത്തിക്കുന്നതിനോ കൊള്ളയടിക്കുന്നതിനോ, കൊലചെയ്യുന്നതിനോ സാധിക്കില്ല." അദ്ദേഹം പറഞ്ഞു, "അസാധാരണമായിരിക്കുന്നു, മുപ്പത്തിയാറുപേരെ വെറുതേ വിട്ടിരിക്കുന്നു, അപ്പീലിന് പോകണോ വേണ്ടയോ എന്ന് ഞങ്ങൾ തീരുമാനിക്കും."

ഏറ്റവും വലിയ കൂട്ടക്കൊല നടന്നത് നരോദപാട്യയിലായിരുന്നു. ചാർജ്ഷീറ്റ് പ്രകാരം 96 പേരാണ് കൊല്ലപ്പെട്ടതായി കാണിച്ചിരുന്നതെങ്കിലും ഞങ്ങളുടെ കണക്കുപ്രകാരം അത് 124 ആയിരുന്നു. നരോദാ

പാട്യ കേസിൽ ഉള്ള വിധി പുറത്തുവന്നത് 2012 ആഗസ്ത് 29 നായിരുന്നു. മുൻമന്ത്രിയടക്കം 32 പേർ ശിക്ഷിക്കപ്പെട്ടു. ഗുൽബർഗ്ഗ് കേസിൽ 11 പേർക്ക് ജീവപര്യന്തം ശിക്ഷനല്കപ്പെട്ടു. വിശ്വഹിന്ദു പരിഷത്ത് നേതാവ് അതുൽ വൈദ്യ ഏഴുവർഷത്തേക്ക് ജയിലിലടയ്ക്കപ്പെട്ടു. ഗുൽബർഗ്ഗിൽ അരങ്ങേറിയ വിധമുള്ള ക്രൂരമായ അതിക്രമങ്ങൾക്ക് ഈ ശിക്ഷ വളരെ ലഘുവായതായിരുന്നു.

ഗുൽബർഗ്ഗ്-വിചാരണയിലെ വിധിയിൽ ഞാൻ തികച്ചും നിസ്സഹായയായിരുന്നെങ്കിലും ഭീകരതയെ അതിജീവിച്ചവരുടെ, യാതനകളെ കാണാതെയും ഉൾക്കൊള്ളാതെയുമുള്ള മാധ്യമങ്ങളുടെ റിപ്പോർട്ടിങ് രീതി ഞാൻ ശ്രദ്ധിച്ചു. ക്രൂരതകൾ അതിജീവിച്ചവരുടെ, വിധിപ്രസ്താവത്തിന്മേലുള്ള പ്രതികരണങ്ങൾ രേഖപ്പെടുത്തുമ്പോൾ ഇരകൾ ഇത്രമാത്രം നിരാശരായത് സംബന്ധിച്ചും, ക്രിമിനൽ ഗൂഢാലോചന കോടതിയിൽ ചർച്ച ചെയ്യാതിരുന്നതിനെ സംബന്ധിച്ചും നേരിയ ഉൽക്കണ്ഠ പോലും അവ പ്രകടിപ്പിക്കുകയുണ്ടായില്ല. എന്നാലും ഒരു കാര്യത്തിൽ ഞാൻ സന്തോഷവതിയായിരുന്നു. ഈ വിധി ഗുൽബർഗ്ഗ് കേസിനേയും വംശഹത്യയുടെ ആഖ്യാനങ്ങളെയും കേന്ദ്രസ്ഥാനത്ത് കൊണ്ടുവന്നു. 2014 മുതൽ ഈ അവസ്ഥയായിരുന്നില്ല ഉണ്ടായിരുന്നത്.

വിധി പ്രസ്താവിച്ചുകൊണ്ട് സ്പെഷ്യൽ ജഡ്ജ് പി ബി ദേശായി തുറന്ന കോടതിയിൽ വാക്കാൽ പറയുകയുണ്ടായി, രക്ഷപ്പെട്ട സാക്ഷികൾക്കുവേണ്ടി ഗുൽബർഗ്ഗ് കൂട്ടക്കൊല വിചാരണയുടെ ആരംഭം മുതലേ അവരുടെ അഭിഭാഷകർ വളരെ ഗൗരവമായി ആരോപിച്ചിരുന്ന ഉന്നതതല ഗൂഢാലോചന അദ്ദേഹം സ്വീകരിച്ചിട്ടില്ലെന്ന്. എസ് ഐ ടി അന്വേഷണസംഘവും പ്രോസിക്യൂട്ടർമാരും ഈ വാദത്തെ ആദ്യം മുതലേ നിരുത്സാഹപ്പെടുത്തിയിരുന്നു. എസ് ഐ ടി പ്രോസിക്യൂട്ടർ ആർ സി കോടേക്കർ ഗൂഢാലോചന സംബന്ധിച്ച ഒരു വിഷയം ഉന്നയിച്ചതുപോലുമില്ല, എന്നിരുന്നാലും ജൂൺ 2-ാം തീയതിയിലെ മാധ്യമങ്ങളോടുള്ള പ്രതികരണത്തിൽ എസ് ഐ ടി മേധാവി രാഘവൻ ഇപ്രകാരം പറഞ്ഞു, "ജഡ്ജി പ്രോസിക്യൂഷന്റെ ഗൂഢാലോചനാവാദം സ്വീകരിക്കാതിരുന്നത് ഗൂഢാലോചനയുടെ തെളിവുകളുടെ പോരായ്മകൾകൊണ്ടായിരുന്നില്ല. ഒരുപക്ഷേ, ജഡ്ജിയുടെ കണ്ണിൽ, ശിക്ഷ നല്കുന്നതിന് പര്യാപ്തമായ തെളിവുകൾ ആയിരുന്നില്ല എന്നതുകൊണ്ടാവാം." ഈ തെളിവുകൾ വാസ്തവത്തിൽ ദുർബ്ബലമായിരുന്നവയാണോ? അല്ലെങ്കിൽ വിചാരണയുടെ പരിസമാപ്തിക്ക് മുൻപ് എസ് ഐ ടി മനഃപൂർവ്വം വേണ്ടവിധം അതു വാദത്തിൽ അവതരിപ്പിക്കാതെയിരുന്നതാണോ? 2016 ജൂൺ 17 ന് വിധി പ്രസ്താവത്തിൽ നല്കിയ വിശദീകരണത്തിൽ ഇതിനുള്ള മറുപടി ഉണ്ട്.

1345 പേജുകളുള്ള വിധിയുടെ 778, 779 പേജുകളിൽ സ്പെഷ്യൽ ജഡ്ജി ഇപ്രകാരം എഴുതുന്നു: "നിലവിലുള്ള നടപടിക്രമങ്ങളിൽ സൂചിപ്പിക്കപ്പെട്ട തരത്തിലുള്ള പൊലീസ് ആഫീസറെയോ, സർക്കാർ ആഫീ

സറെയോ അധികാരത്തിലുള്ള രാഷ്ട്രീയ നേതാക്കളേയോ കുറ്റക്കാരായി സ്ഥാപിക്കുന്നതിനാവശ്യമായ തെളിവുകൾ പ്രാഥമികമായിപ്പോലും സ്ഥാപിക്കപ്പെട്ടിട്ടില്ല. ഈ സാഹചര്യത്തിൽ എന്റെ അഭിപ്രായത്തിൽ, ഇക്കാര്യത്തിൽ വീണ്ടും ഒരു സംവാദം നടത്തുന്നത് തന്നെ ഉചിതവും സുരക്ഷിതവുമായിരിക്കുകയില്ല. ഇതു സംബന്ധിച്ച വിവാദങ്ങൾക്ക് വിരാമമിടുകയാണ് ഉചിതം എന്ന് തോന്നുന്നു.”

ദുർബ്ബലവും നിരാശാജനകവുമായ വിധിക്ക് പിന്നിലെ യാഥാർത്ഥ്യം ഇതിലടങ്ങിയിട്ടുണ്ട്. കേസിന്റെ അന്വേഷണവും വിചാരണയിലെ പ്രോസിക്യൂഷൻ തുടങ്ങിയ ഗൗരവമേറിയ ഉത്തരവാദിത്വങ്ങൾ നിക്ഷിപ്തമാക്കി സുപ്രീംകോടതി നിയോഗിച്ച എസ് ഐ ടി ക്രിമിനൽ ഗൂഢാലോചന സംബന്ധിച്ച ചാർജ് സ്ഥാപിച്ചെടുക്കാൻ പ്രയത്നിച്ചില്ല. ലഭ്യമായ തെളിവുകൾക്ക് ആവശ്യമായ പരിഗണന നല്കിയില്ല.

എസ് ഐ ടിയുടെ അന്വേഷണം ഗൗരവതരവും മെച്ചപ്പെട്ട രീതിയിലുമാവണം എന്ന താല്പര്യം ഉറപ്പിക്കുന്നതിന്റെ ഭാഗമായി സീനിയർ അഭിഭാഷകനായ മിഹിർ ദേശായി നാല് ആഫീസർമാരെ കുറ്റപത്രത്തിൽ ചേർക്കണമെന്ന് വാദിക്കുകയുണ്ടായി: കമ്മീഷണർ പി സി പാണ്ഡെ, ജോയിന്റ് കമ്മീഷ്ണർ എം കെ. ടാണ്ടൻ, അന്നത്തെ ഡി സി പി പി ബി ഗോന്തിയ, അഭയ് ചുഡാസ്മ എന്നിവരെ ക്രിമിനൽ നടപടിചട്ടങ്ങളുടെ സെക്ഷൻ 319 പ്രകാരം കുറ്റക്കാരായി ചേർക്കണം എന്നതായിരുന്നു ആവശ്യം. ഇത് 2010 ജനുവരിയിലായിരുന്നു. ഞാൻ ആദ്യമായി 2009 ഡിസംബർ 1 ന് സുപ്രീംകോടതിയിൽ സത്യവാങ്മൂലങ്ങൾ ഫയൽ ചെയ്യുകയുണ്ടായി. അന്നുമുതൽ പല പ്രാവശ്യമായി ഞാൻ കോടതിയെ സമീപിച്ചുവരികയായിരുന്നു. ഗുൽബർഗ്ഗ് സൊസൈറ്റി കൂട്ടക്കൊലയുടെ വിചാരണയുമായി ബന്ധപ്പെട്ട് ആവർത്തിച്ചുള്ള അപേക്ഷകളിലൂടെ ശേഖരിക്കപ്പെട്ട തെളിവുകൾ കൂടി കൂട്ടിച്ചേർത്തായിരുന്നു സത്യവാങ്മൂലങ്ങൾ ഫയൽ ചെയ്യപ്പെട്ടത്. വിചാരണ തുടങ്ങിയ ശേഷം സമാഹരിക്കപ്പെട്ട രേഖാമൂലമുള്ള തെളിവുകളുടെ വിവിധ വശങ്ങൾ അന്വേഷണത്തിന് വിധേയമാക്കാൻ മനപൂർവ്വം, പ്രത്യേകമായ ഉദ്ദേശ്യത്തോടെ, എസ് ഐ ടി തയ്യാറായില്ലെന്ന് ഞങ്ങൾ വെളിപ്പെടുത്തി (ചാർജ് ഷീറ്റിനോടൊപ്പം ഇവ ഉൾപ്പെടുത്താൻ എസ് ഐ ടി തയ്യാറായില്ല). ഈ രേഖകൾ ഏതൊക്കെയായിരുന്നു? ഡ്യൂട്ടിയിൽ വിന്യസിച്ചിരുന്ന പൊലീസുകാരുടെ കൈവശം ഏല്പിക്കപ്പെട്ടിരുന്ന ആയുധങ്ങളുടേയും വെടിയുണ്ടകളുടേയും മറ്റും ചാർട്ടുകൾ ആയിരുന്നു (ഉപയോഗിക്കാതിരുന്ന ബുള്ളറ്റുകളുടെ വിവരങ്ങൾ ഉൾപ്പെടെ). അഹമ്മദാബാദിലെ ഫയർ ബ്രിഗേഡ് രജിസ്റ്റർ രേഖകൾ, പൊലീസ് കൺട്രോൾ റൂം രേഖകൾ, 2004 ൽ അന്നത്തെ ക്രൈംബ്രാഞ്ച് ഡി സി പി നാനാവതി- ഷാ കമ്മീഷന് മുൻപാകെ സമർപ്പിച്ച 2002 മാർച്ച്- ജൂലൈ മാസങ്ങളിലെ ഫോൺകോൾ രേഖകൾ എന്നിവ അടങ്ങിയ സി ഡി എന്നിവയായിരുന്നു. അന്വേഷിക്കേണ്ടിയിരുന്ന ബൃഹത്തായ രേഖകളായിരുന്നു ഇവ.

കോടതി മുൻപാകെ സമർപ്പിക്കപ്പെട്ട ഈ ഫോൺകോൾ രേഖകൾ പലർക്കും ഭീതി ഉളവാക്കിയ, വിവാദ തലത്തിലുള്ളവയായിരുന്നു. പകൽ വെളിച്ചത്തിൽ നടപ്പിലാക്കപ്പെട്ട കൂട്ടക്കൊലകളെ സംബന്ധിച്ച് വിശദമായ തെളിവുകൾ നല്കുന്നതായിരുന്നു അവ. മുൻ ഐ പി എസ് ഓഫീസറും ക്രൈം ഡി സി പിയുമായിരുന്ന രാഹുൽ ശർമ്മ നല്കിയ സി ഡിയുടെ പരിശോധനപ്രകാരം പാണ്ഡെ മുഖ്യമന്ത്രിയുടെ ആഫീസിലെ ഉദ്യോഗസ്ഥരുമായി ഒരുദിവസം പതിനഞ്ചോളം ഫോൺ കോളുകൾ നടത്തിയതായി വെളിവാക്കപ്പെട്ടിരുന്നു. ആദ്യത്തെ ടെലിഫോൺ കോൾ രാവിലെ 11.14 ന് ആയിരുന്നു. ഫെബ്രുവരി 28 ന് മൊബൈൽ ഫോണിൽ വരികയും പോവുകയും ചെയ്ത 302 കോളുകൾ. അതിൽ പലതും അദ്ദേഹത്തിന്റെ മേധാവിയായ ഡി ജി പി ചക്രവർത്തിയുമായും 8 കോളുകൾ പൊലീസ് ജോയിന്റ് കമ്മീഷണർ ആയ ശിവാനന്ദ് ഝായുമായും ഉള്ളതായിരുന്നു. നരോദാ, ഗുൽബർഗ്ഗ് എന്നീ മേഖലകളുടെ ചാർജ് ഉണ്ടായിരുന്ന ഡി സി പി ഗോന്തിയയെ പാണ്ഡെ വിളിച്ചതായി കാണുന്നത് രണ്ടുപ്രാവശ്യം മാത്രം. അതും ഏറ്റവും മോശമായത് സംഭവിച്ചുകഴിഞ്ഞതിനുശേഷം മാത്രം, ആയിരുന്നു. (സമയം 15:16:12 നും, 15:54:39 നും ഇടയിൽ കമ്മീഷണറുടെ ആഫീസുമായി സാമിപ്യം ഉണ്ടായിട്ടും, അതുപോലെ പൊലീസ് ഇൻസ്പെക്ടർ കെ ജി എർദ അയാളുടെ ഉയർന്ന ഉദ്യോഗസ്ഥരുമായി നിരന്തരം ബന്ധപ്പെട്ടുകൊണ്ടിരുന്നിട്ടും മെഘാനി ആഗർ ഏരിയായിൽ വളരെ വൈകി 12:54 പി എം വരെ കർഫ്യൂ പ്രഖ്യാപിച്ചില്ല എന്നതിൽ ദുരൂഹതയുണ്ട്. ഇത് നിയതമായ നടപടിക്രമങ്ങളിൽ നിന്നും പൊലീസ് കമ്മീഷണറുടേയും അഡീഷണൽ കമ്മീഷണറുടേയും ഭാഗത്തുനിന്നുള്ള വീഴ്ചയായി വിലയിരുത്താൻ കഴിയും.

കൂട്ടം ചേർന്നുള്ള ആക്രമണത്തിന്റെ മൃഗീയതയ്ക്ക് പുറമെ, ഗുൽബർഗ്ഗ് സംഭവത്തിന് പിന്നിലുള്ള ഉന്നതതല ഗൂഢാലോചനയെപ്പറ്റി സാക്ഷികളുടെ അഭിഭാഷകർ വാദിച്ചു. മാത്രമല്ല ഗുൽബർഗ്ഗിൽനിന്നുള്ള സാക്ഷികളിൽ നാലു ദൃക്സാക്ഷികൾ ഇക്കാര്യം സ്ഥാപിക്കുകകൂടി ചെയ്തിരുന്നു. നിഷ്കരുണവും വഞ്ചനാപരവുമായ ടാണ്ടന്റെ പങ്ക് തെളിവുകൾ നശിപ്പിക്കുന്നതിൽ ആയിരുന്നു. മൃഗീയമായ ആക്രമണം അരങ്ങേറിയ ദിവസം വൈകുന്നേരം 5.30 ന് രക്ഷപ്പെട്ടവരെ പൊലീസ് വാനിൽ കൊണ്ടുപോകുമ്പോൾ, അവരിൽ രണ്ടുപേർ കൊലചെയ്യപ്പെട്ടവരും ബലാത്സംഗത്തിന് ഇരയായവരുമായ തങ്ങളുടെ ഉറ്റവരുടെ ശരീരങ്ങൾ കൂടി എടുക്കണമെന്ന് യാചിക്കുകയുണ്ടായി. “നിങ്ങൾ നിങ്ങളുടെ കാര്യം നോക്കു, മരിച്ചവരുടെ സുരക്ഷ ഞങ്ങൾ നോക്കിക്കൊള്ളാം.” എന്നായിരുന്നു ടാണ്ടന്റെ പ്രതികരണം. കൊലപാതകങ്ങൾക്കുള്ള ഫോറൻസിക് തെളിവുകൾ എല്ലാം നശിപ്പിക്കാൻ അനുവദിച്ചുകൊണ്ട് കത്തിയമർന്ന വസ്തുക്കളെല്ലാം മൃഗീയമായ ആക്രമണത്തിന്റെ മൂന്ന് ദിവസങ്ങൾക്ക് ശേഷവും ഗുൽബർഗ്ഗ് സൊസൈറ്റിയിൽ തുറന്നരീതിയിൽ കിടക്കുന്നതിന് അനുവദിക്കപ്പെട്ടു എന്നത് സൈറ്റ് പരിശോധനാ റിപ്പോർട്ടിൽനിന്നും

വ്യക്തമാണ്. രക്ഷപ്പെട്ടവർ തങ്ങളുടെ ഉറ്റവരുടെ കത്തിക്കരിഞ്ഞ ശരീരാവശിഷ്ടങ്ങൾ 2002 മാർച്ച് 2 ന് കലന്തരി മസ്ജിദ് ഖബറിസ്ഥാനിൽ സംസ്കരിക്കുമ്പോൾ അവ വെറും ചാരമായി മാറിയിരുന്നു. തെളിവുകൾ ഇപ്രകാരം നശിപ്പിക്കപ്പെട്ടതിനെ സംബന്ധിച്ച് വിധി ന്യായത്തിൽ പരാമർശമുണ്ട്.

ഇമ്മാതിരിയുള്ള വ്യക്തമായ സാഹചര്യത്തെളിവുകളും രേഖാമൂലമുള്ള തെളിവുകളും മറികടന്നുകൊണ്ടാണ് വിധി പുറത്തുവന്നിട്ടുള്ള തെന്നകാര്യം വ്യക്തമാണ്. വെറുപ്പിന്റെ രാഷ്ട്രീയം അതിക്രൂരമായി അഗ്നിക്കിരയാക്കിയ 69 മനുഷ്യജീവിതങ്ങൾക്ക് ഒരുവിധ വിലയും കല്പിക്കപ്പെട്ടില്ല എന്നതാണ് സത്യം. അവർ അനുഭവിച്ച ഭീകരതകൾ കോടതിയിൽ ഓർമ്മിച്ചെടുത്തപ്പോൾ തകർന്നുപോയ സാക്ഷികളുടെ വിവരണങ്ങൾക്ക് നിഷ്കരുണമായ പരിഗണനയാണ് ജഡ്ജി നല്കിയത്.

ഗൂഢാലോചന എന്ന ആരോപണത്തിൽ എസ് ഐ ടിയുടെ നിലപാട് വളരെ ദുർബ്ബലമായിരുന്നു എന്ന് ജസ്റ്റിസ് പി ബി ദേശായി നിരീക്ഷിക്കുന്നുണ്ട്. ഇത് ഗൂഢാലോചന എന്ന വാദം ഉയർത്താൻ സാക്ഷികളുടെ അഭിഭാഷകരെ പ്രേരിപ്പിച്ചു. ഗുൽബർഗ്ഗ് സംഭവത്തിൽ എസ് ഐ ടിയുടെ അന്വേഷണം ഗൗരവമുള്ള രീതിയിൽ ആയിരുന്നില്ല എന്ന് ഇക്കാര്യങ്ങൾ വെളിപ്പെടുത്തുന്നു.

ഗുജറാത്ത് വംശഹത്യയിൽ അരങ്ങേറിയ ക്രിമിനൽ ഗൂഢാലോചന എന്ന ആരോപണത്തിന്റെ മുനയൊടിക്കുക എന്നതായിരുന്നു ലക്ഷ്യമെന്ന് കാണാൻ കഴിയുന്നു. 2012 ആഗസ്ത് 29 ന് പുറത്തുവന്ന നരോദപാട്യ കേസിലെ വിധിന്യായവും വ്യാപകമായ ഗൂഢാലോചനയുണ്ടായി എന്ന കാര്യത്തിൽ സംശയമുണർത്തുന്നുണ്ട്. അതിൽ അഷീഷ് ഖേതന്റെ സ്റ്റിങ് ഓപ്പറേഷനെ പ്രകീർത്തിച്ചിട്ടുണ്ട് (2008 ൽ ദേശീയമനുഷ്യാവകാശകമ്മീഷന്റെ ഉത്തരവിനെത്തുടർന്ന് അദ്ദേഹത്തിന്റെ ടേപ്പുകൾ സി ബി ഐ പരിശോധിച്ച് ശരിയാണെന്ന് കണ്ടെത്തിയിരുന്നു). തെളിവുകൾ ആവശ്യപ്പെടും വിധം ക്രിമിനൽ ഗൂഢാലോചന ഉയർത്തിക്കൊണ്ടുള്ള നിലപാട് എസ് ഐ ടിയും അതിന്റെ പ്രോസിക്യൂട്ടറും സ്വീകരിച്ചിരുന്നെങ്കിൽ ഹൈക്കോടതിയിൽ സാക്കിയ ജാഫ്രി ഫയൽ ചെയ്ത കേസിൽ ആ വാദമുഖങ്ങൾ ഉയർത്താമായിരുന്നു. സാക്കിയ ജാഫ്രിയുടെ കേസ് ഹൈക്കോടതിയുടെ പരിഗണനയിലാണ്. ഇവിടെപ്പോലും സംസ്ഥാനത്ത് അങ്ങോളമിങ്ങോളം നടന്ന മുന്നൂറോളം സംഭവങ്ങളിൽ ക്രിമിനൽ ഗൂഢാലോചന എന്ന ആരോപണത്തിൽ അന്വേഷണം നടത്താൻ എസ് ഐ ടി വിസമ്മതിച്ചു. 2002 ൽ 69 ആളുകൾ കൊല്ലപ്പെട്ട ഒരു സംഭവത്തെപ്പറ്റിയുള്ളതാണ് ഗുൽബർഗ്ഗ് കൂട്ടക്കൊലക്കേസ്. നേരെമറിച്ച് ഗുജറാത്ത് സംസ്ഥാനത്ത് ഉടനീളം നടന്ന മുന്നൂറോളം സംഭവങ്ങളുമായി ബന്ധപ്പെട്ടുള്ളതാണ് സാക്കിയ ജാഫ്രി കേസ്. അതിൽ ഭരണസംവിധാനത്തിന്റെ ക്രിമിനൽ കുറ്റത്തെപ്പറ്റി സൂചനയുണ്ട്. സാക്കിയ ജാഫ്രി കേസ് പ്രോസിക്യൂഷന് മുന്നോടിയായുള്ള ഘട്ടത്തിലായിരുന്നു. ജൂൺ 2 ലെ

ഗുൽബർഗ്ഗ് കേസിലെ വിധി സുപ്രീംകോടതിയുടെ നിരീക്ഷണത്തിൽ നടന്ന 2002 ലെ ലഹളവിചാരണയിലെ അവസാനത്തേതിൽ ഒന്നായിരുന്നു. ഗുൽബർഗ്ഗ് കൂട്ടക്കൊലയിൽ മുൻകൂട്ടിയുള്ള ആസൂത്രണവും ഗൂഢാലോചനയും കൊണ്ടുവരുന്നതിലുണ്ടായ വീഴ്ച (പ്രത്യേകിച്ചും നരോദ പാട്യ കേസിൽ ക്രിമിനൽ ഗൂഢാലോചനയ്ക്കുള്ള ശക്തമായ തെളിവുകളുണ്ടെന്നുള്ള സെഷൻസ് സ്പെഷ്യൽ ജഡ്ജിയുടെ നിരീക്ഷണങ്ങൾക്ക് ശേഷവും) സാക്കിയ ജാഫ്രി കേസിൽ സംസ്ഥാനാടിസ്ഥാനത്തിൽ ക്രിമിനൽ ഗൂഢാലോചനയുണ്ടായി എന്ന വാദത്തെ ദുർബ്ബലപ്പെടുത്തുന്നതിന് ലക്ഷ്യം വച്ചുള്ളതായിരുന്നു.

ലഹളയെ അതിജീവിച്ചവർക്കെതിരെയും സാക്ഷികൾക്കെതിരെയും ഉള്ള എസ് ഐ ടിയുടെ നിർഭാഗ്യകരമായ ശത്രുത വിചാരണയുടെ തുടക്കം മുതലേ കാണാമായിരുന്നു. ആ ശത്രുത പല സന്ദർഭങ്ങളിലും ഞങ്ങൾക്കെതിരെയും നീണ്ടുവന്നിരുന്നു. അമിക്കസ്ക്യൂറിയായ രാജു രാമചന്ദ്രന്റെ ഇടക്കാല റിപ്പോർട്ട് സുപ്രീംകോടതിയുടെ ഹിയറിങ്ങിനെ (ജനുവരി 2011) സ്വാധീനിക്കുമെന്നിരിക്കെ മറ്റു കേസുകളിലെ സീനിയർ അഭിഭാഷകനും അമിക്കസും ആയ ഹരീഷ് സാൽവേയുമായിച്ചേർന്ന് എസ് ഐ ടി ചെയർമാൻ ആർ കെ രാഘവൻ, ഞങ്ങളുടെ അഭിഭാഷകരുടെ സുരക്ഷയോടനുബന്ധിച്ച് മനുഷ്യാവകാശ ഹൈക്കമ്മീഷണറുടെ ആഫീസുമായി (OHCHR) ബന്ധപ്പെട്ടതിന് എന്നെ താക്കീത് ചെയ്യണമെന്ന് ആവശ്യം ഉന്നയിച്ചത് അതിനുള്ള വ്യക്തമായ തെളിവാണ്. ഞാൻ എഴുതിയ കത്ത് യുണൈറ്റഡ് നേഷൻസിലെ ഹ്യൂമൻ റൈറ്റ് ഹൈക്കമ്മീഷണറുടെ ആഫീസിലേക്കായിരുന്നു. ഒ എച്ച് സി എച്ച് ആറിലെ ഉടമ്പടികൾ പാലിക്കാൻ ബാദ്ധ്യതയുള്ള, ഇതിൽ ഒപ്പുവച്ച ഒരു രാജ്യമാണ് ഇന്ത്യ. ഈ സാഹചര്യത്തിൽ ഹ്യൂമൻ റൈറ്റ് ഹൈക്കമ്മീഷണറുടെ ആഫീസുമായി ഏതെങ്കിലും പൗരനോ, സംഘടനയോ ബന്ധപ്പെടുന്നത് ഒരിക്കലും ഒരു അപാകതയല്ല. എന്നാൽ "നമ്മുടെ കാര്യങ്ങളിൽ ഏതെങ്കിലും വിദേശ ഇടപെടൽ അനുവദിക്കാനോ, അംഗീകരിക്കാനോ ഞങ്ങൾക്ക് കഴിയില്ല" എന്ന് ജസ്റ്റിസ് ഡി കെ ജയിൻ, പി സദാശിവം, അഫ്താബ് ആലം എന്നിവർ പറയുകയുണ്ടായി. ഹ്യൂമൻ റൈറ്റ് ഹൈക്കമ്മീഷണറുടെ ആഫീസുമായുള്ള എന്റെ കത്തിടപാടുകൾ ഇടപെടലായി അവർ വ്യാഖ്യാനിച്ചു. "വിദേശരാജ്യത്തേക്ക് കത്തുകൾ എഴുതുന്നത് ഞങ്ങൾക്ക് അംഗീകരിക്കാനാവില്ല", ജഡ്ജിമാർ പറഞ്ഞു. ഹ്യൂമൻ റൈറ്റ് ഹൈക്കമ്മീഷണറുടെ (ഒ എച്ച് സി എച്ച് ആർ) ആസ്ഥാനം സ്വിറ്റ്സർലണ്ടിലെ ജനീവ കേന്ദ്രമാക്കിയാണ് പ്രവർത്തിക്കുന്നത്. ആ നിലയ്ക്ക് വിദേശരാജ്യത്തേക്ക് കത്തെഴുതി എന്ന് ജഡ്ജിമാർ പറഞ്ഞത് ശരിയാണ്. (OHCHR ൽ ഇന്ത്യ ഒരംഗവും നിരന്തരം യുണൈറ്റഡ് നേഷൻസ് ഹ്യൂമൺ റൈറ്റ്സ് കൺട്രോളിൽ അംഗമായിരിക്കുന്ന രാഷ്ട്രവുമാണ്. ആ നിലയ്ക്ക്, മറ്റൊരു വിധത്തിൽ പറഞ്ഞാൽ ഞങ്ങൾ സിറ്റിസൺ ജസ്റ്റിസ് ആൻഡ് പീസ്) ഒരു വിദേശരാജ്യത്തേക്ക്

കത്തെഴുതിയിട്ടില്ല, മറിച്ച് മനുഷ്യാവകാശ പ്രശ്നങ്ങളിൽ ഇന്ത്യതന്നെ അംഗീകരിച്ചിട്ടുള്ള ഒരു യു എൻ ഏജൻസിയുമായി ബന്ധപ്പെടുക മാത്ര മാണ് ചെയ്തിട്ടുള്ളത്.

മനുഷ്യാവകാശസംരക്ഷകർക്കെതിരായി കോടതിയിൽനിന്നും ഉണ്ടാവുന്ന ഇത്തരം പരാമർശങ്ങൾ, അവർ നടത്തിവരുന്ന നീതിക്കുവേണ്ടിയുള്ള കരുത്തുറ്റ സമരങ്ങൾക്ക് എതിരെയുള്ള നിർഭാഗ്യകരമായ നീക്കമായിരുന്നു. വിചാരണകളിൽ ന്യായവും നീതിയും നടക്കുന്നുണ്ടോ എന്നതിനെക്കുറിച്ചുള്ള അന്വേഷണം സംബന്ധിച്ച് ഇന്ത്യയിലെ എല്ലാ കോടതികളുമായി തുടർച്ചയായി ബന്ധം പുലർത്തുന്നതിന് ഞങ്ങൾക്ക് അവകാശമുണ്ടെന്ന് ഞാൻ വിശ്വസിക്കുന്നു. കോർപ്പറേഷനുകളും ധനകാര്യ സ്ഥാപനങ്ങളും പൊതുനയങ്ങളിൻമേൽ സംഘം ചേർന്നു വിരാജിക്കുമ്പോൾ ഞങ്ങളുടെ സംഘടനയ്ക്ക് മാത്രം വിലക്കേർപ്പെടുത്തുന്നത് നിർഭാഗ്യകരവും ഇരട്ടനീതിയുമായിരുന്നു. (ഐ എ എസ്, ഐ പി എസ്, ഇന്റലിജൻസ് ഉദ്യോഗസ്ഥർ ഉൾപ്പെടെയുള്ളവർക്ക് ശക്തരായ ദേശീയവും അന്തർദ്ദേശീയവുമായ കോർപ്പറേഷനുകളിൽ ലാവണങ്ങൾ നല്കിയിരുന്നു എന്നത് യാഥാർത്ഥ്യം) ഭരണഘടനാനുസൃതമായ ഭരണക്രമത്തിനും നിയമവാഴ്ചയ്ക്കും വേണ്ടി പ്രക്ഷോഭത്തിലേർപ്പെട്ട ആക്ടിവിസ്റ്റുകളെയും സംഘടനകളെയും ഒറ്റതിരിഞ്ഞ് താക്കീത് ചെയ്യുകയും വിമർശിക്കുകയും ചെയ്യുകയായിരുന്നു.

* * * * *

2014 മുതൽ അഹമ്മദാബാദിൽനിന്നുള്ള ഭീകരമായ യുദ്ധങ്ങളെ പ്രതിരോധിക്കുകയായിരുന്നു ഞാൻ. ആ വർഷം ജനുവരിയിൽ എനിക്കും എന്റെ ഭർത്താവിനുമെതിരെ അഹമ്മദാബാദ് പൊലീസ് ഒരു എഫ് ഐ ആർ രജിസ്റ്റർ ചെയ്തു. 2008 ൽ സബ്രംഗ് ട്രസ്റ്റും സി ജെ പിയും ചേർന്ന് പണം സമാഹരിച്ചുകൊണ്ട് ഗുൽബർഗ്ഗ് സൊസൈറ്റി അംഗങ്ങളെ ചതിച്ചു എന്നതായിരുന്നു എനിക്കെതിരെയുള്ള കുറ്റം. അതിന് പ്രത്യേക ലക്ഷ്യം ഉണ്ടായിരുന്നു. ഒരു കെട്ടിച്ചമച്ച കേസിന്റെ വെളിച്ചത്തിൽ ഗുൽബർഗ്ഗ് കൂട്ടക്കൊലയുടെ യാഥാർത്ഥ്യങ്ങളെ ജനങ്ങളുടെ കണ്ണിൽ നിന്നും മറച്ചുപിടിക്കുക എന്നതായിരുന്നു ഭരണകൂട പൊലീസിന്റെയും കൂട്ടാളികളുടേയും ലക്ഷ്യം. 69 മനുഷ്യജീവനുകളെ പകൽ വെളിച്ചത്തിൽ അതിക്രൂരമായി കൊലചെയ്തതും കൂട്ടമായി മാനഭംഗപ്പെടുത്തി കൊള്ള നടത്തിയതും മറച്ച് പിടിച്ച് പണത്തിൽ തിരിമറി നടത്തിയ ഒരു കേസിന് പ്രാധാന്യം നല്കും വിധം ചിത്രീകരിക്കുക. "പ്രതിരോധത്തിന്റെ സ്മാരകം" എന്ന ആശയം ഉടലെടുത്തത്, 2007 നും 2012 നും ഇടയിൽ മനുഷ്യക്കുരുതികളെ അതിജീവിച്ചവരുമായി ചർച്ചചെയ്ത് പ്രതിരോധത്തിന്റെ സ്മരണകൾ ജീവസ്സായി നിലനിർത്തുന്നതിനുള്ള കൂട്ടായ ശ്രമത്തിന്റെ ഫലമായിട്ടായിരുന്നു. സംഭാവനകൾക്കായുള്ള ഞങ്ങളുടെ ആഹ്വാനം അത് വിശദീകരിക്കുകയുണ്ടായി.

കഴിഞ്ഞ ആറ് വർഷങ്ങളായി പടിഞ്ഞാറൻ ഇന്ത്യൻ സംസ്ഥാനമായ ഗുജറാത്തിൽ, സ്വതന്ത്ര ഇന്ത്യയിൽ, ഭരണകൂടാസൂത്രിത വംശഹത്യക്കും വേദനയ്ക്കും വിധേയരായ പതിനായിരക്കണക്കിന് ജനതയ്ക്ക് അവർ അനുഭവിച്ച അപമാനവും സംഘർഷവും തിരിച്ചറിയുന്നതിനുള്ള അവസരംപോലും നിഷേധിക്കുന്ന സാഹചര്യമാണ് നിലവിലുള്ളത്. ബി ജെ പിയുടെ ഈ സംസ്ഥാനത്തുണ്ടായ തിരഞ്ഞെടുപ്പ് വിജയം, അതിജീവിച്ച ഇരകളുടെ വേദനയും അപമാനവും അധികരിക്കുന്നതിന് കളമൊരുക്കിയിരിക്കുകയാണ്. ഈ ഭരണകൂട അനാസ്ഥയ്ക്കും കുറ്റവാളികളെ രക്ഷിക്കുന്നതിനും എതിരായി അന്തസ്സോടെ പ്രതിരോധമുയർത്തുക എന്നതാണ് ഈ ആശയത്തിന്റെ പിറകിലുള്ളത്.

അതിനായി ഞങ്ങൾ, ചെറിയ തുകകൾ സമാഹരിച്ചു. പണസമാഹരണത്തിന്റെ പ്രക്രിയ വളരെ സുതാര്യമായിരുന്നു.

ഞങ്ങൾക്കെതിരെ ഫയൽ ചെയ്ത എഫ് ഐ ആർ ഗുൽബർഗ്ഗ് സൊസൈറ്റിയിലെ താമസക്കാരുടെ ചില ബന്ധുക്കൾ ഒൻപത് മാസം മുൻപ് നല്കിയ ഒരു പരാതിയെത്തുടർന്നായിരുന്നു. എന്നാൽ കോ-ഓപ്പറേറ്റീവ് ഹൗസിങ് സൊസൈറ്റിയുടെ ഭാരവാഹികൾ ഒരുവിധ പരാതിയും സമർപ്പിച്ചിരുന്നില്ല. കൃത്രിമമായി ഉണ്ടാക്കിയ ഒരു ലെറ്റർ ഹെഡിൽ തയ്യാറാക്കിയ നടപടിക്കെതിരെ സൊസൈറ്റിയുടെ ഔദ്യോഗിക അംഗങ്ങൾ ഒരു ക്രിമിനൽ പരാതി ഫയൽ, ചെയ്തിരുന്നു. 2013 ലാണ് ഈ കെട്ടിച്ചമച്ച പരാതി ഫയൽ ചെയ്തത്. കണക്കുകളുടെ സ്വഭാവത്തെ സംബന്ധിച്ചും, സമാഹരിച്ച തുക സംബന്ധിച്ചും, അതുപോലെ തുക എപ്രകാരം വിനിയോഗിച്ചു എന്നത് സംബന്ധിച്ചും ഉള്ള കാര്യങ്ങൾ ഞങ്ങൾ വെളിപ്പെടുത്തിയിരുന്നു. അഹമ്മദാബാദ് പൊലീസിന്റെ ക്രൈംബ്രാഞ്ച് വിഭാഗം പരാതിയിൽ ഒൻപത് മാസം നടപടിയൊന്നും സ്വീകരിച്ചില്ല, ഞങ്ങളുടെ സുചിന്തിതമായ പ്രതികരണങ്ങൾക്ക് അവർ യാതൊരു വിലയും നല്കിയില്ല.

തുടർന്ന്, പൊടുന്നനെ അവർ ഞങ്ങൾക്കെതിരെ എഫ് ഐ ആർ രജിസ്റ്റർ ചെയ്തു. വിചാരണക്കോടതിയുടെ ഉത്തരവിനെ ചോദ്യംചെയ്ത് ഗുജറാത്ത് മുഖ്യമന്ത്രിയായ നരേന്ദ്രമോദിക്കെതിരെ ചാർജ് ഫ്രെയിം ചെയ്യണമെന്നാവശ്യപ്പെടുമെന്ന ഞങ്ങളുടെ തീരുമാനം ഞാനും സാക്കിയ ജാഫ്രിയും സംയുക്തമായി പുറപ്പെടുവിച്ചതിന്റെ തൊട്ടടുത്ത ദിവസമായിരുന്നു അത്. മേശയിൽ പൂട്ടിവച്ചിരുന്ന നിരർത്ഥകമായ ഒരു പഴയ പരാതി പുറത്തെടുക്കുകയും അത് രാഷ്ട്രീയമായ ഉദ്ദേശ്യത്തോടെ ഉപയോഗിക്കുകയുമാണ് ചെയ്തത്. ഗുജറാത്ത് പൊലീസിന്റെ ക്രൈംബ്രാഞ്ച് വിഭാഗം അസാധാരണമായ ഉത്സാഹത്തോടെയാണ് പ്രവർത്തിച്ചത്. അന്വേഷണങ്ങൾ ശരിയായ ദിശയിലല്ല എന്ന് കണ്ടപ്പോൾ പൊലീസ് കമ്മീഷണറായിരുന്ന ശിവാനന്ദ് ഝായെ, രക്ഷപ്പെട്ട ഇരകളെ

പ്രതി, ഞങ്ങളുടെ ആവശ്യപ്രകാരം 2010 മെയ്മാസത്തിൽ മാറ്റുകയുണ്ടായി. അദ്ദേഹം മോദിയുടെ ഇഷ്ടക്കാരനായിരുന്നു. ഗുജറാത്ത് സ്റ്റേറ്റ് ഇന്റലിജൻസിൽ ഇപ്പോൾ ഉള്ള ഝാ അഹമ്മദാബാദ് പൊലീസ് കമ്മീഷണറായി മൂന്നുവർഷത്തിലധികം ഉണ്ടായിരുന്നു. സംശയാസ്പദമായ സേവന പശ്ചാത്തലങ്ങളുള്ള കേശവ് കുമാർ, എ കെ ശർമ്മ തുടങ്ങിയ മുൻ ഗുജറാത്ത് ഐ പി എസ് ഉദ്യോഗസ്ഥരുമായിച്ചേർന്ന് അദ്ദേഹത്തിന്റെ "പ്രകടനം" ഗംഭീരമായിരുന്നു.

ഫണ്ട് സമാഹരണത്തെപ്പറ്റി വെളിപ്പെടുത്തുകയും സബ്രംഗും സി ജെ പിയും ചേർന്ന് പണം സ്വീകരിക്കുകയും ചെയ്തു എന്നാണ് എഫ് ഐ ആറിൽ പറയുന്നത്, എന്നാൽ ഇത് പ്രാഥമികമായും തെറ്റാണ്. സി ജെ പി പ്രധാനമായും ലഹളയിലെ ഇരകൾക്ക് നിയമസഹായം നല്കുന്നതിനായി പ്രവർത്തിക്കുമ്പോൾ സബ്രംഗ് സാമുദായിക സൗഹാർദ്ദം ലക്ഷ്യം വച്ച് പ്രവർത്തിക്കുന്ന ഒരു ട്രസ്റ്റ് ആയിട്ടാണ് പ്രവർത്തിക്കുന്നത്. നിയമവിരുദ്ധമായ ഒരു പിടിച്ചെടുക്കൽ നോട്ടീസ് പുറപ്പെടുവിച്ചുകൊണ്ട് എന്റെയും ജാവേദിന്റെയും, വ്യക്തിഗത ബാങ്ക് അക്കൗണ്ടുകളും, സി ജെ പിയുടേയും സബ് രംഗിന്റെയും അക്കൗണ്ടുകളും 2014 ജനുവരി മുതൽ മരവിപ്പിക്കുകയുണ്ടായി. പൊലീസിന്റെയും, ഒരു പരിധിവരെ ബാങ്കുകളുടേയും നിയമവിരുദ്ധമായ ഈ നടപടികൾ, നാണം കെടുത്തിയും അപകീർത്തിപ്പെടുത്തിയും ഞങ്ങളുടെ പ്രവർത്തനങ്ങളെ പൊതുമദ്ധ്യത്തിൽ ദുർബലപ്പെടുത്തുന്നതിന് വേണ്ടിയായിരുന്നു. ഇതിലൊന്നും സി ജെ പിയുടെ പങ്കാളിത്തം സ്ഥാപിക്കുന്നതിന് ഒരു തെളിവും ഇല്ലായിരുന്നു എന്നത് കേസുകളുടെ അന്വേഷണം എത്രമാത്രം വില കുറഞ്ഞതായിരുന്നു എന്നതിന് തെളിവായിരുന്നു.

സ്മാരകത്തിനുവേണ്ടിയുള്ള നിർദ്ദേശം വന്നപ്പോൾ ഗുൽബർഗ്ഗ് സൊസൈറ്റി അംഗങ്ങളുമായോ, സി ജെ പിയും സബ് രംഗും തമ്മിലോ ഒരുവിധ കടലാസുകളും ഒപ്പിടുകയുണ്ടായിരുന്നില്ല. ഇത് തന്നെ വഞ്ചന സംബന്ധിച്ച് തെളിവുകളില്ലായിരുന്നു എന്ന കാര്യം സമർത്ഥിക്കുന്നു. ചതി എന്നത് എന്താണ്? ഞാൻ നിങ്ങളുടെ കൈയിൽനിന്നും പണമെടുത്താൽ അല്ലെങ്കിൽ സ്വത്ത് മോഷ്ടിച്ചാൽ അതിനു ചതി എന്നു പറയാം. എന്നാൽ ഇത് രണ്ടും സംഭവിച്ചില്ല. ഇതിനാസ്പദമായ തെളിവുകളൊന്നും തന്നെയില്ല. യഥാർത്ഥത്തിൽ വഞ്ചന സംബന്ധിച്ചുള്ള പരാതി സമർപ്പിച്ചത് സൊസൈറ്റിയുടെ പ്രതിനിധികൾ അല്ല, മറിച്ച് കൃത്രിമമായി ചമച്ച ലെറ്റർ ഹെഡിൽ ചില അനൗദ്യോഗിക അംഗങ്ങൾ ടൈപ്പ് ചെയ്ത് സമർപ്പിച്ച പരാതിയായിരുന്നു അത്. ഞങ്ങളുമായോ ഞങ്ങളുടെ എൻ ജി ഒ ആയോ ഒരു വിധത്തിലുള്ള സംഘർഷവുമില്ലെന്ന് സൂചിപ്പിച്ചുകൊണ്ടുള്ള ഒരു സത്യവാങ്മൂലം സൊസൈറ്റിയുടെ അധികാരപ്പെടുത്തിയ പ്രതിനിധികൾ 2013 മാർച്ച് 13 ന് പുറപ്പെടുവിക്കുകയും ചെയ്തിരുന്നു. അവർ എഴുതി:

> സ്വത്ത് വില്ക്കുന്നതിനായി എൻ ജി ഒ സൊസൈറ്റിയെ ഇതിനകം കഴിഞ്ഞ വർഷം തന്നെ അധികാരപ്പെടുത്തിയിരുന്നെങ്കിലും ഭൂമി വില്പന നടക്കാത്ത സാഹചര്യത്തിൽ എൻ ജി ഒക്കെതിരായി ഒരുവിധ പരാതിയും നിലനില്ക്കുന്നില്ല എന്ന് അറിയിക്കുന്നു. അതിനും പുറമെ സംഭാവന നല്കിയവർക്ക് വഞ്ചന അനുഭവമില്ലാത്ത സാഹചര്യത്തിൽ ഒരു പണവും മുടക്കാത്തവർക്ക് എൻ ജി ഒക്കെതിരെ പരാതി ഉന്നയിക്കുന്നതിന് അവകാശമില്ലാത്തതാകുന്നു.

സ്മാരകം നിർദ്ദേശിക്കപ്പെട്ട സമയത്ത്, അഹമ്മദാബാദിലെ പ്രധാന സിറ്റി പ്രദേശത്ത് സ്ഥിതിചെയ്യുന്നതും, ഹിന്ദുഭൂരിപക്ഷ പ്രദേശമായിരുന്നതുമായ ഗുൽബർഗ്ഗ് സൊസൈറ്റിയിൽ ഫ്ളാറ്റ് വാങ്ങുന്നതിനായി ആരും തന്നെ മുന്നോട്ട് വന്നിരുന്നില്ല. ആവശ്യമായ പണം സ്വരൂപിക്കാൻ കഴിയുന്ന സമയത്ത്, താമസക്കാരിൽനിന്നും മാർക്കറ്റ് വിലയ്ക്ക് സ്വത്ത്, വാങ്ങുന്നതിനായി പണം സംഭാവനയായി സ്വീകരിക്കാനായിരുന്നു സബ്രംഗ് ട്രസ്റ്റിന്റെ തീരുമാനം. സബ്രംഗിന് ആവശ്യമായ പണം സമാഹരിക്കാൻ കഴിയുന്നതുവരെ സ്വത്തുക്കൾ വില്ക്കുകയില്ലെന്ന് താമസക്കാരായിരുന്നവർ ഉറപ്പുനല്കിയിരുന്നു. 2012 ഓടെ ഭൂമി വില നാലുമടങ്ങോളം ഉയരുകയും സംഭാവനകളിലൂടെ മാത്രം സ്വരൂപിക്കാൻ കഴിയുന്ന ഫണ്ട് മതിയാകാതെയും വന്നു.

സബ്രംഗ് തങ്ങളുടെ തീരുമാനം സൊസൈറ്റിയെ അറിയിക്കുകയും സൊസൈറ്റി അത് സ്വീകരിക്കുകയും ചെയ്തു. 1963 ൽ സൊസൈറ്റി സ്ഥാപിച്ചതുമുതൽ ചെയ്തുവന്നിരുന്നതുപോലെ ഉടമസ്ഥർക്ക് അവരുടെ സ്വത്ത് ഏത് ജാതിയിലും മതത്തിലും പെട്ടവർക്ക് വില്ക്കുന്നതിനുള്ള അനുവാദം നല്കിക്കൊണ്ടുള്ള പ്രമേയം 2012 അവസാനം സൊസൈറ്റി പാസാക്കുകയും ചെയ്തു. ഏതെങ്കിലും സമുദായത്തിൽ പെടുന്ന വ്യക്തികൾ അവരുടെ സമുദായത്തിന് പുറത്തുള്ളവർക്ക് സ്വത്ത് കൈമാറ്റം പാടില്ലെന്ന ഒരു പഴയ നിയമം ഗുജറാത്ത് ഗവൺമെന്റ് പൊക്കിക്കൊണ്ടുവന്നതിനാൽ ഏകദേശം ആറുമാസത്തിനുള്ളിൽ സൊസൈറ്റിയുടെ പ്രമേയം അസാധുവാക്കപ്പെട്ടു. വർഗ്ഗീയമായി സംഘട്ടനങ്ങളിൽപ്പെട്ട് തങ്ങളുടെ വീടുകളിൽനിന്നും ധൃതിയിൽ പലായനം ചെയ്യുകയും പിന്നീട് അതിൽ ഖേദിക്കുന്നവരുടെ സംരക്ഷണത്തിന് ലക്ഷ്യംവച്ച് പാസാക്കിയതായിരുന്നു ഈ നിയമം. (The Gujarat Prohibition of Transfer of Immorable Property and Provision for Protection of Tenents from Premises in Destructed Areas Act of 1986). അഹമ്മദാബാദിന്റെ 40 ശതമാനം ഈ നിയമത്തിന്റെ പരിധിയിൽ വരുമായിരുന്നു. താല്പര്യപ്പെടുന്ന ആർക്കും സ്വത്ത് വില്ക്കാമെന്ന ഗുൽബർഗ്ഗ് സൊസൈറ്റി പ്രമേയത്തിന് എട്ടുമാസത്തിന് ശേഷവും കേസന്വേഷണം അവസാനിപ്പിക്കാമെന്ന എസ് ഐ ടിയുടെ റിപ്പോർട്ടിനെതിരെ സാക്കിയ ജാഫ്രി ആദ്യ

കേസ് ഫയൽ ചെയ്തതിന്റെ നാലുമാസത്തിന് ശേഷവും 2013 ആഗസ്ത് മാസത്തിൽ ഗുജറാത്ത് സർക്കാർ പൊടുന്നനെ ഗുൽബർഗ്ഗ് സൊസൈറ്റി, നരോദപാട്യ എന്നിവകൂടി ഉൾപ്പെടുന്ന പ്രദേശത്തേക്ക് നിയമം വ്യാപിപ്പിച്ചു. ഗുൽബർഗ്ഗയും നരോദ പാട്യയും ഹിന്ദുക്കൾക്ക് ഭൂരിപക്ഷം ഉണ്ടായിരുന്ന പ്രദേശങ്ങളിൽ ഉൾപ്പെട്ടിരുന്നതിനാൽ സ്വാഭാവികമായും മുസ്ലീം സമുദായക്കാർക്ക് അവരുടെ സ്വത്തുക്കൾ സ്വന്തം സമുദായക്കാർക്കു തന്നെ കൈമാറ്റം ചെയ്യാൻകഴിയാത്ത അവസ്ഥ സംജാതമാവുകയും ചെയ്തു. ഭാവിയിൽ സംഭവിച്ചേക്കാവുന്ന വംശഹത്യയെ ഭയന്ന മുസ്ലീം സമുദായക്കാർ ഹിന്ദു ഏരിയായിൽ താമസിക്കുന്നതിന് താല്പര്യമുള്ളവരായിരുന്നില്ല. നിയമ വിരുദ്ധമായ ഈ നിയമം സ്വന്തം സ്വത്ത് വില്ക്കുന്നതിനുള്ള അവകാശത്തിന് വിഘാതമായിത്തീർന്നു. ഫലത്തിൽ സർക്കാർ താമസക്കാരുടെ കൈകൾ കെട്ടിയിടുകയും, അങ്ങനെ ചെയ്തുകൊണ്ട് സർക്കാരിന് കീഴ്പ്പെടാൻ നിർബ്ബന്ധിക്കുകയും ചെയ്തു. അവരുടെ കേസ് ഇപ്പോഴും കോടതിയിൽ പരിഗണനയിലാണ്. ഈ നിയമവും അതിന്റെ ഗുജറാത്തിലെ നടപ്പാക്കലും രാജ്യത്തെ മാധ്യമങ്ങളുടെ സ്വതന്ത്രമായ അന്വേഷണത്തിന് പാത്രമാകേണ്ട ഒന്നായിരുന്നു.

കെട്ടിച്ചമച്ച കേസും ഭരണഘടനാവിരുദ്ധമായ നിയമത്തിന്റെ നടപ്പാക്കലും ശത്രുപക്ഷത്തുള്ള ഭരണകൂടം മനഃപൂർവ്വം തയ്യാറാക്കിയ പദ്ധതിയാണെന്ന് ഞാൻ തുറന്നുപറഞ്ഞു. അത് ഗുൽബർഗ്ഗ് സൊസൈറ്റിയിലെ രക്ഷപ്പെട്ടവരെ വരുതിക്ക് നിർത്തുന്നതിനും അങ്ങനെ നിരാശ ബാധിച്ച അവരിൽ ചിലരെങ്കിലും സ്വന്തം കേസിലെ വിചാരണയിൽ കൂറുമാറി ഭരണകൂടത്തിന് അനുകൂലമായി വരുമെന്ന പ്രത്യാശയിലുമായിരുന്നു.

രണ്ട് സംഘടനകൾ വിദേശദാതാക്കളിൽനിന്നും സ്മാരകത്തിനായി സംഭാവനകൾ സ്വീകരിച്ചുവെന്നും എന്നാൽ അവ താമസക്കാർക്ക് നിഷേധിച്ചുവെന്നുമായിരുന്നു എഫ് ഐ ആറിലെ ചാർജുകളിലെ ഒരെണ്ണം. ഇത് അടിസ്ഥാനപരമായിത്തന്നെ തെറ്റായിരുന്നു. എന്തെന്നാൽ ട്രസ്റ്റിന്റെ ലക്ഷ്യങ്ങളിൽ ബന്ധപ്പെട്ടവർക്കെല്ലാം നിയമസഹായം നല്കുക, സാമുദായിക സൗഹൃദം ഉറപ്പാക്കുക തുടങ്ങിയ വിവിധ പദ്ധതികൾ ഉണ്ടായിരുന്നു. അതിൽ സ്മാരക നിർമ്മാണമെന്നത് മതിയായ സംഭാവനകൾ ലഭിക്കുകയാണെങ്കിൽ നിർവ്വഹിക്കാമെന്ന തീരുമാനത്തിൽ സബ്രംഗ് ട്രസ്റ്റിന്റെ നിർദ്ദിഷ്ടമായ ലക്ഷ്യം മാത്രമായിരുന്നു. ട്രസ്റ്റുകൾക്ക് സംഭാവന നല്കിയ ദാതാക്കൾക്കൊന്നും തന്നെ അവർ നല്കിയ പണത്തിന്റെ വിനിയോഗത്തെപ്പറ്റി യാതൊരുവിധ പരാതിയും ഉണ്ടായിരുന്നില്ല. ആക്രമണത്തിൽ രക്ഷപ്പെട്ടവരും ഞങ്ങളും തമ്മിൽ ഭൂമിയോ മറ്റു വസ്തുവകകളോ കൈമാറ്റം ചെയ്യുന്നത് സംബന്ധിച്ച് നിയമപരമായ കരാറുകളൊന്നും ഉണ്ടായിരുന്നില്ല. സ്മാരകം/മ്യൂസിയം എന്നത് നടപ്പാക്കപ്പെടാത്ത ഒരു അഭിലാഷം മാത്രമായി അവശേഷിച്ചു എന്നതാണ് വസ്തുത.

ഗുജറാത്ത് പൊലീസ് ക്രൈംബ്രാഞ്ച് ആസൂത്രിതമായി ഫയൽ

ചെയ്ത കൃത്രിമമായ രേഖകളാൽ കൂട്ടിച്ചേർക്കപ്പെട്ടതായിരുന്നു എഫ് ഐ ആർ. ആരോപണങ്ങളും കണക്കുകളും വ്യത്യസ്തമായിരുന്നു. 2007 ഏപ്രിൽ 10 നും 2014 ഫെബ്രുവരി 14 നുമിടയിൽ സബ്രംഗ് ട്രസ്റ്റിന് 2.62 കോടിരൂപ വിദേശപണം ലഭിച്ചുവെന്നും ഇത് സ്മാരകത്തിനായിട്ടുള്ള താണെന്നും പറഞ്ഞിരുന്നു. സ്മാരകത്തിന്റെ ആവശ്യത്തിനായി സി ജെ പിക്ക് 1.31 കോടി രൂപയും വിദേശസഹായമായി ലഭിച്ചുവെന്നും പറഞ്ഞിരുന്നു. ഈ രണ്ട് വാദങ്ങളും തെറ്റായിരുന്നു. 41 പേജുള്ള ഞങ്ങൾ സമർപ്പിച്ച അഫിഡവിറ്റിൽ മ്യൂസിയത്തിനായി 4.6 ലക്ഷം രൂപയിൽ അധികം ലഭിച്ചിട്ടില്ലെന്നും, അതിൽത്തന്നെ 50000 രൂപ മാത്രമേ വിദേശത്തുനിന്നും ലഭിച്ചിട്ടുള്ളൂ എന്നും കാണിക്കുന്ന രേഖകൾ അക്കൗണ്ടുകളുടെ പകർപ്പ് സഹിതം സമർപ്പിച്ചിരിക്കുന്നു. സബ്രംഗ് ട്രസ്റ്റിന് ഇക്കാലയളവിൽ ലഭിച്ച 1.33 കോടി വിദേശസഹായത്തുകയിൽ ഭൂരിഭാഗവും ബോധവല്ക്കരണത്തിനും ഡോക്യുമെന്റേഷനും സമാധാനനിർമ്മിതിക്കും ഉപയോഗിക്കുകയാണ് ചെയ്തത്. സി ജെ പിക്ക് ലഭിച്ചത് 1.15 കോടി രൂപയായിരുന്നു. 2.62 കോടി, 1.31 കോടി രൂപ എന്നിവ കൃത്രിമമായി കാണിക്കുന്നതിന് അഹമ്മദാബാദ് ക്രൈംബ്രാഞ്ച് ഞങ്ങളുടെ ബാങ്ക് സ്റ്റേറ്റ്മെന്റുകളിൽ കൃത്രിമത്വം കാണിക്കുകയായിരുന്നു.

എന്റെ നേർക്കുണ്ടായ ആക്രമണത്തിന്റെ തെളിവുകൾ പരിശോധിച്ചുകൊണ്ട് മൃദുലാചാരി ഇപ്രകാരം എഴുതി:

> ഗുൽബർഗ്ഗ് മ്യൂസിയം കേസ് സംബന്ധിച്ച വാർത്തകൾ, കോടതികളിൽ നിലനില്ക്കുന്ന തുടരെ തുടരെയുള്ള അപ്പീലുകളുടെ ശ്രമകരമായ പ്രവർത്തനങ്ങളുമായി ബന്ധപ്പെട്ടിരിക്കുന്നു. എന്നാൽ സ്മാരകവുമായിബന്ധപ്പെട്ട വിവാദം സാക്കിയ ജാഫ്രി എസ് ഐ ടി റിപ്പോർട്ടിനെതിരെ നല്കിയ പരാതിയുടെ സമയത്ത് തന്നെയെന്നത് ശ്രദ്ധേയമാണ്. 2006 ഫെബ്രുവരി 8 ന്, വംശീയ ലഹളയിൽ ഗുജറാത്ത് സർക്കാർ സംവിധാനത്തിന്റെ പങ്ക് സംബന്ധിച്ച് 119 പേജ് വരുന്ന ഒരു കുറ്റപത്രം സാക്കിയ ജാഫ്രി ഫയൽ ചെയ്തിരുന്നു. ആ പരാതിയിൽ നടപടിക്ക് 2 വർഷവും അതുപോലെ സുപ്രീംകോടതിയുടെ ഉത്തരവും വേണ്ടിവന്നു. 5 ആഫീസർമാരെ ഉൾപ്പെടുത്തി ഒരു സ്പെഷ്യൽ ഇൻവെസ്റ്റിഗേറ്റീവ് ടീമിനെ നിയോഗിച്ച് ചില കേസുകൾ പുന:പരിശോധിച്ച് അന്വേഷണം നടത്തണമെന്ന് കോടതി ഉത്തരവായിരുന്നു. അവരിൽ പലരും പിന്നീട് സ്ഥലംമാറ്റപ്പെട്ടു.
>
> 2012 ൽ കേസ് അവസാനിപ്പിച്ചുകൊണ്ട് എസ് ഐ ടി റിപ്പോർട്ട് ഫയൽ ചെയ്തുവെങ്കിലും അതിന്റെ നിഗമനങ്ങൾ പരാതിക്കാരുമായി പങ്കിടുകയുണ്ടായില്ല. സുപ്രീംകോടതി ഇടപെട്ടുകൊണ്ട് പ്രാദേശിക കോടതിയിൽ വീണ്ടും ഒരു റിപ്പോർട്ട് ഫയൽ ചെയ്യാൻ ഉത്തരവാകുകയും അപ്രകാരം ഒരു റിപ്പോർട്ട് 2013 ഫെബ്രുവരി

യിൽ എസ് ഐ ടി സമർപ്പിക്കുകയും ചെയ്തു. ബൃഹത്തായ റിപ്പോർട്ടിൽ ലഭ്യമായ തെളിവുകൾ ഉൾപ്പെടുത്തിയിട്ടുണ്ടെങ്കിലും നരേന്ദ്രമോദിക്കെതിരെ നടപടി സ്വീകരിക്കാൻ മതിയായ തെളിവുകൾ ഇല്ലെന്ന് പറഞ്ഞു മുഖ്യമന്ത്രിയായ അദ്ദേഹത്തിനു ക്ലീൻ ചീറ്റ് നല്കിയെന്ന വിശദീകരണമാണ് കേസ് അവസാനിപ്പിക്കുന്ന റിപ്പോർട്ടിനെപ്പറ്റി അദ്ദേഹത്തിന്റെ അനുയായികൾ പറഞ്ഞത്.

എന്നാൽ കോടതിയെ സ്വതന്ത്രമായി സഹായിക്കുന്നതിനായി നിയോഗിക്കപ്പെട്ട അമിക്കസ്ക്യൂറിയായ രാജു രാമചന്ദ്രൻ വിസമ്മതം പ്രകടിപ്പിക്കുകയും മോദിക്കെതിരെയുള്ള തെളിവുകൾ സുപ്രധാനങ്ങളാണെന്നും വിചാരണയ്ക്ക് മുൻപുള്ള ഘട്ടത്തിൽ തന്നെ പരിശോധിക്കപ്പെടേണ്ടവയാണെന്നും അഭിപ്രായപ്പെടുകയുണ്ടായി. സമാന്തരമായി, ഗുൽബർഗ്ഗ് സൊസൈറ്റി സ്മാരകം സംബന്ധിച്ച ആദ്യ പരാതി 2013 മാർച്ചിൽ, അതായത് ജാഫ്രിയും സെതൽവാദും അവരുടെ പെറ്റീഷൻ ഫയൽ ചെയ്യുന്നതിന് കൃത്യം ഒരുമാസം മുൻപ്, ഫയൽ ചെയ്യപ്പെടുകയും, ആ വർഷം ആഗസ്ത് മാസത്തിൽ ഗുജറാത്ത് സർക്കാർ ഡിസ്റ്റർബ്ഡ് ഏരിയാസ് ആക്ട് ഗുൽബർഗ്ഗ് സൊസൈറ്റിക്ക് കൂടി ബാധകമാക്കി ഉത്തരവ് പുറപ്പെടുവിക്കുകയും ചെയ്തു.

“തീസ്ത സെതൽവാദ് നരേന്ദ്രമോദിയെ പിന്തുടരുന്നുണ്ട് എന്നതുകൊണ്ട് മാത്രം അദ്ദേഹം അവരിൽ ക്ഷുഭിതനായിരിക്കുകയാണ്” ഗുജറാത്ത് മുഖ്യമന്ത്രിയുടെ ജീവചരിത്രം തയ്യാറാക്കിയ കിങ് ഷുക്ക് നാഗ് പറയുകയാണ്, “ബോംബെയിൽ ജനിച്ചുവളർന്നതാണെങ്കിലും അവർ വഴങ്ങാത്ത ഗുജറാത്തിയും ഉന്നതമായ കുടുംബത്തിൽനിന്നും വരുന്നയാളുമാണ്. അവരെപ്പോലെ വളരെയധികമാളുകൾ ഇത്രമാത്രം സജീവമായിരുന്നിട്ടില്ല. സ്ത്രീകൾക്കും ഇരകൾക്കും പുനരധിവാസം നല്കുന്നതിലും ആശ്വാസം നല്കുന്നതിലും, അതുപോലെ മോദിയെ പിൻതുടരുന്നതിലും അവർ മുൻപന്തിയിലാണ്. അതുകൊണ്ട് മുഖ്യമായ ഈ സംഘടനകളുടെയെല്ലാം ചുക്കാൻ പിടിക്കുന്നത് അവരാണെന്ന് അദ്ദേഹം ധരിക്കുന്നു.” കിങ് ഷുക്ക് പറഞ്ഞു.

ഗുൽബർഗ്ഗ് മ്യൂസിയം കേസിന്റെ യോഗ്യത കോടതി തീരുമാനിക്കും എന്നിരിക്കെ (ജാമ്യത്തിനുള്ള അപേക്ഷയും അക്കൗണ്ടുകൾ മരവിപ്പിക്കുന്നത് ഒഴിവാക്കണമെന്ന ആവശ്യവും സുപ്രീം കോടതിയുടെ പരിഗണനയിലാണ്) സെതൽവാദും സി ജെ പിയും ഗുജറാത്ത് സർക്കാരിനാൽ ലക്ഷ്യം വയ്ക്കപ്പെടുന്നത് ഇത് ആദ്യമായിട്ടല്ല. 2002 നു ശേഷം, വംശഹത്യയെ അതിജീവിച്ച ഇരകൾക്ക് സി ജെ പിയാണ് നിയമസഹായത്തിനായി പോരാടുന്നത് എന്ന് മനസ്സിലാക്കിക്കൊണ്ട് ഗുജറാത്ത് പൊലീസ് എനിക്കെതിരെ തുട

> രെത്തുടരെ എഫ് ഐ ആറുകൾ ചമയ്ക്കുകയുണ്ടായി. ക്രിമിനൽ കേസുകളിലെ വാദമുഖങ്ങൾ വ്യാജമാണെന്ന് കണ്ടുകൊണ്ട് ഇതിൽ പലകേസുകളും കോടതി തന്നെ സ്റ്റേ ചെയ്യുകയുണ്ടായി.
>
> 2002 ലെ വംശഹത്യാകേസുകളിൽ ശിക്ഷ ഉറപ്പാക്കിയ കേസുകളിൽ ഗുജറാത്ത് സർക്കാരിന് കാര്യമായൊന്നുംതന്നെ ചെയ്യാനുണ്ടായിരുന്നില്ല. ഗുജറാത്ത് സർക്കാർ നടത്തിയ കേസുകളിൽ വെറും അഞ്ച് ശതമാനം എണ്ണംമാത്രമേ ശിക്ഷയിൽ കലാശിച്ചുള്ളു. എസ് എ ടി ഏറ്റെടുത്ത് നടത്തുകയും അയൽസംസ്ഥാനമായ മഹാരാഷ്ട്രയിലേക്ക് കൈമാറ്റംചെയ്ത കേസുകളിൽ 39% എണ്ണത്തിൽ ശിക്ഷാവിധിയുണ്ടായി.[7]

മൃദുലാചാരിയുടെ റിപ്പോർട്ടിനെപ്പറ്റി, ബി ജെ പിയുടെ അഭിഭാഷകനായിരുന്ന അശോക് മല്ലിക് പറഞ്ഞു, "സെതൽവാദ് മോദിക്കെതിരായ രാഷ്ട്രീയ സമരത്തിൽ മുഴുകിയിരിക്കുകയാണ് എന്ന് പറയുന്നത് തീർത്തും ശരിയാണ്. അദ്ദേഹം മുഖ്യമന്ത്രിയായിരുന്നു എന്നതും ലഹളയെ അദ്ദേഹത്തിന് നിയന്ത്രിക്കാൻ കഴിഞ്ഞില്ല എന്നതും ശരിയാണ്. പക്ഷേ, നിയമപരമായി ദുർബലമായ നടപടി സ്വീകരിച്ചുകൊണ്ട് രാഷ്ട്രീയമായ കേസിന് ശ്രമിക്കുന്നത് ദുർബ്ബലമായ പരിശ്രമകരമായിരിക്കും."

ഞാൻ ഈ വിമർശനം തള്ളിക്കളയുകയാണ്. മോദിക്കെതിരായി ഒരു വസ്തുതകളും ഇല്ലായെങ്കിൽ, നമ്മുടെ രാജ്യത്തിന്റെ പരമോന്നത കോടതി ഒരു എസ് ഐ ടി അന്വേഷണത്തിനായി ഉത്തരവിടുമായിരുന്നു എന്ന് ഞാൻ വിചാരിക്കുന്നില്ല. എസ് ഐ ടി റിപ്പോർട്ടിൽ പൂർണ്ണമായ തെളിവുകൾ സമാഹരിക്കാൻ കഴിഞ്ഞില്ല. എന്നിരുന്നാൽപ്പോലും കോടതി നിയോഗിച്ച അമിക്കസ്ക്യൂറി തെളിവുകളെ വ്യത്യസ്തമായ രീതിയിൽ കാണുകയുണ്ടായി. അക്കാര്യം തല്പരകക്ഷി മനഃപൂർവ്വം വിസ്മരിക്കുകയാണ്. നരേന്ദ്രമോദിക്കെതിരെ മാത്രമല്ല ചാർജുകൾ ഉള്ളത്, പൊലീസുകാർ തുടങ്ങി അധികാരവും ഉത്തരവാദിത്വവും വഹിക്കുന്ന ഭരണകർത്താക്കൾക്കെതിരെയും ഉണ്ട്. 2002 ൽ ഗുജറാത്ത് സംസ്ഥാനത്തുണ്ടായ പൂർണ്ണമായ ഭരണസ്തംഭനത്തിനും നിയമവാഴ്ചയ്ക്കേറ്റ ക്ഷതത്തിനും ഈ കേസുകളിൽ കൂടി ഉത്തരവാദികളെ കണ്ടുപിടിക്കാൻ വഴിതേടുന്നു; അതും ഇഴപിരിച്ച്, ഭരണകൂടത്തിന്റെ രഹസ്യരേഖകൾ അപഗ്രഥിച്ച് തെളിവുകൾ ശേഖരിച്ച്, അതുപോലെ ഫോൺവിളി രേഖകളും മറ്റു തെളിവുകളും നിരത്തി അതിസൂക്ഷമായി പിന്തുടർന്നു വരികയാണ്. ലഹളയ്ക്ക് ശേഷം മാസങ്ങൾക്കുള്ളിൽ ഗുജറാത്തിൽ ഇന്റലിജൻസ് ചീഫ് ആയി നിയമിതനായ ആർ ബി ശ്രീകുമാർ സമർപ്പിച്ച മോദിക്കെതിരെയുള്ള സാഹചര്യത്തെളിവുകൾ ശേഖരിച്ച് സമർപ്പിച്ച 200 പേജുള്ള റിപ്പോർട്ടിൽ മോദിക്കെതിരെ നീങ്ങുന്നത് അനാവശ്യമായിരിക്കും എന്ന നിലപാടിനോട് വിയോജിക്കുകയാണ്. "തന്റെ പങ്കിന്റെ തോത്

തന്നിലേക്കെത്താത്ത വിധത്തിൽ എത്ര മാത്രം താഴ്ത്തിക്കൊണ്ടു വരാമോ എന്നത് മാത്രമാണ് നരേന്ദ്രമോദിയുടെ ലക്ഷ്യം" അദ്ദേഹം പറഞ്ഞു.

'ഫസ്റ്റ് പോസ്റ്റി'ൽ ജാവേദിനേയും എന്നെയും അറസ്റ്റ് ചെയ്യുന്നതിൽ ഗുജറാത്ത് പൊലീസിനുള്ള അമിതമായ താല്പര്യത്തെപ്പറ്റി ജി പ്രമോദ് കുമാർ എഴുതി.[8] "കൗതുകകരമായ വഞ്ചനാക്കേസിൽ മുൻകൂർ ജാമ്യാപേക്ഷ ഗുജറാത്ത് ഹൈക്കോടതി നിരസിച്ചതിനെത്തുടർന്നായിരുന്നു ഈ അമിത താല്പര്യം. ഒരു ആക്ടിവിസ്റ്റിന് പിറകെയുള്ള ബി ജെ പി സർക്കാറിന്റെ അക്ഷീണമായ പിന്തുടരലായിരുന്നു അത്." മുംബൈയിലെ എന്റെ വസതിയിൽ നിന്നും എന്നെ അറസ്റ്റ് ചെയ്യുന്നതിന് ഗുജറാത്ത് പൊലീസ് തിടുക്കം കാട്ടി. ഇടയിൽ അവർ വിശ്രമിച്ചില്ല. ഇതിലെല്ലാം തെളിഞ്ഞത് പ്രമോദ് കുമാർ സൂചിപ്പിച്ചതുപോലെ "അവരുടെ എൻ ജി ഒ സമാഹരിച്ച പണംകൊണ്ട് 2002 ലെ ലഹളയിൽ 69 മനുഷ്യർ മരിച്ച ഗുൽബർഗ്ഗ് സൊസൈറ്റിയെ മ്യൂസിയമാക്കി മാറ്റുന്നതിനായി ശ്രമിക്കുന്ന ദമ്പതിമാരെ കസ്റ്റഡിയിലെടുത്ത് അന്വേഷണം നടത്തുന്നതിനുള്ള പൊലീസിന്റെ നിർബ്ബന്ധബുദ്ധിയായിരുന്നു." സബ് രംഗിൽനിന്നും സി ജെ പിയിലേക്ക് ക്രെഡിറ്റ്കാർഡ് ബില്ലുകൾ അടയ്ക്കുന്നതിനും മറ്റുമായി 36 ലക്ഷം രൂപ ട്രാൻസ്ഫർ ചെയ്തുവെന്നും ഞങ്ങളുടെ സ്വകാര്യ അക്കൗണ്ടിലേക്ക് വലിയതുകകൾ കൈമാറിയെന്നും ഞങ്ങൾക്കെതിരെ ആരോപണം ഉന്നയിക്കപ്പെട്ടു. ഈ ആരോപണങ്ങൾ തീർത്തും അടിസ്ഥാനരഹിതങ്ങളായിരുന്നു. ട്രസ്റ്റ് ഫണ്ടിൽനിന്നും ക്രെഡിറ്റ് കാർഡ് ബിൽ ഒടുക്കുന്നതിനായി തുക എടുത്തു എന്ന ആരോപണം സംബന്ധിച്ച്, അത് ഞങ്ങളുടെ സ്വകാര്യ അക്കൗണ്ടിലെ കണക്കിൽ പെടുത്തിയാണ് ഒടുക്കിയത്. ട്രസ്റ്റുകൾക്ക് ക്രെഡിറ്റ്കാർഡുകൾ ലഭിക്കില്ല എന്ന സാഹചര്യത്തിൽ ഞങ്ങളെ ഓരോരുത്തരെയും "ട്രസ്റ്റ് പ്രവർത്തനത്തിന് വേണ്ടി" തുക ചെലവുചെയ്യാൻ അധികാരപ്പെടുത്തുകയും അത് ട്രസ്റ്റ് ബോർഡ് പിന്നീട് തിരിച്ചു നല്കി വരികയുമാണ് ചെയ്തത്. ട്രസ്റ്റിനുവേണ്ടിയുള്ള യാത്ര, നിയമസഹായം തുടങ്ങി അംഗീകരിക്കപ്പെട്ട പ്രവർത്തനങ്ങൾക്കായി ചെലവഴിച്ച തുകകൾ മാത്രം പിന്നീട് ക്ലെയിം ചെയ്യുകയാണുണ്ടായത്.

ട്രസ്റ്റിനുവേണ്ടി ഞങ്ങൾ ചിലവഴിച്ച തുക മടക്കി വാങ്ങിയതും മടക്കി വാങ്ങാത്തതുമായ കണക്കുകൾ ബോധപൂർവ്വം കുട്ടിക്കുഴച്ചുകൊണ്ട്, തങ്ങൾക്കുള്ള എല്ലാ അധികാരവും എടുത്തുപയോഗിച്ച ഗുജറാത്ത് പൊലീസ് ഞങ്ങളെ മോശക്കാരാക്കാൻ ശ്രമിച്ചു. ഞങ്ങളുടെ സ്വന്തം തുക ഉപയോഗിച്ച് നടത്തിയ സ്വകാര്യ ചെലവുകളും അതായത്, വൈൻ, പലചരക്ക് സാധനങ്ങൾ, ഹെയർ സലൂൺ തുടങ്ങിയ ചെലവുകൾ-ട്രസ്റ്റിന് വരുത്തിയ ചെലവായി ഗുജറാത്ത് പൊലീസ് ചിത്രീകരിച്ചു. എന്റെ കാർഡുപയോഗിച്ച് ചെലവ് ചെയ്ത വൈൻ, പലചരക്ക്, പുസ്തകങ്ങൾ എന്നിവയ്ക്കുള്ള തുകകൾ പൊലീസ് കുറുക്കുവഴിയിലൂടെ ഔദ്യോഗിക ചെലവുമായി കൂട്ടിക്കുഴച്ചു. ഇത് എന്റെ സൽപ്പേരിനെ കളങ്കപ്പെടുത്താൻ

വേണ്ടി മാത്രമായിരുന്നു. നിയമപരമായ രേഖകൾ വായിച്ചു വ്യാഖ്യാനിക്കാൻ വശമില്ലാത്ത പത്രപ്രവർത്തകരിൽ പലരും തുടക്കത്തിൽ സർക്കാരിന്റെ ദുർവ്യാഖ്യാനങ്ങൾ അതേപടി പകർത്തുകയാണുണ്ടായത്. രേഖകൾ പ്രകാരമാണെങ്കിൽ 2004 മുതൽ 2013 വരെയുള്ള 9 വർഷങ്ങളിൽ എന്റെയും ജാവേദിന്റെയും ശരാശരി ഹോണറേറിയം യഥാക്രമം 39000 രൂപയും, 29000 രൂപയും ആയിരുന്നു. അധാർമ്മികമായി, ആരോപണങ്ങളിൽ തകരാറുകൾ ഒന്നുമില്ല എന്ന വിധത്തിലെഴുതിയ പത്രപ്രവർത്തകരിലെ എഡിറ്റർമാരും ടെലിവിഷൻ അവതാരകരും ഇന്ന് കോർപ്പറേറ്റ് മേഖലയുടെ ഇഷ്ടക്കാരും താരതമ്യേന കനത്ത ശമ്പളം കൈപ്പറ്റുന്നവരുമാണ്.

ആർ എസ് എസ് താത്ത്വികൻ എസ് ഗുരുമൂർത്തിയുമായി ഏറ്റവും അടുത്ത് സഹവർത്തിക്കുന്ന *ന്യൂ ഇന്ത്യൻ എക്സ്*പ്രസിലെ രവിശങ്കർ ഈ ആരോപണങ്ങളെ ലൈംഗികാരോപണങ്ങൾക്ക് വിധേയനായി പരാതികളിലകപ്പെട്ട ആർ കെ പാച്ചേരിയുടേതിന് സമാനമാണെന്ന് പോലും എഴുതി.[9] ഇക്കാര്യത്തിൽ അന്വേഷണങ്ങളുടെ ആവശ്യമൊന്നും ശങ്കറിന് തോന്നിയില്ല. പരാതി ഫയൽ ചെയ്ത 12 അംഗങ്ങൾക്കും ഔദ്യോഗികമായി യാതൊരു സ്ഥാനങ്ങളുമില്ലെന്ന് പറഞ്ഞ ഗുൽബർഗ്ഗ് ഹൗസിങ് സൊസൈറ്റിയുടെ സെക്രട്ടറിയുമായോ ചെയർമാനുമായോ സംസാരിക്കാൻ അദ്ദേഹം മെനക്കെട്ടില്ല. പന്ത്രണ്ട് പരാതിക്കാരും അവരുടെ ഔദ്യോഗികമായ പദവികൾ ദുരുപയോഗം ചെയ്തു എന്നും വരുത്താൻ അദ്ദേഹത്തിനായില്ല. സർക്കാരിന് ഗുണപരമായി ഭവിക്കുന്നതുവരെ പരാതികൾ ഉറങ്ങിയമട്ടിലായിരുന്നു എന്നകാര്യവും അദ്ദേഹം പുറത്ത് പറഞ്ഞില്ല. ഇതൊന്നും അദ്ദേഹത്തിന്റെ രണ്ടു ലേഖനങ്ങളിലും പരാമർശിതമായില്ല. *ടൈംസ് നൗവിലേ*യും *സീ ന്യൂസിലേ*യും മാധ്യമപ്രവർത്തകരുടേതുപോലെ രവിശങ്കറും ഗുജറാത്ത് പൊലീസിന്റെ ഭാഗം പ്രകാശിപ്പിക്കുകയായിരുന്നുവെന്ന് തോന്നുന്നു.[10]

ഫണ്ട് ദുർവിനിയോഗം എന്ന ആരോപണത്തിനെതിരെ മുതിർന്ന അഭിഭാഷക ഇന്ദിരാ ജയ്സിങ് കടുത്ത എതിർപ്പ് പ്രകടിപ്പിച്ചു. വൈൻ, ബ്യൂട്ടിപാർലർ ആരോപണങ്ങളെന്നപോലെ, അവർ 'പഞ്ചനക്ഷത്ര ആക്ടിവിസ്റ്റുകൾ' എന്ന ആരോപണവും അതിജീവിക്കും. മാത്രമല്ല പാവപ്പെട്ടവർക്കായി ശേഖരിച്ച പണം ഉപയോഗിച്ച് അവർക്ക് 'സെവൻസ്റ്റാർ' ഹോട്ടലുകളിൽ തന്നെ നിയമസഹായ മീറ്റിങ്ങുകൾ സംഘടിപ്പിക്കാൻ കഴിയുമായിരുന്നു എന്നും ഞാൻ കോടതികളെ ഓർമ്മിപ്പിക്കുന്നു. ചെന്നൈ ഹൈക്കോടതിയിലെ മുൻജഡ്ജിയായിരുന്ന ഒരാളാണ് പരാതി ഫയൽ ചെയ്തതെന്ന് രേഖകൾ കാണിക്കുന്നു. തീസ്തയ്ക്ക് ജാമ്യം നിഷേധിക്കാൻ ഇത്തരം ആരോപണങ്ങൾ അവർ ഉപയോഗിക്കുമോ? പണം ഇത്തരത്തിൽ ഉപയോഗിച്ചു എന്നു പറയുന്നതിനേക്കാൾ, ജാമ്യം നിഷേധിക്കുന്നതിനുവേണ്ടി നിരത്തിയ പൊള്ളയായ വാദങ്ങളെ തുറന്നു കാണിക്കുന്നതിനാണ് ഞാൻ ഇങ്ങനെ പറയുന്നത്. പണം ദുർവിനി

യോഗം ചെയ്തിട്ടുണ്ടെങ്കിൽ അതിൽ അന്വേഷണം വേണ്ട എന്നത് ഞങ്ങളുടെ ആവശ്യമല്ല. പക്ഷേ, ആ അന്വേഷണം നീതിപൂർവ്വവും യുക്തിസഹവും ആയിരിക്കണം.

പത്രപ്രവർത്തകനായ പ്രമോദ്കുമാർ എഴുതി. "പൊലീസ് സെതൽവാദിനെ ലക്ഷ്യം വയ്ക്കുന്നു എന്നത് ആർക്കും മനസ്സിലാവും, എന്നാൽ ആശങ്കപ്പെടുത്തുന്നത് അവർക്കെതിരെ വ്യാജമായ ആരോപണങ്ങൾ കെട്ടിച്ചമയ്ക്കുന്നതിലെ ഭൂതകാല അനുഭവങ്ങളാണ്." 2002 ലെ ലഹളയിൽ മരിച്ചവരുടെ ശരീരങ്ങൾ നിയമവിരുദ്ധമായി പുറത്തെടുത്ത് അന്വേഷണം നടത്തിയ സംസ്ഥാനത്തിന്റെ നടപടിയെ 2012 ൽ സുപ്രീംകോടതി വിമർശിച്ചത് അദ്ദേഹം പരാമർശിച്ചു. പരാതിക്കാരിയായ എന്നെ നൂറുശതമാനവും പീഡിപ്പിക്കുന്ന നടപടിയായി ഇതിനെ സുപ്രീം കോടതി പറഞ്ഞു. "ഇത്തരം നടപടികൾ ഒരിക്കലും ഗുജറാത്ത് സംസ്ഥാനത്തിന് അഭിമാനകരമായിരിക്കുകയില്ല." എനിക്കെതിരെ ക്രെഡിറ്റ് കാർഡ് ചെലവ് ഉന്നയിച്ച് ആക്രമണം നടത്തുമ്പോൾ, ആ പശ്ചാത്തലത്തിൽ ശ്രദ്ധിക്കേണ്ട വളരെ ശ്രദ്ധേയമായ വിധിയായിരുന്നു അത്. കോടതി അത്തരം പരാമർശം നടത്തി ഒരു വർഷത്തിന് ശേഷമാണ് ഗുജറാത്ത് പൊലീസ് ഇത്തരം പണം സംബന്ധിച്ച ആരോപണങ്ങൾ കൊണ്ടുവരുന്നത്. ഗുൽബർഗ്ഗ് സൊസൈറ്റിയുടെ ഔദ്യോഗിക ഭാരവാഹികൾക്ക് എനിക്കെതിരെ ഒരുവിധ പരാതിയും ഇല്ല എന്ന് വ്യക്തമാക്കിയ ശേഷമായിരുന്നു അത്.

എന്തുകൊണ്ടാണ് എന്നെ അറസ്റ്റ് ചെയ്യാൻ ഗുജറാത്ത് പൊലീസ് മുംബൈയിൽ വന്നത്? എനിക്ക് പറയാൻ കഴിയുന്നതിനേക്കാൾ നന്നായി പ്രമോദ് കുമാറിന് പറയാൻ കഴിയും

> പൊലീസിന്റെ വിട്ടുവീഴ്ചയില്ലാതെയുള്ള ഈ പിന്തുടരൽ തീസ്ത സെതൽവാദ് ആരെന്ന ചോദ്യത്തിന് ഉത്തരം നല്കുന്നു. ഇന്ത്യയിലെ മനുഷ്യാവകാശസംരക്ഷണ പ്രവർത്തനമേഖലയിൽ അവർ അസാധാരണമാംവിധം വേറിട്ടു നില്ക്കുന്നു. 2002 ൽ ഗുജറാത്തിലുണ്ടായ വംശീയ ലഹളയിലെ ഇരകൾക്ക് ഭാഗികമായെങ്കിലും നീതി ലഭിക്കുന്നതിന് നിദാനമായത് അവരായിരുന്നു. ഇന്ത്യയിലാദ്യമായി വർഗ്ഗീയ ലഹളയിൽ കുറ്റവാളികളായ, മോദി മന്ത്രിസഭയിലെ ഒരു മന്ത്രിയടക്കം 117 പേരെ കുറ്റക്കാരെന്ന് കണ്ട് ശിക്ഷിക്കുകയുണ്ടായി. തീസ്തയും അവരെപ്പോലെയുള്ള മറ്റു ആക്ടിവിസ്റ്റുകളും ഇല്ലായിരുന്നുവെങ്കിൽ ഇരകൾ വായ് മൂടപ്പെട്ടേനെ. മോദിയുടെ മന്ത്രിസഭ മെച്ചപ്പെടുത്തുന്നതിന് ഏറ്റവും വലിയ തടസ്സവും അവരാണ്.
>
> എസ് ഐ ടി വിചാരണയ്ക്ക് ആവശ്യമായ തെളിവുകൾ ഇല്ല എന്ന് കണ്ടെത്തിയെങ്കിലും ഗുജറാത്ത് സർക്കാരിനെതിരെയും മുഖ്യമന്ത്രിയായിരുന്ന നരേന്ദ്രമോദിക്കെതിരെയും, ഗുൽബർഗ്ഗ്

സൊസൈറ്റി കൂട്ടക്കൊല കേസിലെ പരാതിക്കാരിയായ സാക്കിയ ജാഫ്രിയുമൊത്ത് നിരന്തര പോരാട്ടം തുടരുന്നതിലെ പ്രധാനകണ്ണി സെതൽവാദ് ആയിരുന്നു എന്നത് പകൽ വെളിച്ചം പോലെ വ്യക്തമായിരുന്നു. മോദിക്കെതിരായ തെളിവുകൾ പ്രബലമാണെന്നുള്ള, സുപ്രീംകോടതി നിയമിച്ച അമിക്കസ്ക്യൂറി രാജു രാമചന്ദ്രന്റെ ഭിന്നാഭിപ്രായക്കുറിപ്പുകളിലേക്ക് വിരൽ ചൂണ്ടിയത് സെതൽവാദും സഹപ്രവർത്തകരുമായിരുന്നു.

കുമാറും മറ്റു ശ്രദ്ധേയരായ പത്രപ്രവർത്തകരും കാണുന്നതുപോലെ തള്ളിക്കളയാൻ പാടില്ലാത്തവിധം തെളിവുകളോടുകൂടിയതായിരുന്നു നമുക്കെതിരായ ഹിംസ. അത് ഇന്നോ ഇന്നലെയോ തുടങ്ങിയതായിരുന്നില്ല, 2004-2005 ൽ, ബെസ്റ്റ് ബേക്കറി കേസിൽ സർക്കാരിനെതിരായി തെളിവുകൾ കൊടുക്കാൻ ഞാൻ സാഹീറാ ഷെയ്ക്കിനെ നിർബ്ബന്ധിച്ചു എന്ന് എന്നിൽ കുറ്റം ആരോപിച്ചു. എന്നാൽ സുപ്രീംകോടതി പിന്നീട് എന്നെ കുറ്റവിമുക്തയാക്കുകയും സാഹീറാഷെയ്ക്കിനെ ഒരു വർഷത്തേക്ക് ജയിലിൽ അടയ്ക്കുകയും ചെയ്തു. കോടതി അന്ന് അഭിപ്രായപ്പെട്ടത്. "തെളിവുകൾ നശിപ്പിച്ചുകൊണ്ട് സാക്ഷിയെ മറികടന്നതിന് ഉത്തമദൃഷ്ടാന്തമായ കേസാണിത്" എന്നതായിരുന്നു.

2015 ജൂലൈ 15 ന്, അതായത് ഗുൽബർഗ്ഗ് കൂട്ടക്കൊല വിധിക്ക് കൃത്യം ഒരു വർഷം മുൻപ് അതിലും പ്രധാനമായി, സാക്കിയ ജാഫ്രി കേസിന്റെ വിചാരണയുടെ ഒരുമാസം മുൻപായി സി ബി ഐ ഞങ്ങളുടെ വീട് റെയ്ഡ് ചെയ്യുകയുണ്ടായി. കേന്ദ്ര ആഭ്യന്തരവകുപ്പ് ഞങ്ങളുടെ ധനകാര്യ ഇടപാടുകൾ സംബന്ധിച്ച് നടത്തികൊണ്ടിരുന്ന അന്വേഷണം സി ബി ഐക്ക് വിട്ടതിന്റെ കൃത്യം ഒരാഴ്ചയ്ക്ക് ശേഷമായിരുന്നു അത്.

എന്നെ ഇങ്ങനെ പിന്തുടരാൻ സർക്കാർ ശഠിക്കുന്നതിന്റെ കാരണം എന്താണ്? ഇരകൾക്ക് നീതി ലഭ്യമാക്കുന്നതിനുള്ള എന്റെ ശുഷ്കാന്തിയെ തടയിടുന്നതിന് വേണ്ടിയായിരുന്നു അത്. ഒപ്പം ഒരു കുടിലമായ സന്ദേശം കൂടി നല്കുക എന്നതും അതിന്റെ ഉദ്ദേശ്യമായിരുന്നു. വിവിധ സന്ദർഭങ്ങളുടെ ഒരു ഹ്രസ്വമായ പുനരവലോകനം നന്നായിരിക്കും എന്ന് തോന്നുന്നു.

2004 ഏപ്രിലിലാണ് ബെസ്റ്റ് ബേക്കറി കേസ് ട്രാൻസ്ഫർ ചെയ്തുകൊണ്ട് പുനർവിചാരണ ഉത്തരവായത്. 2004 നവംബറിൽ സാഹീറാ ഷെയ്ക്ക് രണ്ടാമതും കൂറുമാറുകയുണ്ടായി. ഇരകളായ അഞ്ച് ദൃക്സാക്ഷികൾ-വഡോദരയിലെ വിചാരണക്കോടതി നേരത്തെ പരിശോധിക്കാതിരുന്ന-കുറ്റവാളികളെ തിരിച്ചറിഞ്ഞ് മൊഴികൊടുത്ത് 5 വർഷങ്ങൾക്ക് ശേഷമാണിത്. അതായത് മുംബൈയിലെ പുനർവിചാരണക്കോടതിയിൽ സാഹീറാ ഷെയ്ക്ക് മൊഴി നല്കേണ്ടതിന്റെ ഒരു ദിവസം മുമ്പ്. മൂന്ന് ദിവസത്തിനുള്ളിൽ ആരോപണങ്ങളിൻമേൽ അന്വേഷണം ആവശ്യ

പ്പെട്ടുകൊണ്ട് ഞാൻ സുപ്രീംകോടതിയെ സമീപിക്കുകയുണ്ടായി. രജിസ്ട്രാർ ജനറലായ ബി എം ഗുപ്തയോട് അന്വേഷണത്തിന് 2004 ഡിസംബർ 10 ന് ഉത്തരവിടുകയും എന്നെയും സി ജെ പി യെയും കുറ്റവിമുക്തരാക്കിക്കൊണ്ടുള്ള ഉത്തരവ് വളരെ വൈകി 2005 ആഗസ്തിൽ സമർപ്പിക്കുകയും ചെയ്തു. എനിക്ക് ആദ്യമായി ഒരു മുൻകൂർ ജാമ്യാപേക്ഷ സമർപ്പിക്കേണ്ടിവന്നു.

2009 ഡിസംബർ മുതൽ എസ് ഐ ടി പുനഃസംഘടിപ്പിക്കുന്നതിന് വേണ്ടിയും സാക്കിയ ജാഫ്രി കേസിൽ എസ് ഐ ടിയുടെ ദുർബ്ബലമായ അന്വേഷണ നടപടിക്കെതിരായും ഞങ്ങൾ സുപ്രീംകോടതിയെ സമീപിച്ചിരുന്നു. 2010 ജനുവരി 20 ന് ശേഷമാണ് ഞാൻ അമിക്കസ്ക്യൂറി മുമ്പാകെ ഹാജരായത്. 2010 സെപ്തംബറിൽ ശക്തരായ കുറ്റവാളികളുടെ ഫോൺവിളിരേഖകൾ ഉൾപ്പെടുന്ന രേഖാപരമായതും അതിപ്രധാനവുമായ തെളിവുകൾ സി ജെ പി സമർപ്പിക്കുകയുണ്ടായി. ഞങ്ങൾക്കെതിരായ ആക്രമണങ്ങൾ വളരെ ആസൂത്രിതവും വർദ്ധിതാവേശത്തിലുമായി.

2010 ഡിസംബറിനും 2011 ഫെബ്രുവരിക്കും ഇടയിൽ രണ്ടുപ്രാവശ്യം എനിക്ക് മുൻകൂർ ജാമ്യാപേക്ഷ സമർപ്പിക്കേണ്ടിവരികയുണ്ടായി. എന്നുവച്ചാൽ അന്നുവരെ മൂന്നു മുൻകൂർ ജാമ്യാപേക്ഷകൾ സമർപ്പിച്ചു. 2004 ൽ സാഹീറാ ഷെയ്ക്കിനെ ഞങ്ങൾക്കെതിരായി സർക്കാർ ഉപയോഗിച്ചതാണെങ്കിൽ 2010 ൽ ഒരു മുൻ ജീവനക്കാരനെയാണ് ആക്രമണത്തിന് മുന്നിൽ നിർത്തിയത്. 2002 ലെ വംശഹത്യയെ അതിജീവിച്ചവരുടെ നിയമാനുസൃതമായ അവകാശങ്ങൾ ഉറപ്പാക്കുന്നതിന് അതീവ ശ്രദ്ധയോടെ ഇടപെടുന്നതോടൊപ്പം ഞങ്ങളുടെ സ്വന്തമായുള്ള നിയമപരിരക്ഷയും ഉറപ്പാക്കുന്നതിന് ഞങ്ങൾക്ക് സമയം വ്യയം ചെയ്യേണ്ടിവന്നു. എന്നാലും ഞങ്ങൾ വിട്ടുവീഴ്ചയില്ലാതെ സാക്കിയ ജാഫ്രികേസ് പിന്തുടർന്നിരുന്നു. 2011 ജൂലൈ അവസാനത്തോടെ അമിക്കസ്ക്യൂറി രാജു രാമചന്ദ്രൻ സമർപ്പിച്ച റിപ്പോർട്ടിൽ മുഖ്യമന്ത്രിയെ വിചാരണ ചെയ്യുന്നതിനാവശ്യമായ തെളിവുകളുണ്ടെന്ന് കൃത്യമായി രേഖപ്പെടുത്തിയിരുന്നു. ക്രിമിനൽ വിചാരണ തേടിയുള്ള സാക്കിയ ജാഫ്രിയുടെ അവകാശത്തിന് അടിവരയിട്ടുകൊണ്ട് 2011 സെപ്തംബർ 12 ന് അന്തിമ ഉത്തരവ് പുറപ്പെടുവിക്കപ്പെട്ടു.

2013 ഏപ്രിലിൽ സാക്കിയ എഹ്സാൻ ജാഫ്രി സി ജെ പിയുടെ സഹായത്തോടെ അവരുടെ പ്രതിഷേധ പരാതി (പ്രൊട്ടസ്റ്റ് പെറ്റിഷൻ) ഫയൽ ചെയ്തു. 2006 ജൂൺ 8 ന് ഡയറക്ടർ ജനറൽ ഓഫ് പൊലീസിന് ക്രിമിനൽ ഗൂഢാലോചന ചൂണ്ടിക്കാട്ടി മുഖ്യമന്ത്രിക്കും മറ്റു 61 പേർക്കും എതിരെ ആദ്യമായി ക്രിമിനൽ പരാതി ഫയൽ ചെയ്ത് ഉദ്ദേശം ഏഴുവർഷത്തോടടുത്തായിരുന്നു അത്. പ്രതിഷേധ പരാതി ഫയൽ ചെയ്യുന്നതിന് നിയമം അനുവാദം നല്കുന്നത് ഒരു പരാതിക്കാരി (ഇപ്രാവശ്യവും കലാപത്തെ അതിജീവിച്ചയാൾ തന്നെ.) അന്വേഷണ

ഏജൻസിയുടെ നടപടികളിൽ അടിസ്ഥാനപരമായി വിസമ്മതം പ്രകടിപ്പിക്കുമ്പോഴാണ്. ഈ കേസിൽ രാഘവൻ നയിച്ച എസ് ഐ ടിയുടെ നിർദ്ദേശങ്ങളെ സാക്കിയ ജാഫ്രി അംഗീകരിച്ചില്ല. അദ്ദേഹത്തിന്റെ അന്തിമ റിപ്പോർട്ട് 2012 ഫെബ്രുവരിയിൽ പുറത്തുവന്നു. അന്വേഷണത്തിന്റെ രേഖകളുടെയും എസ് ഐ ടി അംഗം എ കെ മൽഹോത്ര സുപ്രീംകോടതിയിൽ ഫയൽ ചെയ്ത റിപ്പോർട്ടുകളുടെയും പകർപ്പ് ലഭ്യമാക്കുന്നതിന് സാക്കിയ ജാഫ്രിക്കും സി ജെ പിക്കും ഒരു വർഷത്തിലധികം വേണ്ടി വന്നു. 2013 ൽ മുന്നോട്ടുപോയ വാദങ്ങൾക്ക് ശേഷം മജിസ്ട്രേറ്റ് പ്രതിഷേധപരാതി തള്ളി. (2013 ഡിസംബർ 26) എട്ടു ദിവസത്തിനുള്ളിൽ സാക്കിയ ജാഫ്രിയുടെ മകൻ, ഗുൽബർഗ്ഗ് കൂട്ടക്കൊലയിൽ രക്ഷപ്പെട്ട മറ്റുരണ്ടുപേർ, സി ജെ പിയുടെ രണ്ട് ട്രസ്റ്റിമാർ (ജാവേദും, ഞാനും) എന്നിവരെ ഗുജറാത്ത് പൊലീസ് ഒരു വ്യാജക്രിമിനൽ കേസിൽ പ്രതികളാക്കി. ഗുജറാത്ത് ഹൈക്കോടതിയിൽ ക്രിമിനൽ റിവിഷൻ പെറ്റീഷൻ ഫയൽ ചെയ്യുന്നതിന് തടയിടുന്നതിന് വേണ്ടിയായിരുന്നു എല്ലാ ശ്രമങ്ങളും. അത് ഉത്തരവ് തീയതി മുതൽ മൂന്നുമാസത്തിന് മുൻപ് ചെയ്യേണ്ടിയുമിരുന്നു. എത്രമാത്രം സമ്മർദ്ദങ്ങളുണ്ടായിരുന്നുവെങ്കിലും 2014 മാർച്ചിൽ ക്രിമിനൽ റിവിഷൻ പെറ്റീഷൻ ഫയൽ ചെയ്തു. ഒരു വർഷത്തേക്ക് എല്ലാ രേഖകളുടേയും ഔദ്യോഗിക തർജ്ജമകളും മറ്റും നടന്നു. അപ്പീൽ കേൾക്കാറാവുന്ന സമയമായപ്പോഴേക്ക് (ആഗസ്ത് 2015) സി ബി ഐയുടെ എനിക്കെതിരെയുള്ള കടന്നാക്രമണം ആരംഭിച്ചു. ആക്രമണങ്ങൾക്ക് തെരെഞ്ഞെടുത്ത സമയം കൃത്യമായ ഉദ്ദേശ്യം വച്ചുകൊണ്ടുള്ളതായിരുന്നു. ഓരോ പ്രാവശ്യവും ക്രിമിനൽ ഗൂഢാലോചനക്കെതിരായ നടപടികൾ മുന്നോട്ട് പോവുന്നതിനനുസരിച്ചായിരുന്നു അത്.

എനിക്കും, സബ്രംഗിനും, അതുപോലെ സി ജെ പിക്കും എതിരായ ആക്രമണങ്ങൾ സാക്കിയ ജാഫ്രിയുടേയും ഗുജറാത്ത് ലഹളയിലെ ഇരകളുടേയും പെറ്റീഷനുകളിലുള്ള ശ്രദ്ധ തിരിച്ചുവിടുന്നതിനുവേണ്ടിയായിരുന്നു. ഇതാദ്യമായിരുന്നില്ല ഞങ്ങളെ അപകീർത്തിപ്പെടുത്തുന്നതും. ഇത് അവസാനത്തേതല്ലെന്നും എനിക്കറിയാമായിരുന്നു. ശക്തനായ കുറ്റവാളിയുടെ അടവുകൾ മിക്കവാറും ഒരേപോലെയുള്ളതായിരുന്നു. ശത്രുപക്ഷത്ത് ഒരു എതിരാളിയെ സൃഷ്ടിക്കുക, ഞങ്ങളോടൊപ്പമുണ്ടായിരുന്ന, ഞങ്ങൾക്കുവേണ്ടി പണിയെടുത്തിരുന്ന ആരെയെങ്കിലും അടർത്തിയെടുക്കുക. പിന്നീട് ആക്രമണത്തിന്റെ മുഖങ്ങൾ മാറ്റിയെടുക്കുക. സാവകാശത്തിൽ ഒരു കുറ്റവാളിയുടെ ചിത്രം മാറ്റിയെടുത്ത് അക്രമികളും ഇരകളും തമ്മിലുള്ള വൈരുദ്ധ്യങ്ങൾ ഇല്ലാതാക്കുക. പിന്നീട് ഞാൻ തന്നെ നിയമസഹായം നല്കി വരുന്ന ഇരകളെ ചതിച്ചതായുള്ള വാർത്തകൾ സൃഷ്ടിക്കുക. ഈ തന്ത്രം കൊണ്ട് കോടതികൾക്ക് ഇരകൾക്കായി ഒന്നുംതന്നെ ചെയ്യാൻ കഴിയുകയില്ല എന്നിരിക്കിലും അത് ഞങ്ങളോടുള്ള പൊതു വീക്ഷണങ്ങളെ മാറ്റുന്നതിന് ഉതകുന്നതായിരുന്നു. മൊത്തം തന്ത്രങ്ങളും അത്ഭുതകരമാംവണ്ണം ആയി

രുന്നു, മാക്കിയവെല്ലിയൻ/ഗീബൽസിയൻ തന്ത്രങ്ങളുടെ വിവിധ മുഖങ്ങൾ.

സ്മാരകത്തിനായി സബ്രംഗ് 4.6 ലക്ഷം രൂപ ശേഖരിച്ചു എന്നത് സത്യം. ആ തുക ഇപ്പോഴും ട്രസ്റ്റിന്റെ അക്കൗണ്ടിൽ പ്രത്യേകമായൊന്നും ചെയ്യാതെ കിടപ്പുണ്ട്. എന്നിരുന്നാലും ഉന്മത്തരായ ചില മനുഷ്യർ ഞങ്ങളെ പൊതുരംഗത്ത് തേജോവധം ചെയ്യുന്നതിനായി തെളിയിക്കാനാവാത്ത നുണകളുമായി രംഗപ്രവേശംചെയ്തു.

ഇതിനിടയിൽ സാക്കിയ ജാഫ്രിയുടെ കേസിന്റെ വിചാരണ മുന്നോട്ടുപോവാതെ കിടന്നു. 2015 ആഗസ്ത് 3, 4 തീയതികളിൽ വിചാരണ ആരംഭിച്ചു. എസ് ഐ ടി സമയം ദീർഘിപ്പിച്ചു നല്കാൻ ആവശ്യപ്പെടുന്നതിന് മുൻപ് ആഗസ്തിൽ 3 സെഷനുകൾ അതിനകം നടന്നിരുന്നു. വിചാരണ തുടങ്ങുന്നതിന് തീരുമാനിച്ചിരുന്ന നാളുകളിൽ മാർച്ച് 10 നും 11 നും എസ് ഐ ടി വീണ്ടും അവധിക്കായി ചോദിച്ചിരുന്നു. അഭിഭാഷകന് അസുഖമായതിനാലാണെന്ന് അവർ ബോധിപ്പിച്ചു. 2016 ഏപ്രിൽ 6 നും 7 നും വാദങ്ങൾ പുനരാരംഭിക്കുമെന്ന് ഗുജറാത്ത് ഹൈക്കോടതി പറഞ്ഞു. പ്രതിഷേധ പരാതിയുടെ നിരാകരണത്തിനെതിരെയും അപ്പോൾ തന്നെ സ്വന്തം മുഖം നഷ്ടപ്പെടുത്തിയ എസ് ഐ ടിയിൽനിന്നും അന്വേഷണച്ചുമതല മാറ്റണമെന്നുള്ള ആവശ്യത്തിനായും ഞങ്ങളുടെ വാദമുഖങ്ങൾ അവതരിപ്പിക്കുന്നതിനുള്ള അവസരത്തിനായി ഞങ്ങൾ കാത്തിരിക്കുകയായിരുന്നു. ഇന്ത്യൻ പൊലീസ് സർവ്വീസിലെ മുൻ ഉദ്യോഗസ്ഥനായ ജൂലിയേ റിബേറോ പറഞ്ഞു, "കൂട്ടിലടച്ച തത്ത തന്റെ യജമാനന്റെ സംഗീതം വീണ്ടും പൊഴിച്ചുകൊണ്ടിരിക്കുകയാണ്" എന്ന് സി ബി ഐയെയാണ് അദ്ദേഹം ഉദ്ദേശിച്ചത്. പൊലീസിലെ തന്റെ സേവനത്തിന് പദ്മഭൂഷൺ ലഭിച്ച ഒരാളുടെ ആക്ഷേപമായിരുന്നു അത്.

* * * * *

ഗുൽബർഗ്ഗ് കൂട്ടക്കൊലകേസും സാക്കിയ ജാഫ്രിയുടെ പെറ്റീഷനും റിപ്പോർട്ട് ചെയ്യുന്നതിൽ മാധ്യമങ്ങൾ ഭയപ്പെട്ടിരുന്നു. 2006 ൽ ക്രിമിനൽ പരാതി ഫയൽ ചെയ്യപ്പെട്ടതുമുതൽ ഇന്നുവരെ എന്താണ് കേസ് ലക്ഷ്യമാക്കുന്നതെന്ന് സമചിത്തതയോടെയും പരിഗണനീയവുമായ ഒരു ചർച്ച ദേശീയ ടെലിവിഷനിൽ നടക്കുകയുണ്ടായില്ല. പ്രതിഷേധ പരാതി ഫയൽ ചെയ്യപ്പെട്ടിരുന്നതിനെത്തുടർന്ന് 2013 ആഗസ്ത് 15 നോടടുത്ത്, ഇതിനകം വെളിവാക്കപ്പെട്ട തെളിവുകളുടെ ആധിക്യത്തെക്കുറിച്ച്, ഏതാനും ചില മണിക്കൂറുകൾ മാത്രം ചില ചാനലുകൾ പരിപാടികൾ സംഘടിപ്പിച്ചിരുന്നു. വളരെ ആസൂത്രിതമായ അപവാദ പ്രചാരണങ്ങൾ തുടർന്നും നടന്നതിനാൽ വീണ്ടും പഴയ നില പുനഃസ്ഥാപിക്കപ്പെടുകയും ചെയ്തു.

അർണാബ് ഗോസ്വാമിയുടെ *ടൈംസ് നൗവിൽ* പോയപ്പോഴുള്ള എന്റെ അനുഭവം നോക്കുകയാണെങ്കിൽ മാധ്യമങ്ങളുടെ, പ്രത്യേകിച്ചും ഇലക്ട്രോണിക് മീഡിയായുടെ, പരിതാപകരമായ അവസ്ഥ ബോദ്ധ്യപ്പെടുകയുണ്ടായി. 2004 ൽ സുപ്രീംകോടതിയിൽ വച്ച് എന്നെ അപമാനി

ച്ചയാളുടെ മരുമകളായ മീനാക്ഷി ലേഖി ബി ജെ പിയിലായിരുന്നുവല്ലോ. ഗുൽബർഗ്ഗ് കേസിലെ സഹപരാതിക്കാരിയായ സാക്കിയ ജാഫ്രി തന്റെ പരാതി പിൻവലിച്ചുവെന്ന് അവർ ചർച്ചയ്ക്കിടെ പറയുകയുണ്ടായി. മീനാക്ഷി ലേഖി തെറ്റിദ്ധരിപ്പിക്കുകയാണെന്ന് പറഞ്ഞുകൊണ്ട് ആ പ്രസ്താവനയെ ഞാൻ എതിർത്തു. സാക്കിയ ജാഫ്രിയുടെ പരാതി ഒരു എഫ് ഐ ആർ ആയി പരിഗണിക്കുകയോ അല്ലെങ്കിൽ ഒരു ക്ലോഷർ റിപ്പോർട്ട് ഫയൽ ചെയ്യുകയോ ചെയ്യണമെന്ന സുപ്രീംകോടതിയുടെ നിഗമനവും ഞാൻ ചൂണ്ടിക്കാട്ടി. സത്യത്തെ വളച്ചൊടിച്ചുകൊണ്ടുള്ള വാദമുഖങ്ങൾ ചോദ്യം ചെയ്യപ്പെടാതിരിക്കരുതെന്ന് അർണാബ് ഗോസ്വാമിയോട് ഞാൻ പറയുകയുണ്ടായി. അദ്ദേഹം വളരെ സ്വച്ഛമായി മീനാക്ഷി ലേഖിയോട്, എന്നോട് പ്രതികരിക്കാൻ ആവശ്യപ്പെടുക മാത്രമാണ് ചെയ്തത്. സത്യത്തെ ആധാരമാക്കി വസ്തുതകൾ അവതരിപ്പിക്കണമെന്ന് നിർദ്ദേശം നല്കാൻ അദ്ദേഹം തയ്യാറായില്ല. ഗോസ്വാമിയെപ്പോലെ പരിചയ സമ്പന്നനായ ഒരു മാധ്യമപ്രവർത്തകൻ വസ്തുതകൾ മനസ്സിലാക്കാത്തയാളാണെന്നോ വസ്തുതകൾ പുറത്ത് പറയാൻ താല്പര്യമില്ലാത്തയാളാണെന്നോ ധരിക്കാൻ എനിക്ക് കഴിയുന്നില്ല. കോടതിയിൽ തന്റെ പ്രസ്താവനകളൊന്നും സാക്കിയ ജാഫ്രി പിൻവലിച്ചിട്ടില്ല എന്ന കാര്യം അറിയാത്തയാളാണ് അദ്ദേഹം എന്ന് എനിക്ക് വിശ്വസിക്കാൻ ബുദ്ധിമുട്ടുണ്ട്. സുപ്രീം കോടതിയുടെ അന്വേഷണത്തോട് സഹകരിക്കാതെ നിഷേധാത്മക സമീപനം സ്വീകരിച്ചയാളാണ് ബി ജെ പിയുടെ എം എൽ എ മധുശ്രീവാസ്തവ എന്ന് അദ്ദേഹത്തിന് അറിവില്ലാത്തതാണോ? സാഹീറാ ഷെയ്ക്കിനോട് കോടതിയിൽ മൊഴിമാറ്റാൻ പ്രേരണ ചെലുത്തിയതിനുശേഷം താനല്ലെന്ന് തെളിയിക്കാൻ ശബ്ദം തെളിവായി നല്കിയത് അറിയില്ല എന്നാണോ? സാക്കിയ ജാഫ്രിയുടെ പരാതി എഫ് ഐ ആർ ആയി പരിഗണിച്ച് സുപ്രീംകോടതി അംഗീകരിച്ചതാണ് കേസെന്ന് അദ്ദേഹത്തിന് അറിയില്ല എന്ന് വിശ്വസിക്കാൻ വലിയ ബുദ്ധിമുട്ടുണ്ട്. കാര്യങ്ങൾ വെട്ടിത്തുറന്ന് പറയുന്നതിലുള്ള മോഡറേറ്ററുടെ ആർജ്ജവത്തിലും ബുദ്ധിശക്തിയിലുമുള്ള ന്യൂനതയെപ്രതി ചർച്ചയിൽനിന്നും ഞാൻ ഇറങ്ങിപ്പോരുകയാണുണ്ടായത്.

നിയമത്തിലും അതിന്റെ ശരിയായ നടത്തിപ്പിലും പൂർണ്ണമായും വിശ്വസിച്ചുകൊണ്ട് തന്നെ ഞാൻ മനസ്സിലാക്കിയ ഒരു കാര്യം ചില അഭിഭാഷകർ പ്രകടമായിത്തന്നെ നുണ പ്രചരിപ്പിക്കുന്നു എന്നതാണ്. മീനാക്ഷി ലേഖി ചർച്ചയിൽ സാഹീറാ ഷെയ്ക്കിനെ പരാമർശിച്ച്, *ടൈംസ് നൗവിലെ* എഡിറ്റർ എന്ന നിലയിലും *പ്രൈം ടൈം ഷോയി*ലെ അവതാരകൻ എന്ന നിലയിലും വാസ്തവത്തെ അട്ടിമറിച്ചുകൊണ്ട് തുടരെ തുടരെ തന്റെ സ്ഥാനത്തിന് നിരക്കാത്ത വിധം ഗോസ്വാമി തന്റെ പക്ഷപാതിത്വം പ്രകടമാക്കുകയായിരുന്നു. നമ്മുടെ രാജ്യത്തെ മുതിർന്ന പത്രപ്രവർത്തകരിലും പത്രാധിപന്മാരിലും ആർക്കാണ് സാഹീറാ ഷെയ്ക്കിനെ കള്ളസാക്ഷ്യത്തിന് സുപ്രീംകോടതി ഒരു വർഷത്തേക്ക്

അഴികൾക്കുള്ളിലടച്ച കാര്യം അറിയാത്തത്? അവരിൽ എത്രപേർ നിയമവ്യവസ്ഥയെ ലംഘിക്കാതെ ഷോകൾ സംഘടിപ്പിക്കുന്നുണ്ട്. ആദ്യമായി ഒരു ഇരയെ ജയിലിൽ അടച്ചുകൊണ്ടുള്ള ചരിത്രപ്രാധാന്യമുള്ള വിധിയാണത്. കള്ളം അനുവദിക്കാനാവില്ലെന്ന സുപ്രീം കോടതിയുടെ ശക്തമായ സന്ദേശം കൂടിയാണിത്. എന്നിരുന്നാലും ഗോസ്വാമി തന്റെ "ന്യൂസ് അവറിൽ" എന്നും ചെയ്തുവരുന്നതുപോലെ സത്യവിരുദ്ധമായ കാര്യങ്ങൾ പ്രചരിപ്പിക്കുന്നു. അദ്ദേഹത്തിന്റെ 'ഇഷ്ടഭാജനമായ' ലേഖിക്ക് ടെലിവിഷനിലൂടെ നുണ പ്രചരിപ്പിക്കാൻ അവസരം നല്കുന്നു.

എന്നാൽ അർണാബ് ഒറ്റപ്പെട്ട ഒരു വ്യക്തിയല്ല. മാധ്യമങ്ങളിലെ ബഹുഭൂരിപക്ഷവും അനഭിലഷണീയമായ സംഭവങ്ങളിൽ ഗുജറാത്ത് പൊലീസിന്റെ ഭാഷ്യത്തിന് വൈകാരികതലം നല്കാൻ വ്യഗ്രത കാണിക്കുകയും സത്യത്തെ മറച്ചുപിടിക്കുകയും ചെയ്യുന്നു. അതുമല്ലെങ്കിൽ മാധ്യമങ്ങൾ പ്രധാനമന്ത്രിയെ പ്രസാദിപ്പിക്കുന്നതിൽ വ്യാപൃതമായിരിക്കുന്നു എന്ന് തോന്നുന്നു.

അവഹേളനങ്ങൾ എന്നിൽ വന്നു കുമിഞ്ഞുകൂടിയപ്പോൾ, സാക്കിയ ഫെയ്സ്ബുക്കിൽ പോസ്റ്റ് ചെയ്ത ഒരു തുറന്ന കത്ത് ഏറെ ഊർജ്ജദായകമായിത്തോന്നി. അവരുടെ മകൾ നിഷ്റിന്റെ താഴെക്കാണുന്ന പോസ്റ്റും.

"പെൺകുട്ടികളെപ്പറ്റി ചർച്ചചെയ്യുമ്പോൾ ഞങ്ങൾക്ക് അമ്മയെപ്പറ്റി പറയാതെ തരമില്ല.... ഗുജറാത്തിനെപ്പറ്റിയാണ് സംസാരിക്കുന്നതെങ്കിൽ ഞങ്ങൾക്ക് അഹ്സൻ ജാഫ്രിയെപ്പറ്റി പറയേണ്ടി വരും... ഇനി നീതിക്കുവേണ്ടി പൊരുതുന്നതിനെപ്പറ്റിയാണ് സംസാരിക്കുന്നതെങ്കിൽ ഇന്ത്യയുടെ ആദ്യത്തെ അറ്റോർണി ജനറൽ എം സി സെതൽവാദിന്റെ ചെറുമകൾ തീസ്ത സെതൽവാദിനെപ്പറ്റി പറയണം. പറയുന്ന കാര്യങ്ങൾ എല്ലാം തന്നെ ദൂരവ്യാപകമായ പ്രതിഫലനങ്ങൾ ഉണ്ടാക്കുകയും ചെയ്യും."

പെൺകുട്ടികൾക്കുള്ള ആദരസൂചകമായി പെൺമക്കളുടെ കൂടെയുള്ള സെൽഫി പോസ്റ്റ് ചെയ്യാൻ ആത്മാനുരാഗിയായ നരേന്ദ്രമോദി ആഹ്വാനം ചെയ്തപ്പോൾ 2002 ഫെബ്രുവരിയിൽ അതിക്രൂരമായി കൊല ചെയ്യപ്പെട്ട എഹ്സാൻ സാബിനൊപ്പം നില്ക്കുന്ന ഫോട്ടോയാണ് നിഷ്റിൻ പോസ്റ്റ് ചെയ്തത്.

* * * * *

എന്നെ പ്രചോദിപ്പിക്കുന്ന ഘടകങ്ങളെപ്പറ്റി എനിക്ക് വലിയ നിശ്ചയം പോരാ. മുതിർന്ന സുഹൃത്തും സഖാവുമായ ഇന്ദിരാ ജെയ്സിങ് പറയുന്നത് എന്റെ മാതാപിതാക്കൾ എനിക്ക് അതിർത്തികൾ കടന്ന് തടസ്സമേതുമില്ലാതെ ഒഴുകുന്ന ബംഗ്ലാദേശിലെ ഒരു നദിയുടെ പേരാണ് ഇട്ടത് എന്നാണ്. ഇതെന്റെ പ്രചോദനങ്ങൾക്ക് നിദാനമത്രേ. 1992 ലെ ലഹളയ്ക്ക് ശേഷം മുംബൈയിൽ നടന്ന ഒരു പൊതുയോഗത്തിൽ ഇന്ദിരയും

ഞാനും ഉൾപ്പെടുന്ന ഒരുകൂട്ടം മനുഷ്യാവകാശപ്രവർത്തകർ ഒരു കാര്യത്തിൽ യോജിക്കുകയുണ്ടായി. 1984 ലെ ഡൽഹി കൊലപാതകങ്ങളിൽ കുറ്റവാളികൾക്കെതിരെ നമ്മൾ ഒന്നിച്ചുനിന്ന് പൊരുതിയിരുന്നെങ്കിൽ 1992–93 ലെ കൂട്ടക്കൊല സംഭവിക്കുകയില്ലായിരുന്നു. അതായിരിക്കണം നാം കെട്ടിപ്പടുക്കുന്ന ഉദാത്തമായ സംസ്കാരം. 1992–93 ന് ശേഷം, ജസ്റ്റിസ് ശ്രീകൃഷ്ണൻ കമ്മീഷന്റെ ശുപാർശകൾ സ്വീകരിക്കുകയും ഉന്നതങ്ങളിൽ വിഹരിച്ചിരുന്നവരുൾപ്പെടെയുള്ള കുറ്റവാളികളെ ശിക്ഷിക്കുകയും ചെയ്തിരുന്നെങ്കിൽ 2002 സംഭവിക്കുകയില്ലായിരുന്നു. ജാമ്യം തേടിയുള്ള എന്റെ ബദ്ധപ്പാടുകൾക്കിടയ്ക്ക് ഇന്ദിരാ ജെയ്സിങ് ഈ ചർച്ച ഓർത്തെടുത്തു. "ഈ ധാരണയാണ് 2002 ലെ വംശഹത്യയിലെ കൊലയാളികൾക്കെതിരെയുള്ള പോരാട്ടം തുടരാൻ അവരെ നിർബ്ബന്ധിതയാക്കുന്നത്. ഇപ്പോൾ നമ്മൾ കണ്ടുകൊണ്ടിരിക്കുന്നത് ഭരണകൂടത്തിന്റെ അധികാരശക്തിയും അതിന്റെ ഭീകരതയുടെ പര്യായവുമായ സി ബി ഐയും വിദേശഫണ്ട് ദുരുപയോഗം ആരോപിച്ച് തീസ്തയുടെ വീടിനും ആഫീസിനും എതിരെ റെയ്ഡ് നടത്താനൊരുങ്ങുന്നതാണ്. ഒപ്പം കോടതി ഇക്കാര്യത്തിൽ ഇടപെടുന്നതും നമുക്ക് കാണാൻ കഴിയുന്നു. ഈ യുദ്ധത്തിൽ ആരു ജയിക്കും? അത് നിശ്ചയിക്കേണ്ടത് തീസ്തയല്ല, വിചാരണാവകാശമുള്ള ഈ രാജ്യത്തെ കോടതികളാണ്." ശിക്ഷയെ തീണ്ടാപ്പാടകലെയാക്കുന്നതിനെയാണ് ഞാൻ വെല്ലുവിളിക്കുന്നത്. അതിലാണ് എന്റെ പ്രചോദനത്തിന്റെ അംശം കുടികൊള്ളുന്നത്.

ദീർഘവും ദുഷ്കരവുമായ പോരാട്ടം തുടരുകയും ചിലപ്പോൾ നീതി നടപ്പാക്കപ്പെടുകയും ചെയ്തേക്കാം. അതു നമ്മുടെ വിശ്വാസത്തെ വീണ്ടെടുക്കുന്നു. 2004 ഏപ്രിൽ 12 നായിരുന്നു അങ്ങനെ ഒരു സന്ദർഭം കൈവന്നത്. ബെസ്റ്റ് ബേക്കറി കേസിലെ സുപ്രീംകോടതി വിധിയായിരുന്നു അത്. കോടതി ഇപ്രകാരം പറഞ്ഞു:

> ദാരുണമായ കൊലപാതകങ്ങൾ മഹാത്മാഗാന്ധിയുടെ മണ്ണിൽ അരങ്ങേറുമ്പോൾ അത് കാതലായ ചില ചോദ്യങ്ങൾ ഉന്നയിക്കുന്നുണ്ട്. അദ്ദേഹത്തിനേറെ അഭിമതമായിരുന്ന തത്ത്വസംഹിതകളിൽനിന്നും വഴുതിപ്പോവും വിധം അത്രയേറെ അധഃപതിച്ചവരായി നാം മാറിയോ എന്ന്. നിഷ്കളങ്കരും നിസ്സഹായരുമായ കുട്ടികളും സ്ത്രീകളുമടക്കം ധാരാളം ആളുകൾ അതിദാരുണമാംവിധം കൊലചെയ്യപ്പെടുമ്പോൾ അത് സമൂഹത്തിന് മൊത്തമായി തന്നെ അവമതിപ്പ് ഉണ്ടാക്കുന്നു. കുറ്റവാളികൾക്ക് മതമില്ല. ഒരു മതവും അതിക്രമങ്ങൾ പഠിപ്പിക്കുന്നില്ല, ക്രൂരതയിൽ അധിഷ്ഠിതമായ ഒരു മതം പോലുമില്ല. വിദ്വേഷം പ്രചരിപ്പിച്ചുകൊണ്ട്, തന്നിമിത്തം ഉളവാകുന്ന വികാരത്തിൽനിന്നും മുതലെടുത്തുകൊണ്ട്, അധികാരം കൈമുതലാക്കുന്നവർ മാത്രമാണവർ. ഓരോ മതത്തിലും വേരോടുന്ന സുവർണ്ണനൂൽ സ്നേഹവും അനുകമ്പയും മാത്ര

> മാണ്. മതത്തിന്റെ പേരിൽ കാടത്തം പരത്തുന്നവർ ഭീകരവാദികളേക്കാൾ അധമരും വൈദേശിക ശത്രുവിനേക്കാൾ അപകടകാരികളുമാണ്.

രണ്ടാഴ്ചയ്ക്കുശേഷം സുപ്രീംകോടതിയുടെ അതേ ബഞ്ചുതന്നെ സീനിയർ അഭിഭാഷകൻ മിഹിർദേശായിയേയും എന്നെയും ദേശവിരുദ്ധരായി ചിത്രീകരിച്ചുകൊണ്ട് ഗുജറാത്ത് ഹൈക്കോടതി ഉത്തരവിനെ തള്ളി. തങ്ങൾ ചെയ്ത കുറ്റം എന്തായിരുന്നു? സുപ്രീംകോടതിയിൽ സമർപ്പിക്കുന്ന അഫിഡവിറ്റിൽ സത്യം രേഖപ്പെടുത്തുന്നതിനും ഒപ്പം മൊഴി നല്കുന്നതിനും സാഹീറാ ഷെയ്ക്കിനെ സഹായിച്ചു എന്നതായിരുന്നു. ആരുടെ വിധിപ്രസ്താവമാണോ മറികടന്നത് ആ ജഡ്ജിയുടെ സ്വരം 2016 ൽ അദ്ദേഹത്തിന്റെ ഒരു പ്രസംഗത്തിൽ സുപ്രീംകോടതി ഉത്തരവിനെ ജുഡീഷ്യൽ ഭീകരത എന്ന് വിശേഷിപ്പിച്ചുകൊണ്ട് പുറത്ത് വരികയുണ്ടായി.[11] 2003 ൽ കേസിലെ മുഖ്യസാക്ഷിയായ സാഹീറാ ഷെയ്ക്ക് ഞങ്ങളെ സമീപിച്ചപ്പോൾ സി ജെ പി പരിഹാരത്തിനായി സുപ്രീംകോടതിയെ സമീപിക്കാൻ തീരുമാനിക്കുകയും, ജഡ്ജിയുടെ സഹോദരൻ കൂടിയായ കെ ജെ സേത്ന എന്ന സീനിയർ ക്രിമിനൽ അഭിഭാഷകൻ ഞങ്ങൾക്ക് യുക്തമായ നിയമോപദേശം നല്കുകയും ചെയ്തു. 2006 വരെ ഞങ്ങളോടൊപ്പംനിന്ന രാംജത് മലാനിയും ഈ നിയമോപദേശം സാധൂകരിക്കുകയുണ്ടായി. 2009 ഓടെ അദ്ദേഹം മോദിയുടെ ഉറച്ച അനുയായിയായിത്തീരുകയും സുപ്രീംകോടതിയിൽ ഞങ്ങളുടെ എതിരാളികളായ കുറ്റവാളികളുടെ വക്കാലത്ത് ഏറ്റെടുക്കുക പോലും ചെയ്തു. ഞങ്ങൾക്കെതിരെ മൃഗീയമായ പ്രചാരണം നടത്തിക്കൊണ്ട് തന്റെ പദവിക്ക് നിരക്കാത്ത പ്രവർത്തനങ്ങൾ അദ്ദേഹത്തിന്റെ മകൻ നടത്തുകയുണ്ടായി.

ഈ പുസ്തകം പ്രസിദ്ധീകരിക്കാനായി തയ്യാറെടുക്കുന്ന ഘട്ടത്തിൽ മധുരയിൽ വച്ച് കെ ജി കണ്ണാബിരാമൻ അനുസ്മരണ പ്രഭാഷണം നടത്താൻ എനിക്ക് ക്ഷണം ലഭിക്കുകയുണ്ടായി. സുപ്രീംകോടതിയുടെ ബെസ്റ്റ് ബേക്കറിക്കേസിലെ ചരിത്രപ്രധാനമായ വിധിക്ക് ശേഷം, അതുല്യനായ മനുഷ്യസ്നേഹിയും മനുഷ്യാവകാശ പ്രവർത്തകനും നിയമപണ്ഡിതനുമായ അദ്ദേഹത്തിനോട് *കമ്യൂണലിസം കോമ്പാറ്റി*ന്റെ 2004 ഏപ്രിൽ മെയ് ലക്കത്തിൽ എഴുതിയ ലേഖനത്തിന്റെ ഒരു ഭാഗത്തെക്കുറിച്ച്, വ്യക്തിഗതമായ അനുസ്മരണം അവസാനിപ്പിക്കുന്നതിന് മുൻപ് ഞാൻ സൂചിപ്പിക്കുകയുണ്ടായി. 'എ ക്വസ്റ്റ്യൻ ഓഫ് ജസ്റ്റിസ്" എന്ന ശീർഷകത്തിൽ നിരന്തര പരിചയവും ധാരണയും ഉള്ള ഒരാൾക്ക് മാത്രം ചെയ്യാൻ കഴിയുന്ന വിധത്തിൽ നമ്മുടെ കോടതികളെ അദ്ദേഹം കർശനമായി താക്കീതുചെയ്യുകയുണ്ടായി.

> 2002 മാർച്ചിൽ ഗുജറാത്തിലും 1993 ജനുവരിയിൽ മുംബൈയിലും 1984 ൽ സിഖ് വിഭാഗക്കാർക്കും സംഭവിച്ചത് വംശഹത്യയുടെ പ്രവ

ണതയാണെന്നതിനാൽ, അന്താരാഷ്ട്രീയമായ ഉടമ്പടികളുടെ സംസ്ഥാപനത്തിന് ഉത്തരവാദികൾ എന്ന നിലയിൽ കോടതികൾ മനുഷ്യാവകാശങ്ങളിൻ മേലുള്ള ഈ ഹീനമായ കടന്നുകയറ്റത്തെ ഗൗരവത്തിലെടുത്തുകൊണ്ട് ഈ സാഹചര്യം കൈകാര്യം ചെയ്യാൻ നിയമാധിഷ്ഠിതമായതും യുക്തമായ നടപടിക്രമങ്ങളുടേതുമായ നീക്കങ്ങൾ നടത്തേണ്ടതുണ്ട്. നിയമരാഹിത്യത്തെ വെറും വാചാടോപം കൊണ്ട് എതിർക്കുന്നത് ക്രൂരതകൾക്ക് ഇരയായവർക്ക് നല്കേണ്ടുന്ന നീതിക്ക് ഒരിക്കലും പകരമാവുന്നില്ല. താല്പര്യസംരക്ഷണത്തിന്റെ ഭാഗമായി വളരെ സർഗ്ഗാത്മകമായ വിധത്തിൽ മുൻകരുതലോടെയുള്ള നിയമഭേദഗതി, അടിസ്ഥാന ചട്ടക്കൂടിന്റെ സംരക്ഷണം എന്നീ തത്ത്വങ്ങൾ ആവിഷ്കരിച്ച കോടതികൾക്ക് ക്വോവാന്റോ റിട്ടിനെ പുനർനിർവ്വചിച്ച് കൂട്ടക്കൊലയ്ക്ക് പരോക്ഷമായാണെങ്കിൽ പോലും ഉത്തരവാദിയായ മുഖ്യമന്ത്രി, അല്ലെങ്കിൽ മറ്റു മന്ത്രിമാർ തുടങ്ങിയവരെ അയോഗ്യരാക്കുന്ന തത്ത്വങ്ങൾ തയ്യാറാക്കാൻ കഴിയേണ്ടതാണ്. പരോക്ഷമായ ഉത്തരവാദിത്വം എന്ന തത്ത്വത്തിന്റെ അടിസ്ഥാനത്തിൽ മോദിയെ അയോഗ്യനാക്കിയിരുന്നുവെങ്കിൽ നിയമവാഴ്ച എന്നത് ഇന്ന് കാണുന്നതുപോലെ പലായനവ്യഗ്രതയുള്ള ഒന്നായിമാറുമായിരുന്നില്ല. ബാൽതാക്കറെയുടെ മുംബൈയുടെ ചിത്രവും മറ്റൊന്നാവുമായിരുന്നില്ല. ഒരു പലായനക്കാരനേപ്പോലെ ഒളിച്ചുകളിക്കുന്ന നിയമവ്യവസ്ഥ സ്വകാര്യനീതിയെ ക്ഷണിച്ചുവരുത്തുകയും ഭീകരവാദികൾ തന്നെ തിരിച്ചടിക്കുന്ന അവസ്ഥ സംജാതമാവുകയും ചെയ്യും.

വ്യക്തിപരമായും സി ജെ പി എന്ന സംഘടനയിൽക്കൂടിയും നിർണ്ണായകമായി ഞങ്ങൾ കണ്ട മറ്റൊരു സംഗതി, മനുഷ്യാവകാശപ്രവർത്തകരുടേയും സംഘടനകളുടെയും പ്രശ്നങ്ങളേയും ഇരകളുമായുള്ള അവരുടെ സജീവമായ ഇടപെടലുകളെയും അതുമൂലമുള്ള പ്രക്ഷോഭങ്ങളെയും പരമോന്നതകോടതി എപ്രകാരം വീക്ഷിച്ചിരുന്നു എന്നതാണ്. ഗുജറാത്ത് ഹൈക്കോടതി ഞങ്ങൾക്കെതിരായി പരുഷമായ അഭിപ്രായപ്രകടനങ്ങളാണ് നടത്തിയത്. അതിന്മേലുള്ള സുപ്രീംകോടതിയുടെ റൂളിങ് നല്ലൊരു കീഴ്വഴക്കത്തിന് വഴിയൊരുക്കി. ആ അഭിപ്രായ പ്രകടനത്തെ, ഹൈക്കോടതിയുടെ അടിസ്ഥാനമില്ലാത്ത നിരീക്ഷണങ്ങളെ അർഹിക്കുന്ന ഗൗരവത്തോടെ റദ്ദു ചെയ്തതിനാൽ ആ വിധിക്ക് നിയമപരമായ ഭാവി ഇടപെടലുകൾക്ക് കൂടുതൽ വിശ്വാസ്യതയും ശക്തിയും നല്കാൻ കഴിഞ്ഞു.

വ്യക്തികൾക്കും അവരുടെ നേതൃത്വത്തിൽ അതത് കോടതികളിൽ തികച്ചും ന്യായമായ വിധത്തിൽ നടക്കുന്ന ഇടപെടലുകൾക്കും എതിരെ അനാവശ്യമായ പരാമർശങ്ങൾ നടത്തിയതു

മൂലം ജുഡീഷ്യൽ സംയമനമോ സമചിത്തതയോ പുലർത്തുന്നതിൽ ഹൈക്കോടതി ദയനീയമായി പരാജയപ്പെട്ടതായി കാണുന്നു. അത്തരം പരാമർശങ്ങൾ അനുചിതമായിരുന്നുവെന്ന് രാജ്യത്തിന്റെ പരമോന്നത കോടതി മനസ്സിലാക്കുന്നു. ഉത്തരവാദിത്വരഹിതമായ ആരോപണങ്ങൾ, നിർദ്ദേശങ്ങൾ, വെല്ലുവിളികൾ ഇവ കക്ഷികൾ ഉന്നയിച്ചേക്കാമെന്നിരിക്കിലും... പക്ഷേ, അത്തരം കളങ്കപ്പെടുത്തുന്ന തന്ത്രങ്ങളും, വ്യംഗ്യോക്തികളും മറ്റും സർവ്വ രേഖകളുടെയും ഭവനമായി കണക്കാക്കുന്ന ഹൈക്കോടതികൾ പുറപ്പെടുവിക്കുന്ന പരിപാവനമായ ഉത്തരവുകളിൽ കടന്നുകൂടാൻ പാടില്ലാത്തതായിരുന്നു. ഇത്തരം അക്ഷമമായ മനോഭാവം ജുഡീഷ്യറിയുടെ മർക്കടമുഷ്ടിയാക്കി മാറ്റിക്കൊണ്ട് മര്യാദ, ഉചിതജ്ഞത, ജുഡീഷ്യൽ അച്ചടക്കം എന്നിവ ഒരു ബാദ്ധ്യതയാക്കി മാറ്റുന്നത് ഒരിക്കലും ചെയ്തുകൂടാത്തതാണ്.

ഈ വിചാരണ ഗുജറാത്തിൽനിന്നും മഹാരാഷ്ട്രയിലേക്ക് മാറ്റുന്നതിനുള്ള ചരിത്രപ്രധാനമായ വിധി പുറപ്പെടുവിക്കുക വഴി, പരമോന്നതകോടതി, ദശാബ്ദങ്ങളായി ഉന്നയിക്കപ്പെട്ടിരുന്ന ആവശ്യങ്ങൾ സ്വീകരിക്കുകയാണ് ചെയ്തിട്ടുള്ളത്. ഗുജറാത്ത് വംശഹത്യാകേസുകളിൽ ആയിരം പ്രാവശ്യമെങ്കിലും ഈ ആവശ്യം ഉന്നയിച്ചിട്ടുണ്ടാവും. അന്വേഷണവും നീതിയും നിയമത്തിന്റെ നിയാമകമായ വഴികളിലൂടെ സഞ്ചരിച്ച് നേടിയെടുക്കുന്നതിൽനിന്നും വ്യതിചലിക്കാതെ നിഷ്പക്ഷതയുടെ സങ്കേതങ്ങളും വഴികളും ഉൾക്കൊള്ളുന്ന പ്രവർത്തനക്ഷമമായ ഒരു സമ്പ്രദായം രൂപപ്പെടുത്തുന്നതിലേക്ക് ഇത്തരം സംഭവങ്ങൾ അടിവരയിടുന്നു. പരിഷ്കാരങ്ങളിലൂടെ, സ്ഥാപനപരമായ അടുക്കും ചിട്ടയും ഉറപ്പുവരുത്തുന്നതിന് ഉതകുംവിധത്തിൽ ജുഡീഷ്യൽ ആയ തിരിച്ചറിവുകൾ വിശാലമാക്കേണ്ടിയിരിക്കുന്നു. 2013 ലെ മുസഫർ നഗർ ആട്ടെ, 2011 ലെ അസം ആവട്ടെ, 2002 ൽ ഗുജറാത്തിലേതുപോലെ നീതിക്കുവേണ്ടി നടത്തിയ സാഹസികമാം വിധമുള്ള പ്രക്ഷോഭങ്ങളുടെ രീതി അവലംബിച്ചാൽ നീതിയെന്നത് കൈയ്യെത്തും ദൂരത്ത് ലഭ്യമാക്കുന്നതിനുള്ള ഒരു മാതൃകയാവില്ലേ? ഒന്നരപതിറ്റാണ്ടിനിടയിൽ നടന്നിട്ടുള്ള ദുഃഖകരമായ വർഗ്ഗീയ കലാപങ്ങളെ പരിശോധിച്ചാൽ മുസ്ലീങ്ങളും ക്രിസ്ത്യാനികളും ഉൾപ്പെടുന്ന മതന്യൂനപക്ഷങ്ങൾക്കെതിരായ വംശഹത്യാ രീതികളിൽ വ്യത്യസ്തതകളും സമാനതകളും കാണാൻ കഴിയും. ഇത് ഗുജറാത്ത് വംശഹത്യയിൽ പൂർണ്ണമായ അളവിൽ ഉള്ളതായി കാണാം, വെറുപ്പിന്റെയും വിഭാഗീയതയുടേയും രാഷ്ട്രീയത്തിന്റെ വക്താക്കളായവരുടെ മാസങ്ങളോളം നീണ്ടുനില്ക്കുന്ന ആസൂത്രണമാണ് ഇതിന്റെ ആദ്യപടി. അവർ ആദ്യമായി, ഒരു പ്രത്യേക വിഭാഗത്തെ, അതായത് ഇവിടെ മതന്യൂനപക്ഷങ്ങളെ നിന്ദിച്ചുകൊണ്ടുള്ള വെറുപ്പുനിറഞ്ഞ

പ്രസ്താവനകളും ലേഖനങ്ങളും പ്രസിദ്ധീകരിച്ച് ആ വിഭാഗത്തിൽ വിദ്വേഷത്തിന്റെ മുകുളങ്ങൾ മുളപ്പിച്ചുകൊണ്ട്, അതിനു പ്രതികാരമായി ഹീനമായ കുറ്റകൃത്യങ്ങളിലേർപ്പെടുന്നതിനുള്ള അന്തരീക്ഷത്തിന് കളമൊരുക്കുന്നു. ഈ തന്ത്രം വളരെ ആസൂത്രിതമായാണ് നിർവ്വഹിക്കുന്നത്. ഓരോ വർഗ്ഗീയ കലാപങ്ങൾക്കും ശേഷം നിയോഗിക്കപ്പെട്ട 2 ഡസനോളം കമ്മീഷനുകൾ ഇത് തെളിയിച്ചിട്ടുണ്ട്. ഗുജറാത്ത് വംശഹത്യയിൽ ഇത് വളരെ ഉയർന്ന മാനങ്ങളിൽ പ്രയോഗിക്കപ്പെട്ടു. പൊലീസിന്റെ പോലും നടപടിക്രമങ്ങളെ സ്വാധീനിക്കാൻ കഴിവുള്ളതും കൃത്യമായും രേഖപ്പെടുത്തപ്പെട്ടിട്ടുള്ളതുമായ കേസുകൾ ഇന്ന് അസംഖ്യമാണ്. ഈ കേസുകളിൽ നീതി നല്കാൻ കഴിഞ്ഞിട്ടുള്ളവ തുലോം പരിമിതമാണ്. സാമുദായിക കൂട്ടക്കൊലകൾക്കുള്ള തയ്യാറെടുപ്പുകൾ നടത്തുന്നത് വെറുപ്പിന്റെ ലഘുലേഖകളിലും പ്രസംഗങ്ങളിലും മാത്രമായി ചുരുങ്ങുന്നില്ല. വെറുപ്പിന്റെ അന്തരീക്ഷം പാകപ്പെടുത്തിയെടുക്കുന്നതിന് ഇത് സുപ്രധാന പങ്ക് വഹിക്കുന്നുണ്ടെങ്കിൽ കൂടി ഗുജറാത്തിൽ എനിക്ക് വ്യക്തിപരമായി അനുഭവവേദ്യമായത്, യുവാക്കളായ പുരുഷന്മാരും സ്ത്രീകളും ഉൾക്കൊള്ളുന്ന സമ്പൂർണ്ണമായ പരിശീലനക്യാമ്പുകളിലാണ് ഒരുക്കങ്ങൾ ആരംഭിക്കുന്നത് എന്നതാണ്. അവിടെ സ്വയം ശാക്തീകരണത്തിന്റെ ഏകമാർഗ്ഗം അക്രമമായി ഉയർത്തിക്കാട്ടുകയും ആയുധങ്ങൾ പരസ്യമായി വിതരണം ചെയ്യുകയും ചെയ്യുന്നു. ഇതിലൊന്നും ഭരണത്തിന്റെ ഘടകങ്ങളോ നിയമസമാധാനം സംരക്ഷിക്കുന്ന സംവിധാനങ്ങളോ ഇടപെടുന്നില്ല. ഈ ക്യാമ്പുകളെ വിഷമയമാക്കുന്ന ലഹരി ചരിത്രവുമായി കൂടിക്കുഴഞ്ഞ് കിടക്കുന്ന സമുദായങ്ങൾക്കെതിരായ വെറുപ്പിന്റെ കെട്ടുകഥകളാണ്. സമകാലീന രാഷ്ട്രീയവുമായി ഇതിനെ കൂട്ടിച്ചേർത്ത് വിദ്വേഷപ്രചാരണത്തിന് ന്യായങ്ങൾ കണ്ടെത്തുന്നു എന്നതാണ് അവലംബിക്കുന്ന രീതി.

നീതി ലഭ്യമാക്കുന്നതിനും വിവേചനത്തേയും കശാപ്പിനേയും അപലപിക്കുന്നതിനും നിലവിലെ വ്യവസ്ഥ വിമുഖമാണ്. അത് ചെയ്യാൻ അതിനെ നിർബ്ബന്ധിക്കേണ്ടിയിരിക്കുന്നു. സാമുദായിക കൂട്ടക്കൊലകൾക്കും, ഹീനമായ കുറ്റകൃത്യങ്ങൾക്കുമെതിരെ നമ്മുടെ വ്യവസ്ഥ ഫലപ്രദമായി ഇടപെട്ടത് അപൂർവ്വമായി മാത്രം. 1984 ൽ രാജ്യത്തിന്റെ തലസ്ഥാനത്ത് സിഖുകാർക്ക് എതിരേ നടന്ന കൂട്ടക്കൊലകളോ പള്ളി പൊളിക്കലിന് ശേഷം മുസ്ലീങ്ങളെ ലക്ഷ്യമാക്കി മുംബൈയിൽ അരങ്ങേറിയ കൂട്ടക്കൊലകളോ ഒന്നുംതന്നെ നീതിന്യായ വ്യവസ്ഥയുടെ നിശിതമായ അപലപനത്തിനോ തദ്വാരാ ഉണ്ടാവേണ്ട തിരുത്തലുകൾക്കോ വിധേയമായില്ല. മുൻപ് നടന്ന വർഗ്ഗീയ സംഘട്ടനങ്ങളിലും വംശഹത്യകളിലും ദുരിതമനുഭവിച്ചവർക്ക് നീതിന്യായവ്യവസ്ഥയുടെ ഭാഗത്തുനിന്നും അവർക്കനുകൂലമായ നടപടി ലഭിക്കാതിരിക്കുമ്പോൾ, പൊലീസ്, ഭര

ണം, നിലവിലെ നീതിന്യായ വ്യവസ്ഥ എന്നിവയെപ്പറ്റി അഭിമാനം കൊള്ളാൻ കഴിയുകയുമില്ല. അങ്ങനെ വരുമ്പോൾ നമ്മുടെ ഭരണഘടന എന്നത് വെറും കടലാസിൽ മാത്രമായി അവശേഷിക്കുന്നു, കൂട്ടനരഹത്യകൾക്കും വിധ്വംസകതകൾക്കും എതിരെ കോടതികൾ സ്വമേധയാ നടപടികൾ സ്വീകരിക്കുന്നത് അപൂർവ്വമായിരിക്കുന്നു.

സി ജെ പി മുംബൈയിൽ സംഘടിപ്പിച്ച പത്രസമ്മേളനത്തിൽ വച്ച് സാഹീറാ ഷെയ്ക്ക് നടത്തിയ പ്രക്ഷുബ്ധാത്മകമായ വെളിപ്പെടുത്തലിനെത്തുടർന്ന് മാത്രമാണ് ഗുജറാത്തിൽ നിലനിന്നിരുന്ന യഥാർത്ഥ ചിത്രം പുറത്തു വരുന്നതും കോടതി അത് അഭിസംബോധന ചെയ്യുന്നതും.

സുപ്രീംകോടതിയുടെ മുന്നിൽ വളരെ സുതാര്യതയോടെ തെളിഞ്ഞത്, ഒരു സുപ്രഭാതത്തിൽ 2002 ൽ ഗുജറാത്തിൽ സംഭവിച്ച ദാരുണമായ വിപര്യയത്തിന്റെ ചിത്രം മാത്രമായിരുന്നില്ല. സംഭവം കഴിഞ്ഞ് 2 വർഷം പിന്നിട്ടപ്പോൾ കുറ്റബോധമോ, പശ്ചാത്താപമോ ലവലേശം ഇല്ലാത്ത ഭരണത്തിന്റേയും അധികാരത്തിന്റെയും ക്രൂരമായ മുഖമാണ് അത്യന്തം ദുഃഖകരമായിത്തീർന്നത്. പക്ഷഭേദമില്ലാതെ, ഭയമില്ലാതെ പ്രവർത്തിച്ച ഒരു പിടി പൊലീസ് ആഫീസർമാർ ഉണ്ടായിരുന്നു, എന്നാൽ അവരൊക്കെ ഇന്ന് ഗുജറാത്തിൽ തഴയപ്പെട്ടിരിക്കുന്നു. മോദിയുടേയും കൂട്ടാളികളുടേയും, രാഹുൽ ശർമ്മ, രജനീഷാറായ്, സതീഷ് വർമ്മ, ആർ ബി ശ്രീകുമാർ എന്നിവർക്കെതിരായ പക ഇന്നും തുടർന്നുകൊണ്ടിരിക്കുകയും സത്യസന്ധരായ ആഫീസർമാരുടെ പെൻഷൻ പോലും തടഞ്ഞുവച്ചിരിക്കുന്ന തലത്തിലെത്തിയിരിക്കുകയും ചെയ്യുന്നു. ഭരണഘടനയാൽ നയിക്കപ്പെടേണ്ട ഒരു സംസ്ഥാനം അതിനെ ദുരുപയോഗം ചെയ്തുകൊണ്ട്, സ്വാതന്ത്ര്യ ശേഷം വളരെ അപൂർവ്വമായി മാത്രം കാണപ്പെടും വിധമുള്ള, സാഹസികവും സത്യസന്ധവുമായി ജോലിചെയ്യുന്നവരെ ലക്ഷ്യം വച്ചുകൊണ്ടിരിക്കുന്നു. ന്യൂനപക്ഷങ്ങൾക്കെതിരായി വളരെ പ്രത്യക്ഷമായിത്തന്നെ വെറുപ്പും ആക്രമണങ്ങളും സംഘടിപ്പിച്ച വിഭാഗക്കാരോട് ബാന്ധവം പുലർത്തിയവരെ സ്റ്റേറ്റിനുവേണ്ടി പ്രതിനിധീകരിക്കാൻ നിയോഗിച്ചുകൊണ്ട് പബ്ലിക് പ്രോസിക്യൂട്ടർ എന്ന പദവിയുടെ സ്ഥാനത്തെ തന്നെ ഭരണകൂടം അട്ടിമറിച്ചു. ഈ വസ്തുതകളെല്ലാം കോടതികൾക്ക് മുൻപിൽ സൂക്ഷ്മമായി ഹാജരാക്കിക്കൊണ്ടായിരുന്നു നീതിക്കുവേണ്ടിയുള്ള ഞങ്ങളുടെ സമരം എന്നതിനാൽ ഞങ്ങൾ ഉന്നയിച്ചതിനെല്ലാം തകർക്കാൻ പറ്റാത്ത തെളിവുകളുടെ പിൻബലം ഉണ്ടായിരുന്നു.

2003 സെപ്തംബറിൽ അന്ന് ഇന്ത്യയുടെ ചീഫ് ജസ്റ്റിസ് ആയിരുന്ന വി എൻ ഖാരെ, ഗുജറാത്ത് സർക്കാരിനെ കർശനമായി ശാസിച്ചത് ജനങ്ങളുടെ സ്വത്തിനും ജീവനും സംരക്ഷണം നല്കാത്തതിന് മാത്രമല്ല, നീതിന്യായ പ്രക്രിയയെ തകർക്കുന്നതിനുള്ള പരസ്യമായ കൂട്ടുകെട്ടു

കൾക്കെതിരെ കൂടിയായിരുന്നു. വിഖ്യാതമായ ബെസ്റ്റ് ബേക്കറി കേസിൽ തെളിവുകൾ നേരിട്ട് ഹാജരാക്കുന്നതിന് അദ്ദേഹം ഉത്തരവ് നല്കിയിരുന്നു. മോദി, ഖാരെയെപ്പറ്റി പറഞ്ഞത് ഇങ്ങനെയായിരുന്നു. " അയാൾക്ക് നീതിയും (ഖാരേ) അനീതിയും(ഖോട്ടേ) തമ്മിലുള്ള വ്യത്യാസം അറിയില്ല, എങ്കിലും അദ്ദേഹത്തിനെതിരായി കൂടുതൽ പറയാൻ ഞാൻ ആഗ്രഹിക്കുന്നില്ല."[12] ഖാരെക്കെതിരെ മോദി അപമാനം ചൊരിഞ്ഞത് ഇത് രണ്ടാമത്തെ പ്രാവശ്യമായിരുന്നു. ബെസ്റ്റ് ബേക്കറി വിചാരണ ധൃതിയിൽ പൂർത്തിയാക്കി (കുറഞ്ഞ ആഴ്ചകൾക്കുള്ളിൽ) യതിന് വിശദീകരണം ആവശ്യപ്പെട്ടപ്പോൾ, യുക്തിസഹമായ മറുപടി നൽകാൻ ഭരണകൂടം തീർത്തും പരാജയപ്പെട്ടപ്പോഴും തെളിവുകൾ സംരക്ഷിക്കുന്നതിൽ വീഴ്ച സംഭവിച്ചപ്പോഴും, അതുപോലെ പ്രോസിക്യൂഷന് വേണ്ടി ഹാജരായ സാക്ഷികളെല്ലാം പ്രതികളെ വിടുതൽ ചെയ്യുന്നതിന് സഹായമായപ്പോഴും ആയിരുന്നു ജഡ്ജിയുടെ പരാമർശങ്ങൾ. കൂട്ടവർഗ്ഗീയ സംഘട്ടനക്കേസുകളിൽ, ഉന്നത നീതിന്യായ പീഠം സ്വതന്ത്ര ഇന്ത്യയുടെ ചരിത്രത്തിൽ ആദ്യമായാണ്, ഇത്രയും കർശനമായും കണിശമായും ഉള്ളുതുറന്ന പറച്ചിലിന് തയ്യാറാവുന്നതെന്ന് തോന്നുന്നു. (പരമോന്നത കോടതി തന്നെ കേസിലെ സർക്കാർ അപ്പീൽ നിരീക്ഷിക്കുന്നതിന് തീരുമാനിക്കുകയും, തുടർന്ന്, അപ്പീൽ നിരാകരിച്ച ഗുജറാത്ത് ഹൈക്കോടതിയെ പഴിചാർത്തി കേസ് മഹാരാഷ്ട്രയിലെ മുംബൈയിലേക്ക് പുനർവിചാരണയ്ക്കായി മാറ്റുകയുമാണുണ്ടായത്.) ഗുജറാത്തിലെ ഏറ്റവും സീനിയറായ രണ്ട് സിവിൽ സർവ്വീസ് ഉദ്യോഗസ്ഥരെ- ചീഫ് സെക്രട്ടറിയായിരുന്ന പി കെ ലാഹരിയേയും ഡി ജി പിയായിരുന്ന കെ ചക്രവർത്തിയേയും തുറന്ന കോടതിയിൽ വിശദമായ ചോദ്യം ചെയ്യലിന് വിധേയമാക്കിയതിന് ഗുജറാത്ത് ഭരണസംവിധാനത്തിന് എതിരെയുള്ള നീരസവും കോടതി പ്രകടിപ്പിച്ചു.

ഖാരെയുടെ പരാമർശത്തിന് രണ്ടുമാസത്തിന് ശേഷം ഖേദജില്ലയിലെ നാദിയാദ് കോടതിയിൽനിന്നും 2002 ലെ ഗുജറാത്ത് വംശഹത്യ കേസുകളിലെ ആദ്യശിക്ഷാവിധി പുറത്തുവന്നു. 2003 നവംബർ 24 ന് ജഡ്ജി സി കെ റാണെ 12 പേരെ ജീവപര്യന്ത തടവിനും 3 പേരെ 2 വർഷത്തെ കഠിനതടവിനും ശിക്ഷിച്ചു. 48 പേരെ വെറുതെ വിട്ടു. 2002 മാർച്ച് 3 ന് ഖേദയിലെ ഖോഡസർ, ജിഞ്ചർ വില്ലേജുകളിൽ 14 മുസ്ലീങ്ങളെ അതിക്രൂരമായി കൂട്ടക്കൊല ചെയ്തതായിരുന്നു കുറ്റം. 6 വർഷത്തിന് ശേഷം ആറുകുറ്റവാളികൾ പരോളിൽ പുറത്ത് വരികയും ഗുജറാത്തിലെ ഭരണസംവിധാനത്തിന് അവരെ കണ്ടുപിടിക്കാൻ കഴിഞ്ഞില്ലെന്ന വാദം ഉന്നയിച്ചതും മറ്റൊരു വസ്തുത. കൃത്യം ഒരു വർഷം മുൻപ്, 2002 ഒക്ടോബറിൽ 25 മുസ്ലീങ്ങളെ (അനൗദ്യോഗിക കണക്കുകൾ, ഇതിലും കൂടുതലാണ്) പന്ധർവാദയിൽ കൂട്ടക്കൊല ചെയ്ത കേസിലും

കിദിയാദിൽ പിന്തുടർന്ന് ചെന്ന് 61 മുസ്ലീങ്ങളെ 2 ടെമ്പോകളിൽ കൂട്ടത്തോടെ അഗ്നിക്കിരയാക്കിയ കേസിലും മുഴുവൻ പേരെയും വെറുതെ വിടുകയായിരുന്നു. രണ്ട് കേസുകളിലും മുതിർന്ന ജനപ്രതിനിധികളും ഭരണപക്ഷത്തിന്റെ പ്രവർത്തകരും പ്രതികളായിരുന്നു. പ്രസ്തുത കേസുകളിൽ പ്രതികളെ വെറുതേ വിടുന്നതിന് പിന്നിലെ കാരണം 2003 മേയിൽ വഡോദരയിൽ ബെസ്റ്റ് ബേക്കറി അതിവേഗ വിചാരണയിൽ സംഭവിച്ചതിന്- സാക്ഷികൾ പ്രതിഭാഗം ചേരുന്നതിന്- സമാനമായത് തന്നെയായിരുന്നു.

2006 ഫെബ്രുവരിയിൽ ബേസ്റ്റ് ബേക്കറി പുനർവിചാരണ വിധിയിൽ ജഡ്ജി എം എം തിപ്സെ 9 പേരെ ശിക്ഷിച്ചു (ഗുജറാത്ത് പൊലീസിന്റെ വാക്കുകൾ വിശ്വസിക്കുകയാണെങ്കിൽ പ്രതികളിൽ ഏഴുപേർ ഇപ്പോഴും പിടികിട്ടാപ്പുള്ളികൾ). 2007 ഒക്ടോബർ 30 ന്, പഞ്ച് മഹലിലെ ഇറാലിൽ ബലാത്സംഗത്തിനും കൊലപാതകത്തിനും പ്രതിചേർക്കപ്പെട്ട 8 പേരെ ജീവപര്യന്തത്തിന് ശിക്ഷിച്ചു, 29 പേരെ വെറുതെ വിട്ടു. ഏഴുപേർ മുസ്ലീംയുവതികളെ അതിക്രൂരമായി ബലാത്സംഗം ചെയ്ത് കൊന്ന ഗുണ്ടാസംഘത്തിൽ പെട്ടവരായിരുന്നു. 2008 ജനുവരിയിൽ, മുംബൈയിലേക്ക് മാറ്റിയിരുന്ന, ബൽക്കീസ് ബാനു കേസിലും 11 പേരെ ജീവപര്യന്തം ശിക്ഷിച്ചുക്കൊണ്ട് ജഡ്ജ് യു ഡി സാൽവിയുടെ വിധിയുണ്ടായി. ഈ കേസിൽ ബൽക്കീസ് ബാനുവിന്റെ നേരെയുണ്ടായ കൂട്ടബലാൽസംഗവും അവരുടെ മൂന്നു വയസ്സായ മകൾ സലീഹയുടെ കശാപ്പും ഒപ്പം 14 മുസ്ലീങ്ങളുടെ കൂട്ടക്കൊലയും ആണ് വിചാരണാ വിഷയമായിരുന്നത്. തെളിവ് നശിപ്പിച്ചതിന് ഒരു കോൺസ്റ്റബിൾ ശിക്ഷിക്കപ്പെട്ടെങ്കിലും ഡോക്ടർമാരുൾപ്പെടുന്ന സർക്കാരുദ്യോഗസ്ഥരും കേസ് തേച്ചുമാച്ചുകളയുന്നതിന് ശ്രമിച്ച മുതിർന്ന പൊലീസ് ഉദ്യോഗസ്ഥരും നിയമത്തിന്റെ കൈകളിൽ നിന്നും രക്ഷപ്പെടുകയും കോടതി അവരെ വെറുതെ വിടുകയും ചെയ്തു.

ആകപ്പാടെ, ഈ പശ്ചാത്തലത്തിലാണ് 31 പ്രതികൾ ശിക്ഷിക്കപ്പെട്ട സർദാർപുര കൂട്ടക്കൊല കേസിൽ 2011 നവംബർ 9 ന് പുറപ്പെടുവിച്ച വിധിയെ കാണേണ്ടതും വിലയിരുത്തേണ്ടതും. തലമുറകളായി തങ്ങളുടെ ഭൂമിയിൽ ജീവിച്ചുവന്ന നിരായുധരായ കർഷകത്തൊഴിലാളികളെ കൂട്ടക്കൊല ചെയ്ത ഭൂപ്രഭുക്കളായ പട്ടേൽമാരായിരുന്നു ഈ കേസിൽ പ്രതികൾ. സ്വതന്ത്ര ഇന്ത്യയിൽ രേഖപ്പെടുത്തപ്പെട്ട, വർഗ്ഗീയ സംഘട്ടനക്കേസുകളിൽ ഏറ്റവും കൂടുതൽ പേരെ ശിക്ഷിച്ച കേസായിരുന്നു അത്. വീടുകളിൽനിന്നും ആട്ടിയോടിക്കപ്പെട്ടിട്ടും ഭീഷണികൾക്കും പ്രേരണകൾക്കും വഴങ്ങാതെനിന്നു പോരാടിയ, കൂട്ടക്കൊലയെ അതിജീവിച്ച, കോടതി പരിഗണിച്ച 33 ദൃക്സാക്ഷികളുടെ ധൈര്യത്തിന്റെയും ധീരതയുടേയും ഫലമായിരുന്നു അത്. ആ ശ്രമമായിരുന്നു ഇങ്ങനെ ഒരു വിധി

യിലേക്ക് ആ കേസിനെ എത്തിച്ചത്. സുപ്രീം കോടതിയുടെ നിർദ്ദേശങ്ങൾ പരിപാലിച്ചതിനാൽ സാക്ഷികളുടെ സംരക്ഷണം സാദ്ധ്യമാക്കിയതും, സുപ്രീം കോടതിയുടെ നിരീക്ഷണം ഒന്നുകൊണ്ടുമാത്രം അപ്രതീക്ഷിതമായ ഒരു നേട്ടം ഉറപ്പാക്കിയതുമായ കേസുകളിൽ ഒന്നായിരുന്നു അത്. സാക്ഷികൾക്ക് പരിശീലനം നല്കി എന്ന സി ജെ പിയ്ക്കും അതിന്റെ സെക്രട്ടറിക്കും എതിരായ കുത്സിതവും ഗൂഢോദ്ദേശ്യത്തോടും കൂടിയ ആരോപണങ്ങൾക്ക് യാതൊരുവിധ അടിസ്ഥാനവുമില്ലെന്ന ജഡ്ജിയുടെ അഭിപ്രായം മറ്റൊരു നാഴികക്കല്ലായി മാറി. ഉന്മേഷഭരിതവും പ്രതിജ്ഞാബദ്ധവുമായ സി ജെ പിയുടെ ഒരു സേന, പ്രത്യേകിച്ചും ഗുജറാത്തിലെ അഭിഭാഷകരടങ്ങിയവർ, ഇല്ലായിരുന്നെങ്കിൽ ഇത്തരം ഒരു നേട്ടം കൈവരിക്കാൻ സാധിക്കുകയില്ലായിരുന്നു. അഭിഭാഷകരായ, യൂസഫ് ഷെയ്ക്ക്, അസ്‌ലം ബേയ്ഗ്, സമീർ മൻസൂരി തുടങ്ങിയവർ കഠിനതരമായ ഈ പ്രക്രിയയിൽ ശുഷ്കാന്തിയോടെ പങ്കെടുത്തു. കേസിലെ അപ്പീലിൽ 2016 ഒക്ടോബറിൽ ഹൈക്കോടതി പുറപ്പെടുവിച്ച വിധിയിൽ കുറ്റക്കാരെന്ന് വിധിച്ചിരുന്ന 31 പേരിൽ 14 പേരെ വിട്ടയച്ചെങ്കിലും ശക്തരായ 17 പേർക്കെതിരായ ശിക്ഷ സ്ഥിരപ്പെടുത്തി. സുപ്രീം കോടതിയിൽ ഈ വിധിക്കെതിരായി അപ്പീൽ ഫയൽ ചെയ്യുക എന്ന ഞങ്ങളുടെ അടുത്ത നിയമനടപടി ഇപ്പോൾ തുടങ്ങും!

ഓർക്കുക, 2002 ഗുജറാത്ത് എന്നത് അവിടത്തെ 25 ജില്ലകളിൽ, 19 ലും നടന്ന 300 ഓളം വരുന്ന ദാരുണമായ സംഭവങ്ങളാണ്. സാക്ഷികളാൽ സമർപ്പിക്കപ്പെട്ട തെളിവുകൾ, രാഷ്ട്രീയക്കാരുടെയും ഭരണകൂടത്തിന്റെ പരിലാളനത്തിലും സംരക്ഷണത്തിലുമുള്ള ബജ്‌രംഗ്ദൾ നേതാക്കളുടേയും ഇടപെടലുകളെ അതിജീവിച്ചാണ് നിലനില്പ് നേടിയത്. തെഹൽക്കയുടെ ധീരമായ സ്റ്റിംഗ് "ഓപ്പറേഷൻ കളങ്ക്" 2002 ഫെബ്രുവരി 27 ന് ഗോധ്രാക്കൂട്ടക്കൊലയ്ക്ക് മുൻപേ തന്നെ മെഹ്സാനയിലേക്ക് (സർദാർപ്പുര ഉൾക്കൊള്ളുന്ന ജില്ല) ആയുധങ്ങളും വെടിക്കോപ്പുകളും എത്തിച്ചത് സംബന്ധിച്ച കൃത്യമായ വിവരങ്ങൾ പുറത്തുവിട്ടിരുന്നതും സാക്ഷികൾ തെളിവായി ഉപയോഗിച്ചു. സാക്ഷികളുടെ നിർബ്ബന്ധത്തിന്റെ ഫലമായി എസ് ഐ ടി തെഹൽക്ക ലേഖകൻ അഷീഷ് ഖേത്താന്റെ സ്റ്റേറ്റ്മെന്റ് രേഖപ്പെടുത്തിയെങ്കിലും അദ്ദേഹത്തെ സാക്ഷിയായി വിസ്തരിക്കാൻ കൂട്ടാക്കിയില്ല. എന്തുകൊണ്ട്? മുൻ ഡി ജി പി ആർ ബി ശ്രീകുമാറിന്റെ സ്റ്റേറ്റ് ഇന്റലിജൻസ് ബ്യൂറോയുടെ റിപ്പോർട്ട് ഉള്ളടക്കം ചെയ്തുള്ള സത്യവാങ്മൂലം മേൽപ്പറഞ്ഞ തെളിവുകളുമായി ഒത്തുപോയെങ്കിലും എസ് ഐ ടി അക്കാര്യത്തിൽ തുടർ അന്വേഷണത്തിന് വിമുഖതകാട്ടി.

ഗോധ്ര തീവണ്ടി തീവെപ്പ് കേസിൽ കർശനവും കണിശവുമായ നിലപാട് സ്വീകരിച്ചുകൊണ്ട് എസ് ഐ ടിയും അതിന്റെ പ്രോസിക്യൂ

ട്ടറും, ഗൂഢാലോചന സംബന്ധിച്ച ഗുജറാത്ത് പൊലീസിന്റെ തീർച്ചയില്ലായ്മയെ തുറന്നുകാട്ടുകയും മരണശിക്ഷയ്ക്കായി വാദിക്കുകയും 31 പ്രതികളിൽ 11 പേർക്ക് വധശിക്ഷ പ്രഖ്യാപിക്കുകയും ചെയ്തു. എന്നാൽ സർദാർപ്പുരകേസിൽ മരണശിക്ഷയ്ക്കുവേണ്ടി വാദിക്കുകയുണ്ടായില്ല. അപ്പോൾ ഒരു ചെറിയ ചോദ്യം അവശേഷിക്കുന്നു. ഗോധ്രസംഭവത്തെയും ഗോധ്രാനന്തര സംഭവങ്ങളെയും നമ്മൾ എല്ലാ അർത്ഥത്തിലും വ്യത്യസ്തമായ രീതിയിലുള്ള കുറ്റകൃത്യങ്ങളായാണോ കാണുന്നത്? ഇന്ത്യൻ സമ്പ്രദായങ്ങൾക്ക് മറുപടി നല്കാൻ ബുദ്ധിമുട്ടുളവാക്കും വിധം ഇത് ഒരു കഠിനമായ ചോദ്യമായി നില്ക്കുന്നു.

മേൽപ്പറഞ്ഞ വിധികൾ ഒറ്റയ്ക്കും കൂട്ടായും വ്യത്യസ്തത പുലർത്തുമ്പോഴും വർഗ്ഗീയ ലഹളകളുടെ പശ്ചാത്തലത്തിൽ ക്രിമിനൽ നിയമവ്യവസ്ഥയെ പരിശോധിക്കുമ്പോൾ പലകാരണങ്ങളാൽ നരോദാപാട്യ വിധി പ്രധാനമായി നില്ക്കുന്നു. മറ്റു ഗുജറാത്ത് വിധികളിൽ കുറ്റവാളികളായത് സാധാരണ കൂലിപ്പടയാളികളാണ്. എന്നാൽ നരോദ്പാട്യ കേസിൽ ജീവപര്യന്തം ശിക്ഷ ഉൾപ്പെടെ ലഭിച്ചിട്ടുള്ളത് ബാബുബജ്റംഗി, ഡോ. മായകോട്നാനി എന്നിവർക്കാണ്. ബാബുബജ്രംഗി, ബജ്രംഗ്ദളിന്റെ നേതാവും ഗുജറാത്തിലെ ഉന്നതതലത്തിലുള്ള രാഷ്ട്രീയക്കാരുടെ പരിലാളനം നേടിയ ആളുമാണ്. ഡോ. കോട്നാനിയാണെങ്കിൽ 2002 ൽ ബി ജെ പി, എം എൽ എയും ഗുജറാത്തിൽ 2007 ലെ തിരഞ്ഞെടുപ്പിന് ശേഷം മുഖ്യമന്ത്രി നരേന്ദ്രമോദിയാൽ മന്ത്രിതലത്തിലേക്ക് ഉയർത്തപ്പെട്ടയാളാണ്. ജഡ്ജി ജ്യോത്സ്ന യാഗ്നികിന്റെ വിധിയിൽ ക്രിമിനൽ ഗൂഢാലോചനയുടെ ഉത്തരവാദിത്വം ഡോ. കോട്നാനിയിലാണ്. 2002 ഫെബ്രുവരി 28 ന് നരോദപാട്യയിൽ നടന്ന ക്രൂരതകളുടെ ആണിയായി അവരുടെ പേര് പ്രതിഷ്ഠിച്ചിരിക്കുന്നു. ഭരണഘടന വിഭാവനം ചെയ്യുന്ന മതനിരപേക്ഷതയെ ബാധിച്ച ക്യാൻസർ ആയി നരോദപാട്യ സംഭവത്തെ വ്യാഖ്യാനിക്കുകയും അവർക്ക് 28 വർഷത്തെ കഠിന ജയിൽ ശിക്ഷ വിധിക്കുകയും ചെയ്തു.

മോദിയേയും ബി ജെ പിയുടെ ഉന്നതനേതാക്കൾ, ബ്യൂറോക്രാറ്റുകൾ, പൊലീസ് ആഫീസർമാർ തുടങ്ങിയ 61 പേരെയും ചേർത്ത് കൂട്ടക്കൊല നടപ്പിലാക്കുന്നതിനുള്ള ഗൂഢാലോചന ആരോപിച്ച് സാക്കിയ ജാഫ്രി സമർപ്പിച്ച പരാതിയിൽ ഉൾപ്പെട്ടിട്ടുള്ളയാളാണ് ഡോ. കോട്നാനി എന്നത് ശ്രദ്ധേയമാണ്. ഇന്നും കോടതികളുടെ പരിഗണനയിലിരിക്കുന്ന, മോദിക്കും മറ്റുമെതിരായുള്ള ആ കേസുകളിൽ, ജഡ്ജി യാഗ്നികിന്റെ വിധി പുതിയ തലങ്ങൾ നല്കിയേക്കാം. വർഗ്ഗീയലഹളയുടെ പശ്ചാത്തലത്തിൽ, ലിംഗഭേദത്തിൽ അധിഷ്ഠിതമായ അതിക്രമങ്ങൾകൂടി പരിഗണിച്ച പ്രസ്തുത വിധി നിയമവ്യവസ്ഥയിലും നടപടി ക്രമങ്ങളിലും പ്രാധാന്യത്തോടെ നിലകൊള്ളുന്നു.

* * * * *

1992 ലെയും 2002 ലെയും കുറ്റകൃത്യങ്ങളെ ന്യായീകരിക്കുന്നതിനായി കെട്ടിച്ചമച്ച തന്ത്രങ്ങൾ "ആക്രമണങ്ങൾക്കെതിരെയുള്ള പ്രത്യാക്രമണം (ഇരകളുടെ)" അല്ലെങ്കിൽ "ആരാണ് ആദ്യത്തെ കല്ലെറിഞ്ഞത്" എന്നീ രീതിയിലായിരുന്നെങ്കിൽ ഇപ്പോൾ മറ്റു മൂന്നു തന്ത്രങ്ങൾ അടിക്കടി പണിതുകൊണ്ടിരിക്കുകയാണ്.

"ലവ് ജിഹാദ്", "ഘർവാപ്സി", "ഗോരക്ഷ" എന്നിവയാണ് വലതുപക്ഷ ഭീകരന്മാരുടെ ഇന്നത്തെ മുദ്രാവാക്യം. ബന്ധങ്ങൾ കെട്ടിപ്പടുക്കുന്നതിൽ സ്വാതന്ത്ര്യം കാംക്ഷിക്കുന്ന പെൺകുട്ടികളും സ്ത്രീകളും മുഖ്യധാരാ വിശ്വാസങ്ങളിൽ നിന്നും, സംസ്കാരത്തിൽ നിന്നും ഭക്ഷണക്രമത്തിൽനിന്നും 'മാറി നില്ക്കുന്ന' ദളിതരും ക്രിസ്ത്യാനികളും മുസ്ലീങ്ങളുമാണ് ഇപ്പോൾ അവരുടെ ലക്ഷ്യം.

ആസൂത്രിതമായി നടപ്പിലാക്കപ്പെടുന്ന വ്യാപകമായ അക്രമങ്ങളെ ന്യായീകരിക്കുന്നതിനായിട്ടാണ് ഇത്തരം പദാവലികൾ ഉപയോഗിക്കുന്നത്. കോടതികൾ പോലുള്ള ജനാധിപത്യ സ്ഥാപനങ്ങളെ, പരീക്ഷണകേന്ദ്രങ്ങളാക്കുന്നതിനും ഇവ ഉപയോഗിക്കുന്നു. ഒപ്പം അവയെ ഭൂരിപക്ഷത്തിന്റേതായതും വിവേചനാപരമായതുമായ ഭരണം നടപ്പാക്കുന്നതിന് വേണ്ടിയുള്ള വ്യവഹാരങ്ങൾക്കായി ഉപയോഗിക്കുകയും ചെയ്യുന്നു. ക്രമേണ നമുക്ക് കാണാൻ കഴിയുന്നത് ഇന്ത്യൻ റിപ്പബ്ലിക്കിനെ പുതുക്കി നിർണ്ണയിക്കുന്ന കൃത്യമായ കാഴ്ചയാണ്.

അപ്പോൾ എവിടെയാണ് പ്രതിരോധങ്ങൾ പൊന്തിവരിക?

കൂട്ട ആക്രമണങ്ങളുടെ കഥകൾ ആദ്യമായി പറഞ്ഞതിനുശേഷം എന്തു സംഭവിച്ചു?

വ്യാപകമായ അതിക്രമങ്ങളുടെ കഥകൾ ആദ്യം പറഞ്ഞതിനുശേഷം എന്തു സംഭവിച്ചു? അതിജീവിച്ചവരുടെ കഥകൾ, അയൽക്കൂട്ടങ്ങളുടെ ആഖ്യാനങ്ങൾ, എല്ലാം പുനരാവർത്തിക്കുക മാത്രമല്ല വേണ്ടത്, പുനർ നിർമ്മിക്കുകയാണ് വേണ്ടത്. അധികാരത്തിന്റെ കേന്ദ്രസ്ഥാനങ്ങളിലേക്ക് എടുത്തുയർത്തപ്പെട്ടപ്പോൾ, ശത്രുതയുടെയും വെറുപ്പിന്റെയും കഥകൾ കേട്ടുവളർന്നവർ, ഈ അക്രമങ്ങളിൽ പടയാളികളായി ഉപയോഗിക്കപ്പെട്ടവർ, അവർക്കെന്തു സംഭവിച്ചു.

തുടർനടപടികൾ ആവശ്യമായ അവസാനിക്കാതെ തുടരുന്ന ചില ചോദ്യങ്ങളുണ്ട്, ഒരുപക്ഷേ, കൂടുതൽ തീക്ഷ്ണമായതും സമഗ്രമായതും. അന്തിമമായ സമാധാനത്തിനും സഹവർത്തിത്വത്തിനും വേണ്ടി നീതിയുടേതായ, ഉത്തുംഗമായ എടുപ്പുകൾ തീർക്കേണ്ടതുണ്ട്. സമാധാനത്തിന്റെയും സഹവർത്തിത്വത്തിന്റെയും പ്രണേതാവിന്റെ വഴികൾ, സമാധാനം തേടുന്നവരിൽനിന്നും അകലം പാലിക്കേണ്ടതുണ്ടോ? അവയ്ക്ക് പരസ്പരം ചേർന്നു നിന്നുകൂടെ?

2011 നവംബർ മുതൽ 2012 ഫെബ്രുവരി വരെ പലവിധ ആക്രമണ

ങ്ങൾ നേരിട്ടാണെങ്കിൽ പോലും, ഗുജറാത്ത് വംശഹത്യയുടെ പത്താം വാർഷികം വളരെ വ്യത്യസ്തമായ രീതിയിൽ ആസൂത്രണം ചെയ്യാൻ ഞങ്ങൾ തീരുമാനിച്ചു. സ്കൂളുകളിൽനിന്നും കോളേജുകളിൽനിന്നും യുവാക്കളെ അണിനിരത്തുകയും ഞങ്ങളോടൊത്തുള്ള യാത്രയിൽ അണിചേരുവാൻ മാധ്യമപ്രവർത്തകർ, ചലച്ചിത്രകാരന്മാർ എന്നിവരെക്കൂടി ക്ഷണിക്കുകയും ചെയ്തു. ഒരാഴ്ച മുൻപേ ജോലി തുടങ്ങി, അഹമ്മദാബാദ് മുനിസിപ്പൽ കോർപ്പറേഷനിലെ ജോലിക്കാരെയും മറ്റും ആകർഷിച്ചുകൊണ്ട് പരിപാടി മനോഹരമാക്കാൻ ഞങ്ങൾക്ക് കഴിഞ്ഞു. ഞാൻ "ഞങ്ങൾ" എന്നുപറയുമ്പോൾ അത് സജീവപ്രവർത്തകരുടെ, പണ്ഡിതരുടെ, വിദ്യാർത്ഥികളുടെ, ഫോട്ടോഗ്രാഫർമാരുടെ, എഴുത്തുകാരുടെ, കലാകാരന്മാരുടെ ഒക്കെ വിശാലമായ കൂട്ടായ്മയായി അത് മാറി.

തുറസ്സായ ഗുൽബർഗ്ഗ് സൊസൈറ്റിയിൽവച്ച് ശുഭമുദ്ഗൽ ഒരുക്കിയ, പ്രതിരോധവും ശാന്തിയും മുന്നിട്ടു നില്ക്കുന്ന, മുറിവുണക്കുന്ന സംഗീതവിരുന്നായി അത് മാറി. ഒരു ഏകദിന സദസ്സായി അത് ആവിഷ്കരിക്കപ്പെട്ടു. രക്തപ്പുഴയും വെറുപ്പും നടമാടിയ സൊസൈറ്റിയിലും പരിസരപ്രദേശങ്ങളിലും ഞങ്ങൾ മാസങ്ങളോളം പ്രവർത്തിച്ചു. ഒഴിഞ്ഞുപോയ വീടുകൾ ഒരു കാലഘട്ടത്തെ ഓർത്തെടുത്തു. ഗുജറാത്തിയിലും ഇംഗ്ലീഷിലും തയ്യാറാക്കിയ ബാനറുകളിലൂടെ സന്ദർഭങ്ങൾ പുനഃസൃഷ്ടിച്ചു. രാത്രിയോടടുത്ത് അനീഷ് പ്രധാനും സുധീർ പട് വർദ്ധനുമൊപ്പം തുറന്ന വേദിയായലങ്കരിച്ച കാസിം മൻസൂരിയുടെ വീട്ടിലേക്ക് ശുഭ നടന്നുകയറിയപ്പോൾ തംബുരുവിന്റെയും തബലയുടേയും നാദങ്ങൾ അന്തരീക്ഷത്തിൽ അകമ്പടിയായുണ്ടായി. 1990 മുതൽ സഹ്മത് (സഹ്മത്) വേദികളിൽ ജനുവരി 1 ന് ചെയ്യാറുള്ളതുപോലെ, ശുഭ മുദ്ഗലിന്റെ ശബ്ദം ഒന്നേകാൽ മണിക്കൂറോളം അവിടേയും പരസരപ്രദേശങ്ങളിലും പരന്നൊഴുകി. വശത്തെ ഒരു കവാടം ഞങ്ങൾ തുറന്നു വച്ചിരുന്നതിനാൽ സമീപപ്രദേശങ്ങളിൽനിന്നും ജനങ്ങൾ അവിടെ പ്രവേശിച്ചിരുന്നു. സമീപത്തെ വിവാഹഘോഷയാത്രയുടെ ആരവങ്ങൾ പരിപാടിക്ക് ശ്രദ്ധാഞ്ജലിയെന്നവണ്ണം ഒരുമണിക്കൂർ നിർത്തിവച്ചത് ഉചിതമായെന്ന് ഞങ്ങൾക്ക് തോന്നി. ലഹളയെ അതിജീവിച്ച ആയിരത്തിലധികം പേരും ഗുജറാത്ത്, മുംബൈ, ഡൽഹി എന്നിവിടങ്ങളിൽ നിന്നുമുള്ള വളരെയധികം സുഹൃത്തുക്കളും ആ യാത്രയും വിലപ്പെട്ട നിമിഷങ്ങളും ഞങ്ങളോടൊപ്പം പങ്കുവച്ചു. ഭാവിയിലേക്കുള്ള ഒരു പാത തുറന്നുകിട്ടിയ അനുഭവം ഉളവാക്കി ഇത്.

സാക്കിയ അപ്പ, സലീം ഭായ്, സൈറാബാൻ, കാസിം ഭായ്, തൻവീർ ഭായി, നിഷ്റിൻ-അവർക്ക് വിലപ്പെട്ട ഗുൽബർഗ് സൊസൈറ്റിയിൽ മധുരമേറിയ നിമിഷങ്ങൾ സമ്മാനിക്കപ്പെട്ട ദിവസം, അഹ്സാൻ സാബ് സ്വപ്നം കണ്ടതുപോലെ ഇന്ത്യൻ ബഹുസ്വരതയുടെ പൂക്കൾ ഒരി

ക്കൽക്കൂടി അർപ്പിക്കപ്പെട്ടു. അവിടെ ചേർന്ന യുവതയോട് എന്റെ വാക്കുകൾ പങ്കുവച്ചപ്പോൾ വരാനിരിക്കുന്ന സമരമുഖങ്ങളിൽ അണിനിരക്കാൻ ആവശ്യപ്പെട്ടുകൊണ്ട്, എന്റേതായ പ്രിയപ്പെട്ട കഥകൾ എനിക്ക് അവരോട്, പറയാനുണ്ടായിരുന്നു. വെറുപ്പിന്റെ രാഷ്ട്രീയത്തിനെതിരെ ഐക്യദാർഢ്യവും സമത്വവും വിവേചനരാഹിത്യവും ഉറപ്പാക്കാനായി ദിവസവും കുറച്ച് മണിക്കൂറുകൾ കണ്ടെത്താൻ പ്രേരിപ്പിക്കുന്ന കഥകളായിരുന്നു അവ. അതിലൊന്ന് 1992 ഡിസംബറിൽ തന്റെ മൂത്തമകൻ നഷ്ടമായിട്ടും ആ കൊലയാളിയെപ്പറ്റി ഇളയമകനോട് തുറന്ന് പറയാതെ ജീവിക്കുന്ന ധാരാവിയിലെ ഖാൻ ചാച്ചീയേപ്പറ്റിയായിരുന്നു. "ആക്രമണങ്ങളുടെ പരമ്പരകൾ അവസാനിപ്പിക്കണം" എന്നതുമാത്രമായിരുന്നു അദ്ദേഹത്തിന്റെ പ്രമാണം. മറ്റൊന്ന്, ഹിന്ദുഭൂരിപക്ഷ പ്രദേശങ്ങളിൽ കൊള്ളയ്ക്കും കൊലയ്ക്കും (1992 ഡിസംബർ 7 ന് അർദ്ധരാത്രിയിൽ) നേതൃത്വം കൊടുത്ത കുർളയിലെ ശിവസേനാ പ്രമുഖനായ ഭാരത് ഖാവ്നേക്കർ എന്ന തന്റെ മകനെയും സംഘത്തെയും തടഞ്ഞ വിമലാഭായ് ഖാവ്നേക്കർ എന്ന അമ്മയുടെ കഥയായിരുന്നു. ഇന്ത്യാരാജ്യത്തിലെ ഓരോ മുക്കിലും തെരുവുകളിലും സമാധാനത്തിന്റെയും സഹവർത്തിത്ത്വത്തിന്റെയും നീതിയുടേയും കാവൽഭടൻമാരെ അണിനിരത്താൻ നമുക്ക് സാധിക്കുകയില്ലേ? ഈ പൊതുമണ്ഡലം നമ്മുടെ ഓരോരുത്തരുടേതുമായി വീണ്ടെടുക്കാൻ നമുക്ക് കഴിയില്ലേ? ഭരണഘടനാധിഷ്ഠിതമായി രൂപപ്പെടുത്തിയ ഇന്ത്യൻ റിപ്പബ്ലിക്കിന്റെ ഇടത്തിനെ?

ഇന്ത്യയുടെ ഹൃദയത്തിലും ആത്മാവിലും, നമ്മുടെ ഓരോ വീടുകളിലും സമരതീക്ഷ്ണതയുടേതായ ആവേശം ഉൽക്കടമായിരിക്കുന്നു, ആര് ജയിക്കും എന്ന് നമുക്ക് വലിയ തിട്ടമില്ല. ചരിത്രം, സംസ്കാരം, കവിത, സംഗീതം, സാഹിത്യം എന്നിവയിൽ നിന്നെല്ലാം ശക്തി സ്വരൂപിച്ചുകൊണ്ട് തെരുവുകളിലും വീടകങ്ങളിലും, ക്ലാസ് മുറികളിലും എല്ലാം സമരം ചെയ്യേണ്ടിയിരിക്കുന്നു, ജീവിത യാഥാർത്ഥ്യങ്ങളെയും പ്രതിബദ്ധമായ രാഷ്ട്രീയത്തെയും അഭിമുഖീകരിച്ചുകൊണ്ട്.

2017 ജൂലൈ 16 ന് അഹമ്മദാബാദിലെ നരോദാപാട്യയിൽ ദളിതർ, "ദളിത് മുസ്ലീം ഐക്യം" പ്രഖ്യാപിച്ചുകൊണ്ട് കൈയിൽ മെഴുകുതിരി വിളക്കുകളേന്തി മൗനമായി നീങ്ങിയപ്പോൾ, കണ്ണുനീരൊഴുക്കിയും യുദ്ധം ചെയ്ത് ലഹള അതിജീവിച്ചവർക്കും കോടതിയിൽ തെളിവുകൾ സമർപ്പിച്ച് വിജയം നേടിയവർക്കും ശക്തമായ സന്ദേശമാണ് ലഭിച്ചത്. 2002 ലെ ഭീകരതകൾക്ക് കാലം മാപ്പുനല്കട്ടെയെന്ന്.[13]

ഒരുപക്ഷേ, നാളെയിലേക്കുള്ള വഴി അങ്ങനെയാവാം. കുറ്റകൃത്യങ്ങളെ അകറ്റി നിർത്തുവാൻ ജനകീയസംഘടനകളും, കൂട്ടായ്മകളും; സാമൂഹ്യനീതി ഉറപ്പാക്കുന്നതിനുള്ള ഉറച്ച നടപടികൾ; ഒപ്പം അനുരഞ്ജനത്തിന്റെ പാത തുറക്കുന്നതിനുള്ള നടപടികൾ; അടിയുറച്ച സമത്വ

ചിന്തയിലും വിവേചനരാഹിത്യത്തിലും അടിസ്ഥാനമാക്കിയുള്ളത്. മനുഷ്യരെ വിഭജിക്കുന്ന വെറുപ്പിന്റെ രാഷ്ട്രീയത്തിനെതിരെ.

കുറിപ്പുകൾ

(1) The battle was fought zealously on social media as well where journalist friends were made and alliances were forged. Here is what Amin Rizvi, a dear friend with most crazy sense of humour, wrote on Facebook on 24 th july 2015. "From the 27 th of this month final arguments in the Zakia Jafri case will begin. The new FIR by CBI (directly under PHO) needs to be seen in that light" CBI books Teesta setelvad and her husband for illegal foerign aid (Note: Teesta setelvad is the first and the only person in india who has sent117 killers to jail, including the closest friend of Modi. On 27 th of this month final arguments in the Zakia Jafri case will begin. Modi is the prime accused in this case.)

(2) Venkitesh Ramakrishnan " Speaker expressess surprise over CJ reported stand on hearing Teesta setelvad" *The Hindu,* 25 th February 2008 The Speaker observed," I do not know of any procedure known to law or Constitution that would allow this (denial of hearing before a court of law) You can dismiss some thing on merit. You can refuse to admit a petition. but you cannot say that you would not hear X or Y"

(3) Dhananjay Mahapathra, "NGOs, Teesta spiced up Gujarat riot incidents SIT, *Times of India,* 14 April 2009, shivam vij, "About warped minds" kafila,19 April 2009: whoever leaked post-Godhra SIT report betrayed trust of court, says Supreme Court, *Times of India,* 22 April 2009, SC anguished over leak of SIT report to Media, *Indian Express,* 22 April 2009.

(4) Manoj Mitta, Is SC seeking to shore up SIT's lost credibility,? *Times of India*, 28 may 2010.

(5) www.khojedu.net : KHOJ is about you and about me. Are all people the same? Do we even know what all these type mean? How are we different from others? And howare we the same? KHOJ means to search, to discover, to explore. And this is what we plan to do. Search within for the questions we long to ask, never mind if we do not have the answers. explore without for the thoughts and feelings of people around us. To get to know more About Overselves, Our families, The neighbourhood, Our City, The Country, Our World

(6) Simplictor comes from the word of the law, mainly Scots Law. It means simply or without qualification.

(7) Mridulachari, " The real story behind the corruption charges against activist Teesta Setelvad," scroll 21 march 2014.

(8) G Pramod kumar " Teesta Setelvad is being framed by Gujarat Govt, but why is there no outrage? First post, 19 February 2015.

(9) Ravi Shankar, Out with the dirty, *Indian Express,* 23 August 2015 and, Beware of Pedestals of infamy, *New Indian Express* 26 july 2015.

(10) "Pioneer, edited by Rajyasabha Member of BJP, Chandran Mithra, has between 2010-14 been at the fore-front of vilification campaign and on three Occasions we have served them notices for their spurious headlines and coverage, almost always with a large photograph. The reason I have relegated Pioneer's conduct to a foot note is because Pioneer has not functioned as an independent news paper; *Indian Express,* otherwise a fine example of journalisam, also succumbed on occasion to an on slaught from the powers that be. *The Hindu* too, often failed to maintain Professional distance in its assessment of the SIT, Perhaps because R.K Ragavan is a regular columist.

(11) Former Gujarat HC Judge questions independence of Judiciary. talks of "Judicial Terrorism", *The Indian Express,* 10 October 2016.

(12) Justice Khare's Remarks Irk Gujarat CM, *Times of India* 3 may 2004.

(13) http://www.sabrangindia.in/article/dalit-revolt-hindutva E2% 80% 99s-successful- laboratory-Gujarat.

കൃതജ്ഞത

എഴുത്തിനെപ്പറ്റി പറയുമ്പോൾ, അവനവനെപ്പറ്റിത്തന്നെ എഴുതുന്നത് എത്രമാത്രം കഠിനമാണെന്ന് ആൺപെൺഭേദമില്ലാതെ എഴുത്തുകാർ പറയുന്നതെന്തുകൊണ്ടാണെന്ന് ഞാൻ ഇപ്പോൾ മനസ്സിലാക്കുന്നു.

പത്രപ്രവർത്തനം, നിയമം, ചരിത്രം, സാമൂഹ്യശാസ്ത്രം എന്നീ മേഖലകളിലെ ഒരു എഴുത്തുകാരിക്ക്, കഠിനമായ അനുഭവങ്ങളിലൂടെയും പഠനങ്ങളിലൂടെയും പരിശീലിപ്പിക്കപ്പെട്ട എനിക്ക്, ആശയങ്ങളും വിശ്വാസങ്ങളും യാഥാർത്ഥ്യങ്ങളും മറ്റുള്ളവരുമായി പങ്കുവയ്ക്കുവാൻ എന്റെ ഓർമ്മകൾ എഴുതി വയ്ക്കണമെന്ന് എന്റെ പ്രസാധകർ ആവശ്യപ്പെട്ടപ്പോൾ അത് അത്രതന്നെ എളുപ്പമായ ഒരു പ്രക്രിയയായി ഒട്ടും തോന്നിയില്ല. ഞാൻ എന്റെ പ്രസാധകരെ വെറുതെയിരിക്കാൻ അനുവദിച്ചില്ല. ഓരോരോ സന്ദർഭങ്ങളിലും ഞാൻ അവരെ ബുദ്ധിമുട്ടിക്കുകയും വളരെ സ്നേഹബഹുമാനങ്ങളോടെ അവർ അതെല്ലാം സഹിക്കുകയും ചെയ്തു. വിജയ് പ്രസാദ്, സുധാൻവാ ദേശ്പാണ്ഡേ എന്നീ സുഹൃത്തുകൾ-സത്യമായും നിങ്ങളുടെ ക്ഷമയും വൈദഗ്ദ്ധ്യവും ഇല്ലായിരുന്നുവെങ്കിൽ ഈ ശ്രമം പൂവണിയുമായിരുന്നില്ല. നന്ദി.

ഞാൻ തുടങ്ങി അവസാനിപ്പിക്കുന്നത് വരെ, ഈ പുസ്തകത്തിന്റെ എഴുത്തിനിടയിൽ പലവിധ പീഡനങ്ങളും അഭിമുഖീകരിക്കേണ്ടി വരികയും, അവ തുടർന്നുകൊണ്ടിരുന്നു എന്നതിനപ്പുറം അവ പുതിയ തലങ്ങളിലേക്ക് വികസിക്കുകയും ചെയ്തു. ഇപ്പോഴത്തെ ഭരണകർത്താക്കളുടെ പകയോടുകൂടിയുള്ള സമീപനം ഉത്തുംഗത്തിലായതിനാൽ 2017 ലും വ്യത്യസ്തമായിരുന്നില്ല സ്ഥിതി. പ്രധാനമന്ത്രിയുടെ ആഫീസിന്റെ നേരിട്ടുള്ള നിയന്ത്രണത്തിലുള്ള സി ബി ഐ, അവിടെ ചുറ്റിപ്പറ്റി നില്ക്കുന്ന ഗുജറാത്തിലെ മുതിർന്ന ഉദ്യോഗസ്ഥന്മാരോട് ചേർന്ന്, വ്യാജമായി, ഫോറിൻ കോൺട്രിബ്യൂഷൻ റെഗുലേഷൻ ആക്ട് ലംഘനം ആരോപിച്ച് ഞങ്ങളെ ചാർജ് ഷീറ്റ് ചെയ്യാൻ തീരുമാനിച്ചു. അതേസമയം, അതേ നിയമം യഥാർത്ഥത്തിൽ ലംഘിച്ച് പ്രവർത്തിച്ച മുൻ ഗുജറാത്ത് മുഖ്യമന്ത്രി ആനന്ദി ബെൻ പട്ടേലിന്റെയും മകളുടേയും നേതൃത്വത്തിലുള്ള ട്രസ്റ്റിനെതിരെ യാതൊരു നടപടിയും സ്വീകരിക്കാതെ ആഭ്യന്തര മന്ത്രാലയം കേസ് അവസാനിപ്പിച്ചു എന്ന കാര്യം വിവരാവകാശപ്ര

വർത്തകർ പുറത്ത് കൊണ്ടുവന്നതാണ്. ഈ സംഭവങ്ങൾക്കുനേരെ മാധ്യമങ്ങളും കണ്ണടച്ചുകളഞ്ഞു. അതോടൊപ്പം മറ്റൊരു ക്രിമിനൽ കേസുകൂടി (പുറത്തുവന്ന മാധ്യമ വാർത്തകൾ വിശ്വസിക്കാമെങ്കിൽ) അഭിമുഖീകരിക്കുന്നതിനുള്ള സാദ്ധ്യത ഏറി വരുന്നുണ്ട്. ഇപ്രാവശ്യം അത് അദ്ധ്യാപകർക്കും യുവ പഠിതാക്കൾക്കും ഉള്ള പരിശീലനകൈപ്പുസ്തകങ്ങൾ തയ്യാറാക്കിയപ്പോൾ അതിലൂടെ, വെറുപ്പ് പ്രചരിപ്പിച്ചു എന്ന ആരോപണം ആണെന്ന് മാത്രം. ഇപ്പോഴത്തെ അധികാരികൾ ഈ പ്രക്രിയ തുടരുകയാണെങ്കിൽ, കേന്ദ്രം ഭരിക്കുന്ന ഗവൺമെന്റിന്റെ പൂർണ്ണമായ ഒത്താശയോടെ എനിക്കെതിരെ ചമയ്ക്കുന്ന എട്ടാമത്തെ ക്രിമിനൽ കേസ് ആണ് ഇതെന്ന് പറയാം.

അതീവശക്തി പകരുന്നത്? ചിലപ്പോൾ പരാജയപ്പെടുത്തുന്നത്? അല്ല. ഞാൻ എന്റെ ഹൃദയവും മനഃസ്സാക്ഷിയുമായി ചേർത്ത് ആലോചിക്കുമ്പോൾ, പോകെപ്പോകെ ഇതൊരു ഒറ്റയാൾ സമരമാണെന്ന് ബോദ്ധ്യപ്പെടുമ്പോൾ ഞാൻ സ്വയം മനസ്സിലാക്കുന്നു. ഒഡീഷ, ഝാർഖണ്ഡ്, ഛത്തീസ്ഗഢ് എന്നിവിടങ്ങളിൽ പത്രപ്രവർത്തകരും മറ്റു ആക്റ്റിവിസ്റ്റുകളും നിർണ്ണായകമായ വിഷയങ്ങളിൽ ഇടപ്പെട്ടതിന്റെ ഫലമായി പന്ത്രണ്ടോ, പതിനെട്ടോ, മുപ്പതോ തന്നെ ക്രിമിനൽ കേസുകൾ അവിടത്തെ ദുർബുദ്ധികളായ സർക്കാരുകളുടെ മുൻകൈയിൽ, അഭീമുഖികരിച്ചു വരുന്നു എന്ന കാര്യം. ഞാൻ ഒരാൾ മാത്രമല്ല; കൂടുതൽ ബുദ്ധിമുട്ടേറിയ ഗുരുതരമായ ആരോപണങ്ങൾ നേരിടുന്ന ഒരുപാട് പേരുണ്ട്. ഐക്യദാർഢ്യമാണ് ഇന്നിന്റെ ആവശ്യം. അതുപോലെ ഓരോരുത്തരുടേയും ശക്തിയും വീര്യവും പരസ്പരം ബന്ധിപ്പിക്കുന്നതിലുള്ള കഴിവ്, എന്നിവ അനിവാര്യമായി വരുന്നു. നിയമം നടപ്പാക്കുന്ന, ആഭ്യന്തരകാര്യങ്ങൾ നോക്കുന്ന വിവിധ ഏജൻസികൾ അനുവർത്തിക്കുന്ന കഠിനമായ ഉത്തരവാദിത്വരാഹിത്യം ഇന്ത്യൻ ജനാധിപത്യം നേരിടുന്ന ഏറ്റവും വലിയ വെല്ലുവിളിയായി നിലനില്ക്കുന്നു. ഈ സത്യം നമ്മുടെ കോടതികൾ അക്ഷരാർത്ഥത്തിൽ ഉൾക്കൊള്ളേണ്ടിയിരിക്കുന്നു. ആഴത്തിലുള്ള ഈ ബോദ്ധ്യങ്ങളും, നിരന്തരമായ ഓർമ്മപ്പെടുത്തലുകളും എന്നെ ചലനാത്മകമാക്കുന്നു.

സി ജെ പിയുടേയും സബ്രംഗ് ട്രസ്റ്റിന്റെയും സ്ഥാപക രക്ഷാധികാരികൾ ഇവിടെ പ്രത്യേകമായ പരാമർശം അർഹിക്കുന്നു. സി ജെ പിയുടെ സ്ഥാപക അദ്ധ്യക്ഷൻ വിജയ് ടെണ്ടുൽക്കറായിരുന്നു. വില്ലെ പാർലെയിൽ താമസിച്ച്, സമ്പന്നമായ മറാത്തി തിയ്യറ്ററിലൂടെ തന്റെ അനിതര സാധാരണ വ്യക്തിത്വമായി മാറിയ അദ്ദേഹത്തെ വിഭാഗീയ രാഷ്ട്രീയത്തിന്റെയും വർഗ്ഗീയതയുടേയും പിശാചുക്കൾ 1990 മുതൽ വേട്ടയാടിക്കൊണ്ടിരുന്നു. വംശഹത്യയുടെ ഭീകരതകൾ അതിനിടെയാണ് ഞങ്ങളുടെമേൽ വന്നുപതിച്ചത്. സി ജെ പി നിശ്ചയിച്ചുറപ്പിച്ച അതിന്റെ ഉത്തരവാദിത്വങ്ങൾ ഐ എം കാദ്രി, ആലിഖ് പദംസി, സൈറസ് ഗുസ്ദർ, അനിൽ ധർക്കർ, നന്ദൻ മലൂസ്ത്, സെഡറിക് പ്രകാശ്, ജാവേദ് ആനന്ദ്

എന്നിവരെക്കൂടാതെ പൂർത്തീകരിക്കാനാവുമായിരുന്നില്ല. സി ജെ പി ഏറ്റെടുത്ത കർമ്മപദ്ധതികൾക്കനുസൃതമായി ഉത്തരവാദിത്വം, സുതാര്യത എന്നീ കാര്യങ്ങളിൽ ബോർഡ് കൃത്യമായ നിബന്ധനകൾ നിശ്ചയിച്ചിരുന്നില്ലായെങ്കിൽ ഇത് സാദ്ധ്യമാവുമായിരുന്നുമില്ല. രവി കുൽക്കർണി, നകുൽ മേത്ത, എന്റെ കുഞ്ഞു സഹോദരി അമിലി സെതൽവാദ് എന്നിവർ കഠിനമായ ഈ യാത്രയിൽ സമർത്ഥരായ സഹയാത്രികരായി ഒപ്പം ഉണ്ടായി.

ഓർമ്മക്കുറിപ്പുകളിൽ ദീർഘമായി പ്രതിപാദിച്ചിട്ടുണ്ടെങ്കിലും ചില കാര്യങ്ങൾ ഇവിടെ ആവർത്തിക്കേണ്ടതുണ്ട്. മനുഷ്യന്റെ അന്തസ്സിനും സ്വാതന്ത്ര്യത്തിനും വേണ്ടിയുള്ള നിയമയുദ്ധത്തിൽ ഏറ്റവും അടുത്തവരും വിശ്വസനീയരുമായ അഭിഭാഷക സുഹൃത്തുക്കളുടെ തുണയും ഊർജ്ജവും ലഭ്യമാവുന്നത് അപൂർവ്വവും എന്നാൽ ഭാഗ്യവുമായി കരുതുന്നു. അത് എന്നിൽ അലിഞ്ഞുച്ചേർന്നിരിക്കുന്നു. മിഹിർ ദേശായി, അസ്പിചിനോയ്, അപർണാ ഭട്ട്, നവറോസ് ശീർവായി, സുഹേൽ തിർമിസി, കാമിനി ജയ്സ്വാൾ, സഞ്ജയ് പരീഖ്, രമേഷ് പുഖ്റംബം, ഒപ്പം വിജയ് ഹിരെമിത്, വിനമ്ര, ചേതൻ, ആനന്ദ് തുടങ്ങിയ മിഹിറിന്റെ ടീമും. ഈ യാത്ര നിങ്ങളുടെ അസാന്നിദ്ധ്യത്തിൽ ഇത്രമാത്രം രസം നിറഞ്ഞതാവുമായിരുന്നില്ല. ഈ വലിയ ശ്രേണിയോടൊപ്പം ഉദാരമനസ്കരായ ഞങ്ങൾക്കെതിരായി കെട്ടിച്ചമച്ച ദുരാരോപണങ്ങളിൽ തളരാത്ത ഒരു വലിയ വൃന്ദം സഖാക്കളുണ്ട്. ഞങ്ങളുടെ പ്രവർത്തനങ്ങളുടെ തുടർച്ച അവരിലൂടെയായിരുന്നു. അവരുടെ പേരുകൾ രേഖപ്പെടുത്താൻ കഴിയാത്തവിധം നീണ്ടതാണ്.

സമയം കുതിച്ചുപായുമ്പോൾ, ഞാൻ അത് മനസ്സിലാക്കുന്നതിന് മുൻപേ, അരുമയായ രണ്ട് കൊച്ചു കുഞ്ഞുങ്ങൾ, അവരുടെ, മനസ്സും ഹൃദയവും, ആത്മാവുമായി വ്യത്യസ്തമായ രീതിയിൽ പ്രകടിപ്പിച്ചുകൊണ്ട് വളർന്നുകൊണ്ടിരുന്നു: അതേസമയം ശ്രദ്ധയിലും അവബോധത്തിലും സമാനത ഉൾക്കൊണ്ടും. താമരയ്ക്കും ജീബ്രാനും ഒരു അമ്മയുടെ പ്രത്യേക സ്നേഹം നല്കുന്നതിനോടൊപ്പം വെറുപ്പിന്റെ തീനാളങ്ങൾക്കെതിരെയുള്ള യുദ്ധത്തിൽ വിവിധ തിരക്കുകളിലും അഭിനിവേശത്തിലും പെട്ട് നഷ്ടമായ കുടുംബനിമിഷങ്ങളെയോർത്ത് ഖേദിക്കുകയും ചെയ്യുന്നു. ക്ഷമിക്കുക. നിങ്ങൾക്കു നന്ദി, നിങ്ങൾ നിങ്ങളായി ഇരിക്കുന്നതിന്.

മുംബൈ
ജനുവരി 1, 2017

www.ingramcontent.com/pod-product-compliance
Lightning Source LLC
LaVergne TN
LVHW060244051026
849517LV00005B/1713
* 9 7 8 9 3 9 4 7 5 3 1 1 2 *